आजच्या युगातला महान कथाकार

—मेल ऑन संडे

कथानक जुळवण्याची हातोटी, ही जेफ्री आर्चरला मिळालेली दैवी देणगी असावी आणि त्याचं वर्णन अलौकिक असंच करावं लागेल.

—डेली टेलिग्राफ

श्रेष्ठ कथाकार अलेक्झान्ड्रे ड्युमास याच्या पंगतीत हा सहज बसू शकतो.

—वॉशिंग्टन पोस्ट

आर्चर हा असामान्य मनोरंजनकार आहे.

—टाइम

आर्चरची संशोधकवृत्ती, त्याचा झपाटा आणि सहज सोपी, पण तरीही प्रभावी लेखनशैली वादातीत आहे.

—सण्डे टेलिग्राफ

आर्चर हा विलक्षण कथाकार आहे. पान उलटल्यावर आता पुढे काय होणार, ही वाचकांची उत्सुकता, तो सतत ताणून ठेवत असतो.

—सण्डे टाइम्स

असा कथाकार सध्यातरी कोणी हयात नाही.

—लॅरी किंग.

आपल्या स्नेहीजनांना पुस्तके भेट द्या

सत्य घटनेवर आधारित

पाथ्स ऑफ ग्लॉरी

त्याने दोन बायकांवर प्रेम केलं...
आणि त्यातल्या एकीने त्याला मारलं.

जेफ्री आर्चर

अनुवाद
सुभाष जोशी

मेहता पब्लिशिंग हाऊस

- *या पुस्तकातील लेखकाची मते, घटना, वर्णने ही त्या लेखकाची असून त्याच्याशी प्रकाशक सहमत असतीलच असे नाही.*

PATHS OF GLORY by JEFFREY ARCHER
Copyright © Jeffrey Archer 2009

Translated into Marathi Language by Subhash Joshi

पाथ्स ऑफ ग्लॉरी / अनुवादित कादंबरी

अनुवाद : सुभाष जोशी
'रोहन गरिमा', शिवाजी हौसिंग सोसायटी,
सेनापती बापट रोड, पुणे १६.

मराठी अनुवादाचे व प्रकाशनाचे हक्क मेहता पब्लिशिंग हाऊस, पुणे ३०.

प्रकाशक : सुनील अनिल मेहता, मेहता पब्लिशिंग हाऊस,
१९४१, सदाशिव पेठ, माडीवाले कॉलनी, पुणे – ४११०३०.

मुखपृष्ठ : चंद्रमोहन कुलकर्णी

प्रकाशनकाल: ४ नोव्हेंबर, २०१३ / पुनर्मुद्रण : नोव्हेंबर, २०१५

ISBN for Printed Book 9788184985177
ISBN for E-Book 9788184988963

हे पुस्तक लिहिण्यासाठी मला प्रोत्साहन देणाऱ्या
क्रीस ब्रॅशर
याच्या स्मृतीस अर्पण

चर्चजवळ असलेल्या दफनभूमीतील एका थडग्यावर लिहिलेलं शोकगीत

वंशावळीची प्रौढी, सत्तेची मिजास,
सौंदर्याचा दिमाख, संपत्तीच्या उपभोगाची आस
हे कितीही असलं, तरी तो अंतिम क्षण येतो
कीर्तीच्या वाटांनी, फक्त थडग्याच्या दिशेनेच घेऊन जातो

– थॉमस ग्रे (१७१६-१७७१)

मॅलरी आणि आयर्विन इथे
सर्वांत शेवटी दिसले होते
२८,४०० फूट
+ दुसरा विक्रम
एन इ शोल्डर
पहिला विक्रम
कॅम्प ६
कॅम्प ५
नॉर्थ पीक
कॅम्प ४
नॉर्थ कोल
कॅम्प ३
ईस्ट राँगबुक ग्लेशियर

([illegible] [illegible] घेतलेल्या जॉन नोएल यांच्या छायाचित्र संग्रहातून)

वेस्ट पीक

कॅम्प १

बेस
कॅम्प

उपोद्घात

१९९९

शनिवार : १ मे, १९९९

"मी शेवटचा खिळा दगडाने ठोकायला गेलो, तेव्हा खाली पडलो," कॉनराड म्हणाला. हे ऐकल्यावर योखेनला टाळ्या वाजवून आनंद व्यक्त करायचा होता, पण त्याने स्वतःला आवरले. त्यांचा प्रतिस्पर्धी गट जर याच लघुलहरींवर संभाषण ऐकत असला, तर ते सावध होतील किंवा याहून वाईट म्हणजे हे सगळं संभाषण जर एखादा भोचक वार्ताहर ऐकत असेल, तर त्याला प्रेत सापडल्याची बातमी समजेल. हे पथक ज्या दोघांचा शोध घेत होते, त्यांपैकी कोण मिळाला, हे समजावं, म्हणून त्याने रेडिओ तसाच चालू ठेवला होता, पण पलीकडून कोणी एकही शब्द बोललं नाही. रेडिओची खरखर चालू होती, त्यावरून पलीकडे कोणी असल्याचं समजत होतं, पण त्याला बोलायची इच्छा नसावी.

योखेननी सर्व सूचना तंतोतंत पाळल्या आणि साठ सेकंदांनी रेडिओ बंद केला. त्या दोन मृतदेहांचा शोध घेण्यासाठी गेलेल्या मूळ पथकात त्याची निवड झाली असती, तर त्याला आनंद झाला असता; पण निवडीच्या वेळी बंद मुठीत ठेवलेल्या काड्यांपैकी फक्त त्याने एकट्याने लहान काडी ओढली आणि बाकीचे सगळे पथकात निवडले गेले. खाली तळावर कोणीतरी बसून रेडिओवर संदेश घ्यायला हवं होतं. त्याने तंबूच्या बाहेर पडत असलेल्या बर्फाकडे पाहिलं आणि तिकडे वर काय चाललं असेल, याची कल्पना केली.

***

कोनराड अँकर समोर दिसणाऱ्या मृत देहाकडे पाहत राहिला. देहाची त्वचा संगमरवरासारखी पांढरीफटक पडली होती. अंगावर कपडे होते, असं म्हणणं धाडसाचं ठरलं असतं; पण जे काही होते, ते ऑक्सफर्ड किंवा केंब्रिजमध्ये शिक्षण

घेतलेल्या एखाद्या सुशिक्षित माणसाचे असतील, असं वाटत नव्हतं, तर रस्त्यावरच्या एखाद्या भिकाऱ्याचे वाटत होते. त्याच्या कमरेभोवती एक जाड दोरखंड बांधलेला होता. दोराच्या तुटलेल्या टोकावरून, तो खाली पडताना कुठे तुटला असावा, याचा अंदाज बांधता येत होता. दोन्ही हात डोक्याच्या वर पसरलेले होते आणि डावा पाय उजव्या पायाच्या वर टाकलेला होता. उजव्या पायाची नडगी आणि आणि इतर हाडं मोडलेली होती, त्यामुळे तो पाय शरीरापासून सुटावल्यासारखा वाटत होता.

२७००० फूट उंचावर असलेल्या त्या पथकातले सदस्य गप्प बसून फुप्फुसात हवा भरून घेत होते. इतक्या उंचावरच्या विरळ हवेत शब्द फार मोजून वापरावे लागतात. अँकर खाली गुडघ्यावर बसला आणि त्याने भूमातेची- चोमोलुंग्माची- प्रार्थना केली. हा सगळा विधी तो संथपणे करत होता. नाहीतरी इतिहासकार, गिर्यारोहक, पत्रकार आणि केवळ कुतूहलापोटी जाणून घेण्याची इच्छा असणारे– गेली पंचाहत्तर वर्षं या दिवसाची वाट पाहत थांबलेच होते. त्याने मग आपल्या हातातला जाड हातमोजा काढून बाजूला बर्फावर ठेवला. आपल्या तर्जनीने त्या मृत माणसाच्या कोटाची कॉलर बाजूला केली. शर्टाच्या कॉलरच्या आत शिवलेल्या एका फितीवर लिहिलेली लाल रंगातली अक्षरं वाचताना, त्याचं हृदय धडधडत असल्याचं त्याच्या लक्षात आलं.

"बापरे", मागून एक जण म्हणाला. "हा आयर्विन नाही, हा मॅलोरी आहे."

अँकर काहीच बोलला नाही. ५००० मैलांवरून जो पुरावा शोधायला ते आले होते, तो अजून त्यांना मिळालेला नव्हता. आपला हातमोजा नसलेला हात त्याने त्या मृत माणसाच्या कोटाच्या आतल्या खिशात घातला आणि मॅलरीच्या बायकोने स्वतःच्या हातांनी बनवलेलं एक पाकीट बाहेर काढलं. पाकिटाच्या वरचं कापड त्याने हलकेच बाजूला केलं, कारण ते कदाचित गळून पडेल, अशी त्याला भीती वाटली. आता त्याला जे हवं होतं ते जर सापडलं, तर एक मोठा रहस्यभेद होणार होता.

काड्याची पेटी, नखं कापायची कात्री, टोक नसलेली पेन्सिल, कागदाच्या लिफाफ्यावर शेवटची चढाई करण्याआधी ऑक्सिजनच्या शिल्लक असलेल्या सिलिंडर्सची नोंद, गॅमॅगेसकडून घेतलेल्या गॉगलचं चुकतं न केलेलं बिल, काटे नसलेलं रोलेक्सचं मनगटी घड्याळ आणि मॅलरीच्या बायकोने १४ एप्रिल, १९२४ रोजी लिहिलेलं पत्र- इतक्या वस्तू मिळाल्या; मात्र जी महत्त्वाची गोष्ट हवी होती, ती मिळाली नाही.

त्याने आपल्या मागे उभ्या असलेल्या सहकाऱ्यांकडे पाहिलं आणि एक दीर्घ श्वास घेत म्हणाला, "रूथचा फोटो याच्यात नाही."

त्यांच्यापैकी एक जण आनंदाने ओरडला.

भाग एक

सामान्य पोरगा नाही

१८९२

१

सेंट बीझ, कुंब्रिया- मंगळवार : १९ जुलै, १८९२

‘तू खडकांच्याकडे का चालत जात असतोस?’ असं जर जॉर्जला विचारलं असतं, तर त्याला त्याचं उत्तर नसतं देता आलं. इतकंच नाही, तर तो खडक समुद्रात असल्यामुळे त्यावर चढून जायला- त्याला पोहता येत नसतानाही- पाण्यातून जायला लागत होतं, पण त्याचीही भीती त्याला वाटत नव्हती. आपलं लक्ष्य गाठण्याच्या वेडापायी, तो काहीही करायला तयार होता.

त्या समुद्रकिनाऱ्यावर असलेल्यांपैकी फक्त एका माणसाला त्या मुलाच्या प्रगतीविषयी थोडाफार रस होता. रेव्हरण्ड ली मॅलरींनी हातातल्या ‘द टाइम्स’ची घडी घातली आणि आपल्या पायापाशी वाळूवर ठेवली. त्यांची पत्नी वाळूवरच्या आरामखुर्चीत डोळे मिटून पडल्या पडल्या सूर्यस्नानाचा आनंद घेत होती. सभोवतालच्या जगाची तिला पर्वा नव्हती आणि आपल्या मोठ्या मुलावर काही संकट येऊ शकतं, हे तिच्या गावीही नव्हतं. रेव्हरण्डने तिला सावध केलं नाही. असं काही पाहिलं, की ॲनीचा जीव कासावीस व्हायचा, हे त्यांना माहीत होतं. मदर्स युनियनच्या दिवशी हा पोरगा खेड्यातल्या सभागृहाच्या छतावर चढला होता, तेव्हा ती अशी कासावीस झाली होती. रेव्हरण्डने बाकी तीन मुलांवर नजर टाकली. ते आपल्या मोठ्या भावाची काळजी न करता, पाण्याच्या काठावर सुरक्षितपणे खेळत होते. सकाळी भरतीच्या वेळी किनाऱ्यावर आलेले शिंपले वेचण्यात ॲव्ही आणि मेरी गर्क होत्या, तर धाकटा ट्रॅफर्ड आपल्या लहानशा बादलीत वाळू भरून घेत होता. मॅलरीचं लक्ष आपल्या मोठ्या मुलाकडे गेलं. तो तितक्याच निश्चयाने त्या खडकाकडे जात होता. त्याला अजूनतरी भीती वाटत नव्हती; पण आपल्याला परत मागे वळावं लागणार, हे त्याच्या लक्षात आल्याशिवाय राहिलं नाही. मुलाच्या गुडघ्यापर्यंत लाटा यायला लागल्यावर रेव्हरण्ड आपल्या खुर्चीतून उठले.

जॉर्जच्या आता कमरेपर्यंत पाणी आलं होतं. खडकाच्या जवळपास जाताच, त्याने पाण्यातून खडकाच्या काठावर उडी मारली आणि पटापट उड्या मारत सगळ्यात उंच खडकावर जाऊन बसला. तिथे आरामात बसून तो क्षितिज न्याहाळायला लागला. अभ्यासातला त्याचा आवडता विषय जरी इतिहास असला, तरी त्याला कोणी कानुटे राजाविषयी काही माहिती दिली नव्हती.

(ख्रिस्तपूर्व काळात इंग्लंडमध्ये कानुटे नावाचा राजा होऊन गेला. त्याचे दरबारी त्याला महाशक्तिमान राजा म्हणून संबोधत असत; पण या राजाचे पाय जमिनीवर होते, त्यामुळे असल्या खोट्या स्तुतीला तो कधी भुलला नाही. आपल्या दरबाऱ्यांचे डोळे उघडण्यासाठी एकदा त्याने आपलं सिंहासन समुद्रकिनारी नेलं. थोड्याच वेळात भरती झाली, तेव्हा सगळ्यांचेच पाय ओले झाले. निसर्गापुढे सगळे सारखेच असतात, हा धडा त्याने शिकवला.)

आता समुद्राच्या लाटा खडकाभोवती स्वैरपणे आदळत होत्या, त्यामुळे रेव्हरण्ड धास्तावून बघत होते, मात्र काहीही हालचाल न करता ते धीर धरून वाट पाहत होते. कधीतरी या मुलाला धोक्याची जाणीव होईल आणि तो मदत मागेल, असा त्यांचा तर्क होता, पण त्या मुलाने मदत मागितली नाही. जेव्हा त्या पोराच्या पायाच्या अंगठ्याला पाण्याचा स्पर्श झाला, तेव्हा रेव्हरण्ड मॅलोरी सावकाश त्या खडकाकडे चालत गेले. वाटेत वाळूचा किल्ला बांधत असलेल्या ट्रॅफर्डला, 'छान छान! चांगला दिसतो आहे किल्ला', असं म्हणत शाबासकी दिली, पण त्यांचं लक्ष मात्र मोठ्या मुलाकडेच होतं. आता पावलांपर्यंत पाणी आलं, तरी त्या पोराने मागे वळून पाहिलं नाही. रेव्हरण्डने पाण्यात उडी मारली आणि खडकाकडे पोहत निघाले. पाण्यात हात मारायला लागल्यावर, आपण कल्पना केली होती, त्यापेक्षा हे अंतर जास्त होतं, हे त्यांच्या लक्षात आलं.

शेवटी ते त्यांच्या लक्ष्याजवळ पोहोचले आणि त्यांनी खडकावर उडी मारली. अडखळत चालत ते टोकापर्यंत जाईपर्यंत, त्यांचा पाय अनेक ठिकाणी खरचटला होता. हा पोरगा चढला, तेव्हा तो आरामात कसा काय चढला असेल, याचं त्यांना नवल वाटलं. मुलापाशी गेल्यावर आपल्याला धाप लागली होती किंवा खरचटलं होतं, हे त्यांनी अजिबात भासू दिलं नाही.

इतक्यात त्यांना मागून किंकाळी ऐकू आली. त्यांची पत्नी किनाऱ्यावर उभी राहून जॉर्जच्या नावाने शंख करत होती.

"आपण आता परत जायला हवं पोरा, उगाचच आईला का काळजीत टाकायचं, हो की नाही?" काही विशेष घडलं होतं, असं त्यांनी त्या मुलाला भासवलं नाही.

"फक्त काही क्षण पप्पा," त्या पोराने विनवणी केली आणि समुद्राकडे बघत

राहिला. आता मात्र त्याच्या वडिलांनी, तिथे एकही क्षण न थांबण्याचा निर्णय घेतला आणि त्याला खडकावरून उचललं.

परत किनाऱ्यावर यायला त्यांना बराच वेळ लागला. रेव्हरण्ड मॅलरींच्या पाठीवर ते पोरगं असल्यामुळे, ते फक्त पायांचा उपयोग करून पोहू शकत होते. परतीच्या प्रवासाला जास्त वेळ लागू शकतो, हे आज प्रथमच जॉर्जच्या लक्षात आलं.

शेवटी जॉर्जचे वडील किनाऱ्यावर जाऊन कोसळले, तेव्हा त्याची आई धावत धावत त्यांच्यापाशी गेली. खाली गुडघ्यावर बसून तिने मुलाला आपल्या छातीपाशी कवटाळलं आणि 'देवाचेच आभार मानायला हवेत, देवाचेच आभार मानायला हवेत,' असं पुटपुटत राहिली. मात्र या सगळ्या प्रकारात तिचं आपल्या धापा टाकत पडलेल्या नवऱ्याकडे अजिबात लक्ष गेलं नाही. काही अंतरावर उभ्या असलेल्या जॉर्जच्या बहिणी मुसमुसत रडत होत्या. छोटा ट्रॅफर्ड मात्र शांतपणे किल्ला बांधण्यात गर्क होता. हे मरण वगैरे काय असतं, हे त्याच्या गावीच नव्हतं.

थोड्या वेळाने रेव्हरण्ड उठून बसले आणि आपल्या मुलाकडे पाहायला लागले. तो आत्ताही समुद्राकडेच बघत होता. अर्थात, तो खडक आता पाण्याखाली गेला होता. ह्या मुलाला भीती आणि धोका म्हणजे काय, हे माहीतच नाही, हे त्यांना पहिल्यांदा पटलं.

१८९६

२

डॉक्टर्स, तत्त्ववेत्ते आणि इतिहासकार आनुवंशिकतेच्या महत्त्वाविषयी पुढच्या पिढीच्या यशापयशाचा अभ्यास करताना नेहमीच वाद घालतात. त्याने जर जॉर्ज मेलोरीच्या आई-वडिलांचा अभ्यास केला असता, तर त्यांचा पार गोंधळ उडाला असता; कारण या मुलाच्या प्रसन्न व्यक्तिमत्त्वाचा आणि त्याच्या अंगी आलेल्या दुर्मीळ गुणांचा ते खुलासाच करू शकले नसते.

जॉर्जचे पालक स्वत:ला उच्च मध्यमवर्गीय म्हणत असत. अर्थात, त्यांचं उत्पन्न तेवढं नव्हतं, तो भाग वेगळा. चेशायरमधल्या मॉबर्लीमधले रेव्हरण्डवर जळणारे लोक त्याला फार धार्मिक, आगाऊ आणि कोत्या मनाचा समजत असत. त्याची बायको तर महा आळ्यताखोर असल्याचं सगळ्यांचं मत होतं. जॉर्जने मात्र कोणा लांबच्या नातेवाइकाकडून हे चांगले गुण आनुवंशिकतेने घेतलेले असावेत, असं लोकांचं मत होतं. आपला मुलगा हा सर्वसामान्य नाही, याची जॉर्जच्या वडिलांना जाणीव होती. त्याचं शिक्षण दक्षिण इंग्लंडच्या ग्लेनगोर्से या मोठ्या शाळेत व्हावं, अशी त्याची इच्छा होती आणि त्यासाठी ते कुठलाही स्वार्थत्याग करायला तयार होते.

जॉर्जचे वडील नेहमी म्हणत असत, जर ट्रॅफर्डही तुझ्यासारखाच निघाला, तर आपल्याला फारच काटकसरीने राहायला लागेल. हे ऐकून त्याने आपल्या आईला विचारलं की, ''माझ्या बहिणींसाठी इंग्लंडमध्ये अशी शाळा आहे का?''

''छे! भलतंच काहीतरी,'' ती तुसडेपणाने म्हणाली. ''तो तर पैशाचा केवळ अपव्यय होईल, शिवाय शिकून करायचं तरी काय?''

''कमीतकमी ॲव्ही आणि मेरीला ट्रॅफर्ड आणि माझ्यासारखी संधी तरी मिळेल,'' जॉर्ज निरागसपणे म्हणाला.

त्याच्या आईने नाक उडवलं आणि म्हणाली, "पोरींना इतक्या दिव्यातून जायला सांगायचंच कशाला? त्यामुळे जास्त चांगला नवरा थोडाच मिळणार आहे?"

"शक्यता आहे, की चांगली शिकलेली बायको मिळाली, तर नवऱ्याचाच फायदा होईल", जॉर्जने आपलं मत मांडलं.

"पुरुषाला सगळ्यात शेवटी ती गोष्ट हवी असते," त्याची आई फणकाऱ्याने म्हणाली. "तुला लवकरच समजेल की, बहुतेक पुरुषांना घरदार सांभाळायला, खाऊ पिऊ घालायला आणि संतानासाठी बायको हवी असते."

ह्या चर्चेनंतरही जॉर्जचं समाधान झालं नाही. योग्य वेळ येताच आपण परत वडिलांशी या विषयावर बोलू, असा विचार करून तो गप्प बसला.

***

१८९६ सालच्या उन्हाळ्याच्या सुट्टीत सेंट बीझला समुद्रावर न जाता, मॅलरी मालव्हर्नच्या डोंगरावर गिर्यारोहणासाठी गेले. जॉर्जच्या बरोबरीने डोंगर चढणं आपल्याला जमणार नाही, हे कुटुंबातल्या सर्वांना कळून चुकलं होतं, पण त्याचे वडील त्याला जमेल तितकी साथ देण्याचा प्रयत्न करत होते. बाकीची मंडळी खालीच हिंडत राहायची.

धापा टाकत मागून येत असलेल्या वडिलांकडे, जॉर्जने पुन्हा बहिणींचा विषय काढला. "मुलींना मुलांसारखी संधी का देत नाहीत?"

"तशी पद्धत नाही पोरा," धापा टाकत रेव्हरण्ड म्हणाले.

"आणि या पद्धती कोण ठरवतो?"

"अर्थातच देव," हे बिनतोड उत्तर होतं, अशा समजुतीने रेव्हरण्डने उत्तर दिलं. "त्यानेच ठरवलं, की पुरुषाने बाहेर काबाडकष्ट करून चरितार्थ चालवायचा आणि बाईने घर आणि मुलंबाळं सांभाळायची, मोठी करायची."

"मग त्याच्या हेही लक्षात आलं असेल, की बहुतेक वेळेला बायकांकडेच जास्त अक्कलहुशारी असते, व्यवहारज्ञान असतं. माझी खात्री आहे की ती ॲव्ही ट्रॅफर्ड आणि माझ्यापेक्षा जास्त हुशार आहे."

रेव्हरण्ड आता हळू हळू चालायला लागले. त्यांना आपल्या पोराचं नक्की काय म्हणणं होतं, ते समजून घ्यायचं होतं आणि मग त्याचं उत्तर काय द्यायचं ते ठरवायचं होतं, अर्थातच पुरुष निसर्गत:च बायकांपेक्षा श्रेष्ठ असतात, असं जरी ते म्हणत असले, तरी त्यांनाच ते फारसं पटत नव्हतं. नंतर त्यांनी त्या विधानाला एक लेचीपेची जोड दिली, "आपण निसर्गाच्या नियमात का दखल घायची?"

"हे जर खरं असेल, तर व्हिक्टोरिया राणीने साठ वर्षं इतका यशस्वी कारभार

कसा काय केला?''

''कारण सिंहासनावर बसायला पुरुष वारस नव्हता.'' मॅलोरीने उत्तर दिलं, पण आपण आता अज्ञात प्रदेशात जात होतो, असं त्यांना जाणवलं.

''इंग्लंडचं नशीब किती चांगलं होतं, की त्या वेळी कोणी पुरुष वारस नव्हता,'' जॉर्ज उपहासाने म्हणाला. ''आता मला वाटतं, जगामध्ये बायकांनाही समान संधी देण्याची वेळ आलेली आहे.''

''ते कधीच चालणार नाही,'' त्याचे वडील फटकळपणे म्हणाले, ''यामुळे सामाजिक संतुलन बिघडेल आणि त्यात उलथापालथ होईल आणि तू म्हणतोस, तसं झालं, तर मग तुझ्या आईला स्वयंपाक आणि धुण्याभांड्यासाठी बाई कशी मिळेल?''

''ते काम पुरुषाला देऊ,'' जॉर्ज निरागसपणे म्हणाला.

''अरे देवा! जॉर्ज, मला वाटतं तू स्वतंत्र विचार करायला लागलेला दिसतोस. तू तो बर्नार्ड शॉ का कोण, त्याची बाष्कळ बडबड ऐकायला लागला आहेस की काय?''

''नाही पापा, पण मी त्याची भित्तिपत्रकं वाचतो.''

आपलं अपत्य आपल्यापेक्षा हुशार निघेल, असा संशय पालकांना येणं, ही नेहमीचीच बाब झाली; पण नुकताच दहावा वाढदिवस साजरा केलेल्या मुलाच्या बाबतीत रेव्हरण्ड मेलरी हे मानायला तयार नव्हते. जॉर्ज पुढच्या प्रश्नाचा तीर सोडण्याच्या विचारात होता, पण आपले वडील आता फार मागे पडले असल्याचं त्याला दिसलं, पण जेव्हा गिर्यारोहणाचा संबंध असतो, तेव्हा मात्र आपला मुलगा फार वरच्या श्रेणीतला आहे, असं रेव्हरण्ड मनापासून कबूल करतात.

३

जॉर्जच्या आई-वडिलांनी त्याला शिक्षणासाठी दूरच्या शाळेत पाठवला, तेव्हा तो अजिबात रडला नाही. त्याला रडू येत नव्हतं असं नाही, पण त्याच्यासारखाच लाल कोट आणि करड्या रंगाचा गणवेश घातलेल्या, डब्याच्या दुसऱ्या टोकाला बसलेल्या पोराने त्याचं डोकं उठवलं होतं.

गाय बुलॉक हा वेगळ्याच वातावरणातून आला होता. आपले वडील उदर निर्वाहासाठी काय करतात, हे तो जॉर्जला नीट सांगू शकत नव्हता, पण त्याच्या बोलण्यात व्यवसाय हा शब्द वरचेवर येत होता. का कोणास ठाऊक, आपल्या आईला हे पटणार नाही, असं त्याला वाटलं. गायने आपल्या पायरनीसमध्ये घालवलेल्या सुट्टीचं वर्णन जेव्हा जॉर्जला सांगितलं, तेव्हा आणखीन एक गोष्ट जॉर्जच्या लक्षात आली. या पोराने कधी 'काटकसर' हा शब्द ऐकला नसेल. इतकं असूनही ते जेव्हा इस्टबॉर्न स्टेशनवर उतरले, तेव्हा ते एकमेकांचे घट्ट मित्र झाले होते.

वसतिगृहात ते शेजारच्या पलंगावर झोपले, वर्गात शेजारी बसले आणि ग्लेनगोर्सेमध्ये शेवटच्या वर्षाला असताना जेव्हा ते एकाच अभ्यासिकेत बसले; तेव्हा कोणालाच आश्चर्य वाटलं नाही. एक गोष्ट मात्र नक्कीच होती, ते दोघं जे काही करायचे, त्यात जॉर्जच कायम सरस असायचा; अर्थात गायला त्याचं कधीच वैषम्य वाटलं नाही; किंबहुना त्याला जॉर्जच्या यशाचं कौतुकच वाटत होतं. जॉर्जची फुटबॉलच्या संघाची कॅप्टन म्हणून नेमणूक झाली किंवा त्याला विंचेस्टरमध्ये शिष्यवृत्ती मिळाली, तेव्हा गायलाच जास्त आनंद झाला होता. 'जॉर्जने जर माझ्या पाठीमागे लागून अभ्यास करून घेतला नसता, तर मला विंचेस्टरमध्ये प्रवेश मिळालाच नसता.' असं गायने त्याच्या वडिलांना सांगितलं. प्रत्येक गोष्ट अधिक चांगली करण्यासाठी, जॉर्ज नेहमीच गायच्या मागे लागायचा.

शाळेच्या नोटीसबोर्डावर लावलेले प्रवेश परीक्षेचे निकाल पाहत असताना, जॉर्ज मात्र त्याच्या खाली असलेली नोटीस वाचत होता. रसायनशास्त्र शिकवणारे डीकॉन सर, गिर्यारोहणासाठी विद्यार्थ्यांना स्कॉटलंडला घेऊन जाणार होते. गायला गिर्यारोहणात फारसा रस नव्हता, पण जॉर्जने आपलं नाव नोंदवताच, त्यानेही त्याच्या खाली आपलं नाव लिहिलं.

डीकॉन सरांचा जॉर्ज फारसा आवडता विद्यार्थी नव्हता; कदाचित त्याला रसायनशास्त्राची फारशी आवड नव्हती, हे त्यामागचं कारण असावं, पण त्याला गिर्यारोहणाची इतकी जबरदस्त आवड होती, की त्यासाठी बुनसेन बर्नर किंवा लिटमस पेपरचा थोडाफार अभ्यास करून, डीकॉन सरांची मर्जी राखायला त्याची हरकत नव्हती- आणि तसंही पाहिलं, तर गिर्यारोहणाच्या वार्षिक सहलीचं नियोजन करणारा माणूस फारसा वाईट नसावा, असं जॉर्जने गायला बोलून दाखवलं.

***

स्कॉटलंडच्या डोंगराळ प्रदेशात पाऊल ठेवताच, जॉर्ज जणू काही वेगळ्याच विश्वात गेला होता. दिवसा तो लहान लहान झुडपं आणि गवत तुडवत, डोंगरात हिंडायचा आणि रात्री तंबूत बसून, मेणबत्तीच्या प्रकाशात डॉ. जेकील आणि मि. हाईड, ही पुस्तकं झोप लागेपर्यंत वाचत बसायचा.

डीकॉन एखाद्या नवीन डोंगरावर चढाई करायला घेऊन गेले, की जॉर्ज सगळ्यांच्या मागे राहून, हीच वाट सरांनी का निवडली असेल, याचा विचार करत बसायचा. एक-दोन वेळा तर त्याने दुसऱ्या वाटेने जाण्याविषयी डीकॉनला सुचवलं. अर्थात त्यांनी ते मान्य केलं नाही, तो भाग वेगळा. आपण गेली अठरा वर्षं इथल्या सहलींचं आयोजन करतो आहोत, तेव्हा अनुभवाला थोडी किंमत द्यायला जॉर्जने शिकावं, असंही त्यांनी सुचवलं. जॉर्ज निमूटपणे वहिवाटीच्या रस्त्यांनी मार्गक्रमण करायला लागला.

सायंकाळी भोजनाच्या वेळी सालमन माशाबरोबर, जॉर्ज प्रथमच जिंजर बिअरचा आस्वाद घेत असताना, डिकॉन सर दुसऱ्या दिवसाचा कार्यक्रम समजावून सांगत होते.

''उद्या सकाळी,'' सरांनी सर्वांना उद्देशून घोषणा करायला सुरुवात केली, ''आपल्याला एका कठीण परीक्षेला तोंड द्यायचं आहे; पण गेले दहा दिवस, इथल्या डोंगरात सराव केल्यानंतर, मला खात्री वाटते की तुम्ही ते आव्हान पेलू शकाल.'' समोर बसलेले बारा तरुण आता सरसावून बसत, डिकॉन सरांचं बोलणं ऐकायला लागले. ''उद्या आपण स्कॉटलंडमधल्या सर्वांत उंच डोंगरावर चढाई करणार आहोत.''

"बेन नेव्हीस, ४४०९ फूट," जॉर्ज म्हणाला. अर्थात त्याने तो कधीच पाहिला नव्हता.

"मॅलरी बरोबर सांगतो आहे," आपल्या बोलण्यात व्यत्यय आल्यामुळे चिडचिड्या स्वरात डीकॉन म्हणाले. "डोंगराच्यावर- ज्याला गिर्यारोहकांच्या भाषेत, शिखर किंवा माथा म्हणतात- पोहचल्यावर ब्रिटिश आईल्सचं सौंदर्य बघत, आपण दुपारचं भोजन घेणार आहोत. दिवेलागणीच्या आत आपल्याला परत इथे यायचं असल्यामुळे, तसंच परतीची वाट नेहमीच खडतर असल्यामुळे, सकाळी सात वाजता सगळ्यांनी नाश्त्यासाठी हजर हवं. नाश्ता होताच ठीक आठ वाजता आपण कूच करणार आहोत."

दुसऱ्या दिवशी सकाळी जॉर्जला उठवायचं गायने कबूल केलं. जॉर्ज नेहमीच उशिरापर्यंत झोपायचा आणि सगळे गिर्यारोहणासाठी तयार झाले, की त्याला नाश्ता न करताच निघावं लागायचं. स्कॉटलंडमधल्या सर्वांत उंच डोंगरावर चढून जाण्याच्या कल्पनेने जॉर्ज इतका हरखून गेला होता, की दुसऱ्या दिवशी त्यानेच गायला उठवलं. डीकॉन सरांबरोबर नाश्ता करायला, सर्वप्रथम तो बसला आणि तंबूच्या बाहेर इतरांची वाट पाहत, बराच वेळ चुळबुळत उभा राहिला.

आठला एक मिनिट कमी असताना, डीकॉन सर डोंगराच्या पायथ्याशी नेणाऱ्या रस्त्यावरून तरातरा चालायला लागले. साधारणपणे एक मैलाचं अंतर चालून गेल्यावर सरांनी 'शिट्टीची कवायत!' अशी आज्ञा केली. एक सोडला, तर बाकी सगळ्यांनी खिशातून शिट्ट्या बाहेर काढल्या आणि वाजवल्या. 'मी संकटात आहे, मला मदत हवी आहे,' अशा अर्थाचा तो सांकेतिक संदेश शिट्टी वाजवून द्यायचा असतो. नेमकी कोणी शिट्टी वाजवली नाही, हे लक्षात येताच डीकॉन सरांच्या चेहऱ्यावर एक बारीकशी स्मितरेषा उमटली. "तू शिट्टी तंबूतच विसरून आला आहेस, असं मी समजायचं का मॅलरी?"

"हो सर," स्वतःवर चरफडत जॉर्ज म्हणाला.

"मग तुला परत जाऊन ती आणावी लागेल आणि आम्ही चढाई सुरू करायच्या आत, आम्हाला पायथ्याशी गाठण्याचा प्रयत्न कर."

आपल्या नाखुशीचं प्रदर्शन करण्यात वेळ न घालवता, जॉर्ज उलट्या दिशेने पळत सुटला. तंबूत जाताच, खाली वाकून सर्वत्र शिट्टीचा शोध घेतल्यावर, त्याला झोपण्याच्या बॅगेवर ती सापडली. परत एकदा चरफडत, शिव्या घालत ती घेऊन तो आल्या वाटेने परत धावत गेला. इतर मित्र चढाई सुरू करण्याच्या आधी त्यांना गाठायचं होतं. तो पायथ्याशी जाईपर्यंत, बाकीचे डोंगरावर जायला लागले होते. साखळी करून चाललेल्या गिर्यारोहकांच्या सर्वांत शेवटी गाय होता. त्याला म्हणतात- टेल-ॲण्ड चार्ली. गाय सारखा मागे वळून, आपल्या मित्राची वाट बघत

होता. शेवटी एकदाचा जॉर्ज दिसल्यावर, त्याला हायसे झालं. त्याने हात हलवून जॉर्जला खूण केली, तेव्हा जॉर्जनेही हात हलवून प्रतिसाद दिला.

'रस्ता सोडून जाऊ नका' हे डीकॉन सरांचे शब्द त्याने ऐकले, त्यानंतर ती साखळी उजव्या बाजूस वळली आणि दिसेनाशी झाली.

आता ते दिसेनासे झाल्यावर, जॉर्ज थांबला. आता तो डोंगराचं निरीक्षण करायला लागला. स्वच्छ सूर्यप्रकाशात डोंगर न्हाऊन निघाला होता. चमकणारे खडक आणि दऱ्या, शिखरावर जाण्याचे अनेक मार्ग सुचवत होते. डीकॉन सर आणि त्यांच्या भरवशाच्या साथीदारांनी, एक सोडला, तर बाकीच्या सगळ्या मार्गांकडे दुर्लक्ष केलं होतं. पुस्तकात सुचवलेल्या राजमार्गाने सगळे निश्चयाने मार्गक्रमण करत होते. डोंगराकडे जाणाऱ्या एका नागमोडी बारक्या वाटेकडे जॉर्जचं लक्ष गेलं. वर्षाचे नऊ महिने इथून पाण्याचा प्रवाह संथपणे वाहत असावा- पण आज नव्हता. बाणाच्या खुणा आणि दिशादर्शक फलक लावलेल्या रस्त्यावरून तो आता दूर झाला आणि एका घळीत सराईतपणे त्याने उडी मारली. पन्हळीसारख्या वर जाणाऱ्या मार्गावर, दोन्ही पायांनी आणि हातांनी आधार घेत, तो सपासपा वर चढायला लागला. चढत असताना एकदाही त्याने खाली पाहिलं नाही की कच खाल्ली नाही. सुमारे १००० फूट चढून गेल्यावर एका अजस्त्र खडकाने त्याचा मार्ग अडवला. त्याने परत सभोवतालचा आढावा घेतला. वर जाण्यासाठी नवीन मार्गाची निवड केली आणि परत वर जायला लागला. कधी तो आधी पडलेल्या खळग्यांच्या मार्गाने जात होता, तर कधी तो स्वत:च नवीन खाचा करून जात होता. जवळजवळ अर्धा डोंगर पार करेपर्यंत, तो वाटेत थांबलाच नाही. त्याने हातातल्या घड्याळाकडे बघितलं- ९:०७. डीकॉन आणि त्यांची मंडळी आता कुठपर्यंत पोहचली असतील, याचा तो विचार करायला लागला.

समोर पाहिलं, तेव्हा त्याला एक अस्पष्ट पायवाट दिसली. मुरलेल्या गिर्यारोहकांनी किंवा प्राण्यांनी ती बनवली असेल, असं त्याला वाटलं. त्या वाटेने वर चढत असताना एका ग्रॅनाईटच्या शिळेने त्याच्या मार्गात व्यत्यय आणला. वर शिखराकडे जायच्या मार्गातला जणू काही तो बंद दरवाजा होता. आता तो पर्यायांची पाहणी करायला लागला: एक तर परत मागे वळायचं किंवा या शिळेला वळसा घालून वर जायचं. दोन्ही प्रकारात सुरक्षितपणा असला, तरी वेळेचा अपव्यय होता, इतक्यात त्याला वरती खडकातल्या कंगोऱ्यावर उभ्या असलेल्या बकरीचं बेंऽ बेंऽ असं ओरडणं ऐकू आलं आणि त्याची कळी खुलली. कदाचित त्या बकरीला माणसांची सवय नसावी, पण जाण्यापूर्वी तिने या घुसखोराला वरती जायचा मार्ग दाखवला होता.

जॉर्ज आता एखादी लहानशी खाच दिसते का ते बघत होता, तिथे हात ठेवून

आधार घेत, मग तो पायाची हालचाल करून वर चढणार होता. दगडावरून वर चढत असताना, त्याने खाली अजिबात पाहिलं नाही. मोठ्या शर्थीने, ती पन्नास फुटांची शिळा- वीस मिनिटं झगडल्यावर- वरती चढून गेला. आता प्रथमच त्याला बेन नेव्हीसचं शिखर दिसत होतं. या खडतर मार्गाने डोंगर चढल्याबद्दल त्याला लगेचच बक्षीस मिळालं, कारण आता शिखराकडे जाणारा फक्त सोपा चढ होता.

आता तर तो धावतच शिखराकडे निघाला. या मार्गाने फारसे लोक गेले असण्याची शक्यता कमीच होती. जेव्हा तो माथ्यावर पोहचला, तेव्हा त्याला जगातल्या सगळ्यात उंच जागी उभं असल्यासारखं वाटत होतं. डीकॉन आणि मंडळी शिखरावर नव्हती, याचं त्याला आश्चर्य वाटलं नाही. आता तो एकटाच त्यांची वाट पाहत बसला. आजूबाजूचा परिसर आणि सृष्टिसौंदर्य पाहण्यात एक तास कसा गेला, त्याला समजलंच नाही. डीकॉन सर आणि त्यांचे शिष्यगण एक तासाने धापा टाकत वर आले. समोर बसलेल्या मुलाकडे पाहून जेव्हा पोरांनी टाळ्या वाजवल्या, तेव्हा डीकॉन सर आपली नाराजी लपवू शकले नाहीत.

डीकॉन सरांच्या चेहऱ्यावरील हावभावांवरून, जॉर्ज वर चढून आला, यावर त्यांचा विश्वासच बसला नव्हता, हे दिसत होतं. "मी अनेक वेळा सांगितल्याप्रमाणे डोंगर चढण्यापेक्षा उतरणं फार अवघड असतं, हे लक्षात ठेव मॅलोरी. वर चढताना तुम्ही तुमची बरीचशी ताकद खर्च केलेली असते. नवशिक्यांच्या ही गोष्ट पटकन लक्षात येत नाही," असं म्हणून डीकॉनने नाटकी पद्धतीने एक दीर्घ श्वास घेतला आणि म्हणाले, "आणि आपला जीव गमावून बसतात." जॉर्ज काहीच बोलला नाही. "तेव्हा आता उतरताना सगळ्यांच्या बरोबर राहा."

सगळ्यांनी आपापली जेवणाची पार्सल्स संपवल्यावर, परत सगळ्यांना एका रांगेत उभं करण्यात आलं. अर्थातच, सर्वांत पुढे डीकॉन उभे होते आणि त्यांनी मागे वळून, जॉर्ज होता याची खात्री करून घेतली. जॉर्ज आपल्या मित्राबरोबर बोलत होता. जॉर्ज जे शेवटचं वाक्य बोलला, ते जर डीकॉनने ऐकलं असतं, तर त्यांनी जॉर्जला सर्वांत पुढे आपल्यापाशी बोलावलं असतं. जॉर्ज गायला म्हणत होता, "अच्छा, आता तंबूपाशी भेटू परत."

डीकॉन सरांनी सांगितलेली एक गोष्ट मात्र बरोबर होती: डोंगर चढण्यापेक्षा, उतरताना जास्त आव्हानात्मक परिस्थिती असतेच, पण जास्त धोकादायकही असते आणि त्यांनी सांगितल्याप्रमाणे, परतीच्या प्रवासाला जास्त वेळही लागतो.

डीकॉन आणि त्यांच्या मागून दमून भागून येत असलेली मंडळी परत येईपर्यंत, अंधार पडायला सुरुवात झाली होती. समोर जे दिसत होतं, त्यावर लोकांचा विश्वास बसत नव्हता: जॉर्ज मॅलरी जमिनीवर मांडी घालून बसला होता आणि जिंजर बिअर पीत एक पुस्तक वाचत होता.

गाय बुलॉक जोरजोरात हसायला लागला, पण डीकॉन सरांना मात्र ते खटकलं. त्यांनी जॉर्जला उभं केलं आणि सगळ्यांना सुरक्षित गिर्यारोहणावर एक भाषण सुनावलं. ते रटाळ भाषण संपताच, त्यांनी जॉर्जला त्याची चड्डी खाली करून पुढे वाकायला सांगितलं. हाताशी वेताची छडी नसल्यामुळे, त्यांनी कमरेचा चामड्याचा पट्टा काढला आणि जॉर्जच्या ढुंगणावर सहा फटके मारले. जॉर्जने मात्र त्या बकरीप्रमाणे बेंऽऽ बेंऽऽ केलं नाही.

दुसऱ्या दिवशी उजाडताच, डीकॉन सरांनी जॉर्जला जवळच्या रेल्वे स्टेशनवर नेलं, त्याच्या हातात तिकीट ठेवलं आणि एक लिफाफा दिला. 'मॉबर्लीला पोहचताच, हे वडिलांच्या हातात दे,' अशी धमकीवजा सूचना त्यांनी त्याला गाडी सुटण्यापूर्वी केली.

***

"अरे, तू लवकर कसा काय आलास?" जॉर्जच्या वडिलांनी विचारलं.

जॉर्जने तो लिफाफा वडिलांना दिला आणि शेजारी गप्प उभा राहिला. रेव्हरण्ड मॅलरींनी शांतपणे तो लिफाफा उघडला आणि चिठ्ठी वाचली. ओठावर येत असलेलं हसू त्यांनी मोठ्या कष्टाने लपवलं आणि आपली तर्जनी नाचवत म्हणाले, "लक्षात ठेव पोरा, या पुढे जरा जास्त धोरणीपणानं वागायला शीक आणि मोठी माणसं आणि तज्ज्ञ मंडळी अस्वस्थ होतील असं वागू नकोस."

१९०५

४

सोमवार : ३ एप्रिल, १९०५

सकाळी सगळे कुटुंबीय नाश्त्यासाठी टेबलावर बसलेले असताना, मोलकरणीने टपाल आणून टेबलावर ठेवलं. सर्व पत्रांचा व्यवस्थित गठ्ठा करून तिने रेव्हरण्ड मॅलरींच्या बाजूला ठेवला. पत्र उघडण्यासाठी शेजारी चांदीची सुरी ठेवली - रोज सकाळी ती हे काम करत असे. जॉर्जच्या वडिलांनी जाणीवपूर्वक ह्या सगळ्या प्रकाराकडे दुर्लक्ष केलं आणि एका टोस्टला लोणी लावत बसले. आपला मुलगा परीक्षेच्या निकालाची गेले काही दिवस वाट पाहत असल्याचं त्यांना माहीत होतं. जॉर्जनेही तितकीच बेफिकिरी दाखवली आणि आपल्या भावाशी तो अमेरिकेतल्या राइट बंधूंनी केलेल्या नवीन उपक्रमाबद्दल बोलू लागला.

"मला विचाराल तर..." त्यांची आई मध्येच म्हणाली, "हे काही नैसर्गिक नाही. देवाने उडण्यासाठी पक्षी केले आहेत, माणसं नाही. जॉर्ज, टेबलावर हाताचं कोपर टेकवून बसू नकोस."

दोघी बहिणींनी आपलं मतप्रदर्शन केलं नाही. आईच्या मताला विरोध केला, की तेव्हा मुलांनी फक्त आजूबाजूला दिसावं, त्यांचं कोणी ऐकत बसू नये; अर्थात हा नियम मुलांना लागू नव्हता.

जॉर्जच्या वडिलांनी या संभाषणात भाग घेतला नाही, कारण ते पत्रांचे लिफाफे चाळण्यात दंग होते. आलेल्या पत्रांची वर्गवारी करून, त्यातली महत्त्वाची पत्रं ते एका बाजूला करत होते. बाकीची नंतर वाचता आली असती. एक गोष्ट मात्र पक्की होती, पैसे देण्याचा तगादा लावणारी पत्रं ढिगाच्या तळाला ठेवली जातील आणि पुढले काही दिवस ती तशीच बंद राहतील.

शेवटी दोन लिफाफे रेव्हरण्ड मॅलरींनी उचलले. त्यांच्या दृष्टीने ते महत्त्वाचे होते. एकावर विंचेस्टरचा शिक्का होता तर दुसऱ्यावर चेस्टरच्या बिशपची निशाणी

मुद्रित केलेली होती. त्यांनी चहाचा घोट घेतला आणि हसऱ्या चेहऱ्याने आपल्या मोठ्या मुलाकडे पाहिलं. तो अजूनही बेफिकीरपणे, टेबलाच्या दुसऱ्या बाजूला चाललेल्या नाटकांकडे दुर्लक्ष करत होता.

शेवटी चांदीची सुरी हातात घेऊन, त्यांनी पातळ लिफाफा प्रथम उघडला. चेस्टरच्या बिशपने मोबर्लीला येऊन तिथल्या पेरीश चर्चमध्ये प्रवचन द्यायचं मान्य केलं होतं आणि सोयीची तारीख ठरवण्याची सूचना केली होती. रेव्हरण्डने ते पत्र आपल्या बायकोकडे दिलं. लिफाफ्यावरची राजमुद्रा पाहून तिच्या चेहऱ्यावर हसू उमटलं.

दुसरा जाडसर असलेला लिफाफा उघडण्यासाठी त्यांनी हातात घेतला, तेव्हा टेबलावर अचानक शांतता पसरली होती; पण त्याकडे दुर्लक्ष करत, त्यांनी संथपणे तो उघडायला सुरुवात केली. आतली लहानशी पुस्तिका बाहेर काढून, ते एक एक पान चाळायला लागले. चाळताना मध्येच ते हसत होते, तर मध्येच खांदे आणि भिवया उडवत होते; पण शेवटपर्यंत ते एक शब्दही बोलले नाहीत. त्यांच्या वाट्याला हा अनुभव फारसा येत नसे, त्यामुळे आणखीन काही काळ असंच नाटक करावं असं त्यांना वाटलं.

शेवटी त्यांनी मान वर करून जॉर्जकडे पाहिलं आणि म्हणाले, "इतिहासात विशेष प्रावीण्य- ८६ टक्के गुण. या सहामाहीत चांगला अभ्यास केलेला दिसतोय, चांगले मार्क मिळाले आहेत," हातातल्या पुस्तिकेकडे पाहत ते म्हणाले. "गिबॉनवरचा निबंध फारच चांगला लिहिला आहे. मला वाटतं, विद्यापीठात गेल्यावर तो याच विषयाचा अभ्यास करेल." पुढचं पान उलटायच्या आधी त्याचे वडील एकदा त्याच्याकडे बघून हसले. "इंग्रजीमध्ये ७४ टक्के. बोसवेलवर आशादायक निबंध लिहिलेला आहे, पण मला वाटतं, याने शेक्सपिअर आणि मिल्टनच्यावर जास्त लक्ष द्यायला हवं आणि त्या आर. एल. स्टिव्हनसनवर कमी." आता हसण्याची पाळी जॉर्जची होती. "लॅटीनमध्ये सातवा क्रमांक- ६९ टक्के मार्क. ओव्हिडचं उत्तम भाषांतर केलेलं आहे. ऑक्सफर्ड आणि केंब्रिजला लागतात, तितके मार्क नक्कीच आहेत. गणितात १४वा क्रमांक- ५६ टक्के. उत्तीर्ण होण्यासाठी लागतात, त्यापेक्षा एक टक्का जास्त." त्याच्या वडिलांनी खांदे उडवले आणि पुढे वाचायला लागले. "रसायनशास्त्रात २९वा क्रमांक. किती, वर्गात मुलं तरी किती आहेत?" त्यांनी विचारलं.

"तीस," अर्थात आपल्या वडिलांना हे उत्तर माहीत होतं, याची जॉर्जला चांगलीच कल्पना होती.

"तुझ्या त्या परम मित्राने, गाय बुलॉकने, तो क्रमांक पटकावून, तुझी लाज राखली असावी," असं म्हणत ते परत प्रगतिपुस्तकाकडे वळले. "रसायनशास्त्रात

२६ टक्के. प्रयोग करून बघण्यात याला अजिबात रस नाही. उच्च शिक्षण घेण्याचा विचार असला, तर हा विषय न घेतलेलाच बरा.''

या प्रगतिपुस्तकासोबत एक पत्र होतं. ते रेव्हरण्ड उघडत असताना जॉर्ज उत्सुकतेने बघत होता. या वेळी लोकांचं कुतूहल जास्त न ताणता, ते पत्र वाचायला लागले. ''तुझ्या वसतिगृहाचा रेक्टर- मि. आर्यविन लिहितो आहे, की त्याच्या मते तुला केंब्रिजमध्ये शिकायची संधी मिळायला हवी; पण त्यांनी केंब्रिजचं नाव सुचवलं, याचं मला आश्चर्य वाटतंय.'' त्याचे वडील म्हणाले. ''इंग्लंडमधला सर्वांत सपाट प्रदेश तिथे आहे.''

''म्हणूनच पपा, मला वाटत होतं, तुम्ही मला या उन्हाळ्यात फ्रान्सला पाठवाल, कारण मी तिथे पुढचा अभ्यास करू शकलो असतो.''

''पॅरीस?'' रेव्हरण्ड मॅलरी, भिवया उडवत म्हणाले. ''पोरा, तुझ्या मनात तरी काय आहे? द मूलाँ रूज?''

मॅलरीबाईंनी एक तिखट कटाक्ष नवऱ्याकडे टाकला. मुलींच्या समोर असले चावट विनोद केलेले तिला पसंत पडलं नव्हतं, हे रेव्हरण्डच्या लगेच लक्षात आलं.

''नाही पपा, रूज नाही,'' जॉर्ज म्हणाला. ''ब्लाँ, माँ ब्लाँ, स्पष्टच सांगायचं तर...''

''पण ते फार धोकादायक असेल,'' त्याची आई काळजीने म्हणाली.

''त्या मूलाँ रूजच्या ५० टक्केपण धोकादायक नाही.'' रेव्हरण्ड परत चावटपणा करत होते. ''हे बघ आई, तू दोन्ही गोष्टींची काळजी करू नकोस,'' जॉर्ज हसत म्हणाला. ''मि. आयर्विन नेहमी माझ्याबरोबर असणार आहेत, ते अल्पाईन क्लबचे सदस्य आहेत, शिवाय माझी जिथे राहण्याची व्यवस्था होणार आहे. त्या बाईशी तेच माझी ओळख करून देणार आहेत.''

जॉर्जचे वडील काही काळ गप्प बसले. मुलांसमोर ते पैशाच्या गोष्टी करत नसत. अर्थात जॉर्जला विंचेस्टरची १७० पौंडाची शिष्यवृत्ती मिळाली, तेव्हा २०० पौंडांपैकी फक्त ३० पौंडच भरायला लागणार, म्हणून त्यांना हायसं झालं. पैशाच्या गोष्टी नाश्त्याच्या टेबलावर करायच्या नसतात, हे जरी खरं असलं तरी तो विषय मात्र सतत त्यांच्या डोक्यात घोळत असे.

''तुझी केंब्रिजमध्ये केव्हा मुलाखत आहे?'' रेव्हरण्डने चौकशी केली.

''एक आठवड्याने, गुरुवारी.''

''मी मग त्याच्या आधी शुक्रवारपर्यंत माझा निर्णय तुला सांगतो.''

५

गुरुवार : १३ एप्रिल, १९०५

गायने जरी आपल्या मित्राला वेळेवर उठवलं होतं, तरी तो शेवटी नाश्त्याला उशिराच गेला. ती दाढी करायची झंझट होती आणि अजून ते नीट जमत नव्हतं, म्हणून उशीर झाला, असं जॉर्जचं मत होतं.

"आज तुला केंब्रिजला मुलाखतीसाठी जायचं आहे ना?" जॉर्ज आपल्या थाळीत परत थोडंसं पॉरीज घेत असताना आयर्विनने विचारलं.

"होय!" जॉर्ज म्हणाला.

"आणि मला नीट आठवत असेल, तर तुझी लंडनला जाणारी गाडी बरोब्बर अर्ध्या तासाने सुटणार आहे. बाकीचे सगळे उमेदवार एव्हाना प्लॅटफॉर्मवर वाट बघत असले, तर मला फारसं आश्चर्य नाही वाटायचं."

"बिचारे उपाशी असतील आणि तुमच्या अक्कलहुशारीच्या चार गोष्टीही त्यांना नसतील ऐकायला मिळाल्या." जॉर्ज किंचित हसत म्हणाला.

"मला नाही तसं वाटत," आयर्विन म्हणाले, "त्या सगळ्यांनी सकाळीच नाश्ता केला, तेव्हा मी त्यांच्याबरोबर बोललो आहे. तू मला जर वक्तशीरपणाच्या बाबतीत फार कटकट्या समजत असशील, तर मग त्या मि. बेन्सनना एकदा भेटच." आपल्यासमोरचं पॉरीज जॉर्जने गायच्या समोर ढकललं आणि संथपणे उठून, या जगाशी काही देणं-घेणं नसल्याच्या आविर्भावात भोजनकक्षातून बाहेर पडला; मात्र बाहेर पडताच थेट आपल्या वसतिगृहातल्या खोलीकडे, जणूकाही ऑलिंपिक स्पर्धा जिंकायची होती, अशा थाटात धावत सुटला. आपण सामानाची बॅग भरली नसल्याचं त्याच्या लक्षात आलं. खोलीत प्रवेश केला, तेव्हा त्याला दारातच त्याची बॅग व्यवस्थित भरलेली आढळली. सगळ्या गोष्टी शेवटच्या मिनिटाला करण्याची जॉर्जची सवय माहीत असल्यामुळे गायने त्याची बॅग भरली होती.

आपला मित्र आता आयता समोर आलेल्या पॉरीजवर ताव मारत असेल, हे माहीत असूनही, जॉर्जने जोरात ओरडून त्याचे आभार मानले. बॅग हातात घेऊन तो जिन्यावरून उड्या मारत खाली आला आणि तसाच धावत प्रवेशद्वारापाशी पोहचला.

"घोडागाडी गेली का?" त्याने दारातल्या माणसाला विचारलं.

"पंधरा मिनिटांपूर्वीच गेली सर."

"च्यायला!" तो चरफडत म्हणाला आणि रेल्वे स्टेशनच्या दिशेनं धावत सुटला. आपण अजूनही गाडी पकडू, अशी त्याला खात्री होती

धावत असताना आपण मागे काहीतरी विसरलो होतो, असं त्याला सारखं वाटत होतं; अर्थात ते काहीही असलं, तरी परत जाऊन आणण्याइतका वेळ नव्हता. स्टेशनजवळच्या कोपऱ्यावर तो वळला तेव्हा एक धुराचा लोट आकाशात जाताना त्याला दिसला. आता ही गाडी येत होती का जात होती? वाटेतल्या तिकीटतपासनिसाला ओलांडून, तो तसाच धावत प्लॅटफॉर्मवर गेला. गाडीचा गार्ड हातातला हिरवा झेंडा गुंडाळत, आपल्या शेवटच्या डब्यात शिरून दार लावत होता. तो तसाच गाडीच्या मागे धावत गेला, पण गाडीचा शेवटचा डबा आणि तो, एकाच वेळी प्लॅटफॉर्मच्या टोकाला पोहचले. गाडीच्या गार्डने त्याच्याकडे सहानुभूतीने पाहिलं. गाडीने आता वेग घेतला होता आणि ती धुराच्या गराड्यात दिसेनाशी झाली.

चरफडत त्याने मागे बघितलं, तर तिकीट तपासनीस मागे धापा टाकत उभा होता. थोडीशी धाप कमी झाल्यावर म्हणाला, "मला तुमचं तिकीट दाखवता का सर?"

आत्ता जॉर्जच्या लक्षात आलं, की तो काय विसरला होता.

हातातली बॅग खाली आदळून त्यानं उघडली आणि कपड्यांच्या ढिगात तिकीट शोधण्याचं नाटक केलं. आपलं तिकीट पलंगाजवळील टेबलावर होतं, हे त्याला माहीत होतं.

"पुढची गाडी किती वाजता आहे?" त्याने सहज चौकशी केली.

"याच वेळी प्रत्येक तासाला," उत्तर आलं, "पण तरीही तिकीट लागेलच."

आज तिसऱ्यांदा जॉर्ज स्वतःवर चिडला आणि चरफडला होता. आता पुढची गाडी कुठल्याही परिस्थितीत चुकवून चालणार नव्हतं.

"मी बहुतेक माझ्या वसतिगृहात माझं तिकीट विसरून आलो आहे," तो असहाय्यपणे म्हणाला.

"तसं असेल, तर मग तुम्हाला दुसरं तिकीट काढलं पाहिजे," तपासनीस थंडपणे म्हणाला.

आता तो घायकुतीला आला होता. 'पैसे आहेत का खिशात?' कोटाचे आणि पॅण्टचे सगळे खिसे तो चाचपायला लागला. मागे आईने नाताळात दिलेलं क्राउनचं

नाणं खिशात सापडताच त्याला हायसं वाटलं. संकोचाने खाली मान घालून तो त्या तपासनिसाच्या मागे त्याच्या ऑफिसात गेला. तिथे त्यानं विंचेस्टर ते केंब्रिज परतीचं तिकीट काढलं. त्याचे एक शिलिंग, सहा पेन्स झाले. या गाड्यांना दुसऱ्या दर्जाचा डबा का नसतो, हा प्रश्न नेहमी त्याला पडायचा. पण आज ते विचारण्याची ही वेळ नव्हती. तपासनिसाने तिकीट फाडल्यावर तो बाहेर आला आणि एक पेनीला 'द टाइम्स'चा अंक त्यानं घेतला. लाकडी पट्ट्याने बनवलेल्या गैरसोयीच्या बाकावर बसून, त्याने तो अंक उघडून जगात काय चाललं होतं ते बघायला सुरुवात केली.

पंतप्रधान आर्थर बालफोरने नुकताच फ्रान्सशी समझोत्याचा करार केला होता आणि त्याचं ते गुणगान करत होते. या पुढे फ्रान्सशी संबंध फक्त सुधारतच जातील, अशी त्याने ग्वाही दिली. अमेरिकेच्या अध्यक्षपदी थिओडॉर रुझवेल्टची दुसऱ्यांदा निवड झाल्याची बातमी आतल्या पानावर छापलेली होती. सकाळी नऊची गाडी स्टेशनात प्रवेश करते वेळी, जॉर्ज शेवटच्या पानावरच्या लहान जाहिराती वाचत होता.

गाडी वेळेवर आल्यामुळे त्याला दिलासा मिळाला आणि वॉटरलूला ती काही मिनिटं आधी आल्यामुळे तर जास्तच आनंद झाला. त्याने गाडीतून उडी मारली आणि धावत प्लॅटफॉर्म ओलांडून रस्त्यावर आला. किंग्ज क्रॉसला जाण्यासाठी ट्रॅमची वाट न बघता, आयुष्यात प्रथमच त्यानं टॅक्सीला हात करून बोलावलं असेल. अर्थात असला डामडौल त्याच्या वडिलांना नक्कीच आवडला नसता; पण जर मि. बेन्सनबरोरची मुलाखत चुकल्यामुळे केंब्रिजमध्ये प्रवेश मिळाला नसता, तर मात्र त्यांनी त्याला चांगलाच फैलावर घेतला असता.

टांग्यासारख्या टॅक्सीत बसल्यावर, त्यानं 'किंग्ज क्रॉस' असं रुबाबात सांगितलं. गाडीवानानं लगाम कसला आणि चाबूक फिरवला, तेव्हा ते म्हातारं घोडं लंडनच्या रस्त्यावरून संथपणे चालायला लागलं. दर पाच मिनिटांनी जॉर्ज आपलं घड्याळ तपासत होता. मॅगडेलेन कॉलेजच्या वरिष्ठ व्याख्यात्याबरोबर होणाऱ्या तीन वाजताच्या मुलाखतीसाठी आपण नक्कीच पोहचू, अशी त्याला खात्री वाटत होती.

किंग्ज क्रॉसला पोहचल्यावर जेव्हा केंब्रिजला जाणारी गाडी पंधरा मिनिटांनी असल्याचं जॉर्जला समजलं, तेव्हा त्याला बरं वाटलं. आज प्रथमच तो आरामात बसू शकत होता. एक गोष्ट त्याला माहीत नव्हती की ती गाडी फिन्सबरी पार्क ते स्टीव्हनेज या स्टेशनांच्या दरम्यान प्रत्येक स्टेशनावर थांबणार होती. त्यामुळे गाडीने जेव्हा केंब्रिज स्टेशनात प्रवेश केला, तेव्हा २:३७ झाले होते.

गाडीतून सर्वप्रथम बाहेर पडलेला माणूस जॉर्ज होता. तपासनिसाने तिकीट पाहिल्यावर तो बाहेर पडला आणि परत टांगा मिळतो का, ते बघायला लागला. दुर्दैवाने एकही दिसला नाही. आता त्याने धावायला सुरुवात केली. 'शहराच्या

मध्याकडे' असे फलक पाहत, तो त्या दिशेने पळत होता, पण त्याला नक्कीच पत्ता माहीत नव्हता. वाटेत त्याने अनेक लोकांना थांबवून मॅगडेलेन कॉलेजचा पत्ता विचारला, पण कोणीच त्याची मदत करू शकलं नाही. शेवटी एक आखूड, काळा कोट घातलेला तरुण भेटला. त्याने मात्र त्याला सविस्तर मार्गदर्शन करत रस्ता दाखवला. त्याचे आभार मानून जॉर्ज परत धावत सुटला. आता त्याला कॅम नदीवरचा पूल गाठायचा होता. तो त्या पुलावरून सुसाट पळत जात असताना समोरच्या मनोऱ्यावरच्या घड्याळाने तीन टोले दिले. त्याला हसू आलं. फार फार तर एक-दोन मिनिटांचाच उशीर होणार होता.

पुलाच्या दुसऱ्या टोकाला एका काळ्या रंगाच्या दाराशी तो थांबला. दाराची कडी धरून ते ढकलण्याचा प्रयत्न केला, पण ते जराही हललं नाही. त्याने परत दार ठोठावलं, पण कोणीच प्रतिसाद दिला नाही. घड्याळात आता ३:०४ झाले होते. परत दार ठोकलं, पण कसलीच चाहूल नव्हती. फक्त दोन मिनिटं उशीर झाला, म्हणून कोणी प्रवेश नाकारणार नव्हतं, त्याने आपल्या मनाची समजूत घातली.

तिसऱ्या वेळी मात्र त्याने दार ठोठावायला जी सुरुवात केली, ती कोणीतरी दाराला किल्ली लावत असल्याचा आवाज ऐकू येईपर्यंत थांबलाच नाही. दार उघडलं आणि काळा कोट घातलेला एक बुटका माणूस बाहेर आला. ''कॉलेज बंद झालं आहे सर,'' इतकंच तुटक तो बोलला.

''पण मि. बेन्सनबरोबर माझी तीन वाजता मुलाखत आहे,'' काकुळतीने जॉर्ज म्हणाला.

''त्यांनीच मला सक्त सूचना केली होती, की ठीक तीन वाजता कॉलेजचं दार बंद करून, त्यानंतर कोणालाही आत सोडायचं नाही.''

''पण मी...'' त्याचं ऐकायला समोर कोणीच नव्हतं, कारण दरवाजा बंद झाला होता आणि परत किल्ली फिरवल्याचा आवाज येत होता.

तो दार परत ठोठावायला लागला, पण त्याच्या मदतीला कोणी येणार नव्हतं, हे त्याला कळून चुकलं होतं. आपल्याच मूर्खपणाला तो शिव्या देत बसला. 'कशी काय झाली मुलाखत?' असं लोकांनी विचारल्यावर तो काय उत्तर देणार होता? रात्री परत कॉलेजात गेल्यावर, आयर्विन सरांना काय सांगणार होता? पुढच्या आठवड्यात गायची मुलाखत होती आणि तो तर नक्कीच वेळेवर जाणार होता. त्याच्या वडिलांची प्रतिक्रिया त्याला चांगलीच माहीत होती: गेल्या चार पिढ्यांतला, केंब्रिजमध्ये न शिकलेला, पहिला मॅलरी. आईची तर गोष्ट वेगळी होती. आता तो परत घरी जाऊ शकला असता का?

त्या ओकच्या लाकडाने बनवलेल्या दरवाजाला त्यानं रागानं लाथ मारली. परत

एकदा दार वाजवावं, असा त्यानं विचार केला, पण त्यात काही अर्थ नव्हता. कॉलेजमध्ये आत जायला दुसरी एखादी वाट होती का, याची तो पाहणी करायला लागला. कॅम नदी एका बाजूने तटरक्षक भिंतीसारखी वाहत होती. आत जायला दुसरा काही मार्गच दिसत नव्हता, पण समजा... चहूबाजूंनी असलेल्या विटांच्या साहाय्याने बांधलेल्या उंच भिंतीची तो आता पाहणी करायला लागला. फुटपाथवरून येरझाऱ्या घालत तो आता एखादा डोंगराचा कडा न्याहाळावा, तशी ती भिंत पाहत होता. गेल्या ४५० वर्षांतल्या ऊन, पाऊस, थंडीतला बर्फ, वादळी वारे यांच्या माऱ्याने त्या भिंतीला अनेक खाचखळगे पडले होते. त्यानं शेवटी आपला वर जाण्याचा मार्ग निश्चित केला.

मुख्य प्रवेशद्वाराच्या वर दगडाची कमान होती. कमानीच्या टोकापासून हातभर अंतरावर खिडकीच्या तळाची कड होती. पाय भक्कम रोवायला ही जागा उत्तम होती. त्याच्या वरती काही अंतरावर एक लहानशी खिडकी होती. त्या लहान खिडकीच्या कडेपासून दिसणाऱ्या उतरत्या छपराला सहज हात लागू शकला असता. असंच उतरतं छप्पर पलीकडच्या बाजूलाही असेल, असा त्याने अंदाज बांधला.

त्याने हातातली बॅग फुटपाथवर ठेवली- वरती चढाई करताना अनावश्यक सामान खालीच ठेवावं- आपला उजवा पाय, जमिनीपासून सुमारे दहा इंचावर असलेल्या बारीकशा खाचेत रोवला आणि डाव्या पावलाने जमिनीला रेटा देत, त्यानं उजव्या हातानं वर असलेली कड पकडत स्वत:ला वर उचललं. बाजूने जाणारे बघे आता थांबून हा प्रकार पाहत होते. जॉर्जची चढाई चालूच होती. आता कमानीला पार करून तो वरती आला होता. शेवटी तो छपरावर पोहचताच, सगळ्या बघ्या मंडळींनी हलकेच टाळ्या वाजवून त्याला शाबासकी दिली.

छपरावर गेल्यावर, त्यानं खाली उतरण्याच्या मार्गाचं निरीक्षण केलं. गिर्यारोहणाच्या अलिखित नियमाप्रमाणे, चढाईपेक्षा उतरण्याची क्रिया जास्त धोक्याची असते. छपरावर पालथा पडत त्याने दोन्ही हातांनी पन्हळ पकडली आणि आपला डावा पाय खाली सोडून, तो पायाच्या अंगठ्यानं आधार शोधायला लागला. खिडकीच्या चौकटीची कड अंगठ्याला लागताच, त्यानं एक हात पन्हळीमधून काढला. नेमका त्याच वेळी, त्याच्या पायातला बूट निघाला आणि पन्हळीला धरलेल्या दुसऱ्या हाताची पक्कड ढिली झाली. गिर्यारोहणातला एक अलिखित नियम त्यानं मोडला होता - दोन हात आणि पाय, यांपैकी किमान तीन गोष्टींची पकड नेहमी स्थिर हवी. आपण आता पडणार, हे जॉर्जला कळून चुकलं होतं. कॉलेजच्या व्यायामशाळेतल्या बारवरून खाली पडण्याचा सराव त्यानं अनेक वेळा केला होता, पण तो बार इतका उंच नव्हता. त्यानं हात सोडला आणि नशिबाने एका फुलांच्या वाफ्यात अलगद पडला.

कपडे झटकत तो उभा राहायला लागला, तेव्हा एक वयस्कर गृहस्थ आपल्याकडे पाहत असल्याचं त्याला जाणवलं. 'एका अनवाणी घरफोड्याशी आपली गाठ पडली होती, असं तर त्या गृहस्थाला वाटलं नसेल?' जॉर्जच्या मनात विचार आला.

"मी काही मदत करू शकतो का?" त्या गृहस्थाने विचारलं.

"मी आपला आभारी आहे. माझी तीन वाजता मि. बेन्सन सरांशी भेट ठरलेली आहे."

"या सुमारास ते नेहमी त्यांच्या अभ्यासिकेत असतात."

"मला माफ करा, पण ती कुठे आहे, हेच मला माहीत नाही."

"त्या कमानीतून आत जा," हिरवळीकडे बोट दाखवत त्यांनी सांगितलं, "डाव्या बाजूच्या दुसऱ्या वाटेने गेल्यावर त्यांच्या नावाची पाटी असलेली खोली दिसेल."

"मी परत आपले आभार मानतो," असं म्हणत, जॉर्ज आपल्या बुटाच्या नाड्या बांधायला खाली वाकला.

"त्यात आभार कसले?" असं म्हणत तो गृहस्थ त्याच्या कामाला निघून गेला.

त्या गृहस्थाने सांगितल्याप्रमाणे, जॉर्ज हिरवळीवरून कमानीच्या दिशेनं गेला. त्या जागेचं नाव होतं एलिझाबेथ कण्ट्रीयार्ड. तिथे असलेल्या जिन्यापाशी नावांची सूची लावलेली होती. तिथे 'एसी बेन्सन, वरिष्ठ व्याख्याते, तिसरा मजला' अशी पाटी लावलेली होती. तो उड्या मारत जिना चढला आणि बेन्सन सरांच्या खोलीपाशी जाताच, दम खायला थांबला. मग हलकेच दारावर टकटक केलं.

"आत या," खोलीतून आवाज आला. जॉर्जने दार उघडलं आणि वरिष्ठ व्याख्यात्याच्या खोलीत प्रवेश केला. खुर्चीवर किंचित आढ्यताखोर वाटणारा, झुबकेदार मिश्या असलेला, गोल चेहऱ्याचा एक गृहस्थ खुर्चीत बसला होता. त्यानं अंगात हलक्या रंगाचा चौकडीचा सूट परिधान केला होता. पिवळ्या ठिपक्यांचा बो लावला होता आणि वरती एक पातळसा गाऊन घातला होता. त्यांच्या टेबलावर चामड्याचं वेष्टन घातलेली जाड जाड पुस्तकं रचलेली होती, तसंच विद्यार्थ्यांनी लिहिलेले निबंध ठेवले होते. "मी कशी काय आपल्याला मदत करू शकतो?" आपला गाऊन सारखा करत त्यांनी विचारलं.

"माझं नाव जॉर्ज मॅलोरी, आज माझी तुम्ही मुलाखत घेणार आहात."

"घेणार होतात, असं म्हणालास, तर ते जास्त बरोबर ठरेल, मॅलोरी. तू इथे तीन वाजता येणं अपेक्षित होतं. मी बाहेरच्या प्रवेशद्वारावर सक्त सूचना दिल्या होत्या, की तीन वाजल्यानंतर कोणालाही आत सोडायचं नाही. आता मग तू आत कसा काय आलास, ते विचारणं मला भाग आहे."

"मी भिंतीवरून चढून आलो सर.''

"काय? काय म्हणालास? परत सांग!'' बेन्सन पूर्ण अविश्वास दाखवत म्हणाले. "चल, माझ्या मागे ये,'' आपल्या टेबलावरून हलकेच उठत बेन्सन म्हणाले.

बेन्सन त्याला जिन्याने खाली नेत परत बाहेरच्या प्रवेशद्वाराजवळ चालले असतानाच, पहारेकरी पटकन त्यांना सामोरा गेला. समोर बेन्सनसमवेत जॉर्जला पाहून त्याला कमालीचं आश्चर्य वाटलं.

"हॅरी,'' मि. बेन्सनने विचारलं, "या गृहस्थाला तू तीन वाजल्यानंतर आत सोडलंस का?''

"नाही सर. खात्रीने नाही.'' जॉर्जकडे अविश्वासाने पाहत हॅरी म्हणाला. आता बेन्सन जॉर्जकडे वळत म्हणाले, "तू इथे नक्की कसा काय प्रवेश केलास, मला दाखवच, मॅलरी.''

जॉर्ज त्या दोघांना घेऊन त्या फुलांच्या वाफ्यापाशी गेला आणि आपल्या पावलांच्या खुणा दाखवल्या. बेन्सनची अजूनही फारशी खात्री पटलेली नव्हती आणि हॅरी तर काहीच बोलला नाही.

"आता तू म्हणतोस त्याप्रमाणे जर तू चढून आला असलास, तर मग तू सहजच परत इथून वरती जाऊ शकशील.'' बेन्सनने हाताची घडी घातली आणि एक पाऊल मागे सरकत म्हणाले.

जॉर्जने परत त्या भिंतीचं निरीक्षण करून परतीचा मार्ग ठरवला. त्याने लीलया ती भिंत चढली आणि वर जाईपर्यंत, एकदाही थांबला नाही. हॅरी आणि बेन्सन, दोघंही चकित झाले होते.

"आता मी खाली उतरू का सर?''

"तरुण मुला, अर्थातच,'' मि. बेन्सन म्हणाले, "या कॉलेजात प्रवेश घेण्यापासून तुला कोणीही रोखू शकणार नाही, हे उघड आहे.''

६

शनिवार : १ जुलै, १९०५

"मला त्या मूलाँ रुजमध्ये जाण्यात काहीच रस नाही," असं जेव्हा जॉर्ज आपल्या वडिलांना म्हणाला होता, तेव्हा ते तो मनापासून म्हणाला होता. रेव्हरण्ड मॅलरींना आयर्विन सरांकडून आल्पसला जाण्याचं सविस्तर वेळापत्रक आलं होतं, त्यात पॅरिसला जाण्याचा कुठे उल्लेख नव्हता. अर्थात आयर्विन सरांचा जीव वाचवण्यापूर्वी ते पत्र त्यांनी लिहिलं होतं- (त्यामुळे त्याला अटक होऊन एक रात्र तुरुंगात काढावी लागली होती.)

जॉर्ज त्याच्या गिर्यारोहणाच्या मोहिमेला कुठे निघाला, की त्याची आई अस्वस्थ व्हायची आणि ते तिच्या चेहऱ्यावर स्पष्ट दिसायचं. मग एक पाच पौंडाची नोट जॉर्जच्या खिशात हलकेच ती सरकवायची आणि 'हे पप्पांना सांगू नकोस,' असं त्याच्या कानात कुजबुजायची.

आयर्विन आणि गायला साऊथ हॅम्प्टनमधे येऊन जॉर्ज सामील झाला. तिथनं त्यांनी ल आव्हला जाणारी लहान बोट पकडली. चार तासांच्या प्रवासानंतर ते जेव्हा पोहचले, तेव्हा मार्टिग्नीला जाणारी गाडी थांबली असल्याचं त्यांना दिसलं. मार्टिग्नीच्या कंटाळवाण्या प्रवासात, तो बहुतेक वेळ खिडकीच्या बाहेर डोकं काढून बसला होता.

आयर्विन सरांना वक्तशीरपणाची आवड होती आणि त्यांचं नियोजन नेहमी काटेकोर असे. मुक्कामाला पोहचताच, एक मोठ्या आकाराचा टांगा त्यांची वाट बघत असलेला त्याला दिसला. सर्व जण गाडीत बसताच टांगेवाल्याने घोड्याच्या पाठीला हलकेच चाबकाचा स्पर्श केला आणि घोडे पर्वतराजींच्या दिशेने सुसाट पळायला लागले. लांबून दिसणाऱ्या आव्हानात्मक डोंगरांचं निरीक्षण आणि अभ्यास करण्यात जॉर्ज दंग झाला.

आल्प्सच्या पायथ्याशी असलेल्या, बूर साँ पीएरमधल्या, ओतेल लियाँ दोर या हॉटेलला जाईपर्यंत अंधार पडला होता. रात्री जेवणाच्या वेळी आयर्विन सरांनी टेबलावर एक मोठा नकाशा पसरला आणि पुढच्या पंधरवड्यात ते काय करणार होते त्याची रूपरेषा जॉर्ज आणि गायला समजावून सांगितली. आगामी काळात, ते पुढील शिखरांवर चढाई करणार होते : ग्रँ सां बेर्नार (८,१०१फूट), माँ व्हेलाँ (१२,३५३) आणि ग्राँ काँबँ (१४,१५३). यात जर त्यांना यश मिळालं, तर मग ते माँ रोझा (१५,२१७)वर चढून जाण्याचा प्रयत्न करणार होते.

जॉर्जने लक्षपूर्वक तो नकाशा पाहिला. आता त्याला उद्याचा सूर्य केव्हा उजाडेल, याची काळजी लागून राहिली होती. गाय मात्र शांत बसून होता. आपल्या गिर्यारोहणाच्या वार्षिक मोहिमेसाठी आयर्विन सर, नेहमीच दोन उत्तम गिर्यारोहक विद्यार्थी आपल्या सोबत घेऊन जायचे. गायची निवड तर झाली होती, पण या वेळी नाव नोंदवून आपण चूक तर केली नाही ना, असा विचार त्याच्या मनात आला.

जॉर्जच्या मनात असला काहीच संभ्रम नव्हता. दुसऱ्या दिवशी जेव्हा ते तिघं ग्रँ सां बेर्नार पासला अपेक्षेपेक्षा लवकर पोहचले; तेव्हा खुद्द आयर्विन सरांनाही आश्चर्य वाटलं. रात्री जेवताना तर जॉर्जने दुसऱ्या दिवशी माँ व्हेलाँवर जाणाऱ्या मोहिमेचं नेतृत्व करायची तयारी दाखवली, तेव्हा आयर्विन सरांना त्याच्या आत्मविश्वासाची कल्पना आली.

जॉर्ज हा एक निष्णात आणि होतकरू गिर्यारोहक विद्यार्थी होता आणि असा विद्यार्थी क्वचितच सापडतो, याची आयर्विन सरांना गेला काही काळ कल्पना आली होती. त्याच्यापाशी जी नैसर्गिक गुणवत्ता होती, ती मुरलेल्या गिर्यारोहकांच्याकडेही नव्हती. आज मात्र प्रथमच असं घडलं की, आल्प्सच्या मोहिमेवर आलेला विद्यार्थी दुसऱ्याच दिवशी आपल्या सरांना नेतृत्व करायची परवानगी विचारत होता.

"माँ व्हेलाँ या कमी उंचीवर असलेल्या डोंगरावर मी तुला नेतृत्व करण्याची परवानगी देईन, पण ५००० फुटानंतरच्या चढाईचं नेतृत्व परत मी करीन."

अर्थात दुसऱ्या दिवशी आयर्विन सरांना नेतृत्व करण्याची पाळीच आली नाही, ते वेगळं. एखाद्या मुरलेल्या आल्पिनिस्टला शोभेल, अशा सफाईनं त्यानं आत्मविश्वासपूर्वक नेतृत्व केलं इतकंच नाही, तर आयर्विन सरांनी पूर्वी न चोखाळलेल्या वाटा त्याने सरांना सुचवल्या. दुसऱ्या दिवशी ग्रॅण्ड कोम्बिनवर त्यांनी सरांपेक्षा कमी वेळात चढाई केली, तेव्हा त्याचे सर आता त्याचे विद्यार्थी झाले होते.

आता माँ ब्लाँवरच्या चढाईचं नेतृत्व करायची संधी मिळते का, त्याची जॉर्जला उत्सुकता होती.

"अजून इतक्यात नाही," आयर्विन म्हणाले. "एखादा कसलेला मार्गदर्शक बरोबर घेतल्याशिवाय मी सुद्धा जात नाही. तू जेव्हा उन्हाळ्याच्या सुट्टीनंतर

केंब्रिजला जाशील, तेव्हा मी तुला जेफ्रि यंगसाठी एक ओळखपत्र देईन. तो या देशातला सगळ्यात निष्णात गिर्यारोहक आहे. that particular ladyची मोहीम हाती घ्यायला तू केव्हा लायक आहेस, ते तुला तो बरोबर सांगू शकेल.''

आयर्विनना खात्री होती आणि ते माँ रोझावर जायला तयार होते. जॉर्जने त्यांना कसलीही दुखापत न होता शिखरावर नेलं होतं, अर्थात त्या दोघांबरोबर जात राहणं, गायला जरा अवघड जात होतं. येताना मात्र एक अपघात झाला. कदाचित एव्हाना आयर्विन सरांना अती आत्मविश्वास वाटत असावा- गिर्यारोहकांचा सगळ्यात मोठा शत्रू- आणि आता काहीच अडचण येऊ शकत नाही, असं त्यांना यशस्वी चढाईनंतर वाटत असावं.

जॉर्ज आता नेहमीच्या आत्मविश्वासाने उतरायला लागला होता. एका घळीपाशी पोहचल्यावर त्यानं त्याचा वेग थोडा कमी केला. गायला इथून वर येताना थोडा त्रास झाला होता, हे लक्षात घेऊन त्यानं तसं ठरवलं होतं. जॉर्जने जवळपास घळ ओलांडली होती, इतक्यात त्याला किंकाळी ऐकू आली. त्यानं पटकन घेतलेल्या निर्णयामुळे, त्या तिघांचे जीव वाचले होते. त्यानं आपल्या हातातली कुदळ जोरात मारून बर्फात रुतवली आणि दोरखंड तिच्या दांड्याभोवती गुंडाळला आणि दुसऱ्या हातानं दोरखंड घट्ट पकडला. गाय त्याच्या बाजूने घसरून चालला असताना, तो फक्त पाहू शकत होता. आयर्विन सरांनीही आपल्यासारखीच पटकन सुरक्षिततेसाठी कृती केली असेल आणि त्या दोघांच्या खंबीर आधारानं गायची घसरण थांबवता येईल, असा त्यांनी विचार केला. त्याच्या सरांनी वेळेवर पावलं उचलली नाहीत. त्यांनी त्यांच्या हातातली कुदळ बर्फामधे घुसवली होती, पण त्यांच्या दांड्याला दोरखंड गुंडाळायला त्यांना वेळ मिळाला नाही. गाय पाठोपाठ, दुसऱ्या क्षणी आयर्विनसुद्धा, जॉर्जच्या बाजूनं घसरत गेले. जॉर्जने खाली न बघता, आपला बूट बर्फात घट्ट रुतवून ठेवला आणि तोल जाणार नाही, याची काळजी घेतली. खाली सहाशे फुटांवर असलेल्या दरीमध्ये आणि त्याच्यामध्ये काहीही नव्हते.

खाली घसरलेले दोघं आता सावरले होते, पण अधांतरी लटकत होते. या दोघांचं वजन पेलत, हा दोरखंड टिकून राहील का, याची जॉर्जला खात्री नव्हती. आता देवाचा धावा करायलाही वेळ नव्हता. तो दोराला लटकत असतानाच, काही क्षणांतच, देवानं त्याची प्रार्थना ऐकल्यासारखी वाटली, अर्थात काही काळासाठीच! त्या दोघांना परत डोंगराकडे आणल्याशिवाय, धोका संपूर्ण टळलेला नव्हता.

जॉर्जने खाली वाकून पाहिलं, तेव्हा ते दोघं बर्फासारखे पांढरेफटक पडले होते आणि धडपडत होते. आत्तापर्यंत सरावाच्या वेळी केलेल्या अभ्यासाप्रमाणे, त्यांनी दोरखंडाला हलकेच गोता देत, तो पुढे मागे करत, त्या दोघांपैकी एकाला डोंगरावर आधार घेण्याची संधी द्यायचा प्रयत्न केला. आयर्विन सरांनी प्रथम डोंगरावर पाय

ठेवला. जॉर्जप्रमाणेच स्थिर झाल्यावर, त्यांनीही दोरखंड हलवला आणि गायला डोंगराजवळ आणायचा प्रयत्न केला. शेवटी गायचेही पाय डोंगरावर स्थिरावले.

परत खाली उतरण्याचा प्रवास सुरू व्हायला काही काळ जावा लागला. ते दोघं आता नक्कीच सावरले असून, खाली जायला लागले होते, अशी खात्री पटल्यावरच जॉर्जने त्याची कुदळ बाहेर काढली. एक एक पाऊल सावकाश टाकत आणि काळजी घेत ते खाली तीस फुटांवर असलेल्या कपारीतल्या सुरक्षित स्थानी पोहचले. तिथे तासभर विश्रांती घेऊन ते परत खाली जायला निघाले. उतरताना आयर्विन सरांनी नेतृत्व केलं आणि त्यांना सुरक्षित उतारावर आणलं.

रात्री जेवताना सगळेच गप्प होते; मात्र उद्या जर परत डोंगरावर गेलो नाही, तर गाय आयुष्यात परत कधी गिर्यारोहण करणार नाही, याची जॉर्ज आणि सरांना खात्री होती. दुसऱ्या दिवशी आयर्विन सरांनी त्या दोघा चेल्यांना माँ रोझावर सोप्या पण लांबच्या मार्गाने नेऊन आणलं. रात्री ते परतले, तेव्हा जॉर्ज आणि गाय आता लहान मुलं राहिली नव्हती.

आदल्या दिवशी ते परत सुस्थितीत यायला काही मिनिटांचाच वेळ लागला, पण त्यातलं प्रत्येक मिनिट साठ युगांसारखं मोठं वाटलं होतं आणि आयुष्यात विसरणं शक्य नव्हतं.

७

ते पॅरिसला आल्यापासून जॉर्ज आणि गायला एक लक्षात आलं होतं, की आयर्विन सरांना हे शहर फार परकं नाव्हतं. आपल्या जाणकार मार्गदर्शकाकडून शहराची ओळख करून घ्यायला ते केव्हाही आनंदानं तयार होते. 'आपल्या नशिबाने मिळालेलं जीवदान आपण शेवटच्या दिवशी पॅरिसच्या राजधानीत साजरे करू या.' ही सूचना आयर्विन सरांचीच होती.

आयर्विनने पॅरिसच्या एका उपनगरातल्या हॉटेलात त्यांच्या निवासाची व्यवस्था केली होती. हे हॉटेल एका कुटुंबानं चालवलेलं होतं. या उपनगरातलं सृष्टिसौंदर्य वाखाणण्यासारखं होतं. दुपारच्या भोजनानंतर त्याने दिवसा पॅरिस कसं असतं, ते मुलांना दाखवलं: लुवर, नॉत्रे दॅम, आर्क दू त्रियॉफ इ. इ. १८८९ साली फ्रेंच राज्यक्रांतीच्या शंभराव्या वाढदिवसानिमित्त उभारलेल्या आयफेल टॉवरने मात्र जॉर्जचं लक्ष वेधून घेतलं होतं.

आपला चेला त्या १०६२ फुटी मनोऱ्याच्या टोकाकडे कुतूहलानं पाहत होता, हे लक्षात येताच आयर्विन ठासून म्हणाले, "तसला विचार मनातदेखील आणू नकोस."

सहा फ्रँक्सला तिघांची तिकिटं काढून, ते दोघा चेल्यांना हाकत, टॉवरच्या लिफ्टने सर्वांत वरच्या मजल्यावर हळू हळू गेले. "आपण माँ ब्लाँच्या पायथ्याशीसुद्धा पोहचलो नसतो," पॅरिसच्या भव्य-दिव्य दृश्यानं भारावलेला जॉर्ज म्हणाला.

माँ ब्लाँवर यशस्वी चढाई केली असती, तरी जॉर्ज मॅलरीचं समाधान झालं असतं का? असा प्रश्न आयर्विनना पडला होता.

रात्री कपडे बदलल्यावर ते एका लहानशा रेस्टॉरंटमध्ये जेवायला गेले. तिथे त्यांनी फोई ग्रास आणि थंडगार साउटनेसचे लहान ग्लासेस रिचवले. या नंतर बऽफ

बूर्मिन्यासमोर ओळ. आत्तापर्यंत खाल्लेल्या गोमांसाच्या प्रकारातला हा सर्वोत्तम पदार्थ होता. शेवटी पिकलेली छान मधुर फळं टेबलावर आली. शाळेतल्या जेवणापेक्षा हा प्रकार फारच भारी होता. जेवत असताना बर्गण्डीचे दोन पेग रिचवले, तेव्हा हा आयुष्यातला सर्वांत धमाल आणि अविस्मरणीय दिवस असल्याचं जॉर्जला वाटलं, पण अजून दिवस संपला नव्हता. दोघा चेल्यांना कोन्याक चाखायला दिल्यावर, सरांनी त्यांना परत हॉटेलावर आणून सोडलं. मध्यरात्रीनंतर त्यांना 'शुभरात्री' म्हणत, ते आपल्या खोलीकडे गेले.

जॉर्ज कपडे बदलायला लागला तेव्हा गाय पलंगावर बसला होता. ''आपण थोडा वेळ असेच थांबू आणि मग परत बाहेर खसकू.''

''बाहेर खसकायचं?'' जॉर्ज पुटपुटला.

''होय,'' कधी नव्हे ते पुढाकार घेत गाय म्हणाला. ''अरे, पॅरिसला यायचं आणि मूलाँ रूज बघायचं नाही, याला काही अर्थ आहे का?''

''मी माझ्या आईला वचन दिलं होतं,'' असं म्हणत जॉर्जने बटणं काढणं चालूच ठेवलं.

''माहित्याय! माहित्याय!'' त्याला वेडावत गाय म्हणाला. ''ज्या माणसाला माँ ब्लाँची उंची गाठून जायचं आहे, त्याला पॅरिसच्या रात्रीच्या मदमस्त आयुष्यात खोल डुबकी मारावीशी वाटत नाही, हे तू मला सांगतो आहेस? माझा यावर विश्वास बसेल, असं वाटतं का तुला?''

जॉर्जनं नाइलाजानं परत बटणं लावायला सुरुवात केली. गायनं दिवे मालवले आणि बाहेर डोकावलं. मि. आयर्विन आपल्या पांघरुणात गुरफटून झोपले होते आणि त्यांच्या छातीवर 'थ्री मेन इन अ बोट' हे पुस्तक होतं. ते खोलीच्या बाहेर पडले, तेव्हा जॉर्जने हलकेच मागे दार लावलं.

हॉटेलात खाली जाताच गाय पटकन रस्त्यावर आला. जॉर्जचं मत बदलण्याच्या आत त्यानं एक टॅक्सी बोलावली.

''मूलाँ रूज,'' गायनं आत्मविश्वासानं हुकूम सोडला. असला आत्मविश्वास त्यानं कधी चढाईच्या वेळी दाखवलेला नव्हता. गाडी सुसाट सुटली. ''आत्ता आयर्विन इथे असायला हवे होते,'' यापूर्वी कधीही न बघितलेली चांदीची सिगरेटची डबी उघडत जॉर्ज म्हणाला.

प्रथम ते सीन नदी ओलांडून मोमाँत्रकडे गेले. हा डोंगर आयर्विन सरांच्या कार्यक्रम पत्रिकेत नव्हता. ते मूलाँ रूजच्या बाहेर थांबले, तेव्हा इतर लोकांकडे पाहून आपल्याला इथे आत तरी का सोडावं, असा जॉर्जला प्रश्न पडला. बहुतेक लोक इतक्या उंची पोशाखात आले होते- काहींनी तर भारी सूट घातले होते, की ते दोघं नक्कीच गावंढळ वाटत होते. आता गायनं परत एकदा पुढाकार घेतला. टॅक्सीचे

पैसे तर त्यांनी चुकवलेच, पण दहा फ्रँकची नोट दरवानाच्या हातात कोंबत आत प्रवेश मिळवला. दरवानानेही जराशा संशयाने या जोडगोळीकडे पाहिलं, पण शेवटी खिशात नोट सरकवत आत सोडून दिलं.

आत गेल्यावर स्वागत करणाऱ्या मुलीनं त्यांच्याकडे संशयाने पाहिलं, पण गायच्या हातात दहा फ्रँकची नोट बघताच ती विरघळली. एका तरुण वेटरनं त्यांना कोपऱ्यातल्या एका लहानशा टेबलाकडे नेलं आणि नंतर हातात मेन्यू दिला. सिगरेट विकणाऱ्या मुलीच्या रेखीव पायांकडे बघत असताना जॉर्जच्या तोंडातून लाळ पडायची बाकी राहिली होती. आपल्या खिशात असलेल्या एकूण संपत्तीची कल्पना असल्यामुळे गायनं सर्वांत स्वस्त वाईनची बाटली मागवली. थोड्याच वेळात वेटर सेमियाँची बाटली घेऊन आला, दोघांचे ग्लास भरले. आता दिवे मंद व्हायला सुरुवात झाली होती.

लाल-पांढऱ्या रंगाचे भडकते कपडे परिधान केलेल्या बारा टंच मुली पाय उडवत जो नाच करत होत्या, त्याचं नाव- कार्यक्रमपत्रिकेनुसार- कॅनकून होतं आणि ते प्रथमच पाहत असलेला जॉर्ज, ताठ बसून ते एकटक पाहत होता. आपले काळे पायमोजे घातलेले पाय, जेव्हा त्या एकाच वेळी वर उडवायच्या, तेव्हा प्रेक्षकातून- खास करून तरुण पुरुष वर्गाकडून- टाळ्यांचा कडकडाट व्हायचा आणि लोक एका सुरात, 'मॅगनिफिक! वाहवाऽ!' म्हणायचे. जॉर्ज जरी दोन बहिणींच्या बरोबर लहानाचा मोठा झाला असला, तरी त्यानं मुलींचं इतकं उघडं अंग कधीच पाहिलं नव्हतं. अगदी सेंट बीझच्या समुद्रकिनारी पोहतानासुद्धा. गायने वाईनची दुसरी बाटली मागवली, तेव्हा ही इथे येण्याची आपल्या प्रिय मित्राची- गायची- नक्कीच पहिली वेळ नव्हती हे जॉर्जच्या लक्षात आलं. शेवटी तो चेलसियामध्ये वाढला होता, चेशायरमध्ये नाही.

स्टेजवरील पडदे खाली पडताच दिवे लागले आणि वेटरनं त्यांच्या हातात बिल दिले. बिलात दिलेल्या आकड्याचा मेन्युकार्डवरील किमतींशी काहीच संबंध नव्हता. गायनं आपला खिसा खाली केला, पण तरीही पैसे कमीच भरले. मग जॉर्जनं आपली आपत्कालीन संपत्ती- पाच पौंडाची नोट- बाहेर काढली. वेटरनं परकीय चलन पाहून भिवया उडवल्या, पण तरीही ती मोठी नोट खिशात टाकलीच. अर्थातच उरलेले पैसे परत करण्याचा प्रश्नच नव्हता - सामंजस्याच्या कराराची ऐशी की तैशी!

"अरे देवा," गाय म्हणाला.

"हो ना," जॉर्ज म्हणाला. "दोन वाईनच्या बाटल्यांना इतके पैसे लागतील, असं मला वाटलं नव्हतं."

"नाही, मी त्याविषयी बोलत नाही," स्टेजवळील टेबलाकडे बोट दाखवत

गाय म्हणाला. त्यांचे आयर्विन सर, एका तंग कपडे परिधान केलेल्या सुंदरीच्या जवळ, तिच्याभोवती हात टाकून बसले होते.

"मला वाटतं, आता आपण इथून खसकायची वेळ आली आहे," गाय म्हणाला.

"पटलं," जॉर्ज म्हणाला. दोघंही जाग्यावरून उठले आणि मागे न पाहता दाराकडे जात बाहेर रस्त्यावर आले.

ते बाहेर रस्त्यावर आले, तेव्हा तंग कपडे घातलेली एक तरुण मुलगी समोर आली. त्या मुलीनं मूलाँ रुजच्या वेट्रेसपेक्षा जास्त तंग कपडे घातलेले होते. तिनं त्यांच्याबरोबर जाण्याची इच्छा व्यक्त केली.

"मिस्टर, बरवां द कोंपान्यी शँपेन हवी का?" ती त्यांच्या कानात कुजबुजली.

"नको, आम्ही आपले आभारी आहोत," जॉर्ज म्हणाला.

"इंग्लंडचे आहात वाटतं? ज्यूस्त प्री पूर तू ले द, दोघांनाही योग्य तो भाव लावीन."

"इतर वेळी आम्ही आलोही असतो, पण तुमच्या देशवासीयांनी आम्हाला आधीच पार लुबाडलं आहे."

त्या बाईने प्रश्नार्थक मुद्रेनं त्या दोघांकडे पाहिलं.

जॉर्जने त्या बाईला आपला मित्र काय म्हणाला, ते तिच्या भाषेत सांगितलं, तेव्हा ती खांदे उडवत, नाईटक्लबच्या बाहेर येत असलेल्या दुसऱ्या कोणालातरी आपली सेवा अर्पण करायला निघाली.

"तुला परत हॉटेलला जायचा रस्ता माहीत आहे, अशी आशा करतो," गाय चिंतीत होऊन म्हणाला. त्याच्या प्रश्नाचा रोख न समजल्यामुळे जॉर्ज त्याच्याकडे बघतच राहिला.

"कारण, माझा खिसा आता पार खाली झाला आहे," गाय म्हणाला.

"खरंतर मलाही माहीत नाही, पण जेव्हा शंका असेल, तेव्हा काही खुणेच्या जागा आठवा," असं म्हणत जॉर्जने झपाझप चालायला सुरुवात केली.

नदीच्या काठानं परतीचा प्रवास चालू असताना, जॉर्ज थोडासा सावरायला लागला होता, अर्थात खुणेच्या ठिकाणांवर त्याची नजर होतीच. सुमारे चाळीस मिनिटं चालल्यावर ते पॅरिसमधल्या प्रसिद्ध स्मारकापाशी येऊन पोहचले. असंख्य पॅरिसवासीयांना हे स्मारक अजिबात आवडत नाही. याच्या वीस वर्षांच्या कराराचा कालावधी संपला, की ह्याचा एक एक भाग आणि पूर्जा मोकळा करून, तो जमीनदोस्त व्हावा, असं त्यांना नेहमी वाटत असे.

"मला वाटतं, आपलं हॉटेल साधारणपणे त्या बाजूला आहे," एका लहानशा गल्लीकडे बोट दाखवत गाय म्हणाला.

त्यानं मागे वळून पाहिलं, तेव्हा जॉर्ज परत एकदा आयफेल टॉवरकडे डोळे

भरून पाहत असल्याचं त्याला दिसलं.

"रात्री तर हे मोठं आव्हान आहे," जॉर्ज म्हणाला.

"हे तू सहजच म्हणतो आहेस ना?" असं गाय म्हणत असतानाच, जॉर्ज त्या टॉवरच्या चारांपैकी एका पायाकडे धावत गेला.

त्याला अडवण्यासाठी गाय त्याच्या मागे धावला, पण तो त्या टॉवरपर्यंत जाईपर्यंत जॉर्ज वरती चढायला लागला होता. त्याचा मित्र तिरक्या, आडव्या पट्यांवरून झपाझप चढत असताना, गाय खालून बघत बसण्याशिवाय काहीच करू शकत नव्हता. वर चढून जात असताना जॉर्जने खाली बघितलंच नाही; पण जर पाहिलं असतं, तर काही लोकांचे घोळके, त्याची करामत पाहत खाली उभे असल्याचं, त्याला दिसले असते.

जॉर्ज अर्ध्यावर गेला असताना गायला शिट्ट्यांचे आवाज ऐकू आले. थोड्याच वेळात पोलिसांच्या गाड्या तिथे आल्या आणि त्यातनं सहा पोलीस उतरले. टॉवरच्या खाली त्यांचा एक अधिकारी वाट पाहत होता, त्याच्या दिशेनं पोलीस धावले. त्यांना बरोबर घेऊन तो अधिकारी लिफ्टकडे धावला, त्याचं लोखंडी दार उघडलं आणि आत गेले. लिफ्टचा प्रवास आता वरच्या दिशेने सुरू झाल्याचं, खाली उभ्या असलेल्या गर्दीला दिसत होतं.

आपला मित्र किती वर चढून गेला होता, हे बघण्यासाठी गायनं मान वर केली. जॉर्ज आता शिखरापासून शंभर फूट अंतरावर होता. आपल्या मागे कोणी येत असल्याचं जॉर्जच्या गावीही नव्हतं. काही क्षणातच खडखड करत लिफ्ट त्याच्या बाजूला येऊन उभी राहिली, त्याचं दार उघडलं गेलं. एका पोलिसानं बाहेर पडत, एका तुळईवर पाय ठेवला आणि दुसरा बाहेर काढून ठेवताच, तो डळमळीत झाला आणि त्यानं पटकन परत आत उडी मारली. आता तो अधिकारी त्या कुरापतखोराला लिफ्टमध्ये येण्याची विनंती करू लागला; पण आपल्याला फ्रेंच भाषेचा गंधही नाही, असं भासवत, जॉर्ज वरती चढतच राहिला.

जॉर्जला खरंतर टोकापर्यंत जायचं होतं, पण पोलिसांकडून होणारी अजिजी आणि कुठल्याही भाषेत समजेल अशी शिवीगाळ, यांचा मारा असह्य झाल्यामुळे, तो नाइलाजानं लिफ्टमध्ये आला. पोलीस आपल्या सावजाला घेऊन खाली आले आणि गाडीकडे जायला लागले, तेव्हा लोकांनी दोन्ही बाजूंना रांगेने उभे राहत, टाळ्या वाजवून, जॉर्जचं कौतुक केलं.

'शापो. ज्य ऽ न्योम!'

'दोमाऽज!'

'ब्राव्हो!'

'मान्यिफीक!- उत्तम!'

हा शब्द त्याने एका रात्रीत दोन वेळा, वेगवेगळ्या संदर्भात ऐकला.

पोलीस जॉर्जची उचलबांगडी करून कुठेतरी नेण्याच्या विचारात असताना, त्याला गाय दिसला. ''मि. आयर्विनना शोध. त्यांना काय करायचं, ते माहीत असेल.''

गाय हॉटेलकडे धावला आणि लिफ्टनं तिसऱ्या मजल्यावर गेला. त्यानं खोलीचं दार ठोठावलं, पण आत कोणीच नव्हतं. नाइलाजानं परत येत तो खाली पायऱ्यांवर सरांची वाट बघत बसला. परत एकदा मूलाँ रूजला जाऊन सरांना शोधावं, असा त्यानं विचार केला, पण शेवटी तसं न करण्याचंच त्यानं ठरवलं.

सकाळी सहाच्या ठोक्याला हॉटेलच्या दारात टांगा येऊन उभा राहिला. आयर्विन सर खाली उतरले, पण ती तंग कपड्यातली बाई कुठे दिसत नव्हती. गायला पायऱ्यांवर पाहून सरांना आश्चर्य वाटलंच, पण त्यापेक्षा जास्त आश्चर्य तो का उभा होता, हे समजल्यावर वाटलं.

हॉटेलातल्या मॅनेजरने दोन-तीन फोन फिरवल्यावर, त्याला जॉर्ज कुठे होता, ते समजलं. आयर्विन सरांना आपल्या अंगी असलेलं चातुर्य आणि अर्थातच पाकिटातला– पैसा जॉर्जला सोडवण्यासाठी खर्च करावा लागला, तेव्हा कुठे त्या अधिकाऱ्याने त्या बेजबाबदार पोराला सोडायचं कबूल केलं. याखेरीज हा देश तात्काळ *(immédiatement)* सोडण्याचं अभिवचनही त्यांनी घेतलं.

परतीच्या प्रवासात बोटीनं जात असताना आयर्विन म्हणाले, ''मी अजून नक्की ठरवलेलं नाही, की हे सगळं तुमच्या पालकांना सांगावं का नाही!''

''मीसुद्धा तोच विचार करत होतो, की काल रात्री तुम्ही आम्हाला ज्या क्लबमध्ये नेलंत, त्याचं नाव वडिलांना सांगावं, की नाही!'' गाय म्हणाला.

८

सोमवार : ९ ऑक्टोबर, १९०५

मॅग्डेलेन कॉलेजचं मुख्य प्रवेशद्वार उघडं असल्याचं पाहून जॉर्जला आनंद वाटला. आज त्याचा कॉलेजमधला पहिला दिवस होता.

तो द्वारपालाच्या चौकीसमोर थांबला आणि हातातली बॅग खाली ठेवत, एका ओळखीच्या चेहऱ्याकडे पाहत म्हणाला, ''माझं नाव...''

''मि. मॅलरी,'' द्वारपाल डोक्यावरची हॅट किंचित उचलत म्हणाला, ''जणू काय मी तुमचं नाव विसरणार होतो,'' तो हसत म्हणाला. त्यानं तक्ता पाहिला. ''तुम्हाला पेपीज बिल्डिंगमधल्या सातव्या मजल्यावर खोली देण्यात आली आहे. सर्वसाधारणपणे पहिल्या दिवशी मुलांना मी प्रत्यक्ष बरोबर जाऊन खोली दाखवतो, पण तुम्ही आपली वाट शोधण्यात पटाईत आहात असं वाटतं.'' असं म्हणत तो मोठ्यांदा हसला. ''पहिला चौक पार करून मग कमानीखालून जायचं.''

''आभारी आहे!'' आपली बॅग उचलत जॉर्ज म्हणाला आणि दाराच्या दिशेनं गेला.

''आणखी एक सर,'' द्वारपालानं उठून उभं राहत त्याला एक चामड्याची बॅग दिली. बॅगवर 'जीएल्एम्' अशी अक्षरं कोरलेली होती. ''आणि हो, सायंकाळी सहा वाजताच्या कार्यक्रमाला वेळेवर या.''

''सहा वाजता?''

''होय साहेब, नवीन येणाऱ्या विद्यार्थ्यांसाठी पहिल्या दिवशी ओळखसमारंभ असतो.''

''आठवण करून दिल्याबद्दल परत आभार. अरे हो, माझा मित्र गाय बुलॉक आला आहे का?''

''अर्थातच साहेब, ते दोन तासांपूर्वीच आले.'' समोरची यादी चाळत द्वारपाल म्हणाला, ''तुमच्या वरच्या मजल्यावरच त्यांची खोली आहे.''

“पहिलं त्यालाच भेटायला हवं,” जास्त काही खुलासा न करता जॉर्ज म्हणाला.

फारच काळजीपूर्वक कापलेल्या हिरवळीवर पाय न देता जॉर्ज कडेकडेने चालला. जात असताना वाटेत अनेक विद्यार्थी समोरून जात-येत होते. काहींनी काळा गाऊन घातला होता. ते फार हुशार विद्यार्थी होते, असं दाखवण्याचा प्रयत्न करत असावेत आणि जॉर्जप्रमाणेच आखूड गाऊन घातलेले होते, ते नव्यानंच भरती झाले होते. इतरांनी वर चपटी असलेली हॅट घातली होती आणि बऱ्याच वेळा ते समोरच्याला पाहून ती उंचावत असत.

जॉर्जकडे कोणी ढुंकूनही पाहिलं नाही, तेव्हा हॅटला हात लावून मान देण्याचा प्रश्नच नव्हता. त्याला त्याच्या विंचेस्टरच्या दिवसांची आठवण आली. बेन्सन सरांच्या खोलीसमोरून जाताना त्याला किंचितसं हसू आलं. त्या वरिष्ठ व्याख्यात्यानं त्याला इतिहासाच्या अभ्यासक्रमासाठी प्रवेश देत असल्याची तार केली होती, नंतर पाठवलेल्या पत्रात, त्यांनी ते स्वत: तो विषय त्याला शिकवणार असल्याचं कळवलं होतं.

कमानीखालून जात, जॉर्ज पेपीज बिल्डिंग असलेल्या दुसऱ्या चौकात आला. थोडं पुढे गेल्यावर, सात क्रमांकाची पाटी एका अरुंद वाटेच्या तोंडावर लावलेली दिसली. आपल्या हातातली सूटकेस ढकलत तो दुसऱ्या मजल्यावर पोहचला. एका दारावर चंदेरी अक्षरात, ‘जीएल मॅलरी’ असं लिहिलं होतं. या दारावर गेल्या शतकात किती नावं झळकली असतील, असा विचार त्याच्या मनात आला.

त्यानं आपल्या खोलीत प्रवेश केला. विंचेस्टरपेक्षा ही फार मोठी नव्हती, पण आता इथे गायची भागीदारी नव्हती. तो बॅग उघडून सामान लावणारच होता, इतक्यात दारावर टकटक झालं आणि त्यानं काही करायच्या आतच गाय सरळ आत घुसला. दोन अनभिज्ञ माणसं भेटावीत, तसं त्यांनी हस्तांदोलन केलं, मोठ्यांदा हसले आणि एकमेकांना मिठी मारली.

“मी तुझ्या वरच्या मजल्यावर आहे,” गाय म्हणाला.

“तसल्या पोरकटपणावर मी माझं मत आधीच सांगितलेलं आहे,” जॉर्ज म्हणाला.

जॉर्जनं आपल्या टेबलावर त्याचा तो सुप्रसिद्ध फलक लावला, तेव्हा गायला हसू आलं.

Ben Nevis	*4,409 ft*	✓
Great St Bernard	*8,101 ft*	✓

Mont Vélan	*12,353 ft*	✓
Grand Combin	*14,153 ft*	✓
Monte Rosa	*15,217 ft*	✓
Mont Blanc	*15,774 ft*	?

"तू बहुतेक मोमात्रे विसरलेला दिसतोस," गाय म्हणाला, "शिवाय आयफेल टॉवर आहेच म्हणा."

"च्छा! आयफेल तर १०६२ फूट उंच आहे आणि मी तो पूर्णपणे चढलो नव्हतो, हे तू विसरलेला दिसतोस."

"चला, आता उशिरा जायचं नसेल, तर सहाच्या कार्यक्रमाला निघायला हवं." घड्याळाकडे पाहत गाय म्हणाला.

"पटलं बाबा," म्हणत जॉर्जनं गाऊन घातला.

"आपल्या रेक्टरविषयी तुला काही माहिती आहे का?" दुसऱ्या चौकातून रेक्टरच्या घराकडे जात असताना, जॉर्जने गायला विचारलं.

"जेवढं मला मि. आयर्विनने सांगितलं तेवढंच. आपल्या परराष्ट्रीय खात्यातर्फे ते बर्लिनला होते. तिथूनच ते निवृत्त झाले. जर्मनांशी फार परखडपणे वागण्याबद्दल त्यांची ख्याती होती, अगदी कैझर राजालाही तो नकोसा झाला होता."

आता मुलांचा जथ्था मास्टर्स गार्डनमधून व्हिक्टोरिया गोथीक हाउसकडे चालला होता. आपला टाय नीटनेटका करत जॉर्ज आणि गाय त्यात सामील झाले. दारातच उभ्या असलेल्या कॉलेजातल्या एका कर्मचाऱ्यानं त्यांचं स्वागत केलं. त्यानं अदबीनं त्यांची नावं विचारली.

"माझं नाव बुलॉक आणि याचं मॅलरी" गाय म्हणाला.

त्यानं जॉर्जकडे निरखून पाहिलं आणि आपल्या हातातल्या यादीत दोघांच्या नावापुढे खूण केली. "पहिल्या मजल्यावर साहेबांची बैठकीची खोली आहे," त्यानं हातानं खूण करत त्यांना सांगितलं.

जॉर्ज पळत वर गेला- जिना दिसला, की तो नेहमीच पळत सुटायचा- आणि एका प्रशस्त खोलीत प्रवेश केला. खोली नवागतांनी भरली होती. भिंतीवर जुन्या जमान्यातली चित्रं आणि कलाकृती होत्या. तिथे असलेल्या सेवकानं शेरीचा ग्लास त्यांच्यासमोर आणला. चहूकडे नजर टाकताच जॉर्जला एक ओळखीचा चेहरा दिसला. तो गर्दीतून वाट काढत, त्यांच्यापाशी गेला.

"गुड इव्हिनिंग सर," तो म्हणाला.

"अरे, मॅलरी. तुला यायला जमलं मला फार आनंद झाला." हे बोलताना त्यांच्या बोलण्यात चिडवण्याचा भाग नव्हता. "उद्या सकाळी ठीक नऊ वाजता, मी

पहिली चाचणी परीक्षा घेणार आहे. आता तू इथेच राहणार असल्यामुळे तुला भिंतीवरून यायची गरज नाही. बरोबर आहे ना मॅलरी?''

''होय, ते बरोबर आहे.'' हातातल्या शेरीचा घट घेत जॉर्ज म्हणाला.

''अर्थात मी तशी खात्री देणार नाही,'' गाय म्हणाला.

''हा माझा मित्र गाय बुलॉक.'' जॉर्जने ओळख करून दिली. ''याच्याविषयी मात्र ती काळजी नाही. हा वेळेच्या आधी दहा मिनिटं हजर असेल,'' जॉर्ज त्याला चिडवत म्हणाला.

कॉलेजच्या कर्मचाऱ्यांखेरीज गाऊन घातलेली एकच व्यक्ती होती, ती त्यांच्यात सामील झाली.

''अरे, सर डेव्हीड. तुम्ही मि. बुलॉकला भेटला नसाल, पण मॅलरीला नक्कीच भेटला असाल. या वर्षाच्या सुरुवातीला, हे महाशय तुमच्या बागेत पडले होते.''

मॅलरीने वळून पाहिलं आणि म्हणाला, ''अरे देवा!''

सर डेव्हीड त्याच्याकडे बघून हसले आणि म्हणाले, ''देवा वगैरे नको मॅलरी, नुसतं 'सर' म्हणालास तरी पुरे.''

***

मि. बेन्सन घेणार असलेल्या चाचणी परीक्षेच्या वेळी जॉर्ज वेळेवर हजर असेल, यासाठी गायने शर्थीचे प्रयत्न केले, पण तरीही तो चाचणीपूर्वी फक्त काही क्षणच हजर होता. 'दर आठवड्याचा निबंध, दर गुरुवारी सायंकाळी पाचच्या आत द्यावयाचा आहे. परीक्षेला जर कोणी उशिरा आलं, तर मग दारं बंद झाल्याचं पाहून त्याला आश्चर्य वाटायला नको,' वरिष्ठ व्याख्यात्यानं सुरुवातीलाच सांगून टाकलं होतं. आपली खोली बेन्सन सरांच्यापासून काही यार्डांवर होती आणि आपल्या आईनं आपल्याला गजराचं घड्याळ दिलेलं होतं, या दोन्ही गोष्टींचा जॉर्जला आनंद झाला.

सुरुवातीचे झटके दिल्यानंतर, चाचणी परीक्षा अपेक्षेपेक्षा फारच सुरळीत आणि चांगल्या रितीने पार पडली. त्या संध्याकाळी शेरीचा ग्लास हातात असताना, वरिष्ठ व्याख्यात्यांनी त्यांना बॉसवेल बायर्न आणि वर्डस्वर्थ आवडत असल्याचं सांगितलं, इतकंच नाही तर ब्रॉऊनिंग त्यांचा खास मित्र होता, हे सांगितल्यावर त्या शेरीची मजा जास्तच आली.

प्रथम वर्षाच्या विद्यार्थ्यांकडून काय अपेक्षा असतात, हे मि. बेन्सननी जॉर्जला खुलासेवार सांगितलं होतं. जरी विद्यापीठाचा अभ्यासक्रम आठ आठवड्यांचा असला, तरी त्याला सुट्टीच्या काळातही येऊन अभ्यास करावा लागणार होता.

बाहेर जात असताना परत वळून त्यांनी एक गोष्ट सुचवली. ''दर रविवारी नवीन विद्यार्थ्यांसाठी मेळाव्यात हजर राहत जा मॅलरी. हे विद्यापीठ व्यक्तिविकासासाठी किती प्रकारची संधी देतं, ते तुला कळेल. कदाचित तुला नाट्य मंडळात दाखल व्हावसं वाटेल.''

१

गायने जॉर्जच्या खोलीचा दरवाजा ठोठावला, पण कोणीच उत्तर दिलं नाही. त्यानं घड्याळात बघितलं: दहा वाजून पाच मिनिटं. तो नाश्ता तर नक्कीच करत नसावा, कारण रविवारी ठीक नऊ वाजता ते दार बंद करतात. त्या नवीन विद्यार्थ्यांच्या मेळाव्याला तो त्याच्याशिवाय नक्कीच गेला नसणार. तो एक तर गाढ झोपला असेल किंवा आंघोळ करत असेल. गायने परत दार ठोकलं, पण उत्तर आलं नाही. त्यानं दार उघडून आत डोकावलं. अंथरूण अस्ताव्यस्त होतं - अर्थात त्यात काही नवल नव्हतं- उघड्या अवस्थेतलं एक पुस्तक उशीवर होतं, काही कागद टेबलावर पसरलेले होते, पण जॉर्जचा कुठे पत्ता नव्हता. तो बहुतेक आंघोळ करत असावा.

गाय पलंगाच्या कडेवर वाट बघत बसून राहिला. आपल्या मित्राला घड्याळाचं महत्त्व समजावून देणं, त्यानं कधीच बंद केलं होतं. तरीसुद्धा जॉर्जच्या अनेक सहकाऱ्यांना जॉर्जचा राग येत असे, कारण विंचेस्टरचं ब्रीदवाक्य होतं, 'मॅनर्स मेक्थ मॅन - सभ्यतेतून सभ्य माणूस साकारतो.' आपल्या मित्राच्या उणिवांची गायला कल्पना होती, तशीच त्याच्या विशेष प्राविण्याचीही होती. योगायोगानं तो शाळेच्या पहिल्या दिवशी जॉर्जच्या डब्यात बसला खरा, पण त्यामुळे त्याचं संपूर्ण आयुष्यच बदलून गेलं. वरकरणी पाहणाऱ्याला जॉर्ज फटकळ, थोडासा उद्धट वाटत असे; पण एकदा का त्याच्या मनात तुम्ही जागा मिळवलीत, की तो मायाळू, उदार आणि तितकाच विनोदी असल्याचं तुमच्या लक्षात येईल.

गायनं उशीवरचं पुस्तक उचललं. ते इ. एम. फोरस्टर नावाच्या लेखकाने लिहिलं होतं, अर्थात गायनं या लेखकाचं नाव कधीच ऐकलं नव्हतं. त्यानं जेमतेम काही पानंच चाळली असतील, तेवढ्यात जॉर्ज बाहेर आला. त्याच्या कमरेला टॉवेल होता आणि डोक्यातून पाणी ठिबकत होतं. ''दहा वाजले का रे?'' तो

कमरेचा टॉवेल सोडून, त्यानं डोकं पुसायला लागला.

"केव्हाच वाजले," गाय म्हणाला.

"बेन्सन सर म्हणाले, त्या नाट्यमंडळात नाव घाल. तिथे काही पोरींना भेटायची संधी मिळेल."

"मला नाही वाटत, बेन्सन सरांना मुलींच्यामध्ये रस आहे."

हे ऐकून जॉर्ज ताडकन वळाला. "तुला असं तर नाही सुचवायचं..."

"समजा एव्हाना तुझ्या लक्षात आलं नसेल, तर सांगतो," आपल्यासमोर उभ्या असलेल्या नागड्या मित्राला गाय सांगत होता, "फक्त मुलीच तुझ्याकडे पाहत नाहीत."

"आणि तुला काय पसंत आहे?" हातातील टॉवेल गायसमोर झटकत जॉर्ज म्हणाला.

"नाही माझ्याकडून तुला काही धोका नाही." गायने त्याला आश्वासन दिलं. "आता कृपा करून तयार होतोस का? नाही तर आपण तिथे जाईपर्यंत सगळे गाशा गुंडाळून गेलेले असायचे."

खाली बागेत गेल्यावर जॉर्ज त्याच्या नेहमीच्या सवयीनं तरातरा चालायला लागला आणि त्याला गाठताना गायची नेहमीप्रमाणे तारांबळ उडाली.

"तू कशामध्ये नाव घालणार आहेस?" जॉर्जच्या बाजूनं पळत असताना गायनं विचारलं.

"जिथे तुला घेणार नाहीत," जॉर्ज हसत म्हणाला. "म्हणजे मला जरा चांगली संधी असेल."

त्यांच्या चालण्याचा वेग आता कमी झाला, कारण त्यांच्याप्रमाणेच अनेक मुलं त्या मेळाव्याला चालली होती. प्रत्यक्ष पार्कर पीसला पोहचण्यापूर्वीच त्यांना बँडचा आवाज, समूहगायनाचा आवाज आणि एकमेकांवर कुरघोडी करू पाहणाऱ्या हजारो मुलांचा जल्लोश ऐकू येत होता.

विस्तीर्ण हिरवळीवर अनेक स्टॉल्स लावलेले होते. ते चालवणारी मुलं रस्त्यावरच्या विक्रेत्यांप्रमाणे प्रचंड गोंगाट करत होती. आता गाय आणि जॉर्ज मेळाव्याचा आनंद घेत फिरायला लागले. समोरून क्रिकेटचा पांढराशुभ्र पोशाख घातलेला एक तरुण यायला लागला, तेव्हा जॉर्जचं कुतूहल चाळवलं. त्या तरुणाच्या हातात क्रिकेटची बॅट आणि बॉल होता. हिवाळ्याच्या तोंडावर असा पोशाख जरा वेगळाच वाटत होता. "तुमच्या दोघांपैकी कोणी क्रिकेट खेळतं का?"

"मी विंचेस्टरसाठी सलामीचा फलंदाज होतो."

"मग तुम्ही योग्य जागी आला आहात. माझं नाव डिक यंग."

गायने हे नाव ऐकलं होतं. हा इंग्लंडसाठी क्रिकेट आणि फुटबॉल खेळला

होता. गायनं किंचित वाकत त्याला अभिवादन केलं.

"तुझा मित्र काय करतो?" डिकने विचारलं.

"तुम्ही त्याच्यावर उगाच तुमचा वेळ खर्च करू नका," गाय म्हणाला. "त्याचं लक्ष जरा वरच्या गोष्टींवर आहे. तोसुद्धा एका यंग नावाच्या इसमाला शोधतो आहे. मी तुला नंतर भेटतो जॉर्ज," गायनी जॉर्जला सांगितलं.

जॉर्जनं मान डोलवली आणि गर्दीत दिसेनासा झाला. 'तुम्ही गाता का, आम्हाला वरच्या पट्टीत गाणारा हवा, पण नसला तरी चालेल' किंवा 'बुद्धिबळ खेळता का, आपल्याला ऑक्सफर्डला मारायचाय.' 'काही वाद्य वाजवता का?' वाटेत अशा विचारलेल्या प्रश्नांकडे त्याने दुर्लक्ष केलं. एका स्टॉलवर *'फॅबीयान सोसायटी, स्थापना १८८४'* अशी पाटी होती. ती पाहून जॉर्ज थबकला. 'सर्वत्र समानता' असं ओरडत, एक जण पत्रकं वाटत होता. जॉर्ज त्याच्याजवळ गेला. "तुला आमच्या कंपूत यायला आवडेल? का तू त्या जाड कातडं पांघरलेल्या टोरींसारखा आहेस?"

"नक्कीच नाही," जॉर्ज म्हणाला. "क्विटस फॅबिअस मॅक्सिमूसचं तत्त्वज्ञान मला नेहमीच पटत आलं आहे. रागाच्या भरात एखादी गोळी न मारता, जर तुम्हाला लढाई जिंकता आली, तरच तुम्ही खरे विजेते ठरता."

"फारच छान सांगितलंस," असं म्हणत समोरच्या माणसानं एक पत्रक जॉर्जच्या समोर धरलं आणि म्हणाला, "याच्यावर सही कर आणि पुढल्या आठवड्यात एक सभा आयोजित केली आहे, त्याला ये. सभेचे प्रमुख व्याख्याते आहेत, मि. जॉर्ज बर्नार्ड शॉ. अरे हो! माझं नाव आहे, रुपर्ट ब्रुक. मी इथला सेक्रेटरी आहे," असं म्हणत त्याने हात पुढे केला.

जॉर्जनं प्रेमाने रुपर्टशी हस्तांदोलन केलं, पत्रकावर सही केली आणि त्याच्या हातात ते दिलं. रुपर्टने ती सही पाहिली आणि चमकून म्हणाला, "अरे, मी जी काही तुझ्याविषयी अफवा ऐकली, ती खरी आहे का?"

"कसली अफवा?"

"की तू कॉलेजच्या भिंतीवरून आत प्रवेश केलास?"

जॉर्ज उत्तर देणार, इतक्यात मागून कोणीतरी बोललं, "आणि त्याला परत भिंत चढून जायला लावलं. ते सगळ्यात अवघड काम असतं."

"ते का बाबा?" ब्रुकनं निरागसपणे विचारलं.

"उत्तर सोप्पं आहे," गाय म्हणाला. "जेव्हा तुम्ही चढाई करता, तेव्हा तुमच्या हाताची बोटं डोळ्यांपासून काही इंचांवर असतात; पण उतरताना तुमचे पाय कमीतकमी पाच फूट डोळ्यांच्या खाली असतात; म्हणजे जेव्हा तुम्ही खाली बघता, तेव्हा तुमचा तोल जाण्याची जास्त शक्यता असते, समजलं?"

"माझ्या मित्राकडे लक्ष देऊ नकोस.'' जॉर्ज हसत म्हणाला. "एक तर तो जाड कातडं पांघरलेला टोरी आहे आणि शिवाय भांडवलशाहीचा हुजऱ्या आहे.''

"अगदी बरोबर बोललास.'' न लाजता गाय म्हणाला.

"तू कशाकशात भाग घेतला आहेस?'' गायकडे वळत रुपर्टने विचारलं.

"क्रिकेट, युनियन, डिझरायली सोसायटी आणि अधिकारी प्रशिक्षण वर्ग,'' गाय म्हणाला.

"देवा, या माणसाचं काही खरं नाही,'' ब्रुक नाटकी स्वरात म्हणाला.

"अजिबात नाही!'' गाय तितक्याच ठामपणे म्हणाला, मग जॉर्जकडे वळत तो म्हणाला, "पण तुला जे हवं आहे, ते मी शोधून काढलं आहे, चल माझ्या मागे.''

जॉर्जनं आपली चपटी हॅट किंचितशी उंचावली, ब्रुकनेही तसंच प्रत्युत्तर दिलं. गाय त्याला पलीकडच्या रांगेत असलेल्या स्टॉलपाशी घेऊन गेला आणि मोठ्या अभिमानानं एका पाटीकडे हात केला. 'CUMC: *स्थापना १९०४साली'*

जॉर्जनं गायच्या पाठीवर थाप मारून त्याला शाबासकी दिली. ग्रँ सां बेर्नार, माँ व्हेलाँ आणि माँ रोझावर, या संस्थेतील आजी आणि माजी विद्यार्थी चढून गेले असतानाचे फोटो तिथे लावलेले होते. टेबलाच्या कोपऱ्याला माँ ब्लाँचा एक मोठा फोटो लावला होता, ज्याच्यावर लिहिलं होतं- *जर तुम्हाला कष्टानं काही साध्य करायचं असेल, तर पुढल्यावर्षी आम्हाला येऊन सामील व्हा.''*

"मी कसा काय दाखल होऊ शकतो?'' गिर्यारोहणात वापरतात तसली कुदळ हातात घेतलेल्या एका उंच इसमाशेजारी असलेल्या दणकट गृहस्थाला त्यांनी विचारलं.

"तुम्हाला दाखल होता येत नाही, तर निवडून यावं लागतं,'' त्याला उत्तर मिळालं.

"मग निवडून येण्यासाठी काय करावं लागतं?''

"सोप्पं आहे. आमच्या पेन-इ-पासच्या मोहिमेत सामील हो. तिथे आम्ही ठरवू, की तू खरंच गिर्यारोहक आहेस, का नुसताच मजेखातर डोंगर चढणारा आहेस.''

"मला तुम्हाला एक गोष्ट सांगायची आहे,'' गायनं मध्ये तोंड घातलं, "माझा मित्र...''

"...आनंदानं नाव नोंदवायला तयार आहे.'' गाय काही बोलण्याच्या आत जॉर्ज म्हणाला.

जॉर्ज आणि गायनं आपापले अर्ज भरून त्या उंच माणसाच्या हातात दिले.

"माझं नाव सोमरवेल आणि हा ओडेल!'' तो उंच गृहस्थ बोलला. "हा भूगर्भशास्त्राचा अभ्यासक आहे, त्यामुळे याला खडकांवर चढण्यापेक्षा, त्यांचा अभ्यास करणं आवडतं. तो मागे उभा आहे तो...'' एका मागे असलेल्या माणसाकडे

बोट दाखवत सोमरवेल म्हणाला, "त्याचं नाव जेफ्री व्हिनथ्रॉप यंग, हे अल्पाईन क्लबचे सभासद आहेत. आपल्या क्लबचे ते मानद अध्यक्ष आहेत."

"या देशातले सगळ्यात कसलेले गिर्यारोहक," जॉर्ज म्हणाला.

जॉर्जचा अर्ज वाचून यंग हसले. "त्या ग्रॅहम आयर्विनला अतिशयोक्ती करण्याची फार वाईट सवय आहे." यंग म्हणाला. "अर्थात तुमच्या आल्प्सच्या दौऱ्याविषयी त्यांनी मला लिहिलं आहे. आपण जेव्हा पेन-इ-पासला जाऊ, तेव्हा- तो म्हणतो- तितका तू चांगला आहेस का ते समजेलच."

"तो त्याहून चांगला आहे." गायनं मित्राची बाजू घेतली. "आयर्विन सरांनी पॅरिसचा उल्लेख केला नसेल, जेव्हा... आऽऽई!" जॉर्जचा पाय त्याच्या पायावर पडला होता.

"पुढल्या वर्षी मला माँ ब्लाँवर चढाई करायला संधी मिळेल का?" जॉर्जनं अधीरपणे विचारलं.

"ते कदाचित शक्य होणार नाही," यंग म्हणाले. "दुसरे एक-दोघं त्यासाठी निवडून येण्याच्या प्रतीक्षेत आहेत."

सोमरवेल आणि ओडेलनी या मॅग्डेलनच्या मुलात आता जास्तच रस घेतला होता. या दोघांत कसलंच साम्य नव्हतं. ओडेल सुमारे पाच फूट पाच इंच असावा, त्याचे केस राकट होते, लालसर वर्ण होता, पाणीदार निळे डोळे होते. तो महाविद्यालयीन विद्यार्थी न वाटण्याइतका पोरगेलासा होता; पण त्यानं बोलायला सुरुवात केली की, त्याच्या वयापेक्षा भारदस्त आवाज ऐकायला मिळे. त्याच्या विरुद्ध सोमरवेल- सहा फुटांपेक्षा जास्त होता. डोक्यावर विस्कटलेले काळे केस, त्यांना कधीही कंगव्याचा स्पर्श न झाल्याची साक्ष देत होते. एखाद्या चाच्याप्रमाणे त्याचे डोळे काळेभोर होते, पण काही प्रश्न विचारला, की तो खाली मान घालून हळुवार स्वरात बोलत असे. तो अबोल होता म्हणून नाही, पण लाजाळू असल्यामुळे हे तो करत होता. ही विषम जोडगोळी मित्र म्हणून आपली जन्मभराची साथ करणार, हे जॉर्जच्या लक्षात आलं.

शनिवार : २३ जून, १९०६

जॉर्जला कोणी जर, 'केंब्रिजच्या पहिल्या वर्षात तू काय मिळवलंस?' असं विचारलं असतं- आणि त्याच्या वडिलांनी विचारलंही- तर, 'पहिल्या सहामाही परीक्षेत मिळालेल्या तृतीय श्रेणीपेक्षा, फार काही जास्त,' असंच उत्तर त्यानं दिलं असतं.

"शक्यता आहे, की तू बाहेरच्या इतर छंदांमध्ये आणि कामात गुंतला असशील,

पण जेव्हा पोटापाण्याचा प्रश्न येतो, तेव्हा या गोष्टींचा फारसा उपयोग होत नसतो,'' रेव्हरण्ड म्हणाले. अर्थात जॉर्जनेही या गोष्टींचा गंभीरपणे विचार केला नव्हता. ''मला तुला हे सांगायची इच्छा नाही...'' असं म्हणत त्यांनी सांगितलंच की, ''तुला आयुष्यभर मजामस्ती करता येईल, इतका पैसा माझ्यापाशी नाही.'' अर्थात ही गोष्ट जॉर्जच्या बालवाडीतल्या दिवसांपासून रेव्हरण्ड त्याला सांगत होते.

गायलाही जेमतेम तिसरा वर्ग मिळाला होता; तरी अशा प्रकारचा संवाद गायच्या घरी नक्कीच होत नसेल, याची जॉर्जला खात्री होती. जर नशिबानं साथ दिली, तर पुढच्या उन्हाळ्यात तो आल्प्सला जाणाऱ्या जेफ्री यंगच्या मोहिमेत असेल, हे पप्पांना सांगायची ही वेळ नव्हती, हे जॉर्जने ओळखलं.

तृतीय श्रेणीत उत्तीर्ण झाल्याचं प्रगतिपत्रक हाती घेताना जॉर्जला फार लाजिरवाणं वाटलं. अर्थात गायला त्याचं फारसं वाटलं नाही. बेन्सनसरांनी मात्र त्याला समजावलं, की तो दुसऱ्या श्रेणीच्या खाली फारच कमी गुणांनी होता आणि त्यानं जर थोडा जोर लावला, तर तो नक्कीच दुसऱ्या श्रेणीत पास होईल, इतकंच नाही, त्यानं जर थोडा इतर गोष्टींचा मोह टाळला, तर तो प्रथम श्रेणीतही पास होऊ शकतो.

आता कुठल्या गोष्टींचा मोह बेन्सन सरांना अभिप्रेत होता, यावर जॉर्ज विचार करायला लागला. त्याची फॅबीयन सोसायटीचा सदस्य म्हणून निवड झाली होती आणि जॉर्ज बर्नार्ड शॉ आणि रॅम्सी मॅकडोनाल्ड यांच्याबरोबर त्यानं भोजनही केलं होतं. रोज सायंकाळी रुपर्ट ब्रुक, लायटॉन स्ट्रॅचरी, जॉफ्री, जॉन मायनार्ड कीन्स आणि का कॉक्स यांच्यासोबत तो असायचा आणि त्यांची संगत बेन्सन सरांना मान्य होती. त्यानं ब्रुकच्या नाटकात पोपची भूमिका वठवली होती. अर्थात, त्या मार्लोज डॉक्टर फाउस्टसमधली त्याची भूमिका बेताचीच वठली होती, हे स्वत: जॉर्जलाही मान्य होतं. त्यानं बोसवेलवर एक प्रबंध लिहायला घेतला होता आणि तो लवकरच प्रसिद्ध होईल, अशी त्याला आशा होती. पण त्या अल्पाईन क्लबमध्ये निवडून येण्याच्या तुलनेत हे नगण्य होय. आता ती प्रथम श्रेणी मिळवण्यासाठी, हे सगळं सोडायची खरंच गरज होती का?

१०

आपल्या दर्जाच्या गिर्यारोहकांबरोबर जॉर्जनं कधीच गिर्यारोहण केलेलं नव्हतं. जॉर्ज फिंचला भेटेपर्यंत ही वस्तुस्थिती होती.

मिचेलमासच्या सुट्टीत, केंब्रिजच्या माउण्टेनिअरिंग क्लबबरोबर तो पेन-इ-पासला जेफ्री यंगसह गिर्यारोहणाला गेला होता. रोज सकाळी यंग एका नवीन चमूची निवड करत असे. सोमरवेल आणि ओडेलविषयी आता जॉर्जला आदर वाटायला लागला होता. केवळ त्यांची संगत चांगली होती म्हणून नव्हे, तर ते त्याच्या बरोबरीने चढाई करत असत आणि अवघड वाटा चोखाळण्याची त्यांनापण हौस होती.

क्रीब घॉच, क्रीब - इ -ड्यासगल, स्नोडाऊन आणि लिवेड अशा अवघड जागांच्या कपारी चढण्या-उतरण्याचा सराव करण्यासाठी, त्याची जोडी फिंचबरोबर यंगनी जमवून दिली. स्नोडाऊनच्या घळीतून वरखाली करताना, त्यांना बऱ्याच वेळा तळव्यावर आणि गुडघ्यावर सरपटत जावं लागे. अशाही परिस्थितीत, इतर सगळ्यांना मागे टाकून पुढे जाईपर्यंत हा तरणाबांड ऑस्ट्रेलियन स्वस्थ बसत नसे.

"बाकीचे गिर्यारोहक मागे पडल्यावर मग स्पर्धेला काही अर्थच उरत नाही." जॉर्ज म्हणाला.

"नाही कशी; स्पर्धा असतेच..." आपला वेग कमी न करता फिंच म्हणाला. "ऑक्सफर्ड किंवा केंब्रिजमध्ये नसलेल्या फक्त दोघांनाच यंगने आल्प्सच्या मोहिमेवर बोलावलं आहे आणि त्यातली एक स्त्री आहे, हे तुला माहीत नाही का?"

"नाही, हे माझ्या लक्षातच नाही आलं," जॉर्जने कबुली दिली.

"मी जर सगळ्यांना मागे टाकत राहिलो, तरच कोण चांगला आहे, ते यंगना समजेल आणि तरच माझी आल्प्सच्या मोहिमेसाठी वर्णी लागण्याची शक्यता आहे."

"असं आहे का?" असं म्हणत जॉर्जनं त्याचा वेग वाढवला आणि वाटेतल्या पहिल्याच स्पर्धकाला मागे टाकलं.

स्नो हॉर्सशूला वळसा घालेपर्यंत, फिंच जॉर्जच्या बाजूला होता. डोंगरावरून खाली ते जवळपास धावतच उतरले, तेव्हा त्यांना धाप लागली होती. पेन-इ-पास हॉटेलच्या जवळ येताच, जॉर्जनं जाणीवपूर्वक आपला वेग कमी केला आणि फिंचला पुढे जाऊ दिलं.

"मॅलरी, तू उत्तम गिर्यारोहक आहेस, पण पुरेसा चांगला आहेस का?" जॉर्जनं मागवलेल्या दोन बिअर्सचा आस्वाद घेत फिंचनं विचारलं. ते दुसरी बिअर मागवत असताना, सोमरवेल आणि ओडेल त्यांना येऊन सामील झाले.

काही महिन्यांनंतर, परत कॉर्नवेलला दोघा प्रतिस्पर्ध्यांची चकमक झाली, पण या दोघांमधला सरस कोण, या प्रश्नाचं उत्तर देण्याची यंग नेहमीच टाळाटाळ करत असे, पण उन्हाळ्याच्या सुट्टीत इटालियन आल्प्सच्या उतारावर ते गेले, की यंगला माँ ब्लाँवर चढाई करण्यासाठीच्या सरावाला, कॉर्मायेर व्हॅलीला कोणाला न्यायचं, ते ठरवावं लागणार होतंच. वेल्स आणि कॉर्नवॉलला नियमितपणे जाणाऱ्या गिर्यारोहकांपैकी, एकाच्या संगतीत जॉर्जला राहायला आवडायचं. तिचं नाव होतं, कोटी सॅण्डर्स. ती एका श्रीमंत उद्योगपतीची मुलगी होती. आपल्या मुलींनी शिकावं, असं जर तिच्या आईला वाटत असतं, तर तिला केंब्रिजमध्ये नक्कीच प्रवेश मिळाला असता. सकाळच्या आरोहणाच्या वेळी गाय, जॉर्ज आणि कोटीबरोबर असत; पण दुपारच्या भोजनानंतर मात्र जॉर्जने सोमरवेल, ओडेल आणि यंगबरोबर अवघड सराव करावा, असा यंगचा आग्रह असे.

कोटीला सुंदर म्हणणं अवघड गेलं असतं, पण एखाद्या मुलीबरोबर जॉर्ज इतका क्वचितच रमला असेल. ती जेमतेम पाच फूट एक इंच होती. तिची शरीरयष्टी रेखीव असली; तरी जाणीवपूर्वक, ती शरीरयष्टी अघळपघळ कपड्यांत गुदमरून टाकत असे. तिचे कुरळे, तपकिरी केस आणि चेहऱ्यावरचे ठिपके यांमुळे ती एखाद्या मुलासारखी वाटत असे. अर्थात या सगळ्या गोष्टींमुळे जॉर्ज तिच्याकडे आकर्षित झाला नव्हता.

त्याचे वडील चर्चमध्ये प्रवचन देताना, आंतरिक सौंदर्याचा नेहमी उल्लेख करत असत आणि पहिल्या रांगेत बसलेला जॉर्ज, ते ऐकून नेहमीच टर उडवत असे; अर्थात हे सगळं कोटीला भेटायच्या आधी होतं. ती जॉर्जच्या सान्निध्यात असली, की तिच्या डोळ्यात एक प्रकारची चमक दिसे, पण ते जॉर्जच्या कधीच लक्षात आलं नव्हतं. 'तू जॉर्जच्या प्रेमात पडली आहेस का?' या गायनं विचारलेल्या प्रश्नाला तिनं फार चतुराईनं सरळ उत्तर दिलं, 'मला वाटतं सगळेच आहेत.'

गायनं तिचा विषय काढला, की जॉर्ज फक्त निखळ मैत्री असल्याचा दावा करत असे.

***

''तुझं जॉर्ज फिंचविषयी काय मत आहे?'' एका खडकावर दुपारचं जेवण घेत असताना तिनं जॉर्जला विचारलं.

''तू मला का विचारते आहेस?'' बटर पेपरमधून सँडविच बाहेर काढत जॉर्जनं विचारलं.

''माझ्या बाबांनी मला एकदा सांगितलं होतं, की फक्त राजकारण्यांनाच प्रश्नाचं उत्तर प्रश्नांनी देता येतं.''

जॉर्ज हसला. ''तो एक उत्तम गिर्यारोहक आहे हे निर्विवाद, पण त्याच्या बरोबर दिवस काढायचा म्हणजे जरा कठीणच आहे.''

''मला तर दहा मिनिटं पुरली,'' कोटी म्हणाली.

''तुला नक्की काय म्हणायचं आहे?'' जॉर्जनं आपला पाईप पेटवत तिला विचारलं.

''आम्ही दोघं सगळ्यांच्या नजरेबाहेर असल्याचं पाहून त्यानं माझं चुंबन घेण्याचा प्रयत्न केला.''

''कदाचित तो तुझ्यावर मरत असेल,'' जॉर्ज हसण्यावारी नेत म्हणाला.

''मला नाही तसं वाटत जॉर्ज. मी त्याला शोभेन अशी नाही,'' कोटी म्हणाली.

''पण ज्या अर्थी त्याने चुंबन घेण्याचा प्रयत्न केला, त्या अर्थी तू त्याला आकर्षक वाटली असली पाहिजेस.''

''तसं नाही, इथे पंधरा मैलांच्या परिघात मी एकटीच मुलगी आहे म्हणून.''

''पंधरा नाही तीस, लाडके,'' असं म्हणत त्यानं तिला हात देत उठवलं,

''आपले आदरणीय नेते इकडेच येत आहेत,'' असं म्हणत त्यानं हातातला पाईप झटकला.

खडकाच्या आधारानं, लिवेडच्या उतारावरून खाली न जाता दुसऱ्या सोप्या मार्गानं खाली जाण्याच्या यंग यांच्या निर्णयामुळे जॉर्ज हिरमुसला झाला. तो खाली पोहचत असताना आपला पाईप तिथेच खडकावर राहिल्याचं त्याच्या लक्षात आलं आणि तो स्वतःवरच चिडला. आता परत वर जाऊन तो आणण्याशिवाय गत्यंतर नव्हतं. कोटीनं त्याच्याबरोबर येण्याची तयारी दाखवली. ते त्या प्रचंड शिळेच्या पायथ्याशी गेले, तेव्हा जॉर्जनं तिला खालीच थांबायची विनंती केली. सबंध वळसा घालून जाण्यापेक्षा, तो सरळ खडकावरून चढायला लागला.

कोटी आ वासून पाहतच राहिली. जॉर्जच्या हालचालींत भीतीचा लवलेश

नव्हता. वर चढल्यावर त्याने पाईप हातात घेत खिशात टाकला आणि सरळ आल्या मार्गानं खाली आला.

रात्री जेवताना कोटीनं सगळ्यांना जॉर्जची कमाल सांगितली त्यांच्या चेहऱ्यावरच्या हावभावांवरून, कोणाचा विश्वास त्या बातमीवर बसल्यासारखा वाटला नाही. जॉर्ज फिंच तर जोरात हसला आणि यंगच्या कानात म्हणाला, ''तिला वाटतंय, की हा सर गालाहाड आहे.''

यंग मात्र हसले नाहीत. रॉयल जिओग्राफिकल सोसायटीलाही जी मोहीम अशक्य वाटत होती, त्यासाठी जॉर्ज मॅलरी लायक उमेदवार असू शकतो, असा विचार ते करत होते.

***

उन्हाळ्याच्या सुट्टीत, इटालियन आल्प्सवरच्या चढाईसाठी यंगनं सात गिर्यारोहकांना आमंत्रणाची पत्रं पाठवली. काउर्मायुरच्या बाजूने माँ ब्लाँवर चढाई करणाऱ्या दोघांची नावं आपण आत्ताच जाहीर करणार नसल्याचं त्यांनी सांगितलं. तिथल्या खडतर वातावरणाशी कोण किती लवकर जुळवून घेतो, यावर अंतिम निर्णय ठरेल.

गाय बुलॉक आणि कोटी सॅण्डर्स यांना आमंत्रणं गेली नव्हती. त्यांच्या उपस्थितीमुळे जॉर्जचं लक्ष भरकटेल असं यंगना वाटलं.

''तुम्ही जेव्हा वेल्समध्ये असता तेव्हा तुमचं लक्ष भरकटलं तरी चालेल, पण काउर्मायुरला नाही. कारण तेव्हा तुम्ही युरोपातले खडतर चढ चढून जाण्याचा प्रयत्न करत असता.''

११

शनिवार : १४ जुलै, १९०६

ढापलेल्या वस्तू खाकेला मारून, रात्रीच्या अंधारात ते दोघं हॉटेलातून गपचूप बाहेर निसटले. अंधारा रस्ता पार करून, ते जंगलात दिसेनासे झाले. रात्रीच्या भोजनासाठी तयार होताना, त्यांच्या सहकाऱ्यांना ते जागेवर नसल्याचे लक्षात आलं असतं, याची त्यांना खात्री होती.

पहिले काही दिवस मनासारखे गेले. त्यांनी शुक्रवारी जेव्हा काउर्मायुरला तंबू ठोकला, तेव्हा गियारोहणासाठी हवामान आदर्श होतं. पुढच्या एका आठवड्यात, एगीय द्यु शार्दोने, ग्रेपाँ आणि मूदी 'खिशात टाकल्यावर'- यंगचा आवडता वाक्प्रयोग- ते आता अंतिम चढाईसाठी सज्ज झाले होते- अर्थात हवामान जर योग्य असेल तरच.

***

हॉटेलातल्या पुरातन घड्याळाने सायंकाळचे सात वाजले असल्याची दवंडी पिटली. cumcच्या चेअरमननं ग्लासच्या कडेला चमचा वाजवून, सभेला सुरुवात होत असल्याची घोषणा केली, तेव्हा टेबलावर बसलेले सगळे सावधपणे गप्प बसले.

"विषय पत्रिकेवरचा विषय क्रमांक एक," हातातली विषयपत्रिका पाहत जेफ्री यंग म्हणाले. "नवीन सभासदाची निवड. मि. जॉर्ज ली मॅलरी यांचं नाव मि. सोमरवेल यांनी सुचवलेले असून, त्याला मि. ओडेल यांनी दुजोरा दिलेला आहे. या ठरावाच्या बाजूनं किती आहेत?" त्यांनी मान वर करत विचारलं. पाच हात वर झाले. "एकमतानं मंजूर," असं यंग यांनी जाहीर करताच, टाळ्यांचा कडकडाट झाला. असा प्रकार यापूर्वी घडल्याचं त्यांना आठवत नव्हतं. "...तेव्हा मि. जॉर्ज

ली मॅलरी आता cumcचे सन्माननीय सभासद झाले आहेत, असं मी जाहीर करतो.''

''त्याला शोधून कोणीतरी ही बातमी दिली पाहिजे,'' ओडेल म्हणाला.

''तुम्हाला जर मॅलरीला शोधायचं असेल, तर मग पायात चढाईसाठीचे बूट घालून जा,'' यंग म्हणाले.

''मला माहीत आहे, की तो केंब्रिजचा नाही...'' सोमरवेल म्हणाला, ''पण त्या जॉर्ज फिंचला आपण मानद सदस्य करून घ्यावं, असं मी सुचवतो. तसा तो उत्तम गिर्यारोहक आहे.'' सोमरवेल म्हणाले.

या प्रस्तावाला कोणाचाच दुजोरा देण्याचा इरादा दिसला नाही.

***

जॉर्जनं लहानसा प्रायमस स्टोव्ह हातात धरून तो आगकाडीनं पेटवला. तंबूत समोरासमोर बसलेले दोघं पायाची घडी घालून बसले होते. स्टोव्हवरचं पाणी गरम होईपर्यंत, ते हात चोळून गरम करत बसले. तुम्ही जेव्हा उंचावर असता तेव्हा पाणी गरम व्हायला जरा जास्तच वेळ लागतो. जॉर्जने दोन मग खाली ठेवले. फिंचनं केण्डल मिण्ट केकचं पाकीट उघडलं आणि त्याचे दोन तुकडे करत एक आपल्या जोडीदाराला दिला.

आदल्या दिवशी ते दोघं माँ मूदीवर उभे राहून आपल्या वर केवळ २००० फुटांवर असणाऱ्या माँ ब्लाँकडे, काहीशा हेव्यानं पाहत होते. 'उद्या आपण त्याच्यावर पोहचलेले असू का?' अशी शंका त्यांना भेडसावत होती.

जॉर्जनं हातातल्या घड्याळात पाहिलं. सायंकाळचे ७:३५ झाले होते. जेफ्री यंग आता सगळ्यांना, उद्याच्या कार्यक्रमाची रूपरेषा आणि अंतिम चढाईसाठी त्याचा साथीदार कोण असेल, याविषयी माहिती देत असेल. आता पाणी उकळायला लागलं होतं.

***

''गिर्यारोहणाच्या दृष्टीनं हा आठवडा फार संस्मरणीय ठरला,'' यंगनं बोलायला सुरुवात केली. ''मी पुढे जाऊन असंही म्हणेन, की हा आठवडा माझ्या कारकिर्दीतला सर्वांत अविस्मरणीय होता आणि म्हणूनच उद्या माझ्याबरोबर शिखरावर कोण चढाई करणार, हे ठरवणं फारच अवघड होऊन बसलं आहे. मला कल्पना आहे, की गेली कित्येक वर्षं तुम्ही या संधीची वाट पाहत होतात, पण नाइलाजानं तुमच्यापैकी एक सोडला, तर बाकीच्यांच्या पदरी निराशाच येणार आहे. तुम्हाला हे चांगलंच माहीत आहे, की माँ ब्लाँवर चढाई करणं, हे अनुभवी गिर्यारोहकांसाठी फार अवघड नाही;

अर्थात त्यांनी काउर्मायुरच्या वाटेनं जाण्याचा हट्ट धरला नाही तर!''

''उद्याच्या मोहिमेत पाच जण भाग घेतील. मी, सोमरवेल, ओडेल, मॅलरी आणि फिंच. आम्ही सकाळी चार वाजता मोहिमेची सुरुवात करू आणि १५,४००फुटांवर जाऊ. तिथे दोन तास विश्रांती घेऊ. जर हवामान अनुकूल असलं, तर तीन जण अंतिम चढाईला सुरुवात करतील. ओडेल आणि सोमरवेल परत खाली १३,४०० फुटांवर येतील आणि तिथे सोमरवेल वरून येणाऱ्या लोकांची वाट पाहील.''

''विजयश्रीची माळ गळ्यात घालून खाली आलेले,'' सोमरवेल मोठ्या दिलानं म्हणाला. अर्थात त्याची आणि ओडेलची अंतिम चढाईसाठी निवड न झाल्याचा विषाद त्यांच्या चेहऱ्यावर स्पष्ट दिसत होता

''आपण सगळेच अशी आशा करू या. मला चांगलीच कल्पना आहे, की तुमच्यापैकी काही फार निराश झाले असतील, पण एक लक्षात ठेवा, चांगलं पाठबळ देणारा चमू जर मागे नसला, तर आघाडीच्या लोकांना चढाई करणं फार अवघड जातं. जर शिखर पादाक्रांत करायचं असेल, तर प्रत्येकाला आपापलं काम चोख करायला हवं. समजा उद्याची चढाई काही कारणानं यशस्वी झाली नाही; तर मग मी सोमरवेल आणि ओडेलला, पुढच्या वेळी बरोबर घेऊन जाईन.'' त्या दोघांच्या चेहऱ्यावर किंचितसं हसू उमटलं, जणू काही त्यांनी ऑलंपिक्समध्ये रौप्य पदक मिळवलं होतं. ''आता मी शेवटच्या चढाईसाठी कोणाची निवड केली आहे, हेच फक्त बाकी राहिलेलं आहे.''

***

जॉर्जनं हातमोजा काढला आणि बोव्हरीलच्या बाटलीचं झाकण फिरवलं आणि त्यामध्ये असलेला एक चमचा जाड तपकिरी पदार्थ मगमध्ये टाकला. फिंचनं त्यात गरम पाणी टाकलं आणि नीट ढवळून जॉर्जच्या हातात त्याचा मग दिला. जॉर्जनं केण्डल मिण्ट केकचं दुसरं पाकीट उघडलं. त्याचे दोन तुकडे करून, मोठा तुकडा फिंचला दिला. हे स्वादिष्ट भोजन संपेपर्यंत, कोणीच काही बोललं नाही.

शेवटी जॉर्जनेच शांततेचा भंग करत विचारलं, ''यंग कोणाची निवड करतील, काही सांगता येत नाही.''

''तुझी निवड नक्कीच आहे,'' गरम मगभोवती हाताचे तळवे फिरवत फिंच म्हणाला. ''उरलेल्या एका जागेसाठी, सोमरवेल, ओडेल आणि माझ्यातून कोणाची निवड तो करतो ते बघायचं. त्यानं जर उत्तम माणूस निवडायचा ठरवला, तर मग माझीच निवड करायला हवी.''

''पण तो अर्थातच चांगल्या माणसाची निवड करेल.''

“मी ऑक्सफर्ड किंवा केंब्रिजचा नाही ना,” खास इंग्रजी धाटणीचं बोलत फिंच म्हणाला.

“यंग काही तसला विचार करणारे नाहीत, ते नेहमी चांगल्या उमेदवाराची निवड करतात.”

“आपण तो निर्णय आधीच बदलू शकतो,” फिंच हसत म्हणाला.

जॉर्ज जरा गोंधळल्यासारखा वाटला, “तुझ्या मनात, नक्की काय आहे?”

“आपण उद्या सकाळीच शिखरावर जाऊन बसायचं आणि मग कोण आपल्या बरोबर येतंय, त्याची वाट बघत बसायचं.”

“त्या विजयाची फार मोठी किंमत चुकवावी लागेल,” आपल्या हातातला मग खाली करत जॉर्ज म्हणाला.

“हे बघ, शेवटी विजय हा विजय असतो. कोणाही ध्येयवेड्या झपाटलेल्याला विचारून बघ. कितीही नुकसान झालं, तरी शेवटी विजय हा विजयच असतो.”

जॉर्ज आपल्या झोपण्याच्या पिशवीत शिरला. फिंच बाहेर लघुकार्याला गेला. चांदण्याच्या प्रकाशात माँ ब्लाँ शिखर चमकत होतं. 'आपण एकट्यानंच वर का चढून जाऊ नये,' असा विचार त्याच्या मनाला चाटून गेला. तो परत रांगत तंबूत आला, तेव्हा जॉर्ज गाढ झोपला होता.

***

“मी सगळीकडे शोधलं, पण कुठेच त्यांचा पत्ता नाही,” रात्रीच्या भोजनाच्या वेळी सगळे जमले तेव्हा ओडेल म्हणाला. “उद्या महत्त्वाची मोहीम असल्यामुळे, ते विश्रांती घेत असावेत,” समोरच्या गरम सूपचा आस्वाद घेत यंग म्हणाला. “उणे वीस अंश तापमानात झोप लागणं अवघड असतं. उद्याच्या कार्यक्रमात मी थोडासा बदल करतो आहे.” टेबलावरचे सगळे खाण्याचं विसरून यंग काय म्हणतो, ते ऐकायला लागले. “ओडेल आणि सोमरवेल, उद्या माझ्याबरोबर हेरफोर्ड असेल.”

“मग त्या मॅलरी आणि फिंचचं काय?”

“मला वाटतं, ते दोघं ग्राँ मूलेला आपली वाट बघत थांबले असतील.”

१२

यंग आणि त्यांचे इतर लोक वर चढून ग्राँ मूलेला येईपर्यंत, जॉर्ज आणि फिंचचं दुपारचं जेवण झालेलं होतं. त्यांच्या या आगाऊपणावर यंगची काय प्रतिक्रिया होती हे समजेपर्यंत ते दोघं काहीच बोलले नाहीत.

"तुम्ही वर जाण्याचा प्रयत्न केला आहे का?'' यंगने विचारलं. "मला जायचं होतं, पण मॅलरीने मला थोपवलं.'' फिंच म्हणाला.

"मॅलरी मोठा धूर्त आहे,'' खिशातून एक नकाशा काढत यंग म्हणाला. समोरच्या टेबलावर नकाशा उलगडून त्यानं पसरला. शेवटच्या २,२०० फुटांच्या चढाईत काय करायला लागेल, याची साद्यंत माहिती यंग देत असताना, जॉर्ज आणि फिंच लक्षपूर्वक ऐकत होते.

"मी आजवर सात वेळा या बाजूने चढाईचा प्रयत्न केला आहे आणि जर आज यशस्वी झालो, तर ती तिसरी वेळ असेल. याचाच अर्थ यशापयशाची समसमान संधी आहे. यंगनं नकाशाची परत घडी केली आणि पाठीवरच्या बॅगेत टाकली. यंगनं सोमरवेल, ओडेल आणि हेरफोर्ड यांच्याशी हस्तांदोलन केलं आणि म्हणाले, "तुमचे मी आभार मानतो. आम्ही पाच ते साडेपाचच्या दरम्यान खाली येऊन तुम्हाला भेटण्याचा प्रयत्न करू. त्या सुमारास अर्ल ग्रेचा गरम कप तयार असेल, असं बघा. जास्त उशिरा परत येणं आम्हालाच परवडायचं नाही,'' असं म्हणत त्यांनी आपल्या दोन्ही शिलेदारांकडे आणि त्या उत्तुंग शिखराकडे नजर टाकली. पुढल्या एक तासात ते एका अरुंद कपारीच्या कडेनं वर चढत राहिले. आता ते शिखरापासून १००० फुटांच्या आसपास होते. आत्तापर्यंतचा प्रवास सरळ साधा असल्यामुळे, या शिखराचा इतका बाऊ का करतात, असा प्रश्न जॉर्जच्या मनात आला, पण बार्न डोअरपाशी जाताच त्याचं उत्तरही लगेचच मिळालं. दोन्ही बाजूंना

खडक आणि मध्ये बर्फाचा कडा अशी या बार्नची रचना होती. हे ओलांडून, पलीकडच्या बाजूने एक सोपा मार्ग वरती जाणारा होता, पण यंगच्या भाषेत 'तो बायका पोरांसाठी' होता.

बार्नच्या पायथ्याशी बसून यंगनं परत एकदा नकाशा पाहिला. ''आपण गेले काही आठवडे का सराव करण्यात घालवले, ते आता तुमच्या लक्षात येईल.''

बार्न डोअरवरून जॉर्जची नजर हटत नव्हती. खडकांमध्ये कुठे भेगा दिसतात का किंवा आधीच्या गिर्यारोहकांच्या पायाचे ठसे दिसतात का, ते जॉर्ज लक्षपूर्वक पाहत होता. एका अशाच खळग्यात त्यानं सहजच पाऊल ठेवलं.

''नाही,'' मागून यंगचा हुकमी आवाज आला. ''कदाचित पुढच्या वर्षी.''

त्या अवाढव्य दिसणाऱ्या शिखराकडे यंगनं वाटचाल सुरू केली. मध्येच तो दिसेनासा होत होता, पण मग थोड्याच वेळात दिसायला लागे. तिघांच्या कमरेला बांधलेला दोरखंड, हा त्यांच्या मधला नाळेसारखा एकमेव दुवा होता. एकानं जरी काही चूक केली, तरी सगळे खाली कोलमडतील, याची त्यांना कल्पना होती.

फिंचनं वरती पाहिलं, तेव्हा यंगचा तर पत्ताच नव्हता आणि जॉर्जच्या खिळे लावलेल्या अवजड बुटाचे तळवे, त्याला वळणावर दिसले आणि नाहीसे झाले. एक एक इंच आणि एक एक फूट करत ते दोघं यंगच्या मागे चालले होते. एक जरी चूक झाली, तरी हा बार्न आपल्या अंगावर कोसळेल आणि एका अज्ञात समाधीखाली आपण गाडले जाऊ, याची त्यांना कल्पना होती.

हळू हळू... एक एक पाऊल...

***

खाली ग्रॉं मूलेला पावाचा तुकडा ओडेल शेकोटीवर भाजत होता आणि हेरफोर्ड चहासाठी पाणी गरम करत होता.

''एव्हाना ते किती लांब गेले असतील, काही समजतच नाही.''

''त्या बार्न डोअरची गुरुकिल्ली सापडणं, हीच खरी मेख आहे,'' सोमरवेल म्हणाला.

''मी आता परत हॉटेलवर जातो आणि तिथल्या दुर्बिणीतून त्यांना बघतो. ते तुम्हाला येऊन भेटताच, मी रात्रीच्या जेवणाची तयारी करायला त्यांना सांगतो.''

''बरोबर शँपेनची बाटलीही सांग,'' सोमरवेलनं सुचवलं.

बार्न डोअरवरून यंग खाली वाकला आणि मागून येणाऱ्या दोघांचा मागोवा घेऊ लागला, अर्थात त्याला फार वेळ ताटकळायला लागलं नाही. दोन्ही जॉर्ज त्याला येऊन मिळाले होते. सुरुवातीचा काही वेळ कोणीच काही बोललं नाही. अर्थात आपली दमछाक झालेली होती, हेसुद्धा कोणी लपवलं नाही. फिंचनेसुद्धा

आपण दमलो असल्याची कबुली दिली. आता फक्त ८०० फूट उंचावर माँ ब्लाँ शिखर खुणावत होतं.

"फक्त ८०० फुटांचाच विचार करू नकोस," यंग म्हणाला, "ते दोन मैलांइतकं लांब आहे, असं समज. यापुढे प्रत्येक पाऊल टाकशील, ते जास्तीतजास्त विरळ हवेत टाकलं जाणार आहे. त्या बाईला आता जास्त वाट पाहायला लावू नकोस," वरती शिखराकडे पाहत यंग म्हणाला.

यापुढे असलेला खडकाळ चढ हा बर्फाच्यापेक्षा सोपा असला, तरी तोही फार खडतरच होता; बर्फाच्या पातळ थराच्या खाली असलेल्या कपारी, निसरडे दगड, वेडेवाकडे सुळके, हे केव्हाही त्यांना मरणाच्या दारात घेऊन गेले असते. शिखर आता कमालीचं जवळ असल्यासारखं वाटत होतं; पण ही महामाया लांबूनच चिडवत होती. अखेरीस दोन तासांच्या अथक प्रयत्नांनंतर, यंगने शिखरावर आपलं पाऊल ठेवलं.

मॅलरीने जेव्हा शिखरावरून प्रथमच सभोवतालचं रमणीय दृश्य बघितलं, तेव्हा त्याच्या तोंडातून शब्दच फुटत नव्हता.

"अति सुंदर!" शेवटी तो कसाबसा बोलला. मोंत ब्लाँच्या सभोवताली पसरलेली असंख्य लहानमोठी शिखरं पाहत असताना, मॅलरी स्वत:लाही विसरला होता.

"गिर्यारोहणात ही एक मोठी विचित्र बाब म्हणावी लागेल," यंग म्हणाला, "की त्याचा सराव आणि सुधारणा करण्यात लोक असंख्य तास घालवतात. प्रत्यक्ष शिखर पादाक्रांत करण्यासाठी, सुरुवातीला काही दिवस अथवा आठवडे खर्च करतात, मात्र प्रत्यक्ष शिखरावर पोहचले, की आपल्यासोबत असलेल्या एक अथवा दोन गिर्यारोहकांबरोबर, फक्त काही वेळच ते तिथला आनंद लुटतात आणि तेव्हा परत एखादं, याच्याहूनही उंच शिखर गाठण्याची इच्छा, हा एकच समान दुवा त्यांच्यात असतो."

मॅलरीनं मान डोलवून या वाक्याला दाद दिली, तर फिंच काहीच बोलला नाही.

"सद्‌गृहस्थांनो, आपण खाली जाण्याच्या आधी मला एक गोष्ट करायची आहे," असं म्हणत, यंगने खिशातून सोन्याचं एक पौंडाचं नाणं बाहेर काढलं. खाली वाकून, पायापाशी असलेल्या बर्फामध्ये त्यानं ते खोचलं. मॅलरी आणि फिंचने, तो छोटासा विधी उत्सुकतेनं काहीही न बोलता पाहिला.

"आदरणीय राणीसाहेबांना, इंग्लंडच्या राजानं सदिच्छा भेट पाठवलेली आहे," यंग म्हणाला, "आणि आम्ही आशा करतो, की त्याच्या प्रजाजनांना, सुखरूप खाली पोहचण्यास, तुम्ही मदत कराल," एखाद्या व्यक्तीपुढे बोलावं, तसा यंग गंभीरपणे, त्या शिखराकडे पाहत बोलला.

***

चारच्या सुमारास, ओडेल हॉटेलात पोहचला. बाहेर व्हरांड्यात दुर्बीण घेऊन बसण्यापूर्वी, त्यानं गरम फ्रुटपंचची मोठी बाटली मागवली. भलीमोठी दुर्बीणपण त्याने पर्वताच्या दिशेनं रोखली. सुरुवातीला त्याला जंगलात पळणारा एक ससा दिसला, तेव्हा त्यानं आणखीन वर वर दुर्बीण केली. अर्थात, गिर्यारोहण करणारे आपले तीन सोबती, त्याला इतक्या लांबून एखाद्या मुंगीसारखेच दिसले असते, तेव्हा त्यांचा शोध घेणं व्यर्थ होतं, हे त्याला कळून चुकलं.

ओडेलनं मग ग्राँ मूलेपाशी असलेल्या छोट्याशा लाकडी झोपडीकडे, आपली दुर्बीण वळवली. त्याला झोपडीच्या बाहेर दोन व्यक्ती उभ्या असल्यासारख्या दिसल्या, पण त्यांपैकी सोमरवेल कोणता आणि हेरफोर्ड कोणता, हे मात्र समजत नव्हतं. पांढराशुभ्र कोट घातलेला वेटर आला आणि त्यानं गरमागरम फ्रुटपंचचा ग्लास भरला. ओडेलनं ग्लास हातात घेतला आणि आपल्या तहानेल्या घशाखाली वाफाळलेल्या पंचचा घोट सोडला. त्या बार्न डोअरचं बंधन झुगारून, माँ ब्लाँवर उभं राहण्यात काय आनंद असेल, त्याची स्वप्नं तो रंगवायला लागला.

स्वत:ला सावरत तो परत दुर्बिणीकडे वळाला. अर्थात पाच वाजायच्या आधी ग्राँ मूलेपाशी काही हालचाल दिसेल, अशी त्यानं आशाच केली नव्हती. यंग तसा नावाजलेला प्रशिक्षक होता. त्यामुळे तो वेळेवर इतर दोघांना घेऊन येणार, याची खात्रीच होती. एकदा का त्याला ती मंडळी दिसली, की मग तो ती शँम्पेनची बाटली बर्फात ठेवून, सगळे परत आले की त्यांच्याबरोबर तिचा आस्वाद घेणार होता. कोपऱ्यातल्या जुन्या जमान्यातल्या घड्याळानं एक टोला दिला. 'चला साडेचार झाले,' ओडेल पुटपुटला. समजा ती मंडळी वेळेच्या आधीच खाली आली असली तर... असा विचार करून त्याने दुर्बीण ग्राँ मूलेकडे वळवली, पण तिथे काहीच हालचाल नव्हती. वरच्या बाजूने खाली उतरणाऱ्या लोकांचे तीन ठिपके तरी दिसतात का, ते पाहण्यासाठी त्याने दुर्बीण वरच्या दिशेनं रोखली.

"अरे देवा! हे काय?" वेटर ग्लास भरत असताना तो किंचाळला.

"काही गडबड झाली का?" वेटरनं विचारलं.

"बर्फाचा कडा कोसळतो आहे," ओडेल अस्वस्थपणे म्हणाला.

१३

आपल्या दिशेनं मागून काहीतरी कोसळत असल्यासारखा आवाज जॉर्जने ऐकला, पण मागे वळून बघण्याइतका वेळही त्याच्यापाशी नव्हता.

बर्फाचा प्रवाह त्याच्या अंगावर धडकला होता आणि त्यानं आजूबाजूचा परिसर उद्ध्वस्त केला होता. आपले पाय खंबीरपणे रोखत, त्यानं ताठ उभं राहण्याचा प्रयत्न केला. पोहत असताना जसे हात मारतो, तशी क्रिया करत त्यानं तोंडासमोरचा बर्फ बाजूला करण्याचा प्रयत्न केला, कारण त्यामुळे पोकळी निर्माण होऊन श्वासोच्छ्वास करणं शक्य झालं असतं, पण जेव्हा दुसरी लाट येऊन धडकली, तेव्हा मात्र आपण नक्कीच मरणार, असं त्याला वाटलं. मागोमाग तिसरी आणि चौथी लाट आली, तेव्हा तो खाली फेकला गेला.

खाली पडताना, त्याच्या डोक्यात आईचा विचार आला. तिला नेहमीच या प्रसंगाची भीती वाटत असे. वडिलांची आठवण आली, पण त्यानं कधीच हे बोलून दाखवलं नाही. शेवटी भाऊ-बहीण आठवले, आता ते त्याच्यापेक्षा जास्त जगणार होते. अचानक तो थांबला. काही काळ तो तसाच स्वस्थ पडून राहिला आणि त्यानं आपण खरंच जिवंत असल्याची खात्री करून घेतली. आता त्यानं सभोवतालचा प्रदेश न्याहाळला. तो एका बर्फाळ गुहेतल्या खड्ड्यात पडलेला होता. इतर वेळ असती, तर तो तिथल्या सौंदर्याची तारीफ करत बसला असता पण आपत्कालीन परिस्थितीत करावयाच्या उपायांच्या पुस्तिकेनुसार, आपण पडलेल्या जागेपासून वरची आणि खालची दिशा कोणती, हे प्रथम शोधून काढा, म्हणजे योग्य दिशेनं प्रवास चालू करता येईल. तो असलेल्या जागेच्या वर तीस ते चाळीस फुटांवर, एक धूसर प्रकाशाचा झोत, त्याला दिसला.

आता त्याच पुस्तिकेत पुढे असंही सुचवलं होतं, की उठून उभं राहण्यापूर्वी,

आपले सर्व अवयव धडधाकट आहेत, याची खात्री करून घ्या. त्यानं उजव्या हाताची चार बोटं आणि अंगठा हलवून पाहिला, सर्व शाबूत होते. डावा हात फारच गार पडला होता, पण निदान हालचाल करत होता. नंतर त्यानं उजवा पाय सरळ केला आणि जमिनीपासून वर उचलला. चला, एक पाय शाबूत होता. नंतर डावा पाय उचलला - दोन्ही पाय सेवेस उपलब्ध होते. बाजूला हात रोवून त्यानं हलकेच उठायचा प्रयत्न केला, अगदी हलके. त्याच्या हाताची बोटं एव्हाना गार पडायला लागली होती. त्यानं हातमोजे कुठे दिसतात का ते पाहिलं. ते बहुतेक, तो खाली कोसळला, तेव्हा निघाले असावेत.

गुहेच्या आतल्या बाजूनं बर्फाचे सुळके तयार झालेले होते आणि गुहा चढून वर जाण्यासाठी, त्यांचा पायऱ्यांसारखा उपयोग होऊ शकला असता. त्याच्या मनात त्या सुळक्यांच्या बळकटपणाविषयी शंका आली, म्हणून त्यानं पायातल्या बुटाने एका सुळक्याला लाथ मारली, पण काही ढिम्म परिणाम झाला नाही. इतका मोठा सुळका तयार व्हायला, निदान शंभराहून जास्त वर्षं लागली असावीत. त्यामुळे त्याच्यावर फारसा परिणाम होणं शक्य नव्हतं. जॉर्जचा आत्मविश्वास आता वाढला होता. अर्थात तरीही तो उगाचच घाईघाईनं कुठलीच कृती करून संकट ओढवून घेणार नव्हता. त्यानं थोडा वेळ निरीक्षण करून, आपला गुहा चढून वरती जाण्याचा मार्ग निश्चित केला. शेवटी पलीकडच्या बाजूनं जाणंच योग्य होतं, असा बेत पक्का झाला, तेव्हा तो रांगत रांगत त्या बाजूला गेला. सर्वांत खालच्या सुळक्याला त्यानं हात लावला, तेव्हा त्यानं देवाचे नाव घेतलं, अर्थात तुम्ही जेव्हा संकटात असता, तेव्हा देवावर विश्वास ठेवणंच गरजेचं असतं.

त्यानं जमिनीपासून थोड्या उंचीवर असलेल्या सुळक्यावर पाय ठेवला आणि हातानं वरचा सुळका धरत वर जायला लागला. हातमोजे हातात नसल्यामुळे, त्याच्या हाताची बोटं आता थिजून गार पडली होती. पहिल्या सुळक्यावर आपलं पूर्ण वजन टाकून, त्याने एकंदरीत अंदाज घेतला. इथून पडला असता, तर फारसा धोका नव्हता. आता त्याचा आत्मविश्वास वाढला आणि तो वर चढायला लागला. आता तो स्वर्गातल्या पऱ्यांना भेटणार का जमिनीवरच्या माणसांना, ते ठरणार होतं.

सुमारे अर्ध्याहून अधिक चढून गेल्यावर, त्याला पुरेसा आत्मविश्वास वाटत असतानाच, त्यानं धरलेला सुळका तुटून हातात आला आणि जमिनीपासून तीस एक फुटांवर तो एका हातावर लोंबकळायला लागला. गुहेतल्या उणे चाळीस तापमानातही त्याला घाम फुटला. त्यानं स्वत:ला मागे पुढे झोका दिला आणि शेवटी एक पाय कडेला रोवला. नंतर जरासा आधार मिळताच दुसरा पायही टेकवला. त्याच्या हाताची त्वचा आता बर्फाला चिकटायला लागली होती आणि अंगातली ताकद जात चालली होती. त्यानं वरचा एक सुळका धरला. आता

आणखीन तीन सुळके धरून वर गेला, की तो गुहेच्या बाहेर पडणार होता. सावधपणे तो वर चढत गेला आणि गुहेच्या तोंडाशी साठलेल्या बर्फाला हाताच्या गुद्यांनी फोडत, त्यानं त्या खिंडारातून आपलं डोकं बाहेर काढलं. आता जास्त वेळ घालवून चालणार नव्हतं, कारण सूर्य मावळायला लागला होता.

डोकं बाहेर काढल्यावर त्यानं एका जागेवर असलेला भुसभुशीत बर्फ हातानं बाजूला केला, तेव्हा त्याच्या खाली असलेला खडक बाहेर दिसायला लागला. त्या खडकाच्या कडेला धरत, अंगामध्ये उरलेला सगळा जोर एकवटून जॉर्ज वर चढला. मात्र गुहेच्या बाहेर पडल्यावर उभं न राहता, तो रांगतच काही अंतर गुहेच्या तोंडापासून लांब गेला. आपण जर उभे राहिलो, तर परत पाय घसरून मागे जात त्या गुहेत पडू, अशी त्याला भीती वाटत होती.

नेमका याच वेळी त्याला '*वॉल्टझींग मटिल्डा*' हे गाणं गुणगुणल्याचे स्वर ऐकू आले. हे गाणं कोण म्हणत असावं, हे सांगायला ज्योतिषाची गरज नव्हती. आपले हातपाय दुखत असतानाही जॉर्जनं त्या आवाजाच्या दिशेनं सरकत जाणं चालू ठेवलं. शेवटी तो ताठ बसून या गाण्याची पहिली ओळ गुणगुणत असलेल्या फिंचपाशी पोहचला. त्याला याच्या पुढचं गाणं येत नव्हतं, हे उघडच होतं.

"कोण? जॉर्ज का?" सभोवार पडणाऱ्या बर्फातून फिंचचा आवाज आला.

आज प्रथमच फिंचनं जॉर्जला एकेरी नावानं हाक मारली होती.

"हो, मीच आहे," जॉर्जनं ओरडून सांगितलं. "तू कसा आहेस जॉर्ज?"

"माझा एक पाय मोडला आहे आणि डाव्या पायाची बोटं गारठली आहेत. इतकं सोडलं तर मी मजेत आहे. तू कसा आहेस?"

"इतकं छान कधीच वाटलं नव्हतं, मित्रा," जॉर्ज म्हणाला.

"साली इंग्रजी भाषा," फिंच म्हणाला. "तू जर माझा टॉर्च शोधलास, तरच आपल्याला इथून सुखरूपपणे जाता येईल."

"कुठे शोधू?"

"शेवटचं मला आठवतंय, त्याप्रमाणे तो वरती कुठेतरी होता."

जॉर्ज एखाद्या बाळासारखा हाता-पायावर रांगत निघाला.

त्याचा धीर खचत चालला होता, पण त्याला एक काळी वस्तू दहा फुटांवर बर्फातून डोकावताना दिसली. तो आनंदानं ओरडला, पण दुसऱ्याच क्षणाला त्यानं शिवी हसडली. तो फिंचचा दुसरा बूट होता. त्यानं टॉर्च शोधण्याचे प्रयत्न चालूच ठेवले. शेवटी एक काळी दांडी बर्फातून बाहेर पडलेली त्याला दिसली. उत्साहाच्या भरात ती त्यानं ओढली. तो टॉर्च होता, असं पाहून त्याला आनंद झाला. परत एकदा देवाचं नाव घेऊन त्यानं त्याचं बटण दाबलं. त्या धूसर वातावरणात प्रकाशाचा झोत पसरला. त्यानं देवाचे आभार मानले आणि परत खाली फिंचच्या

दिशेनं निघाला.

जॉर्ज फिंचपाशी गेला, तेव्हा त्या दोघांना कण्हण्याचा आवाज ऐकू आला. ''हा बहुतेक यंगचा आवाज वाटतो आहे. जा, त्याला काही मदत करता आली तर बघ, पण आधी कृपा करून सूर्यास्तापर्यंत तो टॉर्च बंद कर, नाहीतर बॅटऱ्या खलास होतील. ओडेलनी जर आपल्याला पाहिलं असेल, तर एव्हाना शोधपथक निघालं असेल, पण त्यांना इथे पोहचायला भरपूर वेळ लागेल.''

जॉर्जनं टॉर्च मालवला आणि कण्हण्याच्या दिशेनं रांगायला लागला. बर्फामध्ये निपचित पडलेल्या देहापाशी पोहचायला, त्याला काही वेळ लागला. त्या व्यक्तीचा डावा पाय उजव्या पायाखाली दुमडलेला होता.

''*वॉल्टझींग मटिल्डा, वाल्टझींग मटिल्डा, हू विल कम अ-वॉल्टझींग मटिल्डा...!*''

जॉर्जनं यंगच्या तोंडासमोरचा बर्फ बाजूला केला, पण त्याला अजिबात हलवायचा प्रयत्न केला नाही.

''मित्रा, जरा धीरानं घे. सोमरवेल आणि हेरफोर्ड इकडे यायला निघालेच असतील आणि आता पोहचतच असतील.'' आपण जे बोलतो आहे, ते खरंच खरं व्हावं, असं त्याला वाटत होतं. त्यानं यंगचा हात हातात घेतला आणि चोळून त्यात थोडी ऊब आणण्याचा प्रयत्न केला. हे करत असताना त्याला वरून पडणारा बर्फ बाजूला सरकवावा लागत होता.

''*वॉल्टझींग मटिल्डा, वाल्टझींग मटिल्डा, हू विल कम अ-वॉल्टझींग मटिल्डा...!*''

***

हॉटेलच्या प्रवेशद्वारातून ओडेल बाहेर पडला आणि मोकळ्या जागेत आला. त्यानं त्या धोक्याची सूचना देणाऱ्या जुन्या भोंग्याचं चाक फिरवायला सुरुवात करताच, कर्कश्श आवाज यायला लागला. हा आवाज ऐकून सोमरवेल आणि हेरफोर्ड सावध होतील, अशी त्याला आशा वाटली.

***

जेव्हा सूर्य एका शिखराच्याआड अस्त पावला, तेव्हा जॉर्जनं टॉर्च लावला आणि डोंगराच्या खालच्या दिशेनं त्याचा प्रकाशझोत सोडला. आता तो किती वेळ चालेल, हा मोठा प्रश्न होता.

''*वॉल्टझींग मटिल्डा, वाल्टझींग मटिल्डा, हू विल कम अ-वॉल्टझींग मटिल्डा विथ मी?*''

आपत्कालीन गोष्टींच्या सूचना देणाऱ्या पुस्तिकेत, बेसूर गाणाऱ्या ऑस्ट्रेलियन गायकाचं काय करावं हे लिहिलेलं नव्हतं, तो भाग वेगळा. जॉर्जनं आता बर्फावर डोकं टेकलं आणि त्याला झापड यायला लागली. याहून चांगलं मरण असूच शकत नाही.

***

जॉर्ज जागा झाला; तेव्हा आपण इथे का, केव्हा, कसे आणि किती वेळ आहोत, हे त्याला समजत नव्हतं. शेवटी त्याला एक नर्स दिसली आणि तो सुखानं झोपला.

परत तो उठला, तेव्हा सोमरवेल त्याच्या बाजूला उभा होता. तो जॉर्जकडे पाहून प्रसन्नपणे हसला.

"सुखरूप परत आल्याबद्दल आपलं स्वागत असो," तो म्हणाला.

"मी इथे केव्हापासून पडलेला आहे?"

"एक, दोन-तीन दिवस असशील. तू परत एका आठवड्यात आपल्या पायावर उभा असशील, असा डॉक्टरांना विश्वास आहे."

"आणि फिंच?"

"त्याचा एक पाय प्लास्टरमध्ये आहे, पण तो आत्ता मस्तपैकी नाश्ता झोडतो आहे. समोर एखादी नर्स दिसली, की तो लगेच '*वॉल्टझींग मटिल्डा*' गायला लागतो."

"यंगची काय हालहवाल आहे?" जॉर्जनं जरा घाबरतच विचारलं.

"तो अजून बेशुद्धच आहे. त्याचा हात मोडला आहे आणि हायपोथर्मियाचा त्रासही त्याला होतो आहे. डॉक्टर मंडळी त्याला वाचवण्याची पराकाष्ठा करत आहेत. तो जर वाचला, तर तुझे आभार मानायला पाहिजेत."

"माझे?" जॉर्ज चमकून म्हणाला.

"तुझा टॉर्च जर नसता, तर आम्हाला तुम्ही कधी सापडलाच नसतात."

"तो फिंचचा टॉर्च होता, माझा नव्हता."

जॉर्ज परत झोपला.

१४

मंगळवार : ९ जुलै, १९०७

"तुम्ही एकदा का मृत्यूला सामोरं गेलात, की मग तुमचं जगच बदलतं," यंग म्हणाला. "त्या क्षणापासून तुम्ही इतर लोकांपेक्षा वेगळे भासायला लागता."

जॉर्जनं आपल्या पाहुण्यांसाठी चहाचा कप भरला.

"मॅलरी, मला खासकरून तुला भेटायचं होतं. त्या भयानक प्रसंगानंतर, तू गिर्यारोहण करायचं थांबवलं तर नाहीस ना, हे मला बघायचं होतं."

"अर्थातच ते कारण नव्हतं," जॉर्ज म्हणाला. "त्याहून काही जास्त चांगलं कारण आहे. मला जर प्रथम श्रेणीचे मार्क मिळाले नाहीत, तर माझी डॉक्टरेटसाठी निवड होणार नाही, असं माझ्या शिक्षकानं मला बजावलं आहे."

"आणि तसं होण्याची माझ्या मित्रा, कितपत शक्यता आहे?"

"मला वाटतं, तशी ५० टक्के शक्यता संभवते. मी नीट अभ्यासच केला नाही, म्हणून डॉक्टर झालो नाही, असं व्हायला नको."

"हे मात्र पटण्यासारखं आहे. पण म्हणतात ना, फक्त अभ्यास आणि खेळाचा पत्ता नाही, त्याच्या आयुष्यात रामच नाही."

"मला घवघवीत अपयशापेक्षा, मिळमिळीत यश मिळवायला आवडेल," जॉर्जनं पटकन उत्तर दिलं.

"पण एकदा का तुझी परीक्षा संपली, की मग तरी तू पुढच्या उन्हाळ्यात माझ्या आल्प्स मोहिमेत सामील होशील का?"

"नक्कीच येईन," जॉर्ज हसत म्हणाला, "मला माझी डॉक्टरेट न मिळण्याइतकीच दुसरी भयानक गोष्ट वाटते, ती म्हणजे उंच उंच शिखरांवर उभा राहून फिंच ते '*वॉल्टझींग मटिल्डा*' गाईल याची."

''त्याच्या पदवी परीक्षेचा नुकताच निकाल लागला,'' यंग म्हणाला.

''आणि...?''

***

आपल्या शेवटच्या परीक्षेसाठी, जॉर्ज फार नेटाने आणि भरपूर अभ्यास करत असलेला पाहून, गायला फार आश्चर्य वाटलं. वसंत ऋतूच्या सुरुवातीला लागलेल्या सुट्टीतदेखील, त्याने पेन-इ-पास किंवा कॉर्नवेलला जाण्यासाठी दिवस वाया घालवला नाही, तर आल्प्सची गोष्टच दूर. या काळात राजे-महाराजे, हुकूमशहा हेच त्याचे सोबती होते आणि तो देश-परदेशातल्या रणांगणाचा दौरा करत असे. अगदी परीक्षेच्या दिवसापर्यंत तो अभ्यास करत होता.

निरनिराळ्या अकरा विषयांवरच्या उत्तरपत्रिका सतत पाच दिवस लिहिल्यावरही, आपल्याला परीक्षेत कसं यश मिळेल, हे जॉर्जला सांगता येत नव्हतं. जास्त शहाणे किंवा फार मूर्ख लोकच, असा अंदाज बांधू शकतात. शेवटचा पेपर टाकून तो बाहेर सूर्यप्रकाशात आला; तेव्हा त्याला बाहेर गाय एका हातात शॅम्पेनची बाटली आणि दुसऱ्या हातात दोन ग्लास घेऊन त्याची वाट पाहताना दिसला. जॉर्जनं त्याच्या शेजारी बसत, समाधानाचा एक सुस्कारा टाकला आणि हसला.

गाय बाटलीचं बूच काढण्याच्या प्रयत्नात असताना, ''काही विचारू नकोस आत्ता,'' जॉर्ज त्याला म्हणाला.

पुढचे दहा दिवस फार अनिर्णायक अवस्थेत गेले. आपल्याला किती मार्क पडले आहेत आणि आपलं भवितव्य काय असणार आहे, याची वाट परीक्षार्थी आतुरतेनं बघत होते.

सगळेच विद्यार्थी एकापेक्षा एक सरस होते, असं जरी मि. बेन्सन सांगत असले, तरी जॉर्ज ली मॅलरीला सन्मानजनक द्वितीय श्रेणी मिळालेली होती. अर्थातच, तो मॅग्डेलेन कॉलेजला डॉक्टरेटचा अभ्यास करण्यासाठी परत येणार नव्हता. 'जेव्हा तुम्ही पराभूत होता, तेव्हा मानानं ते स्वीकारा,' असा जरी प्राध्यापक महाशयांनी सल्ला दिला असला, तरी त्याचा अपयशाची खंत कमी करायला फारसा उपयोग होणार नव्हता.

जेफ्री यंगने जरी आल्प्सच्या मोहिमेसाठी त्याला बोलावलं असलं, तरी त्यानं आपल्या बॅगा भरल्या आणि सरळ बिर्केनहेडचा रस्ता पकडला. 'आता तू काय करणार आहेस?' असं जर कोणी त्याला विचारलं असतं, तर 'चिंतन', असं त्यानं उत्तर दिलं असतं. त्याच्या वडिलांना तो नकारात्मक स्वभाव वाटत होता, तर त्याच्या आईला तो घुसमटत असल्यासारखं वाटत होतं.

''आता हा काही लहान मुलगा नाही. आपण आता पुढच्या आयुष्यात काय

करायचं, ते यानं नको का ठरवायला?'' आई त्रागा करून म्हणायची. बायकोची जरी आदळआपट चालली असली, तरी एका आठवड्यानंतर, रेव्हरण्डनी जॉर्जशी समोरासमोर या विषयावर चर्चा केली.

''मी माझ्यापुढे असलेल्या पर्यायांचा विचार करतो आहे. खरंतर मला लेखक व्हायला आवडेल. मी बॉसवेलवर एक पुस्तक लिहायलाही घेतलेलं आहे.''

''लेखकाचा पेशा आकर्षक नक्कीच आहे, पण त्यातून फारशी कमाई होत नाही. एखाद्या खोपट्यात राहून, पाण्यात बुडवून पाव खात पुढचं आयुष्य काढायचा तुझा विचार नाही ना?'' जॉर्जला हे म्हणणं खोडून काढता येत नव्हतं. ''सैन्यात जाण्याचा कधी विचार केला आहेस का? तू एक उत्तम सैनिक म्हणून नाव कमावशील.''

''मी दुसऱ्याचे हुकूम पाळण्यात फारसा तरबेज नाही.'' जॉर्ज म्हणाला.

''मग चर्चची सेवा करायचा विचार तुला कसा काय वाटतो?''

''नाही, कारण तिथे एक मोठी अडचण आहे.''

''आणि ती...?''

''माझा देवावर विश्वास नाही,'' जॉर्जनं स्वच्छ शब्दात सांगितलं.

''पण माझ्या अनेक मान्यवर सहकाऱ्यांना, ही कधीच अडचण वाटली नाही.''

जॉर्ज प्रसन्नपणे हसला. ''पपा, तुम्ही म्हणजे एक नंबरचे टवाळखोर आहात.''

रेव्हरण्डनं पोराच्या बोलण्याकडे दुर्लक्ष केलं. ''कदाचित तू राजकारणात प्रवेश करण्याचा विचार केलास तर? तुझ्यासारख्या उमद्या माणसाला एखादा मतदारसंघ नक्कीच मिळेल आणि लोक तुझं स्वागतच करतील.''

''मी कुठल्या पक्षाकरता काम करणार आहे, याच्यावर ते अवलंबून असेल. खासदाराला पगार नसतो, तेव्हा हा श्रीमंत लोकांचाच छंद मानला पाहिजे.''

''म्हणजे तुझ्या गिर्यारोहणासारखाच,'' रेव्हरण्ड भिवया उंचावत म्हणाले.

''अगदी बरोबर,'' जॉर्ज म्हणाला. ''तेव्हा मला असा एखादा पेशा निवडला पाहिजे, की ज्याच्या उत्पन्नातून मी माझा छंद जोपासू शकीन.''

''मग ठरलं तर,'' रेव्हरण्ड मॅलरी म्हणाले, ''तुला शाळामास्तरच व्हायला हवं.''

***

आपल्या वडलांनी केलेल्या शेवटच्या सूचनेवर जॉर्जनं काहीच मतप्रदर्शन केलं नाही; पण आपल्या खोलीत जाताच, विंचेस्टरमध्ये असलेल्या मि. आयर्विन यांना एक पत्र लिहून, 'इतिहासाच्या शिक्षकासाठी एखादी जागा रिकामी आहे का?' अशी विचारणा केली. आयर्विननी आठवड्याच्या आत उत्तर पाठवलं. 'आपल्या कॉलेजात सध्या वरच्या वर्गासाठी प्राध्यापकांची नेमणूक चालू आहे, पण नुकतीच, कनिष्ठ

वर्गासाठीच्या इतिहास व्याख्यात्याची नेमणूक करण्यात आली आहे.' आपण चिंतनात एक महिना वाया घालवला, याचा जॉर्जला खेद वाटला. आयर्विननी पुढे लिहिलं, 'मला माझ्या खाजगी सूत्रांकडून असं समजलं आहे, की चार्टरहाऊसचे लोक एका इतिहासाच्या व्याख्यात्याच्या शोधात आहेत. तू जर तिथे अर्ज टाकणार असशील, तर मी माझ्या ओळखीच्या माणसाकडे शब्द टाकू शकीन.'

दहा दिवसांनंतर जॉर्ज सरे परगण्यातल्या चार्टरहाऊसला मुलाखतीसाठी चालला होता. तिथे रेव्हरण्ड रेण्डॉल मुख्याध्यापक होते. केंब्रिज आणि विंचेस्टरच्या वातावरणाचा अनुभव घेतलेल्यासाठी तिथला अनुभव हा फारच वेगळा असेल, असं आयर्विननी जॉर्जला बजावलं होतं. प्रत्यक्षात त्याला त्या भेटीत फारच सुखद अनुभव आला. इतर तीन उमेदवारांच्या आधी त्याला इतर प्राध्यापकांची ओळख करून देण्यासाठी बोलावलं, तेव्हा त्याला सुखद धक्का बसला.

रेव्हरण्ड रेण्डॉलना स्वीकृतीचं पत्र पाठवलं; तेव्हा ते कॉलेज नाही, तर तिथले एक गव्हर्नर त्याच्या आयुष्याला कलाटणी देणार होते, हे जॉर्जला ठाऊक नव्हतं.

१९१०

१५

"मला शेवटच्या चढाईसाठी दोन तरबेज गिर्यारोहक लागतील," यंग म्हणाला.

"तुमच्या मनात कोणी असे आहेत का?" रॉयल जिओग्रॅफिकल सोसायटीच्या सेक्रेटरीनं विचारलं.

"हो," यंग म्हणाला, पण तितक्याच सफाईनं त्यांची नावं मात्र सांगितली नाहीत.

"मग मला वाटतं, तुम्ही त्यांच्याशी एकदा बोलून बघायला हवं," हिंक्स म्हणाला. "मुख्य म्हणजे हे सगळं गुप्तपणे करायला हवं, कारण दलाई लामांनी होकार देईपर्यंत आपण तिबेटची सरहद्ददेखील ओलांडू शकणार नाही."

"मी आजच त्या दोघांना सायंकाळी पत्र पाठवतो," यंग म्हणाला.

"लेखी स्वरूपात काही नको, असं मला वाटतं.' सेक्रेटरी म्हणाले.

यंगनं मानेनेच होकार दिला. "मला अजून एका बाबतीत तुमची मदत हवी आहे. जेव्हा कॅप्टन स्कॉट..."

***

चार्टरहाऊसच्या कॉलेजात शिकवायला आल्यापासून, पहिले काही आठवडे जॉर्जला एक मोठी अडचण सतावत होती. तो जर त्याची चौकोनी हॅट- मॉर्टर बोर्ड- आणि गाऊन घालायला विसरला, तर त्याला सगळे एखादा विद्यार्थीच समजायचे.

पाचवी इयत्तेतले विद्यार्थी फारच द्वाड होते आणि जॉर्जच्या शिकवण्यात व्यत्यय आणायच्या नवनवीन कल्पनांचा ते रोज वापर करत असत. पण असं जरी असलं, तरी त्याचं 'शिक्षक' म्हणून पहिलं वर्ष अपेक्षेपेक्षा फारच सुखावह गेलं. आश्चर्याची गोष्ट म्हणजे, हीच मुलं जेव्हा सहावीत जायची, तेव्हा ती एकदम

शहाण्यासारखं वागायची, आपल्या मार्कांवर लक्ष केन्द्रित करायची, कारण त्यांना नंतर त्यांच्या आवडीच्या कॉलेजात जायचं असायचं. अशा मुलांच्या भल्यासाठी जॉर्ज तासन्तास खर्च करायचा.

"तुला गेल्या वर्षाच्या काळात, सगळ्यात कोणत्या गोष्टीनं जास्त आनंद मिळवून दिला?" असा प्रश्न मात्र वडिलांनी जेव्हा उन्हाळ्याच्या सुट्टीत विचारला, तेव्हा, "वसंतात हॉकीच्या टीमला आणि हिवाळ्यात फुटबॉलच्या टीमला मार्गदर्शन केलं, तेव्हा आनंद झाला, पण सगळ्यात जास्त, जेव्हा उन्हाळ्यात मुलांना डोंगरावर फिरायला नेलं, तेव्हा झाला," असं तो म्हणाला.

"आणि कधीतरीच एखादा असा विद्यार्थी दिसतो, की ज्याला या गोष्टीत खरंच रस असतो आणि त्याचं कौशल्यही नजरेत भरण्यासारखं असतं. अशी मुलं पुढे जगात नाव काढणार, यात शंकाच नसते."

"असा कोणी तुझ्या नजरेस पडला आहे का?" रेव्हरण्डनी विचारलं.

"हो!" जॉर्ज म्हणाला, पण जास्त खुलासा केला नाही.

***

उन्हाळ्यातल्या एका उबदार हवामान असलेल्या दिवशी, जॉर्ज गाडीनं लंडनला गेला आणि मेफेअरमधल्या २३, साव्हिल रो इथे रात्रीच्या भोजनासाठी यंगला भेटला. खास सभासदांसाठी असलेल्या बारमध्ये, त्याला एक सेवक घेऊन गेला. तिथे यंग, अनेक जुन्या-जाणत्या गिर्यारोहकांबरोबर गप्पा मारत बसला होता. उंचउंच शिखरांवर केलेल्या चढायांच्या गप्पा रंगात आल्या होत्या. जॉर्जला येताना पाहून, यंग उठला आणि त्याला बारपाशी घेऊन आला. बारपाशी येत असताना यंग जॉर्जला इतकंच म्हणाला, "मला वाटतं, आजकाल लोक सर्वांत उंच, म्हणजे बारच्या स्टुलावरच चढू शकतात."

ब्राऊन विण्डसर सूप, स्टेक आणि किडनी पाय, असा जेवणाचा बेत होता. शेवटी व्हॅनिला आइस्क्रीम आलं, तेव्हा सगळे तृप्त झाले. यंगने जॉर्जला आल्प्सच्या नवीन मोहिमांची माहिती दिली, पण यंगला याहूनही दुसरंच काही आपल्याला सांगायचं असावं, असं जॉर्जला वाटत होतं. आत्तापर्यंत यंगने जे सांगितलं होतं, ते तर त्यानं पत्रातही लिहिलं होतं. भोजनोत्तर ते कॉफी आणि ब्रॅण्डी पिण्यासाठी वेगळ्या दालनात बसले, तेव्हा यंगच्या आजच्या आमंत्रणाचा अर्थ त्याला लक्षात आला.

"मॅलरी," यंग म्हणाला, "पुढच्या गुरुवारी, RGSमध्ये माझ्याबरोबर एका व्याख्यानाला यायला तुला आवडेल का? दक्षिण ध्रुवावर कॅप्टन स्कॉट मोहिमेवर चालले आहेत, त्याची माहिती ते सांगणार आहेत."

जॉर्जला ठसका लागून तोंडातून कॉफीच बाहेर पडायची बाकी होती. आपल्या आवडत्या, एका निधड्या छातीच्या संशोधकाकडून त्याच्या नवीन मोहिमेची माहिती ऐकण्याचा दुर्मीळ योग येत असल्यामुळे, जॉर्जला कमालीचा आनंद झाला होता. 'द टाइम्स'च्या बातमीप्रमाणे, या कार्यक्रमाची तिकिटं एका तासात संपली होती, असं असतानाही आपल्या वाट्याला ही संधी आली, यामुळे तो जास्तच खूश झाला.

"ही तिकिटं कशी काय मिळाली?" जॉर्जने चाचरत विचारलं.

"अल्पाईन क्लबचा सभासद असल्यामुळे, मला RGSच्या सेक्रेटरीकडून दोन/तीन तिकिटं जास्तीची मिळाली, अर्थात त्याच्या बदल्यात त्याची काही अपेक्षा आहे."

जॉर्जच्या ओठावर दोन प्रश्न आले होते, पण यंगने ते आधीच ओळखले असल्याचं त्याच्या लक्षात आलं.

"आता तुझ्याबरोबर दुसरा कोण, असा तुला प्रश्न पडला असेल," यंग म्हणाला. जॉर्जनं मान डोलवली. "यात फारसं आश्चर्य वाटायला नको, तो तुझ्याइतकाच तरबेज गिर्यारोहक आहे, पण RGSच्या सेक्रेटरीने जी अपेक्षा बोलून दाखवली, ती आश्चर्यजनक होती, हे मला मान्य केलंच पाहिजे."

जॉर्जनं हातातला कॉफीचा कप खाली टेबलवर ठेवला आणि उत्सुकतेने ऐकायला लागला.

"तसं पाहिलं तर फार सोपं आहे," यंग म्हणाला. "कॅप्टन स्कॉटचं भाषण झालं, की तो लोकांच्या प्रश्नांची उत्तरं देणार आहे. तू प्रश्न विचारण्यासाठी तुझा हात वर करावास, असं सेक्रेटरीला वाटतं."

१६

एखाद्या कामाला जॉर्ज वेळेवर पोहचला होता, असा दुर्मीळ प्रसंग आज साकारला होता. त्याला विचारायचा प्रश्न, त्यानं गोडलमिंगहून गाडीनं येताना अनेक वेळा घोकला होता. या प्रश्नाचं उत्तर आपल्याला माहीत होतं, अशी जॉर्जला खात्री वाटत होती, पण RGSच्या सेक्रेटरीला हा प्रश्न कॅप्टन स्कॉटला का विचारावासा वाटला, ते जॉर्जला समजलं नाही. अमेरिकेच्या रॉबर्ट पेरीनं उत्तर ध्रुवावर प्रथम पाय ठेवल्याची बातमी सकाळी 'द टाइम्स'मध्ये वाचून जॉर्ज निराश झाला होता. एखाद्या इंग्रज माणसानं हे काम करायला हवं होतं, असं त्याला वाटत होतं. कॅप्टन स्कॉटच्या भाषणाचा विषय, 'दक्षिण ध्रुवावरची मोहीम' असा होता आणि यंगच्या मते, तो महान संशोधक, दुसऱ्या चढाईत काही बदल करणार असावा.

वॉटरलूला गाडी थांबताच, जॉर्जनं पटकन उडी मारली, वेगानं प्लॅटफॉर्म पार करून, बाहेर पडताना आपलं तिकीट, तपासनिसाच्या हातात ठेवलं आणि बग्गीच्या शोधात उभा राहिला. स्कॉटची प्रसिद्धीच अशी होती, की त्याच्या भाषणाच्या किमान तासभर आधी सगळ्या जागा भरलेल्या असतात, असं यंगनं जॉर्जला बजावलं होतं.

जॉर्जने RGSच्या दारावर आपली आमंत्रणपत्रिका दाखवली, तेव्हा एक लहानशी रांग होतीच. तळमजल्यावरील सभागृहाकडे जात असलेल्या गप्पिष्ट लोकांत, जॉर्ज सामील झाला.

हे नव्यानेच बांधलेलं सभागृह पाहून जॉर्ज प्रभावित झाला. लाकडी फळ्यांनी सजवलेल्या भिंतींवर, RGSच्या माजी अध्यक्षांची तैलचित्रं लावली होती. लाल रंगाच्या मलमलीने आच्छादलेल्या पाचशेहून अधिक खुर्च्या सभागृहात पद्धतशीरपणे मांडलेल्या होत्या. समोरच्या मंचावर पंचम जॉर्जचं पूर्णाकृती चित्र लावलेलं होतं.

यंगला शोधत जॉर्जची नजर पूर्ण सभागृहात फिरत होती. शेवटी त्याला तो

एका कडेच्या ओळीत फिंचसोबत बसलेला आढळला. तो पटकन त्याच्या दिशेनं गेला आणि यंगच्या बाजूला बसला.

"अजून फार काळ मी ही जागा धरून ठेवू शकलो नसतो," यंग हसत म्हणाला.

पुढे वाकत, फिंचशी हस्तांदोलन करताना, जॉर्ज यंगला 'सॉरी' म्हणाला. आणखीन कोणी ओळखीचं दिसतं का, ते जॉर्ज पाहायला लागला. सोमरवेल, ओडेल आणि हेरफोर्ड मागे बसले होते. संपूर्ण सभागृहात एकही बाई नव्हती, याचं त्याला आश्चर्य वाटलं. RGSमध्ये त्यांना निवडणुका लढण्याचा अधिकार नाही, हे जॉर्जला माहीत होतं, पण भाषण ऐकायला काय हरकत होती? 'आज जर कोटी सॅण्डर्स यंगची पाहुणी म्हणून आली असती, तर काय झालं असतं?' असा खट्याळ विचार त्याच्या मनात आला. कदाचित पुढच्या रिकाम्या रांगेत तिला मानानं बसवलं असतं. त्यानं सहजच वर बाल्कनीत नजर फिरवली. मोठाले गाऊन घातलेल्या आणि शाली पांघरलेल्या, नट्टापट्टा केलेल्या अनेक स्त्रिया तिथे बसलेल्या होत्या. त्यानं खांदे उडवले आणि परत समोर पाहिलं. मंचावर दोघं एक पांढरा पडदा लावत होते, तर तिसरा इसम थोड्याशा अंतरावर, स्लाइड्स तपासत होता.

सभागृह आता पूर्णपणे भरलं होतं आणि अजून आठ वाजले नव्हते. बरोब्बर आठच्या ठोक्याला, संचालक मंडळाचे सभासद रांगेनं आत आले आणि मंचासमोरच्या रिकाम्या रांगेत बसले. त्यांच्या मागोमाग एक पांढरा टाय लावलेला, उत्तम पोशाख केलेला लहानसा इसम आत आला आणि मंचावर चढला, तेव्हा टाळ्यांचा कडकडाट झाला. त्याने शेकोटीभोवती जसा आपण हात आडवा फिरवतो, तसं फिरवताच लोकांनी टाळ्या थांबवल्या आणि खाली बसले.

"उपस्थित स्त्री-पुरुषांचं हार्दिक स्वागत," त्यानं भाषणाला सुरुवात केली. "माझं नाव, सर फ्रांसिस यंगहजबंड. आज मी इथे RGSचा चेअरमन या नात्यानं उभा आहे, याचा मला अभिमान वाटतो. आज इथे होणारे भाषण, हे या सोसायटीच्या इतिहासातलं एक अविस्मरणीय भाषण ठरणार आहे, याची मला खात्री आहे. दोन वेगवेगळ्या विषयांना RGSने वाहून घेतलेलं आहे, याचा मला अभिमान वाटतो: एक म्हणजे, या आधी ज्या भूभागांचे नकाशे काढले गेले नाहीत, ते काढण्याचं जिकिरीचं काम ही सोसायटी करते; दुसरं आणि महत्त्वाचं काम म्हणजे, दूरवरच्या आणि खडतर जागी, जिथे कोणी गोरा माणूस गेलेला नाही, अशा जागी जायला लोकांना प्रोत्साहन देणं. पृथ्वीच्या कुठल्याही दुर्गम भागात जाऊन, तिथला अभ्यास करण्याची इच्छा बाळगणाऱ्या व्यक्तींना प्रोत्साहन देण्याची प्रथा, ही संस्थेच्या ध्येय-धोरणांशी सुसंगत अशीच आहे. आपला जीव धोक्यात घालून असं काम करून ब्रिटिश साम्राज्याची सेवा करणाऱ्या लोकांचे आम्ही सदैव आभारी आहोत."

"असेच एक गृहस्थ आहेत, आजचे आपले वक्ते." मागे लावलेल्या राजाच्या चित्राकडे पाहत, सर फ्रांसिस पुढे म्हणाले, "मला जराही शंका नाही, की आपल्या दक्षिण ध्रुवावरच्या चढाईच्या दुसऱ्या प्रयत्नाची आज ते आपल्याला माहिती देतील. आजच्या वक्त्यांची ओळख करून घ्यायची गरज नाही, हे वाक्य आता फार जुनाट वाटतं; पण मी खरोखरीच विश्वास ठेवतो, की या देशात असा एकही स्त्री-पुरुष, तरुण, म्हातारा आणि लहान मुलगा शोधून सापडणार नाही, ज्याला कॅप्टन रॉबर्ट फाल्कन स्कॉट आरएन हे नाव माहीत नाही."

हे वाक्य संपताच, मंचाच्या कडेनं एक बळकट शरीरयष्टीचा, गुळगुळीत दाढी केलेला, धारदार निळ्या डोळ्यांचा आणि नौसेनेचा पोशाख केलेला गृहस्थ मंचावर आला. त्यानं आल्या आल्या मंचाच्या मध्यभागाचा ताबा घेतला आणि दोन पायांत थोडं अंतर ठेवून खंबीरपणे उभा राहिला. तो समोरच्या श्रोत्यांकडे पाहून हसला, पण त्यानं सर फ्रांसिसप्रमाणे लोकांना शांत केलं नाही, त्याच्या एकंदर आविर्भावावरून, तो लवकर हलणार नव्हता, हे स्पष्ट होतं. त्यानं प्रेक्षकांकडे हात हलवून अभिवादन केलं आणि भाषण सुरू करण्याच्या आविर्भावात थांबून राहिला.

स्कॉटच्या पहिल्या वाक्यापासूनच जॉर्ज मंत्रमुग्ध झाला होता. त्याच्या तासाभराच्या भाषणात त्यानं कधीच एखाद्या कात्रणाचा आधार घेतला नाही. मागे पटापट स्लाइड्स दाखवत होते. डिस्कव्हरीतून केलेल्या आधीच्या मोहिमांची अंटार्क्टिक दृश्यं दाखवली जात होती. वारंवार वाजणाऱ्या टाळ्यांनी त्याच्या भाषणात व्यत्यय येत होता.

आपल्या मोहिमांसाठी स्कॉट आपल्या सहकाऱ्यांची कशी निवड करतो, ते लोकांना समजत होतं. तो सहकाऱ्यांत कुठले गुण पाहतो: निष्ठा, धैर्य आणि काटेकोर शिस्त ह्या किमान गोष्टी असल्याच पाहिजेत. चार महिन्यांच्या दक्षिण ध्रुवाच्या मोहिमेत, ४०० मैलांचा बर्फ तुडवत जाताना कोणत्या गोष्टींचा सामना करायला लागेल आणि कोणत्या गोष्टींना मुकावं लागेल, हे त्यानं लोकांना समजावून सांगितलं. या आधीच्या मोहिमेत सहभागी झालेल्या लोकांच्या स्लाइड्स पाहत असताना जॉर्जचा विश्वास बसत नव्हता. बर्फानं भाजल्यामुळे काही लोकांनी बोट, पायाचे अंगठे, कान इतकंच काय नाकही गमावलं होतं. त्यातली एक स्लाइड पाहत असताना एक बाई मूर्च्छा येऊन पडली. स्कॉट बोलताना थोडा थांबला आणि म्हणाला, "माझ्यासोबत येणाऱ्या प्रत्येक सहकाऱ्याची असा त्याग करावयाची तयारी हवी, तरच दक्षिण ध्रुवावर पाय ठेवण्याचं स्वप्न साकार होईल. एक गोष्ट मात्र नजरेआड करू नका. ती म्हणजे, माझ्यासोबत येणाऱ्या प्रत्येकाला सुखरूप परत आणण्याची जबाबदारी माझी आहे."

'या मोहिमेत आपल्याला सहभागी होता आलं असतं तर किती बरं झालं

असतं.' असा विचार जॉर्जच्या मनात आला. पण अननुभवी शाळामास्तर, ज्यांनं आत्तापर्यंत फक्त माँ ब्लाँ काबीज केला आहे, त्याला अशी संधी स्कॉट देणं शक्यच नव्हतं.

आपल्या भाषणाच्या शेवटी स्कॉटने, RGSचे, त्यांच्या संचालक मंडळाचे, त्यांच्या पाठिंब्याबद्दल आभार मानले. यांच्या भरघोस पाठबळामुळेच टिलबरीने प्रवास करत, मॅकमुर्डोला जाऊन ही मोहीम हाती घेता आली. दिवे लागले, तेव्हा स्कॉटनं कमरेत अर्धवट वाकत, सर्वांना अभिवादन केलं. झाडून सगळ्या चाहत्यांनी उभं राहून, आपल्या अस्सल ब्रिटिश हिरोचं कौतुक केलं. मंचावर उभं राहून असं कौतुक करून घेताना कसं वाटत असेल आणि मुख्य म्हणजे, अशा कौतुकाला पात्र होण्यासाठी आपल्याला काय करायला हवं, याच्या विचारात जॉर्ज गुंतला.

टाळ्यांचा बहर ओसरल्यावर सगळे आपापल्या जागी बसले. स्कॉटनं लोकांना काही प्रश्न, शंका असल्यास विचारण्याची सूचना केली.

पहिल्या रांगेतले एक सद्‌गृहस्थ उठले.

"यांचं नाव आर्थर हिंक्स," यंग जॉर्जच्या कानात पुटपुटला. "ते RGSचे सेक्रटरी म्हणून नव्यानेच रुजू झाले आहेत."

"महाशय, अशा प्रकारची एक अफवा पसरली आहे, की नॉर्वेमधले ॲम्युण्डसेन नावाचे गृहस्थ दक्षिण ध्रुवावर चढाई करण्याच्या विचारात आहेत, त्याची तुम्हाला काही काळजी वाटते का?"

"नाही, अजिबात नाही, मि. हिंक्स," स्कॉटने उत्तर दिलं. "एक गोष्ट मी तुम्हाला आणि RGSला खात्रीने सांगतो, की दक्षिण ध्रुवावर सर्वप्रथम व्हायकिंग नाही, तर इंग्लिश माणूस पाय ठेवेल." अर्थातच या आत्मविश्वासाचं टाळ्यांच्या गजरात स्वागत झालं.

नंतरचा प्रश्न विचारण्यासाठी दहा-बारा हात वर झाले. स्कॉटनं तिसऱ्या ओळीतल्या एकाकडे पाहून खूण केली. त्याच्या कोटाच्या डाव्या बाजूला असंख्य पदकं लटकलेली होती.

"आजच्या सकाळच्या 'द टाइम्स'मध्ये मी वाचलं; की नॉर्वेचे लोक, या मोहिमेसाठी स्वयंसंचालित घसरगाड्या आणि कुत्रे यांचा वापर करून, तुमच्या आधी तिथे पोहचणार आहेत."

सभागृहातून 'शेम शेम'च्या आरोळ्या ऐकायला आल्या. "हौशी लोकांच्यासाठी असलेल्या संहितेचा हा उघड उघड भंग आहे, असं तुम्हाला वाटतं का?"

"मी त्याकडे दुर्लक्ष करणंच पसंत करीन, जनरल." स्कॉटने उत्तर दिलं. "मानवाची वस्तूंवर मात हे सिद्ध करणं, हा माझा प्रयत्न आहे आणि त्यासाठी मी गोळा केलेली माणसं, या ध्येयाने प्रेरित आहेत."

फिंच सोडला, तर सगळ्या सभागृहानं वाहवा केली.

"मला आणखीन एक सांगायचं आहे. दक्षिण ध्रुवावर पाय ठेवणारा मी पहिला मानव असेन, कुत्रा नाही."

परत एकदा जोरदार हास्याची लकेर उठली.

यानंतरही प्रश्न विचारण्यासाठी अनेक हात उठले. तीन प्रश्न विचारल्यानंतर जॉर्जची पाळी आली.

"पाचव्या ओळीत कडेला बसलेल्या तरुणानं माझं लक्ष मगाचपासून वेधून घेतलं आहे. मला अशी खंबीर माणसंच माझ्यासोबत लागतात. याला काय विचारायचं आहे, ते आता ऐकूया."

जॉर्ज हळूच उभा राहिला. त्याचे पाय लटपटत होते. किमान हजार डोळे आपल्यावर रोखले असल्याची त्याला जाणीव होती.

"महाशय," किंचित कापऱ्या आवाजात, जॉर्जनं प्रश्न विचारायला सुरुवात केली, "एकदा का दक्षिण ध्रुव काबीज झाला आणि तो तुम्ही करालच-" टाळ्यांचा प्रचंड कडकडाट झाल्यामुळे जॉर्जला आपलं बोलणं काही काळ थांबवावं लागलं. "—की मग इंग्रज माणसाला काबीज करण्यासारखं काही उरेल का?" जॉर्जनं प्रश्न पूर्ण केला. काही लोक मोठ्यांदा हसले, काहींनी टाळ्या वाजवल्या. फिंचच्या तोंडावर मात्र गोंधळल्यासारखे भाव होते. मॅलरीने हा वेड्यासारखा प्रश्न विचारलाच कसा? याचं उत्तर त्याला माहीत आहे.

"इंग्लिश माणसाला पुढचं आव्हान म्हणजे, हिमालयातलं, २९,००० फूट उंच असलेलं एव्हरेस्ट जिंकणं- म्हणजे पोरा, सुमारे साडेपाच मैल होतात- कारण आत्तापर्यंत २२,००० फुटांपर्यंतच माणूस चढून गेला आहे. तिथलं तापमान उणे ४० डिग्री फॅरनहाइट असतं आणि जोरदार वाहणारे वारे- तुमची कातडी फाडून टाकतात. मात्र एक गोष्ट नक्की, तिथे कुत्रे आणि स्वयंचलित घसरगाड्यांचा उपयोग नाही." नंतर जॉर्जवर थेट नजर रोखत तो म्हणाला, "तिथे जो कोण पहिला जाईल, तो जगाच्या छपरावर उभा असेल आणि मला त्याचा हेवा वाटेल. आपण आशा करू या, की तोसुद्धा इंग्लिश माणूसच असेल." नंतर बाल्कनीत बसलेल्या एका तरुणीकडे बघत स्कॉट म्हणाला, "मी माझ्या बायकोला शब्द दिला आहे, की ते आव्हान मी एखाद्या तरुणासाठी सोडीन." असं म्हणत स्कॉटने परत जॉर्जकडे पाहिलं. लोकांनी या नर्म विनोदाला हसून आणि टाळ्या वाजवून दाद दिली.

फिंचने आपला हात वर केला, तेव्हा स्कॉटनी त्याला प्रश्न विचारण्याची परवानगी दिली. "तुम्ही स्वत:ला हौशी समजता का व्यावसायिक?"

सभागृहात सर्वत्र दबलेले आवाज ऐकू यायला लागले.

स्कॉटने या प्रश्नाचं उत्तर द्यायला थोडा वेळ घेतला, पण आपली फिंचवरची

नजर काढली नाही. ''मी एक हौशी गिर्यारोहक आहे,'' एक दीर्घ श्वास घेत तो पुढे म्हणाला, ''व्यावसायिक लोकांच्या घोळक्यात असलेला, एक हौशी. माझ्याबरोबर असलेले डॉक्टर्स, चालक, स्वयंपाकी आणि इंजिनिअर्स सगळे उत्तम व्यावसायिक आहेत आणि त्यांना जर हौशी म्हणालात, तर तो त्यांना अपमान वाटेल, मात्र ते केवळ पैशासाठी या मोहिमेत सामील झाले आहेत, असं जर तुम्ही सुचवलंत, तर तो त्यांचा जास्तच मोठा अपमान होईल.''

या उत्तराचं प्रदीर्घ टाळ्यांच्या कडकडाटात स्वागत झालं. 'त्याचा जर यावर खरंच विश्वास असेल, तर हा काही परत जिवंत येत नाही,' हे फिंचचं वाक्य, टाळ्यांच्या आवाजात, शेजारी बसलेल्या फक्त यंग आणि मॅलरीला ऐकू आलं.

यानंतर दोन-तीन प्रश्न विचारून झाल्यावर, स्कॉटने सगळ्यांचे आणि RGSचे आभार मानले. RGSने दिलेल्या आर्थिक पाठबळाबद्दल त्याने विशेष आभार मानले. नंतर आभारप्रदर्शनाचा कार्यक्रम झाल्यावर राष्ट्रीय गीत झालं आणि कार्यक्रम समाप्त झाला.

यंग आणि फिंच सभागृहाच्या बाहेर पडत असले तरी जॉर्ज मॅलरी आपल्या जागेवर बसून त्या मंचाकडे पाहत बसला होता. एक ना एक दिवस, त्यालाही RGSला उद्देशून इथे भाषण करायचं होतं. निस्तब्ध बसलेल्या मॅलरीकडे पाहून फिंच हसला आणि यंगला म्हणाला. ''मी जेव्हा माझं वार्षिक भाषण देत असेन, तेव्हाही हा तिथेच बसलेला असेल.''

या 'जर तर'च्या शक्यतेवर यंग हसला आणि फिंचला म्हणाला, ''आणि तुझ्या भाषणाचा विषय काय असेल?''

''एव्हरेस्ट काबीज,'' फिंच म्हणाला. नंतर सभोवतालच्या लोकांकडे हात करत तो म्हणाला, ''मी जर तिथे पहिलं पाऊल ठेवलं नाही, तर हे लोक मला इथे बसू देणार नाहीत.''

भाग दोन

दुसरी स्त्री

१९१४

१७

सोमवार : ९ फेब्रुवारी, १९१४

१५५८ साली जेव्हा कुमारी राणी एलिझाबेथ राजसिंहासनावर विराजमान झाली, तेव्हा न्यायालयाने आणि सामान्य जनतेने, आपली महाराणी म्हणून तिला मनापासून स्वीकारलं नव्हतं, पण जेव्हा पंचेचाळीस वर्षांनंतर, म्हणजे १६०३ साली, ती मरण पावली, तेव्हा ती तिच्या वडिलांच्या- आठवा हेन्री- इतकीच लोकप्रिय होती.

"सर, सर," समोरच्या ओळीतल्या मुलाने हात वर केला.

"हां, कार्टर, बोल," जॉर्ज म्हणाला.

"कुमारी म्हणजे काय?"

या प्रश्नापाठोपाठ पोरांच्या खेकाळण्याच्या आवाजाकडे दुर्लक्ष करीत, जणू काही एखाद्या महत्त्वाच्या शंकेचं निरसन करायचं आहे, अशा थाटात जॉर्ज पुढे म्हणाला, "कुमारी म्हणजे अशी स्त्री, की जिचं कौमार्य शाबूत आहे. तुला लॅटीन बऱ्यापैकी येत असावं, असं मी समजतो. नसेल तर ल्युक १:२७ पहा. *व्हर्जीन मेरीचे जोसेफशी संबंध होते*... असो, आपण परत एलिझाबेथकडे वळू. शेक्सपिअर, मार्लो, ड्रेक आणि रॅलीचा हा सुवर्णकाळ होता. याच काळात इंग्लिश लोकांनी स्पेनच्या सैन्याचा पराभव केलाच, पण इसेक्सच्या सरदाराने केलेलं बंडही त्यांनी मोडून काढलं. हा सरदार राणीचा प्रियकर होता, अशी वदंता होती."

अपेक्षेप्रमाणे अनेक मुलांचे हात वरती झाले.

या मुलांना काय विचारायचं होतं, हे जॉर्जला चांगलंच माहीत होतं. "हं, वेनराईट," जॉर्ज म्हणाला.

"सर, प्रियकर म्हणजे काय?"

"प्रियकर म्हणजे असा माणूस, की जो बाईबरोबर राहतो, पण त्यांचं लग्न झालेलं नसतं," जॉर्जने हसत खुलासा केला.

"असं असेल तर मग त्या बाईचं कौमार्य शाबूत असण्याचा प्रश्नच उरत नाही," वनराईट खांदे उडवत म्हणाला.

"अगदी बरोबर बोललास वेनराईट, पण एलिझाबेथने असं काही केलं नसावं, असं मला वाटतं, कारण तसं झालं असतं तर तिचा राजसिंहासनावरचा हक्क गेला असता."

आणखी एक हात वर गेला, "पण कोर्टाने आणि सामान्य जनतेने, इसेक्सच्या सरदारासारखा एखादा, एखाद्या बाईपेक्षा राजा म्हणून स्वीकारायला हवा होता, असं मला वाटतं." ग्रेव्हजला खेळाच्या मैदानापेक्षा शाळेतला वर्ग जास्त आवडत असे, तेव्हा तो एखादा फालतू प्रश्न विचारेल, अशी शक्यताच नव्हती. "तोपर्यंत ग्रेव्हज, राणी एलिजाबेथचे कट्टर विरोधकही तिला मान द्यायला लागले होते. आता त्यांना इसेक्सच्या सरदारापेक्षा, तीच जास्त पसंत होती. गेली तीनशे वर्षं, ती पुरुषांच्याइतकीच लोकप्रिय आहे." बाहेर घंटा वाजली आणि तास संपला.

"अजूनही कोणाला काही शंका आहेत का?" हे जॉर्जने विचारलं, पण कोणीच हात वर केला नाही. "ठीक आहे तर मग, आज इथेच थांबूया, पण एक लक्षात ठेवा," थोडासा आवाज उंचावत तो म्हणाला, "आठव्या हेन्रीचा ॲनी बोलेनशी झालेल्या विवाहामुळे, धार्मिक आणि राजकीय परिस्थितीवर काय फरक पडला, या विषयावरचा निबंध गुरुवारी दुपारच्या आत माझ्या टेबलावर मला हवा, समजलं?"

मुलं समोरची पुस्तकं गोळा करत असताना कुरबुरत होती, त्याचा आवाज वर्गात घुमला.

जॉर्जने डस्टर घेऊन फळा पुसला. मागे वळून बघितलं तर ग्रेव्हज त्याच्या जागेवरच बसून होता.

"आत्ता मी ज्या सहा राण्यांची नावं पुसली, ती तू सनावळीसकट सांगू शकशील का? रॉबर्ट," जॉर्जने विचारलं.

"कॅथरीन ऑफ ॲरेगॉन- १५०९, ॲनी बोलेन- १५३३, जेन सेमोर- १५३६, ॲनी ऑफ क्लेव्हज- १५४०, कॅथरीन हॉव- १५४० आणि कॅथरीन पार- १५४३."

"छान! आता पुढच्या आठवड्यात मी तुला त्यांचं काय झालं, हे लक्षात ठेवण्याची सोपी रीत सांगीन."

"घटस्फोट, शिरच्छेद, निधन, घटस्फोट, शिरच्छेद आणि बचावली. तुम्ही गेल्या आठवड्यातच हे सांगितलं होतं, सर."

"खरंच?" डस्टर परत टेबलवर ठेवत असताना, आपल्या गाऊनवर भरपूर खडू उधळला होता, हे त्याला लक्षात आलं. ग्रेव्हजच्या मागून जॉर्जही बाहेर पडला

आणि शिक्षकांच्या खोलीत जाऊन आपल्या सहकाऱ्यांना मिळाला. त्याच्या बहुतेक सहकाऱ्यांना तो आवडत असे, पण काहींचा मात्र त्याच्या वागण्याला विरोध होता. त्यांच्या मते, तो फारच मवाळपणाने वर्गात वागतो आणि त्यामुळे मुलं डोक्यावर चढून बसतात. यामुळे शिक्षकाचा दरारा कमी होतो आणि जॉर्जच्या पाठोपाठ जर त्या वर्गावर जायला लागलं, तर ते फार गैरसोयीचं ठरतं.

शेवटी डॉ. रॅण्डालनी जॉर्जला बाजूला घेऊन, या विषयावर बोलायचं ठरवलं. जॉर्जने त्यांना सरळ सांगून टाकलं, की त्याचा अभिव्यक्ती स्वातंत्र्यावर पूर्ण विश्वास आहे. तसं जर केलं नाही, तर मग मुलांना आपली खरी कुवत काय आहे, हे कसं कळणार? आता मुळात अभिव्यक्ती स्वातंत्र्य म्हणजे काय, हेच डॉक्टरांना माहीत नसल्यामुळे त्यांनी तो विषय सोडून दिला. तसंही या वर्षाच्या अखेरीस ते निवृत्त होणार होते. पुढे जो कोण येईल तो बघून घेईल, असा त्यांनी विचार केला.

आपल्या सर्व सहकाऱ्यांपैकी एकाशी जॉर्जची चांगली मैत्री झाली होती. ॲण्डुओ सुलिव्हान- हा केंब्रिजला त्याच्याबरोबरच शिकत होता, पण तेव्हा ते कधी एकमेकांना भेटले नव्हते. त्याने भूगोलाचा अभ्यास केला होता आणि फिट्झविलियममध्ये असताना मुष्टियुद्धात पदक मिळवलं होतं. त्याला गिर्यारोहणात अजिबात रस नव्हता, तसंच क्विण्टूस फाबिउस मॅक्सीमूसमध्ये जवळपास विश्वास नव्हता, इतकं असूनही त्यांना एकमेकांचा सहवास आवडत होता.

जॉर्ज खोलीत गेला तेव्हा, ॲण्डु खिडकीजवळच्या आरामशीर खुर्चीत वर्तमानपत्र वाचत बसला होता. जॉर्जने चहाचा कप भरला आणि आपल्या मित्राच्या जवळ गेला.

"आजचा सकाळचा 'द टाइम्स' वाचलास का?" ॲण्डुने विचारलं.

"नाही. मी साधारणपणे संध्याकाळी ते काम करतो," आपला कप खाली ठेवत जॉर्ज म्हणाला.

"या वर्तमानपत्राच्या दिल्लीच्या वार्ताहराने कळवलं आहे, की लॉर्ड कर्झननी दलाई लामांशी एक समझोता केला असून, काही निवडक गिर्यारोहकांना..."

जॉर्ज घाईघाईने पुढे वाकला आणि वर्तमानपत्राला हात घातला, तेव्हा ॲन्डुजचा चहाचा कप पडला. "मला माफ कर," असं म्हणत जॉर्जने ते वर्तमानपत्र हिसकावलं. असला धटिंगणपणा जॉर्जने कधीच केला नव्हता, म्हणून ॲण्डु जरासा आश्चर्यात पडला. शेवटी परत त्याच्या हातात ते वर्तमानपत्र पडलं. RGSने इच्छुकांना अर्ज करायला सांगितलं आहे. "जॉर्ज, या इच्छुकात तू तर नाहीस?"

जॉर्जला या प्रश्नाचं सरळ उत्तर द्यायचं नव्हतं, म्हणून तो विचार करत होता, इतक्या सुट्टी संपणार असल्याची आधीची घंटा झाली.

"ठीक आहे," ॲण्डु खुर्चीतून उठत म्हणाला. "तुला जर या प्रश्नाचं उत्तर

द्यायचं नसलं, तर मी दुसरा प्रश्न विचारतो. या गुरुवारी सायंकाळी तू 'टाइम्स' वाचण्याखेरीज दुसरं काही काम करणार आहेस का?''

''पाचवीच्या मुलांचे आर्माडावरचे निबंध तपासणार आहे,'' जॉर्ज म्हणाला. ''मला वाटतं की काही लोकांना इतिहास लिहिण्यात आसुरी आनंद मिळत असावा. त्या वेनराईटला तर वाटतं, की ते युद्ध स्पेनच्या लोकांनीच जिंकलं आणि ड्रेक टॉवरमध्ये कैद झाला.''

अॅण्ड्रु हसला. ''आपल्या कॉलेजच्या गव्हर्नरने मला रात्री जेवायला बोलावलं आहे आणि बरोबर एखादा मित्र आणायला सुचवलं आहे.''

''मी तुझा आभारी आहे, पण मला वाटतं, त्यांना एखादी स्त्री अपेक्षित असावी.''

''मला नाही तसं वाटत, कारण त्यांना अजून तीन अविवाहित मुलींना सांभाळायचं आहे.''

१८

गुरुवार : १२ फेब्रुवारी, १९१४

जॉर्जने बिलियर्डच्या स्क्यूला खडू लावला. त्याला प्रथमदर्शनीच थॅकरी टर्नर आवडलेला होता. स्पष्टवक्ता, मनमोकळा आणि सडेतोड बोलणारा. हे वागणं जरा जुन्या वळणाचं असलं, तरी सतत तुमची परीक्षा घेत असायचं.

टर्नरच्या घरी जात असताना, ॲन्ड्रुनं टर्नर हा पेशाने आर्किटेक्ट असल्याचं जॉर्जला सांगितलं होतं. सरेतल्या पर्वतराजीच्या कुशीत विसावलेल्या, वेस्टब्रुकमध्ये असलेल्या टर्नरच्या घरी, बिडाच्या दारातून प्रवेश करताना, जॉर्जला प्रशस्त हिरवळ, फुलांचे ताटवे आणि कारंजी दिसली. एकूणच भपकेबाज परिसर पाहिल्यावर, हा गृहस्थ नक्कीच त्याच्या पेशात यशस्वी असला पाहिजे, असं जाणवत होतं.

ते वरच्या- शेवटच्या पायरीवर पोहोचत असतानाच, एका बटलरने अदबीने प्रवेशद्वार उघडलं. त्याने शांतपणे दोघांना एका प्रशस्त दालनातून बिलियर्ड खेळण्याच्या जागी नेलं. तिथे टर्नर त्या दोघांची वाटच पाहत होते. टर्नरचा रात्रीच्या भोजनाच्या वेळी घालण्याचा कोट एका खुर्चीत विसावला होता, याचाच अर्थ टर्नर आता कसोशीने खेळणार होता.

"बायकामंडळी भोजनासाठी वरून येईपर्यंत, एक मस्त डाव टाकू," हे टर्नरचे पहिले शब्द होते. त्या खोलीतल्या भिंती अनेक प्रसिद्ध चित्रकारांनी- त्यामध्ये टर्नर नावाचाही एक चित्रकार होता- काढलेल्या चित्रांनी सजवलेल्या होत्या. एका भिंतीवर दस्तुरखुद्द यजमानांचं, लव्हेरीने काढलेलं पूर्णाकृती चित्र होतं. जॉर्जने आपला कोट उतरवला आणि हाताच्या बाह्या दुमडत, तो खेळासाठी सज्ज झाला.

खेळ सुरू करण्याआधी बिलियर्ड टेबल्सवरील हिरव्यागार अस्तरावर तीन बॉल ठेवले गेले. टर्नरच्या हालचालीवरून, त्यांना नेहमीच जिंकायला आवडत असावं, असं जॉर्जच्या लक्षात आलं. अर्थात, जॉर्जलाही सहजासहजी पराभव स्वीकारण्याची

सवय नव्हती, हे टर्नरना माहीत नव्हतं. आपला मित्र ॲण्डु हा खेळात खरच बेताचा आहे का त्याला या म्हाताऱ्याला खूश करण्यासाठी दुय्यम दर्जाचा खेळ करायचा आहे, हे जॉर्जला समजत नव्हतं. ते काहीही असलं, तरी जॉर्ज काही आपल्या यजमानाच्या इच्छेला बळी पडणार नव्हता.

टर्नरने सुरुवातीलाच अकराचा ब्रेक घेतला आणि थोडेसे आढ्यतेने म्हणाले, ''आता तुझी पाळी आहे, मित्रा.''

सुरुवातीला कशा प्रकारे खेळावं याचा विचार करण्यासाठी जॉर्जने किंचित वेळ घेतला, पण नंतर त्याने १४चा ब्रेक घेत, ॲण्डुला क्यु दिला. आता आपल्याला तुल्यबळ प्रतिस्पर्धी मिळाल्याचं टर्नरच्या लक्षात आलं. तेव्हा त्याने वेगळीच चाल करायचं ठरवलं.

''आपल्या ॲण्डु ओ सुलिव्हानच्या मते राजकारणात तुझा कल थोडासा डाव्या बाजूला आहे, असं समजलं मॅलरी.''

जॉर्जने फक्त हसून उत्तर दिलं. तो टर्नरच्या असल्या डावपेचाला बळी पडणार नव्हता- खेळात आणि खेळाबाहेरही. ''जागतिक स्तरावर चाललेल्या पिळवणुकीला आणि हालअपेष्टांना असलेल्या माझ्या विरोधाबाबत तुम्ही बोलत असाल, तर तुमचं म्हणणं बरोबर आहे, महाशय.''

इकडे ॲण्डु धुसफुसत म्हणाला, ''फक्त तीनच गुण मिळाले.''

टर्नर आता मुकाट्याने खेळायला लागले आणि बाराचा ब्रेक घेतला. परत जेव्हा जॉर्जची पाळी आली आणि तो खेळण्यासाठी वाकला, तेव्हा टर्नर म्हणाला, ''म्हणजे तू बायकांना मतदानाची परवानगी देण्याच्या बाजूने आहेस का?''

जॉर्ज परत ताठ उभा राहिला आणि आपल्या क्यूवर खडू फिरवत म्हणाला, ''अर्थातच महाशय, नक्कीच त्यांना मतदानाचा हक्क हवा,'' असं म्हणत तो टेबलावरचे बॉल्स जुळवायला लागला.

''पण इतकी मोठी जबाबदारी पेलण्याइतपत, त्या शिकलेल्या नसतात,'' टर्नर म्हणाले. ''मुख्य म्हणजे बायकांकडून सारासार विचारांची अपेक्षा कशी ठेवता येईल?''

आता जॉर्जने वाकून २१चा ब्रेक घेतला आणि ॲण्डुच्या हातात क्यू दिला. ॲण्डुनी काही किरकोळ गुण जमवले.

''यावर एक सोपा उपाय आहे,'' जॉर्ज म्हणाला.

''आणि तो काय असू शकतो?'' टेबलावरील परिस्थितीचं निरीक्षण करत टर्नरने विचारलं.

''प्रथम बायकांना शिक्षणाची संधी देऊन सुशिक्षित करा, म्हणजे त्यांना पुरुषांसारखंच महाविद्यालयीन शिक्षण घेता येईल.''

“निदान ऑक्सफर्ड आणि केंब्रिजला हा नियम लागू नसेल, अशी आशा करतो.”

“मी तर उलट म्हणीन. सर्वप्रथम या दोघांनीच पुढाकार घेतला पाहिजे, म्हणजे बाकीचे त्यांचं अनुकरण करतील.” जॉर्ज म्हणाला.

“बायका आणि पदवीधर?” टर्नर छद्मीपणे म्हणाले. “साधी कल्पनाही करवत नाही,” असं म्हणत त्याने खेळ चालू केला आणि त्याचा फटका चुकला. पांढरा बॉल जवळच्याच पॉकेटमध्ये जाऊन विसावला. आता जॉर्जला हसू दाबण्यासाठी फारच कष्ट घ्यावे लागत होते. “तुला नक्की काय म्हणायचं आहे, ते मला समजावून घेऊदे, मॅलरी.” टर्नरने पाहुण्यांच्या हातात क्यू दिला. “म्हणजे एखाद्या ऑक्सफर्ड किंवा केंब्रिज प्रशिक्षित विदुषीला मतदानाचा हक्क असावा, असंच तुला सुचवायचं आहे ना?”

“नाही महाशय, मला तसं म्हणायचंच नाही,” जॉर्ज म्हणाला. “मला इतकंच म्हणायचं आहे, की स्त्री-पुरुषांना समान नियम असले पाहिजेत. अगदी मूर्ख माणसालाही मताचा अधिकार हवा.”

खेळाला सुरुवात झाल्यापासून टर्नर प्रथमच हसत होता. “पार्लमेण्ट याला मान्यता देईल, असं मला तरी वाटत नाही. ख्रिसमसचा सण कसा साजरा करावा यावर टर्की पक्षांचं मत विचारत नाहीत.”

“हो, पण समजा एखाद्या टर्कीमुळे त्यांना निवडणुका जिंकता येणार असतील, तर मात्र परिस्थिती बदलेल, असं मला वाटतं.” हे बोलत असतानाच त्याने कॅननचा यशस्वी फटका मारला आणि लाल बॉल घेतला. नंतर सरळ उभं राहत तो म्हणाला, “मी जिंकलो आहे, असं मला वाटतं.”

टर्नरनी नाइलाजाने मान डोलवली. ते अंगावर कोट चढवत असतानाच, दारावर हलकेच थाप पडली. बटलर आत आला आणि त्याने अदबीने सांगितलं, “जेवणाची सिद्धता झालेली आहे.”

“आभारी आहे, ॲटकिन्स,” यजमान म्हणाले. “हा ॲटकिन्स बायकांना मतदानाचा हक्क कधीच मान्य करणार नाही, यावर मी वर्षाचं उत्पन्न पैजेवर लावायला तयार आहे.”

“आणि तुम्ही हा प्रश्न त्याला कधी विचारलेलाच नाहीत, यावर मीपण एक वर्षाचं उत्पन्न पैजेवर लावायला तयार आहे,” जॉर्ज पटकन बोलून गेला, पण नंतर असं फटकळपणे बोलल्याबद्दल त्याला खेद वाटला. ॲण्ड्रु मात्र हे ऐकून फार अस्वस्थ झाला, पण काही बोलला नाही.

“मी आपली क्षमा मागतो, महाशय. मी बोललो ते अक्षम्य होतं, आणि...”

“काही गरज नाही, माझ्या तरुण मित्रा,” टर्नर म्हणाले. “म्हणजे माझ्या

पत्नीच्या निधनानंतर, मला अशी- आजकालची तरुण मंडळी म्हणतात तसं- वादावादीची आणि खटक्याची मजाच लुटता आली नव्हती. मला वाटतं, बायकांना जास्त ताटकळत न ठेवता आपण जेवायला जावं.'' भोजनगृहाच्या दिशेने जाताना जॉर्जकडे पाहत टर्नर म्हणाले, ''छान खेळलास मॅलरी. आता मी एका परतीच्या सामन्याची वाट बघीन आणि तेव्हा तू कदाचित, कामगारांच्या हक्काविषयी आम्हाला तुझे विचार ऐकवशील.''

भोजनगृहाचं दार अदबीने उघडून, बटलर दारात उभा होता. टर्नर आणि सर्व पाहुणे आत गेले. व्हिक्टोरियन पद्धतीची सजावट असलेल्या त्या भोजनगृहातील, ओक लाकडापासून बनवलेलं प्रशस्त टेबल मात्र एलिझाबेथ काळाला साजेसं होतं. टेबलाभोवती सहा खुर्च्या मांडलेल्या होत्या आणि अर्थातच टेबलवरील काटे, चमचे आणि इतर सजावट नमुनेदार होती.

आत प्रवेश करताच, जॉर्जला श्वास कोंडल्यासारखं वाटलं. खरंतर अत्युच्च शिखरावरही त्याला असं कधीच वाटलं नव्हतं. टर्नर साहेबांच्या तिन्ही मुली, मार्जोरी, रूथ आणि मिलड्रेड- जॉर्जशी ओळख करून घेण्यासाठी आतुर होत्या, पण तो रूथकडेच एकटक पाहत राहिला. रूथ लाजली आणि तिने नजर फिरवली.

''अरे ये! मॅलरी. नुसता दरवाजातच काय उभा आहेस? या मुली तुला नक्की चावणार नाहीत. उलट माझ्यापेक्षा, यांनाच तुझे विचार जास्त आवडतील.'' जॉर्ज पुढे झाला आणि त्याने तिघींशी हस्तांदोलन केलं. मात्र टर्नरने त्याला मार्जोरी आणि मिलड्रेमध्ये बसायची जागा दिल्यामुळे त्याला वाटलेली निराशा, त्याने कसोशीने लपवण्याचा प्रयत्न केला. दोन बायकांनी सुरुवातीचे पदार्थ वाढले, थंड सॉलोमन मासा आणि डिल. बटलरने टर्नरच्या ग्लासमध्ये सॅनर ओतली. बहुतेक टर्नरला ती आवडत असावी. अनेक दिवसांनी इतके चांगले पदार्थ आले असतानाही जॉर्ज त्याकडे दुर्लक्ष करत, समोर बसलेल्या रूथकढे चोरटे कटाक्ष टाकायला लागला. रूथला आपल्या सौंदर्याची फारशी जाणीव नसावी, असंच तिच्या हालचालींवरून वाटलं. तिची उजळ काया, निळसर टपोरे डोळे आणि किंचितसा तांबूस केशसंभार पाहून, मनाशीच तो म्हणाला, *'अप्रतिम कलाकृती. अप्रतिम!'* समोरची सुरी आणि काटा उचलताना, तो मनाशीच परत एकदा म्हणाला,

''हे खरं आहे का?'' त्याची विचारशृंखला खंडित करत टर्नरच्या मोठ्या मुलीने, मार्जोरीनी विचारलं, ''तुम्ही सुप्रसिद्ध जॉर्ज बर्नार्ड शॉ यांना प्रत्यक्ष भेटला आहात?''

''हो मिस टर्नर. त्यांनी केंब्रिजला फेबीयन सोसायटीमध्ये व्याख्यान दिलं होतं. त्यानंतर त्यांच्यासमवेत भोजन करण्याचा बहुमान मला मिळाला होता.''

''कसला बोडक्याचा मोठा माणूस?'' टर्नर तिरसटपणे म्हणाले. ''तो असाच

आणखीन एक समाजवादी आहे, जो लोकांना त्यांनी कसं वागावं आणि जगावं हे शिकवत फिरतो. तो तर साला खरा इंग्रज पण नाही.''

आपल्या वडिलांकडे कनवाळूपणे पाहत, मार्जोरी हसली. '''द टाइम्स'च्या नाट्य समीक्षकाच्या मते, *पिग्मालियन* हे एक विनोदी पण विचारांना चालना देणारं नाटक आहे,'' ती जॉर्जकडे पाहत म्हणाली.

''तोसुद्धा असाच समाजवादी असला पाहिजे,'' तोंडात तोबरा भरलेला असतानाच टर्नर म्हणाले.

''तुम्ही ते नाटक पाहिलं आहे का, मिस टर्नर?'' रूथकडे पाहत जॉर्जने विचारलं.

''नाही, मि. मॅलरी, मी नाही पाहिलं. खेडेगावातल्या नाट्यगृहात, चार्लिज अॅण्ट हे आम्ही पाहिलेलं शेवटचं नाटक आणि तेसुद्धा *द इंपॉर्टन्स ऑफ बीइंग अर्नेस्ट,* या पुस्तकावर बंदी आल्यानंतर.''

''तेही लेकाच्या आयरिश माणसानेच लिहिलेलं आहे,'' टर्नर म्हणाले. ''सभ्य समाजात त्याचं नावसुद्धा घेतलं नाही पाहिजे. तुला पटताय का मॅलरी?'' एव्हाना सुरुवातीचे पदार्थ फस्त झाले होते. जॉर्जने मात्र अजूनही त्या माशाला हातही लावला नव्हता. बिचारा सहज पोहत जाऊ शकला असता.

''दोन प्रतिभावंत नाटककारांच्या नाटकावर, जर सभ्य समाज चर्चाही करणार नसला, तर मग मी तुमच्याशी सहमत आहे. मी तुमच्या मताशी सहमत आहे,'' आत्तापर्यंत गप्प असलेली मिलड्रेड, जॉर्जच्या दिशेने वाकत कुजबुजली.

''ओसुलिव्हान, तुझं काय मत आहे?'' टर्नरने विचारलं. ''तुलाही मॅलरीप्रमाणेच वाटतं का?''

''जॉर्जच्या कुठल्याच मताशी मी सहमत नसतो आणि म्हणूनच आम्ही चांगले मित्र आहोत,'' अॅण्ड्रु म्हणाला. या उत्तरावर सगळेच खळखळून हसायला लागले. आता बटलरने बीफची पाककृती आणून यजमानांच्या संमतीसाठी, त्यांच्यासमोर ठेवली. त्यांनी होकार देताच, त्याचे काप करण्यात येऊ लागले.

या गडबडीचा फायदा घेऊन, जॉर्जने समोर बसलेल्या रूथकडे पाहिलं, तेव्हा ती अॅण्ड्रुकडे बघून हसत होती.

''एक गोष्ट मला कबूल करायला हवी, की मी ही दोन्ही नाटकं पाहिलेली नाहीत,'' अॅण्ड्रु म्हणाला.

''तुला खात्रीने सांगतो ओसुलिव्हान,'' रेड वाईनचा घोट घेत टर्नर म्हणाले, ''या दोघांपैकी एकालाही सभ्य म्हणता येणार नाही.''

जॉर्ज काही समर्पक उत्तर देण्याचा विचार करत असतानाच, मिलड्रेड म्हणाली, ''त्यांच्याकडे लक्ष देऊ नका, मि. मॅलरी. ही एकच गोष्ट अशी आहे, की जी त्यांना

पटत नाही.''

तिच्या या प्रांजळ कबुलीजबाबावर जॉर्ज हसला आणि त्याने आता विषयांतर करून, तो मार्जोरीशी भरतकामाविषयी बोलायला लागला. हे करत असताना तो मधून मधून रूथच्या दिशेने कटाक्ष टाकतच होता, पण ते तिच्या गावीही नव्हतं. एव्हाना समोरच्या बश्या काढून घेतल्या होत्या.

''चला, सद्गृहस्थांनो, आजच्या या सायंकाळी तुम्ही एक धडा नक्कीच शिकला असाल,'' आपला नॅपकिन बाजूला करत टर्नर म्हणाले.

''आणि तो नेमका कुठला?'' ॲण्ड्रुनी विचारलं.

''माणसाला तीन मुली नसाव्यात, हे नक्की, कारण त्या महाविद्यालयात जाऊन पदवीधर होईपर्यंत मि. मॅलरी गप्प बसणार नाहीत, हे नक्की.''

''एक महत्त्वाची सूचना, मि. मॅलरी, ''मिलड्रेड म्हणाली. ''मला जर माझ्या वडिलांसारखं आर्किटेक्ट होता आलं असतं, तर मला फार आनंद झाला असता.''

त्या सायंकाळी प्रथमच मि. टर्नर निरुत्तर झाले होते. त्यांना सावरायला किंचित वेळ लागला. नंतर ते म्हणाले, ''चला आता बाहेरच्या दिवाणखान्यात जाऊन आपण कॉफी घेऊ या.'' आपल्या वडलांनी नेहमीच्या प्रथेला फाटा दिल्याचं पाहून तिघी मुलींना आश्चर्य वाटलं. सर्वसाधारणपणे, जेवणानंतर पुरुष पाहुण्यांबरोबर, टर्नर सिगार ओढत ब्रॅण्डी पीत असत आणि मगच इतर बायकांबरोबर कॉफीपानाचा कार्यक्रम होत असे.

''अगदी लक्षात राहण्यासारखी बाजी मारलीत, मि. मॅलरी,'' जॉर्ज मार्जोरीची खुर्ची मागे करत असताना, मार्जोरी त्याच्या कानात कुजबुजली. तिन्ही बहिणी भोजनकक्षाच्या बाहेर जाईपर्यंत, जॉर्ज अदबीने उभा होता. त्या बाहेर गेल्यावर तोही बाहेर गेला. म्हाताऱ्याशी गप्पा मारण्यात ॲण्ड्रु रंगून गेल्याचं पाहून, त्याला समाधान वाटलं.

दिवाणखान्यात रूथ कोचावर बसलेली पाहताच, जॉर्ज साळसूदपणे तिच्या शेजारी जाऊन बसला. रूथचं जॉर्जकडे लक्षच नव्हतं. ती मार्जोरीशी बोलत असलेल्या ॲण्ड्रुकडे पाहत होती. आता सगळं काही मनासारखं झाल्यावर, काय बोलावं आणि कशी सुरुवात करावी, हेच जॉर्जला समजेना. काही वेळाने रूथच त्याच्या मदतीला धावून आली.

''तुम्ही माझ्या वडिलांना बिलियर्डमध्ये हरवलं तर नाहीत मि. मॅलरी?'' रुथने विचारलं.

''होय मिस टर्नर,'' असं जॉर्ज सांगत असतानाच ॲटकीन्सने समोर कॉफी ठेवली.

''तरीच ते जेवताना वाद घालत होते,'' कॉफीचा घोट घेऊन ती पुढे म्हणाली,

"त्यांनी जर तुम्हाला परत खेळायला बोलवलं, तर त्यांना जिंकू देणंच धूर्तपणाचं होईल, मि. मॅलरी."

"पण मला वाटतं, ते माझ्या मनाला पटायचं नाही, मिस टर्नर."

"का नाही मि. मॅलरी?"

"कारण तसं केलं तर मग तिला माझ्यातला कच्चा दुवा समजेल."

"ती?" रूथने गोंधळून विचारलं.

"चोमोलुन्मा, धरतीची देवी."

"पण पपा तर सांगत होते, तुम्हाला एव्हरेस्ट जिंकायचा आहे."

"एव्हरेस्ट हे आपण इंग्रजांनी ठेवलेलं नाव आहे. त्या नावाने हाक मारली, तर ती प्रतिसाद देत नाही."

"तुमची कॉफी गार होईल मि. मॅलरी," रूथ समोर पाहत म्हणाली.

"सांगितल्याबद्दल आभारी आहे, मिस टर्नर."

"आणि तुम्हाला या देवतेचा जास्त जवळून परिचय करून घ्यायचा आहे, हो ना?" तिने विचारलं.

"योग्य वेळी नक्कीच मिस टर्नर, पण त्या आधी मला दोघींना वश करायचं आहे."

आता तर रूथ जास्तच कुतूहलाने त्याच्याकडे बघायला लागली. "कोणी खास?"

"मॅडम मॅटरहॉर्न," त्याने उत्तर दिलं. "या इस्टरच्या सुट्टीत मला त्यांना माझं भेटपत्र द्यायचं आहे." एव्हाना गार झालेल्या कॉफीचा त्याने घोट घेतला. "आपण या सुट्टीत कुठे जाणार आहात मिस टर्नर?"

"या एप्रिलमध्ये आमचे वडील आम्हाला व्हेनिसला घेऊन जाणार आहेत. मला वाटतं हे शहर तुम्हाला फारसं आवडणार नाही मि. मॅलरी, कारण ते समुद्रसपाटीच्या केवळ काही फूटच उंचावर आहे."

"नेहमी उंचीलाच महत्त्व असतं, असं नाही, मिस टर्नर. निरभ्र, निळसर आकाश, शांत समुद्र, यात पहुडलेल्या व्हेनिसची शोभाच और आहे. तिथे हौशी प्रवाशांच्या झुंडीच्या झुंडी येतात, तिथली नाट्यगृहं फार चांगली आहेत..."

"म्हणजे तुम्हाला शेलेचं काव्य आवडतं तर," आपला रिकामा कप परत बशीत ठेवत रूथ म्हणाली.

जॉर्ज काही उत्तर देणार इतक्यात भिंतीवरल्या घड्याळाने अर्धा तास झाल्याचा एक ठोका दिला. ॲण्ड्रु आपल्या जागेवरून उठला आणि यजमानांकडे पाहत म्हणाला, "आजची संध्याकाळ फार मजेत गेली महाशय, पण मला वाटतं, आता आम्ही आपली रजा घ्यायला हवी."

जॉर्जने आपल्या घड्याळात पाहिलं: १०:३० वाजले होते. खरं तर त्याला अजिबात निघावसं वाटत नव्हतं, पण टर्नर महाशय आपल्या जागेवरून उठले होते आणि मार्जोरी त्याच्याच दिशेने येत होती. ''मला आशा आहे, तुम्ही परत एकदा आम्हाला येऊन भेटाल, मि. मॅलरी,'' असं म्हणून ती प्रसन्नपणे हसली.

''मीसुद्धा तशीच आशा करतो,'' अजूनही रूथवरची नजर न हटवता जॉर्ज म्हणाला. टर्नरही आता हसले. खेळात त्याने भले जॉर्जला हरवलं नसेल, पण त्यांच्या एका मुलीने मात्र ते काम केलं होतं.

११

शुक्रवार : १३ फेब्रुवारी, १९१४

आपण काय करणार होतो, हे जॉर्जला अॅण्डुला कळू द्यायचं नव्हतं.

ती रूथ त्याच्या मनातून जात नव्हती. आत्तापर्यंत त्याने इतकं नितळ सौंदर्य पाहिलंच नव्हतं. तिचा सहवासही सुखावह होता. इतकं असूनही ते दोघंच असताना, निरोप घेते वेळी तो फक्त वेड्यासारखं तिच्या निळ्या डोळ्येंत डोळे घालून बघत राहिला. ती जसजशी अॅण्डुकडे पाहायची, तसतसा तो कासावीस व्हायचा आणि त्यामुळे तो जणू आपली सुसंवाद साधण्याची कलाच विसरून गेला होता.

खरं तर त्याला रूथचा हात हातात घ्यायची तीव्र इच्छा होती, पण ती मिलड्रेड एकसारखी त्याचं लक्ष वेधून घेत होती आणि अॅण्डुसाठी रूथला मोकळी ठेवत होती; म्हणजे त्या मिलड्रेडला त्याच्यात खरंच रस होता का अॅण्डुचं रूथच्या बापाशी आधीच बोलणं झालेलं होतं? जेवताना ते दोघं गप्पांमध्ये पार हरवून गेले होते, हे त्याच्या लक्षात आलं होतं. ते काय आणि कशावर बोलत होते, हे आता जॉर्जला समजून घ्यायचं होतं. उभ्या आयुष्यात तो इतका हवालदिल कधीच झाला नव्हता.

जॉर्जने अशी हताश माणसं पूर्वी बघितली होती आणि तेव्हा तो त्यांना फसवले गेलेलं महामूर्ख म्हणायचा. आता तो त्यांच्या संघटनेत सामील झाला होता आणि सर्वांत दु:खाची बाब म्हणजे, त्याची देवता कोणा दुसऱ्या प्राण्याला वश झाली होती. 'तो अॅण्डु तिच्या लायकीचा नाही,' असं झोपायच्या आधी तो जोरात म्हणाला. नंतर त्याला जाणवलं, की आपणही त्या लायकीचे नाही. दुसऱ्या दिवशी सकाळी झोपेतून जागा झाल्यावर- अर्थात झोपला असला तर- त्याने तिचा विचार डोक्यातून काढून टाकला आणि त्या दिवसाच्या वर्गातल्या तासाची तयारी करायला लागला. आता पाचवीतल्या मुलांना चाळीस मिनिटं सामोर जाण्याची कल्पना त्याला छळू लागली. वॉल्टर रॅलीविषयी मुलांची मतं काय होती आणि त्यांनी

प्रथमच तंबाखूची आयात इंग्लंडमध्ये केली, त्याचे काय महत्त्व आहे, हे त्याला ऐकावं लागणार होतं.

त्या दिवशीचा तो चाळीस मिनिटांचा काळ, हा जॉर्जच्या आयुष्यातला सर्वांत प्रदीर्घ वेळ होता. त्या विनराईटचा तर त्याला फार राग आला होता आणि छोट्या कार्टरने तर त्याची विकेटच घेतली होती, पण सुदैवाने घंटा वाजली. अर्थात 'कोणाच्या सुदैवाने?' तो मनाशीच म्हणाला.

तास संपताच जॉर्ज शिक्षकांच्या कक्षाकडे निघाला. काल रात्रीपासून ज्या ओळी तो घोकत होता, त्याची त्याने परत वारंवार उजळणी केली. त्याच्या सर्व प्रश्नांची उत्तरं मिळेपर्यंत तो, ठरवल्याप्रमाणेच बोलणार होता, नाहीतर अ‍ॅण्डुला त्याच्या मनात काय चाललंय ते समजेल आणि मग तो त्याची टिंगल करेल. हेच जर शंभर वर्षांपूर्वी घडलं असतं, तर त्याने अ‍ॅण्डुला तलवारीच्या द्वंदयुद्धाचं आव्हानच दिलं असतं, पण मग जरा डोकं शांत झाल्यावर, बॉक्सिंगमध्ये कोण सरस आहे, ते त्याला आठवलं आणि तो गप्प बसला.

शिक्षकांच्या कक्षात प्रवेश करतेवेळी, जॉर्जने प्रसन्न राहण्याचा प्रयत्न केला. जणू काही त्याला जगाची पर्वाच नव्हती, असा आव त्याने आणला होता. इतकं असूनही प्रत्यक्ष दार उघडते वेळी, त्याचं हृदय धडधडत असल्याचं त्याला जाणवलं, 'पण तो अ‍ॅण्डु भेटलाच नाही तर?' निदान काही प्रश्नांची उत्तरं मिळेपर्यंत पुढचा तास घ्यायला त्याचं मन तयार नव्हतं.

अ‍ॅण्डु त्याच्या नेहमीच्या जागी, खिडकीजवळ सकाळचं वर्तमानपत्र वाचत बसला होता. चहाचा कप भरत असलेल्या जॉर्जकडे पाहून तो हसला. जॉर्ज त्याच्या जवळ गेला. अ‍ॅण्डुच्या जवळ दुसराच एक शिक्षक बसला होता आणि वेळापत्रकातल्या त्रुटींविषयी चर्चा करत होता. जॉर्जला उगाचच राग आला.

तरीही जॉर्ज त्यांच्यामध्ये सामील झाला. आपला पहिला प्रश्न काय होता, हे जॉर्ज आठवत असतानाच...

"काल संध्याकाळी फार मजा आली," हातातल्या वर्तमानपत्राची घडी करत अ‍ॅण्डु जॉर्जला म्हणाला.

"हो हो, फार मजा आली," जॉर्ज कसाबसा पुटपुटला, अर्थात त्याने घोकून ठेवलेल्या प्रश्नावलीत हे वाक्य नव्हतं.

"तू तर फार खुशीत असल्यासारखा दिसत होतास."

"खरंच फार मस्त वेळ गेला," जॉर्ज म्हणाला. "ते टर्नर महाशय म्हणजे खास व्यक्तिमत्त्व आहे."

"अरे, ते तर तुझ्यावर जाम खूश आहेत."

"आं ऽ! तुला खरंच असं वाटतं?"

“माझी तर खात्रीच पटली आहे. त्यांना इतकं मोकळेपणाने बोलताना मी कधीच पाहिलं नव्हतं.”

“म्हणजे तू त्यांना बरेच दिवस ओळखतो आहेस तर?” जॉर्ज धीर करत म्हणाला.

“नाही. तसं नाही. मी तर वेस्टब्रुकला दोन वेळाच गेलो आहे.”

“खरं की काय?” चला, जॉर्जच्या पहिल्या प्रश्नाचं उत्तर त्याला मिळालं.

“त्या टर्नरसाहेबांच्या पोरी कशा काय वाटल्या?” ॲण्डुनी डोळे मिचकावत विचारलं.

“मुली?” जॉर्ज म्हणाला. आपले सगळे प्रश्न हाच विचारत असल्याचं पाहून, जॉर्जला राग आला.

“हो! मुलीच. त्यातली एखादी मनात भरली असेल ना? त्या मार्जोरीची तर तुझ्यावरून नजर हटतच नव्हती.”

“नाही, माझ्या लक्षात नाही आलं,” जॉर्ज म्हणाला, “तुझं काय?”

“खरं सांगू का मित्रा, मला तर थोडं आश्चर्यच वाटलं,” ॲण्डुनं कबुली दिली.

“आश्चर्य? आणि ते कसलं?” आपल्या आवाजातील अधीरता लपवत जॉर्ज म्हणाला.

“हो! असं बघ, तिला माझ्यात काही रस असेल, अशी मला पुसटशीही कल्पना नव्हती.”

“तिला?”

“रूथ.”

“रूथ?”

“हो. माझ्या मागच्या दोन भेटीत तिने माझ्याकडे ढुंकूनही पाहिलं नव्हतं, पण काल मात्र ती सतत माझ्याशी संभाषण करत होती. मला वाटतं, मला थोडीफार संधी आहे.”

“संधी आहे?” जॉर्ज अडखळत बोलला.

“तू बरा आहेस ना मॅलरी?”

“अर्थातच मी बरा आहे, पण तू असं का विचारलंस?”

“नाही, मी मगापासून बघतो आहे, मी जे बोलीन तेच तू परत बोलतो आहेस.”

“तू बोलतो आहेस तेच मी बोलतो आहे?” जॉर्ज म्हणाला. मग खाली बसत त्याने विचारलं, “मग आता रूथला भेटणार असशील?” शेवटी जॉर्जने मुद्याला हात घातलाच आणि महत्त्वाचा प्रश्न विचारलाच.

“ती एक गंमतच आहे. रात्री जेवणानंतर, म्हातारबुवा मला बाजूला घेऊन गेले आणि इस्टरच्या सुट्टीत, त्यांच्याबरोबर व्हेनीसला येणार का विचारलं.”

"आणि तू 'हो' म्हणालास?" जॉर्जने घायकुतीला येऊन विचारलं. त्याला ती कल्पनाच सहन होईना.

"म्हणजे तसं मला आवडलं असतं, पण जरा अडचण आहे."

"जराशी अडचण?"

"तू परत तसं बोलायला लागलास, जॉर्ज."

"मला माफ कर," जॉर्ज लाजून म्हणाला. "पण अडचण काय आहे?"

"इस्टरला पश्चिम इंग्लंडला हॉकीच्या संघाचा दौरा आहे आणि मी त्यांना माझा शब्द दिला आहे, शिवाय संघामध्ये मी एकटाच गोलकीपर असल्यामुळे, मी त्यांना संकटात टाकू इच्छित नाही."

"अर्थातच नाही," जॉर्ज ताडकन जाग्यावरून उठत म्हणाला, "तसं करणं खेळाडू वृत्तीला शोभणार नाही."

"बरोबर आहे, पण माझ्याकडे एक पर्याय आहे."

"पर्याय?"

"हो. मी जर शेवटचा सामना खेळलो नाही तर, मी शुक्रवारी संध्याकाळी साऊथहँप्टनहून बोटीने व्हेनीसला निघालो, की रविवारी सकाळी तिथे पोहोचीन. म्हणजे मला एक आठवडा टर्नर कुटुंबीयांच्या समवेत घालवता येईल."

"एक आठवडा?" जॉर्ज हताशपणे म्हणाला.

"मी म्हातारबुवांना तसं सांगितलं, तेव्हा त्यांना ही कल्पना आवडली. आता मी मार्चचा शेवटचा आठवडा त्यांच्याबरोबर घालवू शकेन." शेवटी नको ते जॉर्जला ऐकायला मिळालं. तो ताडकन उठला.

"तू नक्की बरा आहेस ना मॅलरी? आज सकाळपासून तू फार अस्वस्थ दिसतो आहेस."

"त्या विनराईटची कृपा म्हणायची," विषयांतर करण्याची संधी मिळाल्यामुळे जॉर्ज पटकन म्हणाला.

"विनराईट?"

"स्पेनच्या आरमाराचा पराभव, अर्ल ऑफ इसेक्सनी केला आणि ड्रेक तर तेव्हा जवळपासही नव्हता असं आज वर्गात तो म्हणाला, तेव्हा माझं डोकंच सणकलं."

"म्हणजे नवीन इतिहास लिहितो आहे म्हणायचा."

"तसं नाही, त्या विनराईटचा सिद्धांत असा आहे, की त्या सुमारास ड्रेक हॅम्टनकोर्टला होता आणि त्याची ऐलिजाबेथशी भानगड चालली होती आणि म्हणून त्याने इसेक्सला मार्गातून दूर करण्यासाठी डेव्हॉनला पाठवलं होतं."

"मला तर वाटलं, प्रत्यक्षात याच्या उलट परिस्थिती होती," ॲण्ड्रु म्हणाला.

"आपण तशी आशा करू या," जॉर्ज उसासा टाकत म्हणाला.

२०

मंगळवार : २४ मार्च, १९१४

फिंच जरी थोडासा अस्वस्थ वाटला आणि नेहमीप्रमाणे वागत नसला, तरी गिर्यारोहणाचे पहिले दोन दिवस समाधानकारक होते. तिसऱ्या दिवशी ते झुमिट रिजच्या एका कपारीत अडकले होते, तेव्हा जॉर्जला त्याच्या वागण्याचा खुलासा झाला.

"तुला या बायकांचं मन समजायला लागलं आहे का?'' जणू काही ते रोजच या विषयावर चर्चा करत असल्याप्रमाणे फिंचने विचारलं.

"नाही, त्या बाबतीत मला फारसा अनुभव आहे असं म्हणता येणार नाही, जॉर्ज.'' मात्र हे बोलत असताना त्याच्या मनात रूथचाच विचार घोळत होता.

"या! आमच्या संघटनेत सामील व्हा,'' फिंच त्याला चिडवत म्हणाला.

"पण मला तर नेहमी वाटायचं, की तुला या विषयावर अधिकाराने बोलता येत असलं पाहिजे.''

"या बायका पुरुषांना कुठल्याच विषयावर अधिकाराने बोलू देत नाहीत.'' फिंच थोडासा कडवटपणे म्हणाला.

"कोणाच्या तरी प्रेमात पडला आहेस वाटतं?'' जॉर्जने विचारलं. म्हणजे फिंचलाही आपल्याप्रमाणेच 'अस्वस्थपणा जाणवतो आहे तर,' अशी जॉर्जला शंका आली.

"नाही, प्रेमभंग झाला आहे,'' फिंच म्हणाला. "आणि ते जास्त त्रासदायक असतं.''

"मला खात्री आहे की तुला लवकरच कोणीतरी भेटेल.''

"प्रश्न दुसऱ्या कोणाचा नाही, मला काळजी वाटते ती माझ्या मैत्रिणीला, म्हणजे पूर्वीच्या, दिवस गेले आहेत.''

"तसं असेल तर तुला तिच्याशी लग्न केलं पाहिजे,'' जॉर्ज स्पष्टपणे म्हणाला.

"तीच तर भानगड आहे,'' फिंच म्हणाला. "आमचं आधीच लग्न झालेलं आहे.''

फार पूर्वी माँ ब्लाँवर दरडी कोसळल्यामुळे जॉर्जचा कडेलोट होणार होता, तसा आता होईल की काय, असं जॉर्जला वाटलं.

आता कपारीच्यावर डोकं दिसलं. "पुढे पुढे जात राहा," यंग म्हणाला. "तुम्हा दोघांना दुसरा काही मार्ग दिसतो आहे का?"

दोघंही गप्पच होते.

"माझ्या मागून या." यंग

पुढचा एक तास ते तिघे शिखराकडे जाण्यासाठी झगडत होते. शेवटच्या हजार फुटांचे अंतर कापून, ते जेव्हा शिखरावर पोहोचले, तेव्हा फिंच परत बोलता झाला.

"आपल्या तिघांनाही ज्या शिखरावर एकत्रितपणे उभं राहण्याची तीव्र इच्छा आहे, त्याची काही बातमी समजली का?" त्याने यंगला विचारलं.

फिंचच्या विचारण्याची पद्धत जरी जॉर्जला आवडली नाही, तरी १४,६८६ फुटांवर असलेल्या मॅटरहॉर्नच्या शिखरावरून यंगने दिलेलं उत्तर दुसरा कोणी ऐकण्याची शक्यता नसल्यामुळे, तो गप्प बसला.

आपण किती माहिती उघड करावी याचा विचार करत, यंग समोरच्या दऱ्याखोऱ्यांचं निरीक्षण करत होता. "मी जे काही या विषयावर तुम्हाला सांगीन, ते फक्त आपल्या तिघांतच राहायला हवं," यंगने महत्त्वाचा खुलासा केला. "आपल्या परराष्ट्र खात्याकडून, आणखी निदान दोन महिने तरी काही अधिकृत घोषणा होईल, असं मला वाटत नाही." पुढचे काही क्षण यंग काहीच बोलला नाही आणि सुदैवाने, कधी नव्हे तो फिंचही गप्प होता, "अर्थात एक गोष्ट मला तुम्हाला सांगावीशी वाटते," यंगने परत बोलायला सुरुवात केली, की, "अल्पाईन क्लबने, रॉयल जिओग्रॅफिकल सोसायटीशी एक सामंजस्याचा करार केला असून, ते एका समितीचं गठन करणार असून, त्या समितीचं नाव एव्हरेस्ट कमिटी असं असणार आहे."

"पण त्या कमिटीवर कोण असणार आहे?" फिंचने विचारलं.

यंगने परत उत्तर द्यायला वेळ घेतला आणि म्हणाला, "सर फ्रांसिस यंगहजबंड त्या कमिटीचे अध्यक्ष असतील, मी उपाध्यक्ष आणि मि. हिंक्स सक्रेटरी असतील."

"यंगहजबंडने अध्यक्ष असायला कोणाचाच आक्षेप नसावा," जॉर्ज प्रत्येक शब्द तोलून मापून वापरत होता. त्यांच्याच पुढाकारामुळे आज ही मोहीम शक्य होणार आहे."

"मात्र हे हिंक्सच्या बाबतीत लागू पडत नाही," फिंच म्हणाला. "अर्थातच त्याने बोलताना काळजी घेतली नव्हती. हा माणूस शिष्टपणाला शिष्टाचाराचं रूप देण्याचा प्रयत्न करतो."

"मित्रा, हे जरा फारच भडकपणे वर्णन करतो आहेस, असं नाही का वाटत तुला?" जॉर्जने सौम्य शब्दात त्याला सुनावलं. आता या फिंचच्या कुठल्याच

बोलण्यामुळे जॉर्जला धक्का बसणार नव्हता..

"अरे, त्या स्कॉट्सची RGSची व्याख्यानमाला झाली तेव्हा सगळ्या बायकांना- अगदी हिंक्स आणि स्कॉट्सच्यासुद्धा- वरती गॅलरीमध्ये, रेल्वेच्या डब्यात गाई कोंबतात, तसं कोंबलेलं तू पाहिलं नाहीस का?"

"या असल्या संस्थांतल्या रूढी परंपरा, सहजासहजी बदलत नाहीत," यंग शांतपणे म्हणाला.

"या असल्या शिष्टपणाला, उगाचच रूढी वगैरे म्हणून मान्यता देऊ नका," फिंच रागाने म्हणाला. "लक्षात ठेव जॉर्ज, या मोहिमेसाठी जर तुझी निवड झाली, तर त्या हिंक्सला आनंदच होईल, कारण तू विंचेस्टर आणि केंब्रिजचा आहेस ना!"

"हे बोलायची काही गरज होती का?" यंग ताडकन म्हणाला.

"मी बरोबर बोललो का नाही, ते लवकरच समजेल," आपल्या मतावर ठाम राहत फिंच म्हणाला.

"तुला त्या बाबतीत काळजी करण्याची गरज नाही, कारण शेवटी अल्पाईन क्लबच मोहिमेचे सदस्य निवडणार आहे, हिंक्स नाही," यंग म्हणाला.

"तसं असेलही," आपला हेका न सोडता फिंच नरमाईने म्हणाला, "पण कमिटीमध्ये कोण बसतो, याला महत्त्व आहे."

"एकूण सात जण या मोहिमेवर जातील," यंग म्हणाला. "तीन अल्पाईन क्लबचे असतील आणि तू विचारायच्या आधीच खुलासा करतो, मी सोमरवेल आणि हेरफोर्डला माझ्याबरोबर घेणार आहे."

"मला तर हे एकदम रास्त वाटत आहे," जॉर्ज म्हणाला.

"कदाचित," फिंच म्हणाला, "पण रॉयल जिओग्रॅफिकल सोसायटीचे कोण सदस्य आहेत?"

"हिंक्स, रेबर्न नावाचा एक इसम आहे आणि जनरल ब्रुस. म्हणजे दोघांचेही तीन तीन सदस्य असतील."

"म्हणजे त्या यंगहजबंडना महत्त्वाचा मताधिकार असणार."

"मला त्याची काहीच अडचण वाटत नाही," यंग म्हणाला. "यंगहजबंड रॉयल जिओग्रॅफिकल सोसायटीचा उत्तम अध्यक्ष आहे आणि फार छान काम करतो. त्याच्या सचोटीविषयी कोणीच शंका घेऊ शकत नाही."

"पक्का ब्रिटिश आहेस तू," फिंच म्हणाला.

पुढे काही बोलण्यापूर्वी, यंगने परत वेळ घेतला आणि म्हणाला, "जे कोणी हिमालयाच्या आजूबाजूच्या प्रदेशांचे नकाशे बनवू शकतील, तिथले भूगर्भशास्त्राच्या दृष्टीने महत्त्वाचे नमुने गोळा करतील किंवा तिथल्या दुर्मीळ वनस्पतींचा अभ्यास करून माहिती जमवतील, अशा लोकांचीच सोसायटी निवड करणार आहे.

गिर्यारोहणासाठीचा संघ निवडण्याची आणि एव्हरेस्टकडे जाण्याचा मार्ग निवडण्याची जबाबदारी अल्पाईन क्लबची असेल.''

''बरं, या मोहिमेचं नेतृत्व कोण करणार असेल?'' आपला हेका न सोडता फिंच म्हणाला.

''मला वाटतं ते काम जनरल ब्रुस करतील. त्यांनी भारतात अनेक वर्षं काम केलेलं आहे आणि त्यांना तिथल्या प्रदेशाची उत्तम माहिती आहे. हिमालयाची माहिती असलेल्या फार थोड्या ब्रिटिश लोकांत त्यांचा समावेश होतो आणि मुख्य म्हणजे, ते दलाईलामांचे चांगले मित्र आहेत. आपल्याला सीमा ओलांडून पलीकडे तिबेटमध्ये नेण्यासाठी, ती योग्य व्यक्ती आहे. एकदा का सीमापार झालो, की मी मोहिमेची सूत्रं हातात घेईन आणि एक ब्रिटिश माणूस सर्वप्रथम एव्हरेस्टवर पाय ठेवेल, याची काळजी घेईन.''

''मी ऑस्ट्रेलियन आहे, ते लक्षात आहे ना?''

''कॉमनवेल्थचा दुसरा एक सदस्य माझ्याशेजारी असला तर ते किती सुयोग्य ठरेल!'' यंग हसून म्हणाला. इतर काही बोलण्याआधी यंग म्हणाला, ''मला वाटतं, आपण आता उतरायला लागावं, अर्थात तुम्हाला इथेच रात्र काढायची असली तर गोष्ट वेगळी.''

जॉर्जने आपला गॉगल परत डोळ्यावर चढवला. यंगने दिलेल्या बातमीमुळे, तो एकदम खुशीत होता. त्या फिंचने जरा जास्तच डिवचल्यामुळे, यंगने जरा जास्तच माहिती उघड केली असावी, अस जॉर्जला वाटलं.

यंगने शिखरावर एक स्मृतिचिन्ह ठेवलं आणि वाकून अभिवादन करत म्हणाला, ''महाराजांनी आपल्याला शुभेच्या पाठवल्या आहेत. आदरणीय बाईसाहेब आणि त्यांच्या प्रजाजनांचा परतीचा प्रवास सुखरूप होण्यासाठी आपण परवानगी द्याल अशी आशा करतो.''

''अजून एक प्रश्न विचारायचा आहे,'' फिंचने परत भुणभुण चालू केली.

''ही मोहीम तिबेटच्या दिशेने केव्हा मार्गस्थ होईल, याचा काही अंदाज आहे का?''

''हो! पुढल्या वर्षीच्या फेब्रुवारीच्या आत केव्हाही. त्यानंतर उशीर झालेला असेल. पावसाळ्याच्या आधी जर शिखर गाठायचं असेल, तर मे महिन्याच्या आत, आपला पहिला पडाव, हिमालयाच्या पायथ्याशी पडला पाहिजे.''

या खुलाशाने फिंचचं समाधान झालं, पण जॉर्ज मात्र विचारात पडला. चार्टरहाऊसचे नवीन मुख्याध्यापक, मि. फ्लेचर आपल्याला सहा महिन्यांची रजा देतील का, ही शंका त्याला भेडसावायला लागली.

एकही शब्द न बोलता, यंगने त्या दोघांना खाली सुखरूप आणलं. ते

हॉटेलच्या जवळ आले, तेव्हा तो शेवटचं वाक्य बोलला. "आपल्याला परराष्ट्रखात्याकडून काही अधिकृतपणे समजेपर्यंत, या विषयावर कोणाशीही, अगदी आपल्यातसुद्धा, जर आपण बोलला नाहीत, तर मी आपला आभारी राहीन."

दोघांनीही संमतिदर्शक माना डोलवल्या. "अर्थात १९१५ सालात आपण उपलब्ध असाल, अशी मी आशा करतो."

***

फ्लॅनेलची पॅण्ट, शर्ट आणि खेळाडू घालतात तसा कोट घातलेला फिंच खाली रात्रीच्या भोजनासाठी आला, तेव्हा त्याला मॅलरी स्वागतकक्षात एक चेक लिहिताना दिसला.

"आणखी एका धाडसी मोहिमेवर निघालास की काय?" जॉर्जच्या पायापाशी असलेली सुटकेस पाहून, फिंचने विचारलं.

"हो," मॅलरी हसून म्हणाला. "मला कबूल केलंच पाहिजे, की मी फक्त तुझ्याच पुढे जाण्याचा प्रयत्न करत नसतो, तर आणखी इतरही आहेत."

सुटकेसवर लावलेली चिठ्ठी पाहून फिंच म्हणाला, "त्या व्हेनीसमध्ये नक्कीच पर्वत नाहीत, तेव्हा माझ्या मते ही बाईची भानगड असावी."

जॉर्ज काहीच बोलला नाही. त्याने तो चेक समोरच्या सेवकाला दिला. "अगदी मला वाटलंच होतं," फिंच म्हणाला, "आणि तू मलाच उलट म्हणत होतास, की मला बायकांची बरीच माहिती आहे. मला फक्त तुला सावध करावंस वाटतं, अगदी वेगळ्या खंडात राहणाऱ्या असल्या तरी, एकाच वेळी दोन पोरी फिरवण्यात धोका असतो. ते वाटतं तितकं सोपं नसतं."

हातातल्या पावतीची घडी घालून खिशात ठेवताना जॉर्ज फक्त हसला. "प्रिय मित्रा, मला एक गोष्ट तुला सांगायची आहे. अरे, दुसरी पोरगी असायला आधी पहिली असायला लागते." नंतर एकही शब्द न बोलता, त्याने सुटकेस उचलली आणि दाराच्या दिशेने गेला.

"त्या चोमोलुन्माच्या समोर जेव्हा प्रथम जाशील, तेव्हा मी हे परत सांगणार नाही," फिंच शांतपणे म्हणाला, "मला वाटतं, ही विशिष्ट बाई- चोमोलुन्मा, माफ करणारी रखेल नसेल."

जॉर्जने मागे वळूनही पाहिलं नाही.

२१

गुरुवार : २६ मार्च, १९१४

वेस्टवुडला रूथला पाहिल्यापासून, जॉर्जच्या मनातून ती क्षणभरही दूर गेली नाही, अगदी गिर्यारोहण करत असतानाही त्याला सतत तिची आठवण येत होती. याचा अर्थ जॉर्जची एकाग्रता डळमळीत झाल्यामुळेच का फिंच त्याच्याआधी शिखरावर पोहोचला? आणि यंगने सोमरवेल आणि हेरफोर्डची एव्हरेस्टसाठीच्या समितीवर निवड केली? जॉर्जने या दोघींपैकी- एव्हरेस्ट आणि रूथ- एकीची निवड करावी, असं जॉर्जला सुचवलं, ते याच कारणासाठी होतं का? अर्थात सध्या या दोघींनी त्याला पद्धतशीरपणे हुलकावणी दिली असल्यामुळे, निवड करण्याचा प्रश्नच नव्हता.

आता कमी उंचावर असलेल्या शिखरांपैकी कोणतं शिखर चढाईसाठी निवडायचं, याच्यावर वाद घालत बसायला आपल्या दोन्ही साथीदारांना मागे हॉटेलात सोडून, जॉर्ज झेरमॅटमधून मंगळवारी रात्री सटकला. त्याने लुझानेला जाणारी गाडी पकडली. वाटेत व्हीस्पला त्याला गाडी बदलावी लागणार होती. तिथे पुढल्या गाडीची वाट बघत असताना, आपण रूथला कसे योगायोगाने भेटल्याचं नाटक वठवणार आहोत- अर्थात ती खरंच भेटली तर- तो मनातल्या मनात उजळणी करत होता.

पुढली गाडी खडखड करत जात असताना- बायकांप्रमाणेच- ह्या पर्वतांच्या शिखराचा कसा भरवसा देता येत नाही, असा विचार त्याच्या मनात आला, पण ते निदान एका जागेवर तरी असतात, असंही त्याला वाटून गेलं. तो स्विट्झर्लण्डहून, इटलीला, सहजच आला असेल, यावर लोकांचा विश्वास बसेल का? असा एक जण होता, की ज्याला हे पटणार नव्हतं आणि जॉर्जचा हेतू त्याने पटकन ओळखला असता.

लुझानेला उतरल्यावर, जॉर्जने सिसाल्पिनो रेल्वेचं, व्हेरोनासाठी तृतीय श्रेणीचं

तिकीट काढलं. इथून तो व्हेनीसला एक्सप्रेसने जाणार होता. आता गाडीत ताणून झोपायचंच असल्यामुळे, त्याने स्वस्तातलं तिकीट काढायचं ठरवलं. अर्थात तो झोपलाही असता, पण शेजारी बसलेल्या फ्रेंच गृहस्थाने, एकामागून एक लसूण घातलेल्या पदार्थांवर ताव मारायला सुरुवात केल्यामुळे, त्या वासाने त्याचं डोकंच उठलं. नंतर सारे झोपले, तेव्हा त्याच्या घोरण्याचा आवाज, गाडीच्या इंजिनाशी स्पर्धा करत होता, त्यामुळे झोपण्याचा बेत पार बारगळला होता.

गाडी व्हेनीसला पोहोचेपर्यंत, जॉर्जला थोडा वेळच झोप लागली. तो या शहरात प्रथमच येत होता, पण सुदैवाने, गेला महिनाभर त्याला साथ देणारे, युरोपातल्या देशांची माहिती देणारे बायडेकरचं पुस्तक त्याच्या मदतीला होतं. प्लॅटफॉर्मवरून, बाहेर सेण्ट लुसियाला आला, तेव्हा व्हेनीसच्या प्रत्येक पंचतारांकित हॉटेलचा पत्ता, जॉर्जला पुस्तकामुळे माहीत झाला होता. इतकंच नाही तर, 'फिराझे' या पंचतारांकित हॉटेलात- खोलीमध्येच- आंघोळीची सोय आहे आणि तशी सुविधा पुरवणारे, ते युरोपातील पहिले हॉटेल होते, हेदेखील त्याला ठाऊक झाले होते.

व्हेनीसला सर्व वाहतूक कालव्यामधून होत असल्यामुळे, त्याने पाण्यातली एक प्रवासी बस पकडली आणि पिआझा सॅन मार्कोला उतरला. इथे आल्यावर, शहराच्या मध्यभागी असलेल्या आणि त्याच्या खिशाला परवडेल अशा हॉटेलच्या शोधात तो होता. त्याला एक छपराखालची लहानशी खोली स्वस्तात मिळाली. खोलीत जाताच हातातले सामान टाकून, तो तडक झोपला. सरावलेल्या गिर्यारोहकांप्रमाणे, सकाळी सूर्य उगवण्याच्या आधी, मोहिमेसाठी तयार होण्याची त्याला सवय होतीच आणि तो उद्याही तसाच, आपल्या नाजूक मोहिमेसाठी तयार होणार होता. ही टर्नर मंडळी, जिथे कुठे उतरली असतील, तिथून सकाळी दहा वाजण्याच्या आत बाहेर पडणार नाहीत, याची त्याला पूर्ण खात्री होती.

आजही जॉर्जवर निद्रादेवी प्रसन्न होत नव्हती. आज लसणाच्या उग्र वासाचं किंवा घोरण्याचं कारण नव्हतं, पण कडक गादी आणि चपटी उशी, ह्या दोन्हीही गोष्टी त्याला स्वस्थ झोपून देत नव्हत्या. त्याच्या चार्टरहाऊसमधल्या वसतिगृहातल्या मुलांनीही, अशा सोयींची तक्रार केली असती.

तो सकाळी सहाच्या आधीच उठला आणि अर्ध्या तासात रिआल्टो ब्रिजवर पोहोचला. काही मजामस्ती करणारे प्रवासी आणि थोडेफार, सकाळी चालण्याचा व्यायाम घेणारे रस्त्यावर दिसत होते. त्याने खिशातून हॉटेलांच्या नावांची यादी बाहेर काढली आणि पद्धतशीरपणे आपला मार्ग आखला.

तो सर्वप्रथम हॉटेल बॉउवरमधे गेला. तिथे त्याने टर्नर नावाचे कुटुंबीय- साधारणपणे वयस्कर गृहस्थ आणि तीन मुली- उतरले आहेत का याची चौकशी केली. रात्रपाळीच्या स्वागतकाने समोरच्या यादीवरून नजर फिरवली आणि नकारार्थी

मान डोलवली. तिथून जवळच असलेल्या हॉटेल युरोपा-इ-रेगिनामध्येही त्याला नकारच मिळाला. बाग्लिओनामध्ये, कोणी थॉम्सन आणि टेलर होते, पण टर्नर नव्हते. त्या ग्रिटी हॉटेलचा इसम तर भारीच निघाला. काही माहिती देण्याआधी त्याला बक्षिसी हवी होती आणि ती दिल्यावरही, नकारघंटाच ऐकावी लागली. त्याच्या पुढच्या हॉटेलने तर अशी गुप्त माहिती देण्यास नकार दिला. ही मंडळी माझी चांगल्या ओळखीची आहेत, असं सांगितलं तरी त्यांचा नकार कायम होता.

ह्या टर्नर मंडळींनी आपल्या सुट्टीचा बेत बदलला असं वाटत असतानाच, सॅन क्लेमेण्टेमधल्या इंग्रज स्वागतकाने किंचितसं हसून, टर्नर तिथे उतरल्याची गोड बातमी जॉर्जला दिली, अर्थात इतर माहिती पुरवण्याच्याआधी तोसुद्धा बक्षिसीची वाट पाहत बसला. जॉर्जने त्याला भरपूर पैसे दिले. टर्नर मंडळी इथे उतरली नाहीत, पण ते बऱ्याचवेळा इथे जेवायला येत असल्याचं त्याने सांगितलं. जेवल्यानंतर परत जायला त्याने पाण्यातली टॅक्सी मागवली होती आणि... तो जास्त बक्षिसीची वाट पाहत राहिला. इथून ते एका प्रसिद्ध हॉटेलाकडे रवाना झाले, त्याचं नाव... परत एक नोट त्याच्या हातात कोंबली गेली. ते सिप्रियानी हॉटेलात उतरले असून, त्या टॅक्सीने त्यांना स्टॅण्डवर सोडलं होतं.

आता जास्तीच चपटे झालेले पाकीट, जॉर्जने खिशात ठेवलं आणि तडक पिआझा सॅन मारिओकडे निघाला. इथे पोहोचल्यावर, त्याला समोरच्या गियुडेक्का बेटावर, दिमाखात उभं असलेलं सिप्रियानी हॉटेल दिसलं. 'सिप्रियानी' पाटी असलेली टॅक्सी, दर वीस मिनिटांना ये-जा करत होती. तो एका कमानीच्या खाली सावलीमध्ये उभा राहिला. इथून त्याला येणारी प्रत्येक टॅक्सी आणि त्यातील प्रवासी दिसू शकणार होते. एक वयस्क गृहस्थ आणि त्याच्या बरोबर असलेल्या तीन सुंदरी, त्याला नक्कीच दिसल्या असत्या आणि त्या मधल्या एका मुलीची प्रतिमा, गेले सहा आठवडे त्याच्या डोळ्यांसमोरून हललीच नव्हती.

पुढचे दोन तास, जॉर्ज गियुडेक्काहून येणाऱ्या प्रत्येक टॅक्सीतल्या प्रवाशांना न्याहाळत होता. आणखी एक तास हाच उद्योग केल्यावर, हे टर्नर दुसऱ्याच हॉटेलात राहायला गेले की काय, अशी त्याला शंका आली; कदाचित अशा हॉटेलात, जिथे आतली माहिती बाहेर फोडत नाहीत. आता आजूबाजूच्या कॅफेमध्ये गर्दी वाढायला लागली होती. तोंडाला पाणी सुटेल, अशा ताज्या पानीनी, क्रोस्टीनी आणि वाफाळलेल्या कॉफीचा वास आला, तेव्हा आपण सकाळी नाश्ता न केल्याचं आठवलं. आपण इथून गेलो आणि नेमके टर्नर धक्क्यावर आले, तर चुकामूक व्हायला नको, म्हणून त्याने आपली जागा सोडली नाही. टर्नर जर मध्यान्हापर्यंत दिसले नाहीत, तर सरळ टॅक्सीने पलीकडच्या बेटावर जाऊन हॉटेलात धडकायचं, असं जॉर्जने मनाशी ठरवलं, अर्थात हे थोडंसं धोक्याचं काम होतं. त्याला ते

अचानक भेटले असते, तर तो व्हेनीसमधे काय करतो आहे, याचा खुलासा जॉर्ज कसा करणार होता? जॉर्जच्या महिन्याभराच्या पगारात, त्याला सिप्रियानीमध्ये, अगदी कितीही लहान खोली घेतली तरी, एक रात्रही राहणं परवडणारं नव्हतं, हे टर्नरने लगेच ओळखलं असतं.

आणि ह्या विचारात गढलेला असतानाच त्याला ती दिसली. आपल्याला आठवते आहे, त्यापेक्षाही जास्त सुंदर दिसत आहे, असं जॉर्जला तिला पाहताक्षणी वाटलं. तिने पिवळसर रंगाचा रेशमी झगा घातला होता आणि कमरेला नाजूक लाल रिबीन लावलेली होती. तिचे पिंगट केस खांद्यावर रुळलेले होते. हातातल्या नाजूक पांढऱ्या छत्रीच्या सावलीत, ती स्वत:चं उन्हापासून संरक्षण करत होती. बाकीच्या दोन्ही बहिणींनी- मार्जोरी आणि मिलड्रेडनी काय पोशाख केले होते, असं जॉर्जला विचारलं असतं, तर त्याला उत्तर देता आलं नसतं.

सर्वांत प्रथम टर्नर महाशय खाली उतरले. त्यांनी पांढऱ्या शर्टवर फिक्कट पिवळ्या रंगाचा सूट घातला होता आणि आडव्या पट्ट्यांचा टाय बांधला होता. प्रत्येक मुलीला हात देत, त्याने त्यांना बोटीतून उतरायला मदत केली. त्यांच्या सोबत ॲण्ड्रु नसल्याचं पाहून, जॉर्जला हायसे वाटलं. पठ्ठ्या टाऊण्टेनमध्ये हॉकीचा गोल सांभाळत बसला असेल, असा त्याने विचार केला. टर्नर मंडळी पिआझा सॅन मार्कोच्या दिशेने गेली. आता ही मंडळी कुठे जातील याचा त्याने अंदाज बांधला आणि तो अचूक ठरला, कारण ते जेव्हा कॅफेत शिरले, तेव्हा एकमेव रिकाम्या टेबलाच्या दिशेने वेटर त्यांना घेऊन गेला. खाद्यपदार्थांची ऑर्डर दिल्यावर टर्नर महाशयांनी कालचा 'टाइम्स' वाचायला सुरुवात केली. रूथनेही एक पुस्तक उघडलं. ते बहुतेक, व्हेनीसची माहिती देणारं पुस्तक असावं, कारण ती आपल्या बहिणींना हाताच्या खुणांनी निरनिराळ्या दिशांना काही दाखवण्याचा प्रयत्न करत होती.

एकदा तर तिने त्याच्या दिशेने नजरसुद्धा फिरवल्यासारखं जॉर्जला वाटलं, पण अर्थातच, ज्याच्या तिथे असण्याची तुम्ही अपेक्षाही करत नाही, त्याला तुम्ही पटकन ओळखतही नाही, शिवाय तो कमानीखालच्या सावलीत उभा असल्यामुळे नीटसं दिसतही नसावं. त्यांचं जेवण होऊन बिल येईपर्यंत जॉर्ज कसाबसा ताटकळत वाट पाहत बसला. आता जास्त वेळ वाया न घालवता, आपल्याला काही हालचाल करायला हवी असल्याचं, जॉर्जच्या लक्षात आलं.

टर्नर त्या कॅफेतून बाहेर पडताच क्षणी, जॉर्ज कमानीखालून बाहेर पडला आणि सरळ मोठ्या चौकाच्या दिशेने जायला लागला. हातात गाइडचं पुस्तक उघडून चालत असलेल्या रूथवरून जॉर्जने नजर हटवली नव्हती. आता ती त्यातली काही माहिती वाचून दाखवत होती आणि बाकीचे लक्ष देऊन ऐकत होते. आपण एखाद्या

पर्वताच्या शिखरावर असतो तर बरं झालं असतं, अगदी त्या फिंचच्या सहवासातही, असं जॉर्जला वाटून गेलं. त्याला पाहून टर्नर मंडळी चकित होतील याची त्याला खात्री वाटत होती, पण किती चकित होतील हाही प्रश्नच होता. ते शोधून काढण्याचा एकच मार्ग होता.

तो प्रवाशांच्या घोळक्यातून पुढ्यात आला आणि टर्नर महाशयांच्या समोर उभा राहिला.

"सुप्रभात सर!," जॉर्ज आपल्या डोक्यावरची हॅट किंचितशी उचलून म्हणाला. आपल्याला खरंच आश्चर्य वाटत असल्याचं नाटक करत तो म्हणाला, "फारच गोड आश्चर्याचा धक्का म्हणायचा."

"अर्थातच मॅलरी, मलाही खरंच आनंदाचा धक्का बसला आहे, तुला पाहून," टर्नर म्हणाले.

"आणि खूपच आनंदाचा म्हणायचा," मार्जोरी म्हणाली.

"सुप्रभात मिस टर्नर," परत आपल्या हॅटला हात लावत जॉर्ज म्हणाला. मिलड्रेडनी छानसं लाजून त्याला प्रतिसाद दिला. रूथने हातातलं पुस्तक वाचण्याचा कार्यक्रम चालूच ठेवला होता, जणू काही जॉर्जचं असं अचानक येणं, तिच्या कामात व्यत्यय आणत होतं. "बासिलियाच्या पाच कमानी उभ्या राहण्यापूर्वी," आपला आवाज वाढवत, ती वाचत होती, "पिआझ्झा सॅन मार्को हा एक आखीव बांधकाम केलेल्या प्रचंड चबूतऱ्यासारखा होता आणि युरोपाचा प्रचंड दिवाणखाना, असं त्या जागेचं, नेपोलियनने वर्णन केलं होतं." त्या नाटकातला माल्व्होलियो असल्यासारखं जॉर्जला वाटायला लागलं, कारण त्यालाही ओलिव्हीया नावाच्या प्रियपात्राने असाच प्रतिसाद दिला नव्हता. आपण फुकटच झक मारली आणि इथपर्यंत आलो असं जॉर्जला वाटायला लागलं. इथे यायलाच नको होतं... आता आपण यांचा निरोप घेऊन परत गेल्यावर, ही मंडळी आपल्याला विसरून परत पुढे जातील, असंच त्याला वाटलं.

बेल टॉवर, रूथचं वाचन चालूच होतं, टॉवरच्या दिशेने मान उंचावत, ती पुढे वाचू लागली, तीनशे पंचवीस फूट उंचीचं आहे आणि याच्या चारशे एकवीस पायऱ्या चढून प्रवासी सर्वांत वर जाऊ शकतात.

जॉर्जने आपली हॅट परत डोक्यावरून किंचित उचलली आणि टर्नर महाशयांचा निरोप घेतला.

"तुम्हाला हे शक्य आहे का मि. मॅलरी?" रूथने जॉर्जला डिवचत विचारलं.

जॉर्ज प्रथम गोंधळला. "कदाचित," मागे वळून तो म्हणाला, "पण हवामानाचाही विचार केला पाहिजे. फार जोराचे वारे असतील, तर काम अवघड होतं."

"पण तुम्ही जर सुरक्षितपणे वर गेला, तर वाऱ्याचा बाऊ करण्याची काय गरज

आहे, मि. मॅलरी?''

''एक महत्त्वाची गोष्ट नेहमीच लक्षात ठेवायला हवी, मिस टर्नर,'' जॉर्ज म्हणाला. ''चढाईसाठी योग्य मार्गाची निवड करणं, हा गिर्यारोहणातला सर्वांत महत्त्वाचा निकष असतो. तुम्ही सरळ मार्गाने चढाई करत जाता, पण तो निर्णय चुकीचा ठरला, तर हात हलवत परत यावं लागतं.''

''हे फारच उद्‌बोधक आहे, मि. मॅलरी,'' रूथ म्हणाली.

''अर्थातच, जर थेट जाणारा मार्ग सापडलाच, तर तो स्वीकारण्याची तयारी मात्र ठेवायला हवी.''

''या बायडेकरच्या पुस्तकात, मला तरी असा कुठला मार्ग दिसत नाही,'' रूथ म्हणाली.

आता जर या मंडळींचा निरोपच घ्यायचा आहे, तर तो जरा वेगळ्या पद्धतीने त्यांना प्रभावित करून का घेऊ नये, असा जॉर्जने विचार केला.

''आता तुमच्या या पुस्तकात एक नवं प्रकरण घालण्याची वेळ आली आहे, असं मला वाटतं, मिस टर्नर.'' एक शब्दही न बोलता, जॉर्जने आपला कोट आणि हॅट काढून रूथच्या हातात ठेवली. त्याने परत एकदा तो मनोरा न्याहाळला आणि प्रवेशद्वाराच्या दिशेने गेला आणि आत जाणाऱ्या प्रवाशांच्या रांगेत उभा राहिला.

प्रत्यक्ष मनोऱ्याच्या प्रवेश करण्याच्या दारापाशी येताच, त्याने उंच उडी मारून, वरचा छज्जा पकडला आणि वर चढला. आता सर्व प्रवासी आत जायचं सोडून, जॉर्जच्या या उपक्रमाकडे पाहत उभे राहिले. काही क्षणांतच जॉर्जने वरच्या मजल्याची खिडकी पकडली. पुढचा मार्ग ठरवण्यासाठी तो किंचित थांबला. आता त्याला पुढचं पाऊल त्या प्रसिद्ध संताच्या- सेंट थॉमस- पुतळ्यावर ठेवायला लागणार, असं मिलड्रेडला खालून वाटत होतं. ती जरा साशंक वाटत होती. टर्नरने आपल्या मुलींच्या प्रतिक्रिया न्याहाळण्यासाठी आपली नजर काही क्षण जॉर्जवरून काढली, तेवढ्यात जॉर्ज सपासपा कमानी, खाचखळगे पकडत वर चढून गेला. जॉर्जची कर्तबगारी पाहून, मिलड्रेड जरा भारावून गेल्यासारखी वाटली तर मार्जोरीनी अचंबित होऊन आ वासला होता, मात्र रूथची प्रतिक्रिया पाहून, टर्नरना फारच आश्चर्य वाटलं. ती भीतीने पांढरी फटक पडली होती आणि थरथर कापत होती. सर्वांत वर पोहोचण्यापूर्वी जेव्हा जॉर्जचा पाय सरकला, तेव्हा आपली ही पोरगी आता बेशुद्धच पडणार, असं त्यांना वाटलं.

वरती चढताना जॉर्जने खाली जमलेल्या जमावाकडे पाहिलं. आता त्याला फक्त रंगीत ठिपके दिसत असल्यामुळे, रूथला ओळखणं शक्य होत नव्हतं. कठड्याला पकडून एक शेवटचा जोर लावत जॉर्ज वर पोहोचला आणि कायदेशीर मार्गाने वर आलेल्या तिथल्या प्रवाशांमध्ये मिसळला.

जॉर्जला पाहून अचंबित झालेला प्रवाशांचा लहानसा घोळका एक पाऊल मागे सरकत, त्याच्याकडे पाहतच राहिला. आपण जे काही पाहिलं, त्यावर त्यांचा विश्वासच बसत नव्हता. त्यातल्या एक-दोन जणांनी तर फोटोसुद्धा काढले, म्हणजे परत घरी गेल्यावर, आपण थाप मारत नसून खरी घडलेली गोष्ट सांगतो आहोत, याच्यावर घरच्यांचा विश्वास बसेल. जॉर्ज आता खाली वाकून, परतीचा मार्ग ठरवत असताना, त्याला खाली दोन पोलीस धावत येताना दिसले.

फ्रांसमधल्या तुरुंगाची हवा खाल्ल्यामुळे आता परत इटालियन तुरुंगाचा अनुभव, त्याला घ्यायचा नव्हता. तो तडक परतीच्या जिन्याच्या दिशेने गेला आणि इतर प्रवाशांत जाऊन मिसळला. सगळे प्रवासी त्या गोल गोल जाणाऱ्या जिन्याने सावकाश उतरत होते. इतरांना मागे टाकत, तो झपाट्याने उतरायला लागला. शेवटी त्याच हे कर्तृत्व न पाहिलेल्या अमेरिकन प्रवाशांच्या गटात तो सामील झाला. आता मस्तपैकी छान जेवण कुठे मिळेल, या एकाच विषयावर ते चर्चा करत होते. खाली उतरल्यावर, त्याने इलिनॉईसहून आलेल्या एका वयस्कर अमेरिकन स्त्रीचा हात हातात घेतला. तिने त्याला अजिबात विरोध केला नाही, उलट, "तुला सांगितलं का मी, की माझा एक नातेवाईक टायटॅनिक बोटीवर होता?" असं विचारलं.

"नाही, हे तुम्ही बोललाच नाहीत," जॉर्ज म्हणाला. "किती रोमांचकारी आहे नाही?" इतक्यात एका एकट्या माणसाला शोधत असलेले दोन पोलीस बाजूने गेले.

"अरे, माझ्या बहिणीचा मुलगा रॉड्रिक गेला होता आणि गंमत म्हणजे खरा तो जाणारच नव्हता..." एव्हाना जॉर्ज पसार झाला होता.

गजबजलेल्या त्या मध्यवर्ती चौकातून बाहेर पडल्यावर, जॉर्ज तडक हॉटेलकडे निघाला; अर्थात कोणाचं लक्ष वेधलं जाऊ नये, म्हणून त्याने पळत जाण्याचं टाळलं. सगळ्या सामानाची बांधाबांध करून आणि हॉटेलचं बिल देऊन तो फक्त पंधरा मिनिटांतच बाहेर पडला. दुपारच्या नंतर खोली सोडल्यामुळे अर्थातच त्याला जादा पैसे मोजावे लागले.

तो झपाझप पावलं टाकत रिआल्टो ब्रिजकडे निघाला. रेल्वे स्टेशनकडे जाणारी बोट तिथे मिळेल, हे त्याला माहीत होतं. त्याची बोट पिआझ्झा सॅन मार्कोच्या बाजूने जात असताना, पोलीस त्याच्याच वयाच्या एका तरुणाला प्रश्न विचारत असल्याचं त्याला दिसलं.

सांता ल्युसिया स्टेशनाच्या थांब्यावर तो उतरला आणि तिकिटाच्या खिडकीपाशी गेला. लंडन व्हिक्टोरियाला जाणारी पुढची गाडी, तीन वाजता असल्याचं त्याला खिडकीतून उत्तर मिळालं 'पण प्रथम श्रेणीची सर्व तिकिटं संपली आहेत महाशय.'

'तसं असेल तर मग मला तृतीय श्रेणीनेच प्रवास करणं भाग आहे,' असं म्हणून त्याने पैशाचं पाकीट रितं केलं.

एखादा पोलीस दिसला की जॉर्ज पटकन आडोशाला जात असे. अनंत काळाने शेवटी एकदाची गाडीची घंटा वाजली. सर्व प्रथम प्रथम श्रेणीच्या प्रवाशांनी गाडीत बसून घ्यावं, असं फर्मान गार्डनी काढलं. या वर्गातील प्रवाशांवर पोलीस संशय घेणार नाहीत, असं वाटल्यामुळे तो त्यांच्याबरोबरच गाडीत चढला. एकदा आपण गाडीच्या टपावर जाऊन बसावं, असंही त्याला वाटलं, पण त्यामुळे उलट तो लोकांच्या जास्त नजरेस येईल, असं वाटल्यामुळे, तो विचार बारगळला.

डब्यात चढल्यावर, तो टंगळ मंगळ करत आणि तिकीट तपासनिसाची नजर चुकवत वाटेतच उभा राहिला. गाडी सुरू होईपर्यंत आपण एखाद्या संडासात जाऊन लपून बसावं, असाही एक विचार त्याच्या मनात डोकावून गेला, पण विचार करत असतानाच त्याला पाठीमागून आवाज आला. 'इल व्होस्त्रो बिग्लित्तो, सिन्योआार, पेर फेव्हर.'

जॉर्जने चमकून मागे वळून पाहिलं. सोनेरी कडा असलेला निळ्या रंगाचा लांब कोट घातलेला एक इसम हातात चामड्याचं जाडजूड पुस्तक घेऊन उभा होता. जॉर्जने खिडकीच्या बाहेर पाहिलं, तेव्हा एक पोलीस प्लॅटफॉर्मवरून गाडीच्या डब्यात डोकावत असल्याचं त्याला दिसलं. त्याने तिकीट शोधण्याची खटपट करत असल्याचं नाटक करत वेळ काढायला सुरुवात केली. एव्हाना पोलीस गाडीत चढला होता.

''माझ्या हातून बहुतेक हरवलेलं दिसतं. मी खाली जाऊन परत दुसरं काढून आणतो.''

''त्याची काहीच गरज नाही, मला फक्त तुमचं नाव सांगा,'' आता सफाईदार इंग्रजीत तपासनीस बोलत होता.

''मॅलरी, जॉर्ज मॅलरी,'' जॉर्ज कसाबसा बोलला. आता तो पोलीस त्याच्या दिशेने येत होता.

''अरे हो,'' तपासनीस म्हणाला. ''तुमची जागा बी डब्यात आहे. तुमची बायको आधीच तिथे येऊन बसलेली आहे. कृपा करून माझ्या मागे येता का?''

''माझी बायको?'' जॉर्ज चमकून म्हणाला आणि खानपानाचा डबा ओलांडून तपासनिसाच्या मागून पुढच्या डब्यात गेला. या तपासनिसाचा काहीतरी गैरसमज झालेला दिसतो, तेव्हा आपणच काही सबब सांगून सटकून जावं, असा विचार जॉर्ज करत असतानाच, एका आरक्षित असलेल्या लहान विभागाचं दार तिथल्या सेवकाने उघडलं. तिच्या समोरच्या जागेवर, त्याचा कोट आणि टोपी त्याला दिसली.

''लाडक्या आलास का शेवटी!'' रुथ म्हणाली. ''तू वेळेवर येतोस का नाही

मला जरा शंकाच होती?

“मला वाटलं, तू अजून एक आठवडा तरी लंडनला परतणार नव्हतीस,” जॉर्ज पुटपुटला आणि तिच्याशेजारी बसला.

“तसं ठरलं तर होतं,” रूथ म्हणाली, “पण मला कोणी तरी सांगितलं होतं, की जर थेट मार्ग उपलब्ध असेल, तर तर त्याचा नक्कीच विचार करावा, अर्थात फार जोराचे वारे नसतील तरच.”

आता हवेत उंच उडी मारावी, अस जॉर्जला वाटत होतं, पण त्या इटालियन पोलिसांचा विचार मनात आला आणि तो गप्प बसला. “तुझ्या वडिलांना तू इथे आहेस, हे माहीत आहे का?”

“मी त्यांना समजावलं, की आता शाळा सुरू होण्याच्या आधीच, एखाद्या इंग्रज मास्तरला इटालियन तुरुंगात खितपत पडलेलं, बर दिसणार नाही.”

“त्या ॲण्ड्रुच काय? तुम्ही तर...”

रूथने आपले हात त्याच्याभोवती टाकले.

आपल्या मागे दरवाजा उघडल्याचं जॉर्जला जाणवलं, पण मागे वळून पाहण्याची त्याची हिंमत झाली नाही.

“अर्थातच माझा होकार आहे, लाडक्या” असं म्हणून रूथने त्याचं चुंबन घेतलं.

“माफ करा,” पोलिसाने सलाम ठोकला व म्हणाला, “हार्दिक अभिनंदन महाशय!”

२२

शुक्रवार : १ मे, १९१४

“हा आता तुझी पाळी, खेळ.” टर्नर म्हणाले.

जॉर्जने पांढऱ्या चेंडूवर आपली क्यू रोखली. हा फटका मारताना आपले पाय जरा लटपटत असल्याचं त्याच्या लक्षात आलं. चेंडू स्वैरपणे टेबलावर वर-खाली भरकटला आणि तांबड्या चेंडूच्यापासून काही इंचांवर थांबला.

“हा चक्क फाऊल झाला आहे आणि याचाच अर्थ, मला चार गुणही मिळालेले आहेत.”

“कबूल आहे,” जॉर्ज सुस्कारा टाकत म्हणाला. टर्नर परत टेबलापाशी आले. पुढचे सोळा गुण कमवेपर्यंत टर्नर एक शब्दही बोलले नाहीत.

***

गेला महिना जॉर्जसाठी आयुष्यातला फार सुखावह काळ होता. इतकंच काय, माणूस इतका सुखी होऊ शकतो, हे त्याला माहीतच नव्हतं. सरणाऱ्या प्रत्येक दिवशी तो रूथच्या जास्तच प्रेमात पडत चालला होता. ती खूपच तरतरीत, आनंदी होती आणि म्हणूनच तिचा सहवास त्याला हवाहवासा वाटत होता.

त्या दोघांनी एकत्रितपणे केलेला लंडनचा प्रवास, एखाद्या सुमधुर काव्याप्रमाणे होता. ते दोघंही आता एकमेकाला जास्त जवळून ओळखण्याचा प्रयत्न करत होते. अर्थात इटलीच्या सीमेवर, जेव्हा सीमेवरच्या अधिकाऱ्यांनी त्याचा पासपोर्ट बारकाईने निरखून पाहिला, तेव्हा त्याचं धाबं दणाणलं होतं. फ्रांसच्या हद्दीत प्रवेश करताच, जॉर्ज खऱ्या अर्थाने मनमोकळेपणाने वागायला लागला. आता त्याला झरमिट्टवर चढत असलेल्या यंग आणि फिंचची आठवण आली, पण काही क्षणच.

आपण इतकं भरमसाठ जेवण का मागवलं आहे याचा त्याने रूथला खुलासा

केला. खिशात पैसे नसल्यामुळे, तो गेले तीन दिवस जेवलाच नव्हता. आपल्या इटलीच्या प्रवासातल्या, भरपूर लसूण खाऊन घोरत उग्र वास डब्यात सोडणाऱ्या सहप्रवाशाचा, त्याने रूथला किस्सा सांगितला, तेव्हा ती पोट धरून हसली.

"म्हणजे तू गेल्या तीन रात्री झोपलेला नाहीस म्हणायचा," तिने विचारलं.

"आणि प्रिये, आजही मी झोपीन असं वाटत नाही," तिला जवळ घेत जॉर्ज म्हणाला.

"मला आवडलेल्या पुरुषाबरोबरची पहिली रात्र, मला अशी काढायला आवडेल, असं मी खोटंखोटं सांगणार नाही," रूथ म्हणाली. "त्यापेक्षा आपण..." ती जॉर्जच्या कानात कुजबुजली. त्याने तिच्या सूचनेवर क्षणभरच विचार केला आणि आनंदाने संमती दिली.

काही मिनिटांतच रूथ भोजनकक्षातून निघाली. त्यांच्या बसण्याच्या आसनांचा आता एक मोठा पलंग केल्याचं तिला दिसलं. तिने आपले कपडे उतरवले, लहानशा बेसीनमधे तोंड धुतलं आणि दिवा मालवून, गादीत शिरली. जॉर्ज काळी कॉफी पीत मागेच थांबला होता. शेवटचा इसम जेव्हा जाण्यासाठी उठला, तेव्हा जॉर्जही निघाला आणि आपल्या डब्याकडे परतला.

त्याने हलकेच आपल्या कुपेचं दार उघडलं आणि चोर पावलांनी आत शिरला. आतल्या अंधाराची सवय होण्यासाठी तो नंतर काही क्षण तसाच उभा राहिला. त्याला पलंगावर झोपलेल्या रूथच्या देहाची कमनीय आकृती, तिने पांघरलेल्या पांघरुणाखालून दिसली, तेव्हा तिला स्पर्श करण्याचा मोह त्याला झाला, पण त्याने स्वत:ला आवरलं. त्याने आपल्या अंगावरचा कोट, पॅण्ट, शर्ट आणि पायमोजे काढून जमिनीवर फेकले आणि गादीत शिरला. शेजारी झोपलेली रूथ जागी असेल का? असा विचार त्याच्या मनात येत असतानाच, "शुभरात्री, मि. मॅलरी" असा तिचा गोड आवाज त्याच्या कानावर पडला.

"शुभरात्री, मिसेस मॅलरी," जॉर्ज म्हणाला आणि झोपला. आज तीन रात्रींनंतर त्याला पटकन गाढ जोप लागली.

***

जॉर्ज पुढची खेळी खेळण्यासाठी वाकत असतानाच, टर्नर म्हणाले, "या आठवड्याच्या सुरुवातीला तू जे पत्र पाठवलंस, त्यात तुला काही महत्त्वाचं माझ्याशी बोलायचं आहे, असं तू लिहिलं होतंस, मॅलरी."

"नक्कीच," जॉर्ज म्हणाला. एव्हाना त्याचा क्यू बॉलजवळच्या पॉकेटमध्ये दिसेनासा झाला होता.

"परत एक फाऊल," टर्नर म्हणाले. ते खेळायला आले आणि त्यांनी भरपूर

गुण जमा केले, तेव्हा यांच्यापुढे आपण फारच कच्चे खेळाडू दिसत आहोत, या कल्पनेने जॉर्ज अस्वस्थ झाला.

"होय सर,'' शेवटी त्याच्या तोंडातून शब्द फुटले. "मी हल्ली आपल्या मुलीच्या सहवासात बराच काळ असतो, हे तुमच्या लक्षात आलं असेलच.''

"कुठल्या मुलीबरोबर?'' टर्नरने प्रतिप्रश्न केला. त्या नादात जॉर्जचा आणखीन एक फटका चुकला. आणखी एक फाऊल. "आज काही थोडेफार गुण मिळवण्याचा तुझा बेत आहे ना पोरा?''

"ते म्हणजे सर... ते म्हणजे...''

"म्हणजे तुला रूथचा हात लग्नासाठी मागण्यापूर्वी माझे आशीर्वाद हवे आहेत तर.''

"मी तर तिला आधीच विचारलेलं आहे,'' जॉर्जने बिचकत कबुली दिली.

"मला तशीच अपेक्षा होती, मॅलरी. नाहीतरी तू तिच्या सहवासात एक रात्र काढलेली आहेस.''

***

त्या रात्रीची झोप झाल्यावर जॉर्ज उठला तेव्हा खोलीत अंधार होता. त्याने किंचितसा पडदा बाजूला करताच, सकाळचे सूर्यकिरण क्षितिजावरून खोलीत शिरले. एखाद्या गिर्यारोहकाला आनंदित करणारी ही गोष्ट होती.

तो शांतपणे पलंगावरून उठला आणि पायांनीच पॅण्टचा शोध घेत, ती पायात सरकवली. नंतर त्याने इतर कपडे शोधले आणि घातले.

अर्थात एका मेणबत्तीच्या प्रकाशात तंबूमध्ये रात्र काढणाऱ्यांच्यासाठी ही क्षुल्लक कसरत होती. कुपेचा दरवाजा सरकवला आणि बाहेर पडला. त्याने दोन्ही दिशांना नजर टाकली, पण सुदैवाने कोणीच नव्हतं. त्याने पटकन आपला शर्ट सारखा केला, पॅण्ट घट्ट केली, टाय बांधून कोट चढवला. जेव्हा त्याने भोजनकक्षात प्रवेश केला, तेव्हा टेबलावरची मांडामांड करणारा तिथला कर्मचारी, एक प्रथम श्रेणीतल्या प्रवाशाला, इतक्या भल्या पहाटे पाहून चकित झाला.

"सुप्रभात सर,'' कर्मचारी म्हणाला. मॅलरीच्या चुरगळलेल्या पॅण्टकडे पाहून तो जरासा अस्वस्थ झाला होता.

"सुप्रभात,'' जॉर्ज म्हणाला आणि दोन पावलं पुढे गेला, तेव्हा आपल्या पॅण्टची बटणं उघडी असल्याचं त्याच्या लक्षात आलं. तो मनाशीच हसला आणि बटणं लावत सकाळच्या वर्तमानपत्राच्या शोधात निघाला.

एकामागून एक डबा पार करत तो carriage K डब्यापाशी पोहोचला, तेव्हा त्याला वर्तमानपत्र विक्रेता दिसला. आत उभा असलेला तिथला विक्रेता, वर्तमानपत्राच्या

गठ्ठ्याची दोरी सोडवत होता. वर्तमानपत्राच्या पहिल्या पानावर, जेव्हा त्याला त्याचाच अस्पष्ट फोटो दिसला तेव्हा त्याचा आपल्या डोळ्यांवर विश्वासच बसला नाही. त्याचं इटालियन भाषेचं ज्ञान जरी तुटपुंजं असलं, तरी त्याला त्या मथळ्याचा अर्थ समजला होता: *सेंट मार्क बासिलियावर चढणाऱ्या या गूढ व्यक्तीच्या शोधात पोलीस आहेत.*

त्याने त्या वर्तमानपत्राच्या गठ्ठ्याकडे बोट दाखवलं, तेव्हा नाइलाजाने त्या विक्रेत्याने त्या खोपट्याचं दार उघडलं.

"या वर्तमानपत्राच्या किती प्रती तुमच्यापाशी आहेत?"

"वीस आहेत साहेब," तो म्हणाला.

"मला त्या सगळ्या विकत हव्या आहेत," जॉर्ज उतावळेपणाने म्हणाला.

विक्रेत्याच्या तोंडावर विचित्र भाव उमटले, पण जेव्हा त्याच्या हातात पूर्ण पैसे पडले, तेव्हा त्याने तो गठ्ठा जॉर्जच्या स्वाधीन केला आणि पैसे गल्ल्यात जमा केले. तो विक्रेता जेव्हा उरलेले पैसे परत करण्यासाठी जॉर्जपाशी गेला तेव्हा, जॉर्ज कपाटातल्या एका दागिन्याकडे पाहत होता. "याची काय किंमत आहे?" त्याने त्या दागिन्याकडे बोट दाखवत विचारलं.

"कुठल्या चलनात पैसे देणार आहात?"

"पौंड्स," जॉर्जने उत्तर दिलं आणि खिशातून चेकचं पुस्तक काढलं.

विक्रेत्याने एका तक्त्यावरून बोटं फिरवली आणि म्हणाला, "बत्तीस पौंड साहेब."

आपल्या महिन्याच्या पगाराइतक्या रकमेचा चेक जॉर्जने लिहिला आणि रंगीत कागदात गुंडाळलेला दागिना ताब्यात घेतला.

दागिना कोटाच्या खिशात टाकून जॉर्जने वर्तमानपत्रांचा गठ्ठा खाकोटीला मारला आणि भोजनकक्षाकडे निघाला. पुढच्या डब्यापाशी आल्यावर, त्याने परत दोन्ही बाजूंना नजर टाकली, पण सुदैवाने अजूनही कोणी बाहेर पडलं नव्हतं. तो पटकन जवळच्या प्रसाधन गृहामध्ये गेला आणि दार बंद केलं. एक वर्तमानपत्र सोडता बाकी सगळ्या वर्तमानपत्रांची त्याने मुखपृष्ठ फाडून, त्याचे बारीक बारीक कपटे केले आणि संडासात टाकून फ्लश केला. अर्थात हा उद्योग करायला त्याला जरा जास्तच वेळ लागला. शेवटचा कपटा दिसेनासा झाला तेव्हा त्याने दार उघडलं आणि बाहेर आला. आता भोजनकक्षाकडे जाताना वाटेतल्या प्रत्येक कुपेच्या बाहेर, त्याने एक एक वर्तमानपत्र टाकलं.

***

"पण सर, ते कसं घडलं, हे मी तुम्हाला समजावून देऊ शकतो," जॉर्जने मारलेला बॉल जेव्हा उसळून टेबलाच्या बाहेर पडून जमिनीवर घरंगळत गेला, तेव्हा

जॉर्ज म्हणाला.

"परत एक फाऊल," खाली पडलेला बॉल परत हिरव्या टेबलावर ठेवत, टर्नर म्हणाले. "मला स्पष्टीकरणाची गरजच नाही. तुझं भवितव्य काय आहे, ते फक्त सांग."

"तुम्हाला माहीत आहे सर, सध्या मी चार्टरहाऊसमध्ये शिक्षकाची नोकरी करतो आणि माझं वार्षिक वेतन तीनशे पंचाहत्तर पौंड आहे."

"माझ्या पोरी ज्याप्रकारे वाढल्या आहेत, त्यासाठी हा पगार नक्कीच पुरेसा नाही. तुला काही वरकमाईची संधी आहे का?"

"नाही सर, सध्या तरी नाही. माझे वडील धार्मिक वृत्तीचे प्रीस्ट आहेत आणि त्यांना चार मुलांचं संगोपन करायचं आहे."

"मग मी सातशे पन्नास पौंड रूथसाठी देतो आणि लग्नाची भेट म्हणून एक घर तुम्हाला देतो. शिवाय पुढे मुलबाळं झाली की त्यांच्या शिक्षणाचा सर्व खर्चही मी करीन."

"अशा प्रकारे स्वत:चे पैसे घेऊन येणाऱ्या मुलीबरोबर मी लग्न करू शकणार नाही सर," जॉर्ज ठामपणे म्हणाला.

टेबलावरच्या लाल बॉलला फटका मारत टर्नर म्हणाले, "तसं असेल तर मग तुझं रूथशी लग्नच होऊ शकणार नाही."

***

रूथची वाट पाहत जॉर्ज कॉफीचे घोट घेत होता. त्या B11मध्ये खरंच एखादी सुंदरी झोपलेली आहे, की आपला स्वप्नभंग होऊन आपण एखाद्या इटालियन जेलमध्ये बसलो आहोत आणि आता तर मि. आयर्विनसुद्धा सोडवायला नसतील.

गाडीतले बरेचसे सहप्रवासी आता आपल्या नाश्त्याचा आनंद लुटत होते. आजच्या वर्तमानपत्राचं पहिलं पान का गायब झालेलं आहे, हे मात्र त्या बिचाऱ्या वेटर्सना सांगता येत नव्हतं. जेव्हा रूथने भोजनकक्षात प्रवेश केला, तेव्हा जॉर्जने मनाशी एक गोष्ट पक्की केली, ती म्हणजे आता उरलेल्या सर्व आयुष्यात, रोज याच बाईबरोबर नाश्ता करायचा.

"सुप्रभात, मिसेस मॅलरी," आपल्या खुर्चीतून अदबशीरपणे उठत आणि प्रेमाने तिला जवळ घेत, जॉर्ज म्हणाला. "मी तुझ्यावर किती प्रेम करतो, ते आता तुझ्या लक्षात यायला लागलं आहे का?" असं म्हणून त्याने तिचं चुंबन घेतलं.

आजूबाजूचे ज्येष्ठ प्रवासी नापसंतीने आपल्याकडेच बघत आहेत, हे लक्षात येताच, रूथ लाजली.

"मला वाटतं या पुढे आपण बाहेर उघड्यावर चुंबन न घेतलेलं बरं, जॉर्ज."

"पण काल तर त्या पोलिसाच्या समोर तू माझं चुंबन घेतलंस, तेव्हा तू फार

खुशीत होतीस?'' परत आपल्या जागेवर बसताना जॉर्ज म्हणाला.

''ते मी केलं, कारण त्या पोलिसांनी तुला अटक करू नये, असं मला वाटलं.''

एव्हाना वेटर त्यांच्यासमोर उभा राहत, कौतुकाने हसत होता. या ओरियंट एक्स्प्रेसमध्ये अशी अनेक मधुचंद्राला जाणारी जोडपी त्याने पाहिली होती.

दोघांनी नाश्त्याची निवड केल्यावर, जॉर्जने हळूच ताज्या वर्तमानपत्राचं पहिलं पान रूथकडे सरकवलं.

''वाऽऽ! छानच फोटो आहे, मि. मॅलरी,'' वर्तमानपत्राचा मथळा वाचत असताना रूथ कुजबुजली. ''आणि पहिल्या भेटीतच अति जवळीक केली हे पुरेसं नव्हतं, म्हणून आता एका फरारी इसमाला आश्रय देण्याची नौबतही माझ्यावर आली म्हणायची. आता वडिलांची भेट झाली की सर्व प्रथम ते मला हे विचारतील, की जॉर्जचा हेतू सभ्य माणसासारखा आहे, का त्याने फक्त या भानगडीतून बाहेर पडण्यासाठी माझा वापर केला?''

''हे तुम्हाला मला विचारावसं वाटलं, याचंच मला आश्चर्य वाटत आहे, मिसेस मॅलरी.''

''तसं नाही, पण एका उंच जागी तू एक बाई ठेवलेली आहेस, असं मला पपा सांगत होते.''

''तुझ्या वडिलांचं म्हणणं अगदी बरोबर आहे. मी वयात आल्यापासून त्या बाईशी वचनबद्ध आहे आणि त्या साखरपुड्याला अनेक साक्षीदार उपस्थित होते. तिबेटमध्ये याला घरातल्या ज्येष्ठ लोकांनी ठरवलेलं लग्न म्हणतात. या प्रकारात लग्नाच्या दिवसापर्यंत वधूवर एकमेकाला बघतही नाहीत.''

***

''मग त्या छोट्याशा छबकडीला जाऊन भेट आणि स्पष्टपणे सांग, की तुला कोणीतरी मागणी घातलेली आहे.''

''ती काही अगदी इतकी लहान नाही बरं का,'' जॉर्ज हसत म्हणाला. ''वकिलातीच्या कागदपत्रांची पूर्तता झाली, की मग पुढल्या वर्षीच्या सुरुवातीला मी तिला भेटायला जाणार आहे, तेव्हा मी सध्यातरी तिला वरचेवर भेटता येऊ शकणार नाही असं सांगून टाकणार आहे.''

''कुठल्याही स्त्रीला हे ऐकायची सवय नसते,'' प्रथमच जरा गंभीरपणे रूथ बोलली. ''तू तिला असं सांगू शकतोस, की रूथ तडजोडीला तयार आहे.''

जॉर्जने हसत विचारलं, ''तडजोड?''

''शक्य आहे,'' रूथ म्हणाली. ''ती देवता पहिल्याच प्रयत्नात तुला भेटणारही

नाही, कारण स्त्री सुलभ स्वभावाप्रमाणे, तू किती सच्चा आहेस आणि तिच्याशी लाडीगोडीने वागण्यासाठी परत येशील का, याची ती खात्री पटवून घेईल. मला तुला फक्त एकच सांगायचं आहे जॉर्ज, एकदा का तू तुझ्या देवतेला वश केलंस, की मग तू माझ्याकडे परत येशील आणि परत तिला भेटणार नाहीस.''

''अरे, तू इतकी गंभीरपणे का बोलते आहेस?'' असं म्हणून जॉर्जने तिचा हात हातात घेतला.

''कारण जेव्हा मी तुला सेंट मार्कवर चढताना पाहिलं, तेव्हा मला तुझ्या प्रेमाची खात्री पटली, पण एखादी गोष्ट तुला साध्य करावीशी वाटली, की तू जीव धोक्यात घालून त्याचा पाठपुरावा करतोस, हेही माझ्या लक्षात आलं आहे - मग ते कितीही मोठं संकट असो. मला तुझ्याकडून एक वचन हवं आहे,'' त्याचा हात हलकेच दाबत रूथ म्हणाली. ''एकदा का तू त्या जीवघेण्या पर्वताच्या शिखरावर उभा राहिलास, की ती तुझी पहिली आणि शेवटचीच वेळ असेल.''

''मला मान्य आहे आणि मी ते आत्ता सिद्ध करून दाखवतो,'' असं म्हणत त्याने पॅण्टच्या खिशातून एक वस्तू काढली. कागदामध्ये गुंडाळलेल्या त्या चामड्याच्या डबीत, हिऱ्याच्या कोंदणात बसवलेली एक सोन्याची अंगठी होती.

''प्रिये, माझ्याशी लग्न करशील का?''

''मला वाटतं कालच आपण दोघांनी हा निर्णय घेतला होता.'' बोटात अंगठी चढवून, तिने जॉर्जचं आवेगाने चुंबन घेतलं.

''पण मला वाटलं की, आपण हे पण मान्य केलं होतं...''

***

जॉर्जने शांतपणे टर्नर यांनी दिलेल्या प्रस्तावावर विचार केला आणि म्हणाला, ''मी आपला आभारी आहे सर.'' एक फटका मारून त्याने तीन गुण कमावले. अर्थातच ते या खेळातले पहिले गुण होते. ''उदार अंतःकरणाने दिलेल्या प्रस्तावाबद्दल, मी आपले आभार मानतो.''

''यापेक्षा काही जास्ती नाही आणि तुला प्रथम व्हेनीसमध्ये रूथपुढे गोंडा घोळताना पाहिलं, त्या वेळी मी ठरवलेल्यापेक्षा कमी नाही.'' संध्याकाळपासून जॉर्ज पहिल्यांदाच प्रसन्नपणे हसला. ''म्हणजे इटालियन जेलमध्ये जाण्यापासून तू काही मिनिटांच्या फरकाने वाचलास, ही गोष्टही माझ्या मनात होती.''

''काही मिनिटांचा फरक?''

''हो,'' टर्नरनी परत एका लाल बॉलवर गुण मिळवला तेव्हा ते बोलले. ''त्या दिवशी दुपारी माझ्याकडे इटालियन पोलीस आले होते. पॅरिसमध्ये आयफेल टॉवरवर चढणाऱ्या मॅलरी नावाच्या इसमाला मी ओळखतो का, असं ते विचारत होते.''

“पण तो मी नव्हतोच सर,” जॉर्ज चाचरत म्हणाला.

“त्याचं वर्णन तुझ्याशी तंतोतंत जुळत होतं, मॅलरी.”

“ते काही खरं नाही, सर. मला अजून शंभर एक फूट चढून जायचं होतं, पण त्या आधीच त्यांनी मला अटक केली.”

या निरागस विधानावर टर्नर खळखळून हसले. “मला तुला इतकंच सांगायचं आहे, मॅलरी, की तुम्ही मधुचंद्राला फ्रांस किंवा इटलीला जाऊ नका, अर्थात मधुचंद्राची पहिली रात्र तुम्हाला तुरुंगातल्या कोठडीत काढायची असली, तर गोष्ट वेगळी.”

“तू व्हेनीसमधे केलेल्या गुन्ह्याचा मी नीट अभ्यास केला, तेव्हा माझ्या लक्षात आलं, की तिथला कायदा नव्हे, तर एक उप-नियम तू मोडला होतास.”

“उप-नियम?”

“सार्वजनिक ठिकाणी प्रवेश करताना प्रवेश शुल्क न भरणे,” टर्नर बोलायचे थांबले. “जास्तीतजास्त दंड फक्त १००० लिरा.” आपल्या भावी जावयाकडे बघून ते प्रसन्नपणे हसले. “आता थोडी गंभीर बातमी सांगतो पोरा, मला वाटतं, मी जिंकलो आहे.”

२३

मंगळवार : २ जून, १९१४

''आपल्याला युद्धात भाग घ्यायला लागेल का सर?'' विनराईटने शाळेच्या पहिल्या दिवशीच प्रश्न केला.

''तशी वेळ येऊ नये, अशी मला आशा वाटते,'' जॉर्ज म्हणाला.

''पण का नाही सर? योग्य कारणासाठी तसं करायला काय हरकत आहे? आपल्याला जे पटतं, त्याच्या समर्थनासाठी आपण दोन हात केलेच पाहिजेत; या पूर्वीही इंग्रजांनी हे केलेलं आहे, पण जर्मनांबरोबर जर वाटाघाटींनी सन्मानजनक तोडगा निघाला, तर काय हरकत आहे? तो जास्त चांगला पर्याय नाही का?''

''या हूण जातीच्या लोकांबरोबर वाटाघाटी करून काही फायदा नाही सर, ते कधीच आपला शब्द पाळत नाहीत.''

''कदाचित या वेळी इतिहास तुला खोटं पाडेल विनराईट,'' जॉर्ज म्हणाला.

''तुम्ही तर आम्हाला नेहमी शिकवत आलेला आहात, की गतकाळाचा नीट सखोल अभ्यास करून, माणसाला भविष्याबद्दल संभाव्य आडाखे बांधता येतात. हे हूण...''

''जर्मन विनराईट, जर्मन.''

''हे जर्मन सर, यांचा देश नेहमीच लढाईच्याच गोष्टी करतो.''

''काही लोक इंग्रजांबद्दलही असं विधान करू शकतील. त्यांच्या फायद्याच्या वेळी तेसुद्धा हेच करतात.''

''हे चूक आहे सर,'' विनराईट तावातावाने म्हणाला. ''फक्त इंग्लंड नेहमी न्यायाच्या बाजूनेच लढाई करत आलेला आहे.''

''हे झालं इंग्रज माणसाच्या दृष्टिकोनातून,'' जॉर्जने आपलं मत मांडलं, तेव्हा विनराईट काही वेळ गप्प बसला.

"पण समजा जर लढाई झालीच, तर तुम्ही आपलं नाव सैन्यात नोंदवाल का?" आता कार्टर ज्युनिअर मध्ये पडला.

जॉर्ज काही बोलण्याच्या आधीच विनराईटने हस्तक्षेप केला. "आपले मि. ॲसक्वीथ सर म्हणत होते, जरी लढाई झाली, तरी शिक्षकांना सैन्यामध्ये न जायची सूट असते."

"या विषयावर तू भलतीच माहिती जमा केलेली दिसते, विनराईट," जॉर्ज म्हणाला.

"माझे वडील सैन्यात जनरल आहेत सर."

"बालवाडीत ऐकलेली मतं, शाळेच्या शिक्षणाने बदलता येत नाहीत, विनराईट." जॉर्ज म्हणाला.

"हे असं कोण म्हणालं?" ग्रवेसने विचारलं.

"बर्टरँड रसेल," जॉर्ज म्हणाला.

"आणि सर्वांना माहीत आहे की तो माणूस कोन्ची आहे," विनराईट म्हणाला.

"कोन्ची म्हणजे काय?" कार्टरने विचारलं.

"जाणीवपूर्वक विरोध करणारा. देशासाठी सैन्यात भरती न होण्यासाठी धार्मिक अथवा तात्त्विक कारण पुढे करत सबबी शोधणारा," विनराईट म्हणाला.

"प्रत्येकाला आपल्या तत्त्वाप्रमाणे वागण्याचा अधिकार हवा, विनराईट."

"बर्टरँड रसेल नक्की असं काही बोलले असणार, शंकाच नाही," विनराईट छद्मीपणे म्हणाला.

"खरं तर जिझस ख्रीस्त असं म्हणाले होते."

आता विनराईट गप्प झाला, पण कार्टर माघार घेत नव्हता. "समजा, आपण लढाईत भाग घेतला, तर तुमची एव्हरेस्टवर जाण्याची संधी चुकेल का, सर?"

घरात बायको म्हणाली तसंच... सकाळी नाश्ता करताना रूथने हाच प्रश्न विचारला होता... आणि महत्त्वाचं म्हणजे जॉर्ज सैन्यात दाखल होईल का शाळामास्तराची सबब सांगून आपली कातडी बचावेल...?

"माझं स्वत:चं मत असं आहे की..." जॉर्ज हे बोलत असतानाच मधली सुट्टी झाल्याची घंटा वाजली. आता त्या पोरांना त्याच्या मताशी काही घेणं देणं नव्हतं.

आता त्याने युद्धाचे विचार मनातून झटकले आणि ॲण्डुबरोबर परत मैत्री कशी करता येईल, याचा विचार करू लागला. व्हेनीसहून आल्यापासून तो त्याला भेटलाच नव्हता.

शिक्षकांच्या खोलीचा दरवाजा उघडला, तेव्हा त्याचा मित्र त्याच्या नेहमीच्या जागी बसून 'द टाइम्स' वाचत बसला होता. त्याने जॉर्जकडे पाहिलंदेखील नाही. जॉर्जने आपल्यासाठी चहाचा कप भरला आणि मित्राच्या दिशेने गेला.

“सुप्रभात, जॉर्ज,” न बघताच ॲण्ड्रु म्हणाला.

“सुप्रभात, ॲण्ड्रु,” त्याच्या शेजारच्या खुर्चीत बसत जॉर्ज म्हणाला.

“तुझा खेळ चांगलाच झाला असेल, अशी आशा करतो,” हातातलं वर्तमानपत्र खाली ठेवत ॲण्ड्रु म्हणाला.

“खूपच छान झाला,” जॉर्जने उत्तर दिलं.

“मित्रा, माझ्या बाबतीत मात्र तसं म्हणता येणार नाही.”

आता जॉर्ज मित्राच्या शाब्दिक हल्ल्याची वाट पाहत होता.

“मला वाटतं तू माझ्याविषयी आणि रूथसंबंधी ऐकलं असशीलच,” ॲण्ड्रु म्हणाला.

“अर्थातच मी ऐकलेलं आहे,” जॉर्ज शांतपणे म्हणाला.

“तेव्हा त्या बाबतीत तू मला काय सल्ला देशील, माझ्या परम मित्रा?”

“थोडा मोठ्या मनाचा हो,” जॉर्जने सूचक वाक्य टाकलं.

“हे सगळं बोलण्यापुरतं ठीक आहे रे, पण त्या रूथचं काय? ती मोठ्या मनाने वागेल, असं मला तरी वाटत नाही.”

“का नाही?” जॉर्जने प्रतिप्रश्न केला.

“समजा, कोणी तुला शेवटच्या क्षणी तोंडघशी पाडलं असतं, तर तू काय केलं असतंस?”

या प्रश्नाचं चपखल उत्तर जॉर्जला देता आलं नाही.

“मला खरंच व्हेनीसला जायचं होतं, माहीत आहे ना तुला?” ॲण्ड्रु पुढे म्हणाला, “पण ते टाउण्टन कपच्या अंतिम सामन्यात पोहोचण्यापूर्वी.”

“अरे वाऽ! अभिनंदन,” आता जॉर्जच्या डोक्यात थोडा थोडा प्रकाश पडायला लागला.

“पण मी माझ्या संघाला संकटात टाकू शकत नव्हतो. खास करून माझ्याशिवाय संघात दुसरा गोलकीपर नसताना.”

“म्हणजे तू व्हेनीसला गेलाच नाहीस?”

“अरे, तेच तर मगाचपासून मी तुला सांगतो आहे, मित्रा आणि सगळ्यात वाईट गोष्ट म्हणजे, आम्ही तो सामनाही हरलो. म्हणजे मी दोन्हीकडे मार खाल्ला.”

“वाईट झालं, मित्रा,” आपलं हसू लपवत जॉर्ज म्हणाला.

“ती आता परत माझ्याशी बोलेल, असं तुला वाटतं का?”

“ते तुला लवकरच समजेल,” जॉर्ज म्हणाला.

“हे कसं बुवा?” आपल्या भिवया विस्फारत ॲण्ड्रु म्हणाला.

“आम्ही तुला आमच्या लग्नाची आमंत्रणपत्रिका पाठवली आहे.”

२४

बुधवार : २९ जुलै, १९१४

''या सद्गुणाच्या पुतळ्याला तू भेटला आहेस का?'' आपल्या हातातल्या 'मॅन्चेस्टर गार्डियन'ची घडी घालून बाजूला ठेवत ओडेलने विचारलं.

''नाही बुवा,'' फिंच म्हणाला, ''पण हा मॅलरी जेव्हा अचानक व्हेनीसला निघून गेला, तेव्हाच मला शंका यायला हवी होती.''

''याचंच वर्णन लेखिका करतात, तेव्हा त्या 'वादळी प्रणय' असं करतात, यंग म्हणाला. ''त्यांची फक्त काही महिने ओळख झाली होती.''

''माझ्या मते इतका वेळही फार झाला,'' गाय बुलॉकने मध्येच आपलं मत मांडलं. तो नुकताच इंग्लंडला परत आला होता. ''तुम्हाला सांगतो मित्रांनो, ती म्हणजे दिसायला एकदम अफलातून आहे. जॉर्जचा जे कोणी या पूर्वी हेवा करत असतील, ते तर तिला पाहताच, हिरव्या डोळ्यांच्या राक्षसाप्रमाणे दिसायला लागतील.''

''जॉर्ज ज्या पोरीच्या प्रेमात पडला आहे, तिला बघण्यासाठी मी तर उतावीळ झालो आहे,'' सॉमरवेल हसत म्हणाला.

''आता सभेच्या कामकाजाची वेळ झालेली आहे,'' यंग हे सांगत असतानाच, गाडीचा गार्ड ओरडला, ''पुढचा थांबा, गोडलमिंग.''

''आता सभेच्या सुरुवातीला पहिला प्रश्न विचारतो, तुम्ही आपल्या बर्फात वापरायच्या कुदळी आणल्या आहेत ना?'' यावर सगळे खळखळून हसले.

***

''देवाच्या आज्ञेनुसार, लग्नाच्या बंधनात एकत्रितपणे राहण्यासाठी, या बाईचा तू स्वीकार करशील का? तू तिच्यावर मनापासून प्रेम करशील, तिला आरामात

ठेवशील, मानाने वागवशील आणि आजारी असताना किंवा तंदुरुस्त असताना तिला साथ देशील; इतर सर्वांना दूर करून, तू आजन्म फक्त हिचाच होऊन राहशील?''

''हो मला मान्य आहे,'' रूथवरची नजर न काढता, जॉर्ज ठामपणे म्हणाला.

आता रेव्हरंड मॅलरींनी वधूकडे पाहिलं आणि स्मित केलं. ''देवाच्या आज्ञेनुसार, लग्नाच्या बंधनात एकत्रितपणे राहण्यासाठी, या गृहस्थाचा तू स्वीकार करशील का? तू त्याच्यावर मनापासून प्रेम करशील; त्याला आरामात ठेवशील; मानाने वागवशील आणि आजारी असताना किंवा तंदुस्त असताना त्याला साथ देशील; इतर सर्वांना दूर करून, तू आजन्म फक्त याच्याच सोबतीने राहशील?''

''हो, मला मान्य आहे,'' रूथने सौम्य आवाजात उत्तर दिल्यामुळे, फक्त पुढल्या रांगेतल्या लोकांनाच ते ऐकू गेलं.

''या मुलीला, या गृहस्थाशी लग्नाच्या बंधनात देण्याचं काम कोण करणार आहे?''

मि. ठॅकरे टर्नर दोन पावलं पुढे झाले.

जॉर्जचा बेस्ट मॅन असलेल्या जेफ्रि यंगने, रेव्हरंडच्या हातात एक साधी सोन्याची अंगठी दिली. जॉर्जने ती अंगठी रूथच्या डाव्या हातातल्या करंगळीशेजारच्या बोटात घातली आणि म्हणाला, ''या अंगठीच्या विधीने मी तुझ्याशी लग्न करत आहे, माझ्या सर्व देहाने, मी तुझी आराधना करीन आणि माझ्यापाशी असलेली सर्व भौतिक चीजवस्तू तुला अर्पण करीन.''

टर्नर स्वत:शीच हसले.

रेव्हरंड मॅलरींनी त्या दोघांचे उजवे हात हातात घेतले आणि सर्व उपस्थितांना मोठ्या आनंदाने विवाह संपन्न झाल्याची घोषणा केली, ''मी हे दोघं नवरा आणि बायको झाल्याचं घोषित करतो. पिता, पुत्र आणि पवित्र भुताच्या नावाने, आमेन.''

मेण्डेलसोनच्या विवाह गीताचे पहिले शब्द ऐकू आले, तेव्हा जॉर्जने प्रथमच आपल्या बायकोचं चुंबन घेतलं.

सभागृहाच्या मधोमध असलेल्या वाटेवरून मि. आणि मिसेस मॅलरी, सावकाश पावलं टाकत चालत होते. आपल्या लग्नासाठी, दूरवरून प्रवास करून, अनेक मित्र गोडालमिंगला आलेले पाहून जॉर्जला आनंद झाला. त्या गर्दीत त्याला रूपर्ट ब्रुक आणि लिटॉन स्ट्रॅची, मायनार्ड आणि गॉफरी केन्स आणि का कॉक्स दिसले. कॉक्स कोटी सॅण्डर्सच्या शेजारीच बसलेला होता आणि तिने त्याच्याकडे पाहून एक उदासवाणं स्मित केलं. अर्थात खरा आश्चर्याचा धक्का तर पुढे बसला. तिथे चर्चच्या दाराच्या दुतर्फा, नवदांपत्याला अभिवादन करण्यासाठी यंग, बुलॉक, हेरफोर्ड,

ओडेल आणि अर्थाच फिंच उभे होते. त्यांच्या हातात बर्फात वापरण्याच्या कुदळी होत्या आणि त्याने त्या वर हवेत धरून त्याची कमान केली होती आणि त्या खालून नवदाम्पत्य रुबाबात पुढे गेलं, तेव्हा कागदाच्या झिरमिळ्यांचा त्यांच्यावर वर्षाव झाला.

नंतरच्या स्वागत समारंभाच्यावेळी, रूथ आणि जॉर्जने प्रत्येक पाहुण्याची जातीने विचारपूस केली. सर्व समारंभ आटोपल्यावर, टर्नरसाहेबांच्या, बैलाच्या नाकासारखा दर्शनी भाग असलेल्या, नव्याकोऱ्या मॉरीसमध्ये बसून, ते दहा दिवसांच्या मधुचंद्रासाठी क्वॉण्टोक्सला रवाना झाले. तिथल्या पर्वतराजीत ते मनसोक्त भटकंती करणार होते.

"मी आता दुसऱ्या बाईला मुजरा करण्यासाठी जाताना, माझ्यासोबत येणाऱ्या पाठीराख्याविषयी तुला काय वाटतं?" भरपूर वारे वाहत असलेल्या रिकाम्या रस्त्यावरून गाडी चालवताना, जॉर्जने रूथला विचारलं. "त्या जेफ्री यंगसारखं तू का वागायचा प्रयत्न करतोस, ते मला आता समजलेलं आहे." बोलता बोलता, ती मांडीवर ठेवलेल्या नकाशाकडेही पाहत होती. "खास करून त्याने लग्नानंतर, वधूच्या बाजूने जे प्रभावी भाषण केलं, ते ऐकून माझा त्याच्याविषयी आदर वाढलेलाच आहे. ओडेल आणि सोमरवेल तुझ्या मार्गात साथ देतील, पण आडवे नाही येणार. त्या हेरफोर्डची जर निवड झाली, तर तो तुझ्या इतकाच तुल्यबळ असेल."

"आणि फिंच?" रूथकडे पाहत जॉर्जने विचारलं.

रूथ थोडीशी चाचरली. तिच्या आवाजातही बदल झालेला होता. "तो काहीही करेल जॉर्ज; म्हणजे अक्षरश: काहीही करेल आणि सर्वप्रथम शिखरावर जाण्याचा प्रयत्न करेल."

"लाडके, तुला एवढं खात्रीने का वाटतं?" जॉर्जने काहीशा आश्चर्यानेच विचारलं.

"तुझा हात धरून, जेव्हा मी चर्चच्या बाहेर आले, तेव्हा मी जणू काही कुमारीच आहे, अशा रितीने तो माझ्याकडे पाहत होता."

"या सगळ्या ब्रम्हचाऱ्यांनी तुझ्याकडे तसंच पाहिलं असणार, अगदी तो ॲण्ड्रु आणि ओ सुलिवानसुद्धा."

"नाही. मी अजूनही अविवाहित असते, तर बरं झालं असतं, असा भाव त्याच्या नजरेत होता. दोन्ही नजरांमध्ये फार फरक आहे."

"तुझं फिंचविषयीचं मत, कदाचित बरोबरही असेल, पण कुठल्याही शिखरावर, शेवटच्या हजार फुटांची चढाई करताना, त्याच्याइतका योग्य जोडीदार कोणीच नाही."

"अगदी एव्हरेस्टसुद्धा?"

"खास करून चोमोलुन्मा..."

***

क्रुकेर्ने नावाच्या एका लहानशा हॉटेलात, मॅलरी दांपत्य सायंकाळी सातच्या सुमारास दाखल झाले. तिथला व्यवस्थापक, त्यांच्या स्वागतासाठी बाहेर दारातच उभा होता. तिथल्या पुस्तकात, आज दुसऱ्यांदा त्यांनी 'मि. आणि मिसेस.' अशी सही केली. त्यांच्या मधुचंद्रासाठी असलेल्या खास कक्षामध्ये व्यवस्थापक त्यांना घेऊन गेला.

त्यांनी आपल्या बॅगा उघडल्या. दोघांच्या डोक्यात एकच विचार घोळत होता, पण कोणी उघडपणे बोलून दाखवत नव्हतं. प्राथमिक आवराआवरी नंतर, रूथचा हात हातात घेऊन जॉर्ज भोजनकक्षाकडे निघाला. वेटरने त्यांच्या हातात भलं मोठं मेन्युकार्ड ठेवलं. दोघांनीही शांतपणे ते वाचून आपापले पदार्थ मागवले.

"जॉर्ज, मी विचार करत होते की तू..."

"काय म्हणालीस प्रिये?"

रूथ आपलं वाक्य पूर्ण करणार, इतक्यात वेटर, गरमागरम टोमॅटो सूप घेऊन आला. तो लांब जाण्याची वाट पाहत रूथ थांबली.

"मला किती भीती वाटते आहे, याची तुला कल्पना आहे का?"

"मी तर तुझ्यापेक्षाही जास्त अस्वस्थ आहे."

रूथने मान खाली घातली आणि हलक्या आवाजात म्हणाली, "जॉर्ज तुला एक माहीत असायला हवं, की मी कधी आजतागायत विवस्त्र पुरुष पाहिलेला नाही, तर पुढच्या गोष्टी दूरच राहिल्या."

"मी मागे मूलाँ रूजला गेलो होतो, ते तुला सांगितलं का?" वातावरण हलकं करण्यासाठी जॉर्जने तिला विचारलं.

"खूप वेळा सांगून झालं आहे," रूथ हसत म्हणाली, "पण तू एका दुसऱ्या बाईच्याच प्रेमात पडलास, त्या मादाम आयफेलच्या आणि तिनेही तुला झिडकारलं." जॉर्ज हसला आणि एक शब्दही न बोलता, रूथचा हात हातात घेऊन आपल्या खोलीकडे निघाला. समोर आलेल्या त्या स्वादिष्ट सूपची साधी चवही का घेतली नाही, असं कोणी विचारू नये, असं त्याला वाटत होतं.

पटकन तीन मजले चढून, ते आपल्या खोलीच्या समोर आले. जॉर्जला किल्लीच सापडत नव्हती, पण शेवटी एकदाची मिळाली आणि दार उघडलं. खोलीत जाताच त्याने रूथला कवेत घेतलं. नंतर मिठी सोडून तो तिच्यापासून चार पावलं मागे गेला आणि तिला डोळे भरून पाहत स्मित केलं. तिच्याकडे बघत बघतच त्याने कोट आणि टाय काढला. रुथही त्याच्याकडे पाहून गोड हसली आणि

आपल्या पोशाखाची बटणं काढायला लागली आणि तो खाली पडू दिला. तेव्हा तिच्या गुडघ्याच्या थोडा खाली असलेला रेशमाचा परकर त्याला दिसला. तिने दोन्ही हाताने डोक्याच्या वर उचलला आणि काढून परत जमिनीवर टाकून दिला. जॉर्जने तिला घट्ट मिठी मारली आणि आणि तिची आवेगाने चुंबनं घेतली. ती त्याच्या पॅण्टची बटणं काढत असताना तो तिची ब्रा उघडण्याची खटपट करत होता. आता दोघंही पूर्णपणे विवस्त्र अवस्थेत एकमेकाकडे पाहत राहिले आणि नंतर अंथरुणात शिरले. जॉर्ज तिचे पिंगट केस कुरवाळत असताना, ती त्याची हलकेच चुंबनं घेत होती. आता दोघंही एकमेकांच्या देहाच्या अवयवांचा शोध घेऊ लागले. या सर्व क्रीडेत अस्वस्थ होण्यासारखं काहीच नाही, हे त्यांच्या लक्षात आलं.

नंतर त्यांनी पहिल्यांदा शरीरसुखाची चव चाखली. रूथने समाधानाने उशीवर मान ठेवली आणि म्हणाली, "आता मला सांगा मि. मॅलरी, तुम्हाला आमच्या दोघींपैकी कोणाबरोबर रात्र घालवायला आवडेल, मी का चोमोलुन्मा?" हे ऐकून जॉर्ज इतक्या जोरात हसला, की तो आवाज शेजारच्या खोलीत ऐकू जाऊ नये, म्हणून तिने त्याच्या तोंडावर हात ठेवला. शेवटी रूथ गाढ झोपेपर्यंत, जॉर्जने तिला कुशीत धरले होते.

सकाळी जॉर्ज आधी उठला आणि तिचे वक्ष चुंबायला लागला. शेवटी रूथने डोळे उघडले. तिच्या सर्वांगावर हात फिरवत असताना रूथ हसत होती. अस्वस्थ झाल्यामुळे, काल रात्री एक चमचाही सूप न पिणाऱ्या ह्या मुलीत झालेला प्रचंड बदल पाहून जॉर्ज आश्चर्यचकित झाला. परत एकदा, म्हणजे दुसऱ्यांदा शरीरसुखाचा आनंद लुटल्यावर, ते न्हाणीघरात आंघोळीसाठी गेले. आजचं हे जणू अभ्यंगस्नानच होतं. नंतर रूथ कपडे घालत असताना, जॉर्ज कमरेला टॉवेल गुंडाळून, ते दृश्य डोळे भरून पाहत होता.

रूथ लाजली आणि लटक्या रागाने म्हणाली, "आता कपडे घालतोस, का नाश्ताही चुकवायचा आहे?"

"माझी हरकत नाही," जॉर्ज म्हणाला.

रूथ आता खट्याळपणे हसली आणि आपल्या पोशाखाची बटणं परत काढायला लागली.

***

पुढचे दहा दिवस, जॉर्ज आणि रूथ क्वाण्टोक्समध्ये मनसोक्त हिंडले. काही वेळा तर ते सूर्यास्तानंतरही बऱ्याच वेळाने हॉटेलात परत येत असत. प्रत्येक दिवशी रूथ जॉर्जला कोड्यात टाकणारे प्रश्न विचारत होती. त्या चोमोलुन्माचा त्याच्यावर

इतका पगडा का आहे, हे तिला जाणून घ्यायचं होतं. पुढल्या वर्षाच्या सुरुवातीला जॉर्जने तिबेटला जाण्याची आपल्या मनाची तयारी केली होती- म्हणजे ते एकमेकांपासून, किमान सहा महिने दूर असणार होते.

"एव्हरेस्टच्या शिखरावर जायला किती दिवस आणि रात्री घालवायला लागतील, असं तुला वाटतं?" लायडेअर्डच्या शिखरावर ते उभे असताना तिने त्याचा हात हातात घेत विचारलं.

"ते कळायला काही मार्ग नाही," जॉर्जने कबुली दिली, पण फिंचच्या म्हणण्याप्रमाणे आम्हाला, जसजसे वर जात राहू, तसतसे लहान लहान तंबूत रात्र काढायला लागेल. शेवटचा पाडाव २७,००० फुटांवर असेल आणि तिथे रात्र काढल्यावर मग शेवटची चढाई करावी लागेल. ते उभे असलेल्या २,७०० फुटांवरून भेदरून खाली पाहत, रूथने विचारलं, "पण असलं दिव्य करायचं, तर त्याची तयारी कशी करायची?"

हातात हात घालून खाली येताना, जॉर्ज म्हणाला, "मला काहीच कल्पना नाही. २९,००० फुटांवरच काय २२,००० फुटांवर देखील, माणसाचं शरीर कशी साथ देईल, हे कोणालाच माहीत नाही. सगळ्यात वरती तर उणे चाळीस अंश तापमान असतं आणि जर जोराचा वारा समोरून वाहत असेल, तर काही फूट अंतर कापायला, दहा बारा पावलं टाकावी लागतात. मी आणि फिंचने एकदा १५,००० फुटांवर तीन रात्री काढल्या होत्या, तेव्हा आम्हाला एकाच पांघरुणात, एकमेकांना मिठी मारून झोपावं लागलं होतं, तेव्हा कुठे थोडीफार ऊब मिळाली."

"मला तुला रात्रभर बिलगून राहायचं आहे, म्हणजे तुझ्या मनात काय चाललेलं आहे, त्याची मला किंचित जाणीव होईल."

"२९,००० फुटांवर, तू नक्कीच तग धरू शकणार नाहीस, लाडके. इतकंच काय, एखाद्या समुद्रकिनाऱ्यावर, तुला दोन रात्री तंबूत झोपवलं, तरी ते दिव्य ठरेल."

"मि. मॅलरी ही मोहीम हाती घेण्यासाठी तुम्ही खरंच पात्र आहात का?"

"मिसेस, मॅलरी, गेल्या वेळी तुम्ही मला असाच प्रश्न विचारलात, तेव्हा मी जवळपास तुरुंगातच जाणार होतो."

वाटेवरच्या एका लहान गावात, त्यांना कॅम्पिंगचं सामान विकणारं दुकान लागलं. जॉर्जने एक छोटा तंबू आणि एक झोपण्याची गादी विकत घेतली. हॉटेलात मस्तपैकी जेवल्यानंतर ते गावाजवळच्या समुद्रकिनाऱ्यावर गेले. फारसा वारा नसलेली एक आडोशाची सुरक्षित जागा जॉर्जने निवडली. त्याने तंबूला आधार देण्यासाठी भरपूर खिळे वाळूत ठोकले. "आपलं पहिलंच घर उडून जायला नको," जॉर्ज हसत म्हणाला.

तंबूच्या भोवताली दगड ठेवून झाल्यावर, रूथ तंबूत शिरली. जॉर्ज बाहेर किनाऱ्यावर, मोकळ्या हवेचा आनंद घेत होता. कपडे काढून तंबूत शिरल्यावर, तो झोपायच्या गादीसारख्या पिशवीत आत शिरला आणि आपल्या कुडकुडणाऱ्या बायकोला घट्ट मिठी मारली. रतिसुखाचा आनंद लुटल्यावर, रूथने जॉर्जला दूर जाऊ दिलं नाही.

"म्हणजे घरचा गुबगुबीत बिछाना सोडून, हे असं रात्र रात्र झोपायला तू जाणार आहेस?" तिने साशंकपणे विचारलं.

"चाळीस अंश तापमानात, हवा इतकी विरळ असते, की मोठ्या कष्टाने श्वास घेता येतो."

"तुमचा निर्णय बदलायला तुम्हाला अजून काही महिने बाकी आहेत, मि. मॅलरी," ती आशावादीपणे बोलली.

ती दोघं केव्हा झोपले ते माहीत नाही, पण जॉर्ज जागा झाला, तो एका प्रकाशाच्या कवडशामुळे. त्या प्रकाशामुळे त्याचे डोळे दिपले होते. रूथची त्वचा चिलटांच्या चाव्यांमुळे विचित्र दिसत होती. तिने त्याला मिठी मारली.

"आपण कृपा करून जरा बाहेर याल का, साहेब?" एकजण अधिकारवाणीने म्हणाला.

आपण आता नसता धाडसीपणा दाखवावा का बायकोला इथे कुडकुडत ठेवावं, असा जॉर्जला प्रश्न पडला. शेवटी तो रूथला नकळत हलकेच तंबूच्या बाहेर पडला. त्याच्या विवस्त्र देहावर आता दोन टॉर्चचा प्रकाश पडला होता.

"साहेब, आपण नक्की काय करत होतात, ते सांगाल का?" पहिल्या पोलिसाने विचारलं.

'आपल्या बायकोला, एव्हरेस्टवर कसं वाटतं, ते बघायचं होतं,' असं सांगावं, असं जॉर्जला वाटून गेलं, पण शेवटी त्याने "आम्ही इथे मधुचंद्रासाठी आलो आहोत आणि एक रात्र समुद्रकिनाऱ्यावर काढावी, असा आम्ही विचार केला." असं सांगितलं.

"मला वाटतं तुम्ही दोघांनी आता पोलीस चौकीत चलावं," दुसऱ्या टॉर्चच्या मागून दुसऱ्या पोलिसाचा आवाज आला, "पण त्या आधी, तुम्हा दोघांना कपडे घालावे लागतील."

जॉर्ज रांगत तंबूत शिरला, तेव्हा रूथ हसत असल्याचं त्याला दिसलं.

"यात हसण्यासारखं काय आहे?" पॅण्ट चढवताना त्याने विचारलं.

"मी तुला आधीच म्हणाले होते, की तुला अटक होईल."

पोलीसप्रमुखाला मध्यरात्री उठवलं गेलं. "साहेब या दोघांची आपण चौकशी करावी असं मला वाटतं." थोडीफार चौकशी झाल्यावर आता त्या प्रमुखावरच

दिलगिरी व्यक्त करण्याची वेळ आली.

"आम्ही एखादे हेर आहोत, असं तुम्हाला वाटलं तरी कसं?" जॉर्जने विचारलं.

"तुमचा तंबू तुम्ही एका गुप्त नाविकदलाच्या जागेपासून, शंभर यार्डांच्या आत ठोकलेला होतात, साहेब." पोलीसप्रमुख म्हणाले, "आपल्या पंतप्रधानांनी आपल्या सर्व जनतेला, संभाव्य लढाईच्या पार्श्वभूमीवर दक्ष राहण्याच्या सूचना दिल्या आहेत, हे मी तुम्हाला सांगायची गरज नाही."

२५

ऑक्टोबर, १९१४

हाती आलेल्या बातमीनुसार, नाताळापर्यंत सर्वत्र युद्धाचं लोण पसरेल, अशी दाट शक्यता होती.

मधुचंद्रानंतर जॉर्ज आणि रूथ गोडलामिंगला रूथच्या वडिलांनी लग्नाची भेट म्हणून दिलेल्या नव्या घरात संसार थाटण्यासाठी परत आले. उंच उंच वृक्षांच्या मधोमध वसलेले ते घर पाहून, त्यांना फारच आश्चर्य वाटलं आणि आनंदही झाला. ते पाहून ते आश्चर्यचकित झाले. अशी काही आणखी एक जास्तीची भेट मिळेल असं त्या दोघांनाही वाटलं नव्हतं, निदान जॉर्जला. दहा एकर जमिनीवर असलेल्या त्या घराच्या सभोवताली बागबगीचा होता. आता रूथ इथेच आपला जास्तीतजास्त वेळ घालवणार, हे उघड होतं. जॉर्जचं रूथवर किती प्रेम आहे, याविषयी कोणाच्याही मनात शंका नव्हती आणि आपण कोणाला तरी मनापासून आवडतो, या कल्पनेने रूथची कांती आता उजळ झाली होती. त्यांना कशाचीही गरज आता वाटत नव्हती. त्या दोघांना सतत एकमेकांच्या सहवासात बघणाऱ्याला, ते एक सुंदर प्रेमगीतच वाटलं असतं, पण जॉर्ज ते वरकरणी दाखवत होता.

पुढच्या काही महिन्यांतच, त्याचे मित्र आणि केंब्रिजमधले समवयीन विद्यार्थी, तसेच त्याने चार्टरहाऊसमध्ये शिकवलेली तरुण पोरं, पश्चिमेच्या आघाडीवर, युद्धासाठी दाखल होणार होती. त्यांपैकी कित्येक परत येणार नव्हते. जॉर्ज मात्र, युद्धाचे वातावरण निवळेपर्यंत फक्त आपला तिबेटचा दौरा पुढे ढकलण्याचा मोठ्ठा स्वार्थत्याग करणार होता. त्याला बागेत भेटायला आलेले मित्र, नेहमी सैन्याच्या गणवेशात येत असत, पण त्याचा जॉर्जवर काही परिणाम होत नव्हता. ब्रुक, यंग, सोमरवेल, ओडेल, हेरफोर्ड आणि तो फिंचही पॅरिसला रवाना होण्यापूर्वी एक दिवस आधी जॉर्जला येऊन भेटून गेला. त्यांच्यातल्या कोणाला अशी पळवाट शोधण्याचा

मोह झाला असेल का, असा विचार जॉर्जच्या मनात येऊन गेला. त्याच्या मित्रांनी सैन्यात जाण्याचा विषय कधीही जॉर्जसमोर काढला नाही, उलट जॉर्ज करत असलेलं काम किती महत्त्वाचं आहे, हेच ते त्याला पटवून देत असत. त्यांच्या शाळेचे मुख्याध्यापक, जेव्हा जेव्हा सैन्यात दाखल होऊन आपले प्राण युद्धात गमावलेल्या माजी कार्तुझियन्सची- चार्टरहाऊसमध्ये शिकलेले- यादी वाचून दाखवत असत, तेव्हा जॉर्जला फार अपराधी वाटत असे.

लंडनच्या युद्ध कार्यालयात काम करण्यासाठी परत आलेल्या, आपल्या खास मित्राला- गाय बुलॉकला- आपल्या मनातली खळबळ बोलून दाखवण्याचं जॉर्जने ठरवलं. लढाईत शहीद होणाऱ्यांची जागा घेण्यासाठी, पुढच्या पिढीला शिकवून तयार करण्याचं महत्त्वाचं काम जॉर्ज करत आहे, असा बुलॉकने जॉर्जला दिलासा दिला आणि त्याला शांत करण्याचा प्रयत्न केला.

नंतर याच विषयावर जॉर्ज जेफ्री यंगशी बोलला. त्याच्या मते, जर जॉर्जने सैन्यात भरती व्हायचं ठरवलं, तर त्याच्या जागी दुसरा कोणीतरी बसवावाच लागेल, त्यापेक्षा जॉर्जनेच ते काम चोखपणे करावं. शेवटी त्याने, आपल्या शिक्षक सहकाऱ्याशी ॲण्ड्रु ओ सुलिव्हानशी प्रदीर्घ चर्चा केली. आपण शिक्षकाचं काम करत राहणं, हेच योग्य आहे, असं ॲण्ड्रुजच ठाम मत होतं. मुख्याध्यापक फ्लेचर तर, जॉर्जसारख्या अनुभवी माणसाला सोडायला तयारच नव्हते.

जेव्हा जेव्हा त्याने रूथजवळ हा विषय काढला, तेव्हा तिने स्पष्टपणे तिला काय वाटतं, ते त्याला सुनावलं आणि त्यामुळे त्यांच्या वैवाहिक आयुष्यातला पहिला खटका उडाला. जॉर्जचा मनातल्या मनात, आपल्या सदसद्विवेक बुद्धीशी संघर्ष चालू असल्यामुळे, त्याला रात्री नीट झोप लागत नसे आणि जॉर्जच्या मनातली खळबळ रूथला समजत असल्यामुळे तीसुद्धा रात्री जागीच असे.

"तू अजून जागाच आहेस का लाडक्या?" रूथ एका रात्री त्याच्या कानात कुजबुजली.

त्याने तिच्या ओठांचं चुंबन घेतलं आणि तिने खांद्यावर ठेवलेल्या डोक्यावरून हात फिरवला.

"मी आपल्या भवितव्याबद्दल विचार करतो आहे," जॉर्ज म्हणाला.

"इतक्यातच माझा कंटाळा आला का, मि. मॅलरी?" त्याला चिडवण्यासाठी ती म्हणाली. "आत्ताशी तर आपल्या लग्नाला, फक्त काही महिनेच झालेले आहेत."

"खरं तर तुला गमावून बसण्याची कल्पनाच करवत नाही," जॉर्ज शांतपणे म्हणाला. तिचं शरीर आकसलं असल्यासारखं जॉर्जला वाटलं. "तुझ्याइतकं, कोणीच समजू शकणार नाही, की मी माझ्या मित्रांना फ्रांसमध्ये जाऊन सामील न झाल्यामुळे मला किती अपराधी वाटत आहे."

"तुला लागेल असं कोणी एखादा मित्र बोलला का तुला?"

"नाही, एकही नाही," जॉर्जने कबुली दिली, "पण त्यामुळे मला मी जास्तच गुन्हेगार असल्यासारखं वाटतं."

"त्यांना चांगलंच माहीत आहे, की तू तुझ्या देशाची सेवा, वेगळ्या प्रकारे करतो आहेस."

"नाही लाडके, आपल्या सदसद्विविवेकबुद्धीपासून कोणीच स्वत:ला दूर ठेवू शकत नाही."

"समजा, तू मारला गेलास, तर त्यामुळे काय साध्य होणार आहे?"

"काहीच नाही. फक्त मी एक सन्मानजनक कृत्य केलं, असं तुला वाटेल."

"आणि मी विधवा होईन, त्याचं काय?"

"इतर अनेकजण जसे सन्मानाने गेले, त्यांच्या बायकांप्रमाणे तू एक असशील."

"तुझ्या चार्टरहाऊसच्या शिक्षकांपैकी कोणी सैन्यात दाखल झालं आहे का?"

"मी त्यांच्याबद्दल काहीच सांगू शकत नाही, पण यंग, बुलॉक, हेरफोर्ड, सोमरवेल आणि फिंच, ही या पिढीतली उत्तम माणसं आहेत आणि त्यांनी न कचरता देशाच्या सेवेसाठी तयारी दाखवलेली आहे."

"पण तुझी भूमिका त्यांना पटते आहे ना?"

"कदाचित, पण त्यांनी मात्र कसलीही पळवाट शोधली नाही."

"सेंट बेसिलियाचा पर्वत चढून गेलेल्या माणसावर, कोणी पळपुटेपणाचा आरोप करणारच नाही," रूथ ठामपणे म्हणाली.

"पण तोच माणूस, आपला देश युद्धात उतरलेला असताना, आपल्या सहकाऱ्यांना सामील झाला नाही, असं कोणी म्हणालं तर?" जॉर्जने रूथला कवेत घेतलं.

"तुला काय वाटत असेल, ते मला समजतं आहे, पण कदाचित..."

"कदाचित त्याने फरक पडेल जॉर्ज..." ती मध्येच बोलली. "...समजा मी तुला सांगितलं, की मला दिवस गेले आहेत तर?"

***

रूथने दिलेल्या आनंदाच्या बातमीमुळे, जॉर्जच्या मनातला संभ्रम काही काळ दूर झाला, पण त्याच्या मुलीच्या- क्लाराच्या- जन्मानंतर त्याच्या मनातली अपराधी भावना परत उफाळून वर आली. स्वत:चं अपत्य झाल्यावर तर, पुढल्या पिढीच्या जबाबदारीची त्याला प्रकर्षाने जाणीव झाली.

लढाई लांबतच चालली होती आणि जॉर्जचं शाळेत शिकवणंही चालू होतं. शाळेत येताना आणि परत घरी जाताना, त्याला शाळेच्या भिंतीवर लावलेलं युद्धाचं पोस्टर मात्र फार अस्वस्थ करत असे. त्यात आपल्या वडिलांच्या मांडीवर बसलेली

एक लहान मुलगी, वडिलांना विचारत होती, *'पपा, या महायुद्धात तुम्ही काय केलंत?'*

या प्रश्नाचं तो क्लाराला काय उत्तर देणार होता?

प्रत्येक वेळ जेव्हा एखादा मित्र गमावल्याची बातमी यायची, तेव्हा जॉर्ज अस्वस्थ व्हायचा. त्याने कुठेतरी वाचलं होतं, की अगदी निधड्या छातीचा माणूसही, प्रथम जेव्हा गोळीबाराला तोंड देतो, तेव्हा तो पार भेदरून जातो. जॉर्ज तर इथे आपल्या शाळेतल्या सुरक्षित वातावरणात, मुलांच्या सान्निध्यात असूनही भेदरलेला होता.

सकाळच्या प्रार्थनेसाठी मुख्याध्यापक आपल्या खुर्चीतून उठले. "चला, आता आपण प्रार्थनेला सुरुवात करूया." त्यांनी सुरुवात केली, "देशासाठी ज्या ओल्ड कार्टुझियन्सनी, एका महान कारणासाठी अंतिम त्याग केला आहे, त्यांना विनम्र श्रद्धांजली. दुर्दैवाने मला आज दोन नावं या सतत वाढत जाणाऱ्या यादीत जोडावी लागत आहेत... रॉयल फ्युझिलिअर्सच्या लेफ्टनंट पीटर विनराईटनी, लू येथे शत्रूवर हल्ला चढवला, तेव्हा त्यांना मरण आलं. आपण सर्व त्यांची आठवण करुया."

जॉर्जने आपल्या दोन्ही हातात डोकं खुपसलं आणि मूकपणे रडला. आता दुसऱ्या नावाची घोषणा होणार होती.

"सेकंड लेफ्टनंट सिमॉन कार्टर, ज्याला आपण सगळे प्रेमाने कार्टर मायनर म्हणत असू, तो मेसापोटेमिया इथे मारला गेला. त्यालाही आपण श्रद्धांजली वाहू." सगळे उठून मान खाली घालत, 'आपण त्यांची आठवण ठेवू,' असं म्हणत असताना जॉर्ज उठला, वाकून वंदन केलं आणि चॅपेलच्या बाहेर पडला.

गोडामिंग हाय स्ट्रीट येईपर्यंत तो चालतच राहिला. तिथे एका सैन्य भरती केन्द्राच्यापाशी असलेल्या तरुणांच्या भल्या मोठ्या रांगेत तो जाऊन उभा राहिला.

रांगेतून सरकत सरकत, तो टेबलापाशी आला.

"नाव?"

"मॅलरी"

सार्जंटने त्याच्याकडे आपादमस्तक पाहिलं. "तुम्हाला माहीत आहे का साहेब, की नवीन कॉन्सक्रिप्शन कायद्यानुसार, शिक्षकांना या भरतीमधून वगळण्यात आलेलं आहे?"

जॉर्जने आपल्या अंगावरचा शिक्षकाचा पेहराव, लांब काळा कोट आणि डोक्यावरची चौकोनी टोपी काढून, कचऱ्याच्या डब्यात फेकून दिली.

भाग तीन

बेवारशी प्रदेश

१९१६

२६

१, जुलै, १९१६

माझ्या लाडक्या रूथ,

आपण जेव्हा, त्या बोचऱ्या थंडीत, गोडालमिंगच्या निर्मनुष्य रेल्वे स्टेशनवर, एकमेकांचा निरोप घेतला, तो माझ्या आयुष्यातल्या दुःखी दिवसांतला एक दिवस होता. माझं प्रशिक्षण झाल्यावर, त्यांनी आपल्याला फक्त आठवड्याच्या शेवटचे दोन दिवस भेटण्याची परवानगी दिली, हा त्यांचा केवळ कृतघ्नपणा होता. मी एका गोष्टीचं तुला वचन देतो, की तुला रोज एक पत्र लिहीत जाईन.

मी जे करतो आहे त्यावर तुझा पूर्ण विश्वास आहे, असं तू सांगितलंस, हा तुझा चांगुलपणा आहे, पण तुझ्या डोळ्यातले भाव तुझं खरं मत व्यक्त करत होते.

मी डोव्हरला माझ्या पलटणीत दाखल झालो, तेव्हा मला काही जुने मित्र अचानक भेटले. तुला तो सिगफ्रिड हेरफोर्ड आठवतो का? त्याला तर हा निर्णय घेताना काय वाटलं असेल? कारण त्याचा बाप जर्मन तर आई इंग्रज आहे.

दुसऱ्या दिवशी आम्ही एका बोटीतून —ला रवाना झालो. ती बोट, एखाद्या चाळणीसारखी गळत होती आणि रबराच्या बदकाप्रमाणे वर-खाली उडत होती. आमच्यातला एकजण म्हणालादेखील, की ही खुद्द कैझरने दिलेली भेट असावी. हातातल्या मगने बोटीतलं पाणी परत समुद्रात फेकण्यातच आमचा सर्व प्रवास झाला. आपण मागे इंग्लिश चॅनेलमधून बोटीने केलेला

प्रवास तुला आठवत असेलच. मी काही खलाशी वगैरे कधी नव्हतो, पण या लोकांसमोर मी ओकारी येऊ दिली नाही.

आम्ही उजाडण्याच्या वेळी —ला थांबलो. अजून तरी इथे फ्रेंच लोक लढाईत भाग घेताना दिसले नाहीत. मी माझ्या काही सहकाऱ्यांसोबत, कॉफी शॉपमध्ये, क्रॉयस्सांट व कॉफी प्यायला गेलो. आम्हाला तिथे, आघाडीवरून परतलेले काही अधिकारी भेटले. आता या शेवटच्या थाटामाटातल्या जेवणाचा भरपूर आनंद लुटा, अशी त्यांनी इशारेवजा सूचना आम्हाला केली. इतकंच नाही, तर आता पुढचे काही महिने, प्रत्येक दिवशी वेगवेगळ्या भोजनगृहांत तुम्हाला चार घास खायला लागतील, हेदेखील त्यांनी आम्हाला सांगितलं.

नेहमीप्रमाणे मी काहीतरी विसरतोच. यावेळी मी तुझा फोटो बरोबर आणायला विसरलो. तेव्हा कृपाकरून मला, आपल्याला अटक होण्याच्या आदल्या दिवशी, मी डेरडेनला काढलेला फोटो पाठव. तो रंगीत नाही, पण मी त्याच्यावरच भागवीन. मला सतत तुझा चेहरा डोळ्यासमोर हवा आहे.

मला तुझी सतत आठवण येत असते हे देवसुद्धा जाणतो. इतक्या लोकांच्या गराड्यात, आजूबाजूला भयानक धुमश्चक्री चालू असताना आणि कर्णकर्कश्श आवाज येत असताना, मला मात्र एकाकी का वाटत आहे, हे कोडं काही मला उलगडत नाही. हे मी सगळं लिहितो आहे, कारण मी तुझ्यावर खूप खूप प्रेम करतो, हे मी तुला आडवळणाने सांगण्याचा प्रयत्न करत आहे. मला पूर्ण कल्पना आहे, की तू माझ्या आयुष्यातली एकमेव स्त्री आहेस, असं मी म्हणालो तर तू मला चिडवशील, पण चोमोलुन्ग्माचा अजून आशिक आहे, ही वस्तुस्थिती आहे.

तुझा,
प्रेमात घायाळ झालेला नवरा,
जॉर्ज

हे पत्र आपल्या पलटणीच्या पोस्टाच्या क्लार्कच्या हाती सोपवून, जॉर्ज त्यांना आघाडीवर घेऊन जाणाऱ्या ट्रकची वाट पाहत बसला. आत्ताचा हा प्रवास फक्त एकाच दिशेने होणार होता.

सुरुवातीचे काही मैल त्यांना फ्रांसमधल्या मीले आणि मोमोने इथला रमणीय ग्रामीण परिसर पाहायला मिळाला. हिरव्या आणि पिवळसर रंगाने तो भूप्रदेश सुशोभित दिसत होता. धष्टपुष्ट गाई आणि मेंढ्या कुरणात चरत होत्या. अचानक हे सर्व दृश्य पालटलं आणि एक भयानक विध्वंसाचं चित्र दिसू लागलं. जळलेली अथवा उन्मळून पडलेली झाडं, छिन्नविछिन्न झालेले गाईंचे आणि घोड्यांचे अवशेष,

छपरं उडालेली घरं आणि लढाईच्या खेळात फक्त प्याद्याची भूमिका करणारे निराधार नागरिक, सर्वत्र दिसायला लागले. त्यांचा काफिला आगेकूच करतच होता, इतक्यात जॉर्जला एक काळ्या आणि करड्या रंगाचा सल्फरच्या धुराचा लोळ उठलेला दिसला आणि त्या पाठोपाठ कर्णकर्कश्श कानठळ्या बसवणारा आवाज ऐकू आला. आता त्या धुराने सूर्यालाही गवसणी घातल्यासारखं वाटत होतं. प्रत्यक्ष आघाडीच्या मागे तीन मैलांवर असलेल्या तळावर ते येऊन पोहोचले. त्या ठिकाणी, नावाची पाटी नव्हती आणि त्या खंदकातला दिवस, रात्रीसारखाच वाटत होता. इथे जॉर्जला काही सैन्याच्या वर्दीतले सहकारी भेटले. 'पुढल्या चोवीस तासांनंतर आपण जिवंत असू का?' असं त्यातल्या प्रत्येकाला वाटत होतं. डब्यात मिळणारे गोमांस, एकमेकाला चिकटलेले पावटे आणि अळ्यांनी आधीच खायला सुरुवात केलेले बटाटे, असं जेवण त्याने एका दगडावर बसून घेतलं. नंतर त्याच्यापेक्षा लहान असलेल्या तीन युवकांबरोबर तो एका तंबूत दाखल झाला. त्यांच्यापैकी प्रत्येकाला सैन्यात दाखल होऊन थोडेफार दिवस झाले होते - एक महिना, नऊ आठवडे आणि सात महिने; त्यातला शेवटचा लेफ्टनंट इव्हान्स, स्वत:ला अनुभवी सैनिक समजत होता.

दुसऱ्या दिवशी सकाळी, एका पत्र्याच्या थाळीत मिळालेला नाश्ता उरकल्यानंतर, जॉर्जला आघाडीपासून चारशे यार्डावर असलेल्या तोफखान्याकडे नेण्यात आलं. इथे काम करणाऱ्या इव्हान्सला आता पंधरा दिवसांची विश्रांतीची रजा मिळणार असल्यामुळे, त्याची जागा जॉर्ज घेणार होता. "हे काही वाटतं तितकं भयानक नाही, मित्रा," इव्हान्स जॉर्जला धीर देत म्हणाला. "त्या आघाडीपेक्षा, ही जागा चांगली आहे. इथे निदान काही दिसत तरी नाही. इथून पाव मैलावर असलेल्या त्या बिचाऱ्या गधड्यांचा विचार कर. ते काही महिने मरणाच्या दारात, त्या टेकडीखाली दबा धरून बसलेले आहेत. फक्त एका बिगुलाचा आवाज ऐकला, की ते टेकडीच्या माथ्याच्या दिशेने धावत सुटतील. आपलं काम त्या मानाने सोपं आहे. तुझ्या आधिपत्याखाली सदतीस सैनिक आहेत आणि बारा हॉविट्झर तोफा आहेत. त्या नादुरुस्त नसल्या, तर चोवीस तास धडाडत असतात. इथल्या विभागाची सूत्रं सार्जंट डेव्हीसच्या हातात आहेत. सैन्यात एक वर्ष काढण्याच्या आधी, तो पंधरा वर्षं कलर्समध्ये होता. त्याच्या सैनिकी कारकिर्दीची सुरुवात, बोअर लढाईपासून झाली, हे लक्षात ठेव आणि त्याला विचारल्याशिवाय कुठलंही पाऊल उचलू नकोस. आणखीन एका पात्राची ओळख करून देतो. कार्पोलर परकिन्स. बेटा सतत कुरबुर करत असतो, पण त्याच्या त्या पोरकट विनोदामुळे, लोकांचं, हुणांवरून लक्ष जरा दुसरीकडे वळतं. बाकीच्या लोकांची तुला लवकरच खासीयत कळेल. सगळी चांगली माणसं आहेत आणि अडचणीच्यावेळी नेहमीच पाठीशी उभी असतात,"

जॉर्जने मान डोलवली, पण त्याला बोलून दिलं. "सगळ्यात कठीण निर्णय तुला घ्यावा लागेल तो म्हणजे," इव्हान्स पुढे म्हणाला, "जेव्हा दर सात दिवसांनी तुला इथल्या तीन लोकांना, पुढे आघाडीवर पाठवावं लागेल तेव्हा. मला तरी आत्तापर्यंत, त्यातला कोणी परत आल्याचं आठवत नाही. आपल्या शत्रूच्या हालचालीवर नजर ठेवून, त्यांची नक्कीची जागा कळवण्याचं काम त्यांना करायचं असतं, म्हणजे आपण त्याप्रमाणे आपल्या तोफा, आपल्याच माणसांवर न रोखता, शत्रूवर रोखू शकू."

"तुला शुभेच्छा देतो, मॅलरी!" तो तरुण लेफ्टनंट जॉर्जशी हस्तांदोलन करताना बोलला. "आपण जर परत कधीच भेटलो नाही, तर गुडबाय!"

५ सप्टेंबर, १९१६

माझ्या अतिप्रिय रूथ,

प्रत्यक्ष आघाडीपासून खूप मागे माझी कामाची जागा आहे, तेव्हा माझी काळजी करण्याचं कारण नाही. माझ्या ताब्यात ३७ लोक देण्यात आले आहेत. सगळी मंडळी चांगलीच आहेत, कदाचित त्यामधल्या प्रायव्हेट रॉजर्सला तू ओळखतही असशील. सैन्यात दाखल होण्याच्या आधी, तो आपल्याकडे, पत्रं टाकायला यायचा. जमलं तर त्याच्या घरच्यांना जाऊन सांग, की तो ठणठणीत आहे आणि पहिल्यापेक्षा जास्त चांगलं काम करत आहे. तो तर म्हणतो, की लढाई संपली तरी तो सैन्यातच नोकरी करणार. इथल्या इतर सैनिकांनीही माझं चांगलं स्वागत केलं, हा त्यांचा चांगुलपणाच म्हणायला पाहिजे, कारण मी नुकताच सैन्यात भरती झालेलो आहे, हे त्यांना माहीत आहे. मी — इथे प्रशिक्षण घेत असताना तिथला अधिकारी जे म्हणाला, ते तंतोतंत योग्य होतं. त्याच्या सांगण्यानुसार, प्रशिक्षणातल्या तीन महिन्यांच्या काळापेक्षा, प्रत्यक्ष रणांगणावरचा एकच आठवडा, तुम्हाला बरंच काही शिकवतो.

माझ्या मनात सतत तुझा आणि क्लाराचा विचार घोळत असतो. आपण या कसल्या जगात त्यांना आणलं आहे, याची मला फार खंत वाटते. भावी काळात युद्धच होऊ नये, म्हणून ही लढाई आवश्यक आहे, असं जेव्हा आपले राजकारणी म्हणतात, ते त्यांचं विधान खरं ठरावं असं मला मनापासून वाटतं, कारण इत:पर माझ्या मुलांना हा वेडेपणा अनुभवायला लागू नये.

आघाडीवरच्या सैनिकाला, जास्तीतजास्त तीन महिने काम करावं लागतं, असं म्हणतात. ते जर खरं असेल, तर मग मी क्लाराच्या भाऊ अथवा बहिणीच्या जन्माच्यावेळी तिथे हजर असेन.

इथे जॉर्ज थांबला. जेव्हा सैनिकाला सुट्टी देण्याची वेळ येते, तेव्हा राजाज्ञेकडे काणाडोळा करतात, हे त्याला माहीत होतं, पण त्याला रूथला आशा दाखवायची होती. बाकी प्रश्न राहिला तो सध्या तो सोमे या ठिकाणी घालवत असलेल्या आयुष्याचा. तो ते तिला प्रत्यक्ष भेटीतच सांगणार होता. *लढाईच्या कार्यालयातील सचिवांना हे कळवण्यास अतिशय दुःख होत आहे की...* अशा अर्थाची तार केव्हाही येऊ शकते, ही टांगती तलवार, सतत रूथच्या डोक्यावर असणार आणि त्याच काळजीग्रस्त मन:स्थितीत ती वावरत असणार, याची जॉर्जला कल्पना होती.

आपल्या लग्नानंतरचा दोन वर्षांचा काळ, हा माझ्या जीवनातील, सर्वोत्तम काळ होता. नेहमीच मी माझ्या पत्राचा शेवट 'मला तुझी फार फार आठवण येते' असा करतो, याचं कारण, कदाचित तुझी आठवण आली नाही, असं एक मिनिटही होत नाही. गेल्या महिन्यात, मला तुझी खूप पत्रं मिळाली, त्यावरून मला क्लाराची आणि आपल्या घराची खबरबात समजली, पण तू अजूनही मला फोटो पाठवलेला नाहीस. कदाचित तो मला पुढल्या टपालात मिळेल, पण त्या चित्रात तुला पाहाण्यापेक्षा, मला तुला प्रत्यक्ष पाहायची आहे आणि मिठीत घ्यायची आहे, म्हणजे मग मला तुझा किती विरह झाला, याची जाणीव होईल.

तुझा प्रेमळ पती,
जॉर्ज

***

''अरे पर्किन्स, तुला काही अडचण आहे का?''

''मला नाही तसं वाटत, सार्जण्ट''

''मग तोफांमध्ये गोळे भरायला, तुझ्या लोकांना नव्वद सेकंद का लागतात? इतर तोफा तर एका मिनिटात गोळे भरतात.''

''आम्ही शक्य तेवढे प्रयत्न करतच आहोत, सार्जण्ट.''

''शक्य तेवढे पुरेसे नाहीत, पर्किन्स. नक्की काही तरी कर.''

''हो सार्जण्ट.''

''आणि तू मॅथ्युस...''

“यस सर!”

“मी तुझी बंदूक बारा वाजता स्वत: तपासून बघीन आणि ती जर माझ्या टकलाप्रमाणे चमकली नाही, तर मी स्वत: तुला त्याच्या नळकांड्यात ठासून भरीन आणि त्या हूण लोकांवर उडवीन.”

“डोक्यात लख्ख प्रकाश पडला, सार्जण्ट.”

जवळचा फोन वाजला, तेव्हा जॉर्जने तो पटकन उचलला.

“सुमारे एका मैलावरून, अकरा वाजण्याच्या दिशेने, तोफांचा भयानक मारा होत आहे, सर. कदाचित जर्मन आता हल्ला करण्याच्या विचारात असावेत.” आघाडी-वरील पुढच्या तळावरून एक सैनिक बोलत होता. अचानक फोन बंद पडला.

“सार्जण्ट डेव्हीस,” तोफांच्या गडगटाच्या वरताण आवाज चढवत, जॉर्ज किंचाळला.

“सर!”

“एक मैल, अकरा वाजण्याच्या दिशेने, जर्मन चाल करून येत आहेत.”

“सर! पोरांनो आता पेटून उठा, आपल्याला त्या हुणांचं प्रेमाने स्वागत करायचं आहे. त्या जर्मनांच्या हेलमेटवर, कोण पहिला गोळा टाकतो, ते मला बघायचंच आहे.”

रांगेत असलेल्या तोफांची पाहणी करत जॉर्ज येरझाऱ्या घालत होता. हा सार्जण्ट डेव्हीस सीगफ्रीडच्या पलीकडल्या बाजूला, म्हणजे जर्मनांच्या हद्दीत, जन्माला न येता इंग्लंडच्या स्वान्सेनमध्ये जन्मला, याबद्दल त्याने देवाचे आभार मानले.

“छान, मस्त काम केलंस रॉजर्स,” डेव्हीस म्हणाला. “सगळ्यात प्रथम तू कामाला लागलास. अशीच हुशारी दाखवलीस, तर बघता बघता तू लान्स कॉर्पोरल होशील.”

हे ऐकून आपणही कोणाला तरी बढती दिली पाहिजे, याची अप्रत्यक्ष सूचना मिळाली.

“छान! फारच छान, पर्किन्स, याला म्हणतात नेम,” डेव्हीस नंतर म्हणाला. “आता तुझ्या खांद्यावर जास्तीची चिन्हं नक्कीच झळकणार.”

“आभारी आहे सार्ज.”

“मॅथ्युज, आता परत तू सर्वांत शेवटचाच असणार का? नाही गड्या, हे काही खरं नाही.”

“तोफगोळे भरायची स्प्रिंग तुटली आहे, सार्जण्ट.”

“ओऽ ऽ मला माफ कर मॅथ्युज.”

“मग स्टोअरमध्ये जाऊन एखादी चकचकीत नवी स्प्रिंग का आणत नाहीस, वेडझव्या!”

"पण स्टोअर्स तर इथून तीन मैल मागे आहे. उद्या सकाळी सामान घेऊन ट्रक येईल, त्याची वाट पाहू का?"

"ना ऽ ऽ ही! तू वाट पाहत बसू नकोस मॅथ्युज, कारण तू जर आता लगेच गेला नाहीस, तर ते हरामखोर जर्मन, उद्या आपल्याबरोबर नाश्त्याला बसतील. नीट समजलं का, मी काय म्हणालो ते?"

"यस, सार्जण्ट."

"चल, पळायला लाग आता."

"यस, सार्जण्ट."

***

१४ ऑक्टोबर, १९१६

माझ्या लाडक्या रूथ,

आजही एक रोजच्यासारखाच दिवस होता. दोन्ही बाजूंनी तोफा डागल्या जात होत्या, पण आमच्या वरचढ नक्की कोण आहे, हे मात्र कोणालाच माहीत नव्हतं. आमचा विभागप्रमुख वरचेवर येऊन, आम्ही उत्तम कामगिरी करत असून, जर्मनांची आता पीछेहाट होत असल्याचं सांगून जातो. पण मग त्यामुळे एक प्रश्न उभा राहतो, की मग आम्ही आता आक्रमण का करत नाही? मला खात्री आहे, की जर्मनांच्या बाजूलाही असाच कोणी विभागप्रमुख, त्यांच्या लोकांना अगदी हेच सांगत असेल आणि तिथल्या लोकांनाही हाच प्रश्न पडला असेल. एक गोष्ट मात्र नक्की, हे दोघंही बरोबर असू शकत नाहीत.

आणि हो, तुझ्या वडिलांना सांग, की त्यांना जर, पटकन पैसे कमवायचे असतील, तर त्यांनी मोठ्या कण्यांचा कारखाना लगेच उभारावा, कारण ही लढाई संपली, की मग, त्या उत्पादनाला फार मोठी मागणी असेल.

माझ्या पत्रात आता तोच तोच मजकूर येत असेल, तर मला माफ कर, मात्र दोन गोष्टी कायम आहेत. माझं तुझ्यावर असलेलं प्रेम आणि तुला मिठीत घेण्याची माझी इच्छा.

तुझा प्रेमाभिलाषी,
जॉर्ज

समोरचा एक सैनिकसुद्धा, काहीतरी कागदावर लिहीत असलेला जॉर्जला दिसला.

"काय, बायकोला पत्र वाटतं, पर्किन्स?"

"नाही सर, मी माझं मृत्युपत्र लिहितो आहे."

"हे थोडंसं निराशावादी नाही का वाटत?"

"सर, मला तरी तसं नाही वाटत," पर्किन्सने उत्तर दिलं. "मी सिव्ही स्ट्रीटवर सटोडियाचं काम करतो, त्यामुळे मला सर्वसाधारणपणे चढाव आणि उताराचा अंदाज बांधता येतो. आघाडीवरचा माणूस, सरासरी सोळा दिवस जिवंत राहू शकतो, इथे मला तर येऊन तीन महिने झाले आहेत. यापेक्षा माझं नशीब मी ताणू शकेन, अशी मी अपेक्षा करणंही चुकीच ठरेल."

"पण त्या आघाडीवर लढणाऱ्या बिचाऱ्या जवानांपेक्षा, तू खूप सुरक्षित जागी आहेस, पर्किन्स," जॉर्जने त्याला धीर देण्याचा प्रयत्न केला.

"मला हे पटवून देणारे, तुम्ही तिसरे अधिकारी आहात, सर. आधीचे दोन घरी गेले, पण लाकडी पेटीतून."

मृत्यूविषयी इतक्या सहजपणे बोलणारा माणूस बघून, जॉर्ज टरकला. आपल्याला इतकं भावनारहितपणे वागायला किती दिवस लागतील, याचा तो विचार करू लागला.

"मी या युद्धाकडे असं पाहतो, सर," पर्किन्स पुढे म्हणाला. "हे युद्ध म्हणजे, ग्रॅण्ड नॅशनलच्या स्पर्धेसारखं आहे. सुरुवातीला अनेकजण धावण्याची सुरुवात करतात, पण शेवटी कोण जिंकेल, हे कोणालाच माहीत नसतं. शेवटी फक्त एकच धावक जिंकतो ना? ह्या स्पर्धेत इंग्लिश घोडाच जिंकेल, अस खात्रीने सांगता येणार नाही."

पर्किन्सच्या बोलण्यावर मॅथ्युज मान डोलवत होता, तर रॉजर आपली बंदूक तेल लावून चमकवण्याच्या प्रयत्नात होता.

"चला, आता तुम्हाला काही काळ तरी सुट्टी मिळेल, मॅथ्युज," जॉर्ज जरा वातावरण निवळण्यासाठी बोलला. या गंभीर विषयापासून त्याला जरा वेगळ्या विषयावर बोलायचं होतं.

"त्या दिवसाची आम्ही आतुरतेने वाट बघतो आहे, सर," एक सिगरेटचा कागद गुंडाळताना, मॅथ्युज म्हणाला.

"घरी गेल्यावर सर्वप्रथम तू काय करशील, मॅथ्युज?" जॉर्जने विचारलं.

"प्रथम बायकोला धोबीपछाड मारीन, सर," मॅथ्युज म्हणाला.

हे ऐकून पर्किन्स आणि रॉजर्स खळखळून हसायला लागले.

"आणि दुसरी गोष्ट?"

"मग माझे बूट काढीन, सर."

***

७ डिसेंबर, १९१६

माझ्या लाडक्या रूथ,

आज सकाळच्या टपालात आलेला तुझा फोटो मिळाला. —च्या एका खंदकातून तुला मी हे पत्र उकिडवं बसून लिहीत आहे. 'काय दिसतंय हे दृश्य,' एक सैनिक म्हणाला आणि मी त्याच्या मताशी पूर्णपणे सहमत आहे. आता आपल्या दुसऱ्या बाळाचं आगमन लवकरच होईल. मला सहानुभूतीच्या नावाखाली, येत्या तीन महिन्यांत विशेष रजा मिळेल, असं आश्वासन मिळालेलं आहे. समजा, बाळाच्या जन्माच्या वेळी मी हजर राहू शकलो नाही तर, माझ्या मनात तुझा विचार येतच नाही, असं कृपा करून समजू नकोस.

ब्लाईटीहून येणारे नवे लेफ्टनंट इतके तरुण वयाचे असतात, की लोक मला आता म्हातारा सैनिक म्हणायला लागले आहेत. एकदा का ही लढाई संपली, की मग मी सर्व काळ तुझ्या सहवासात, त्या वनराईतच काढीन.

आणि हो, जर मुलगा झाला, तर त्याला आपण जॉन नावाने हाक मारू...

"माफ करा, सर," सार्जण्ट डेव्हीस म्हणाला. "एक लहानशी अडचण आली आहे."

जॉर्ज ताडकन उभा राहिला, कारण डेव्हीसच्या तोंडून त्याने हा शब्द कधीच ऐकला नव्हता. "काय अडचण आहे?"

"आपल्या आघाडीवरच्या लोकांशी आपला संपर्क तुटलेला आहे."

संपर्क तुटलेला आहे, याचा अर्थ जॉर्जच्या लगेच लक्षात आला. याचाच अर्थ, ते तिघेही मारले गेले आहेत. "तू काय सुचवशील, सार्जण्ट?" इव्हान्सने दिलेला सल्ला, लक्षात ठेवून जॉर्ज म्हणाला.

"मला वाटतं कोणीतरी तिथे लगेचच जायला पाहिजे, म्हणजे ते हरामखोर जर्मन तिथे जाऊन कब्जा करण्याच्या आधी, लगेचच संपर्क प्रस्थापित होईल. मी काही सुचवलं तर..."

"कृपा करून सांग, सार्जण्ट."

"मी मॅथ्युजला आणि पर्किन्सला घेऊन तिथे जातो आणि तिथून तुम्हाला खबर देतो."

"नाही सार्जण्ट, मॅथ्युज नको. तो उद्या सुट्टीवर जाणार आहे." जॉर्जने पर्किन्सकडे पाहिलं, तेव्हा तो पांढरा फटक पडला होता आणि चळाचळा कापत होता. याला विचारत बसण्याची गरजच नव्हती. "मला वाटतं, सार्जण्ट, मीही तुमच्याबरोबर येतो."

विंचेस्टरच्या मैदानावर, जॉर्ज एका मिनिटात पाव मैल अंतर कापून जात असे आणि शर्यत संपल्यावर त्याला धाप लागलेली नसे. आता, त्याला डेव्हीसला आणि पर्किन्सला तिथे जायला किती वेळ लागेल, याचा जॉर्जला अंदाज येत नव्हता, पण त्या खंदकात झोकून देताच, त्याची दमछाक झाली असून तो घाबरल्याचं त्याच्या लक्षात आलं. आघाडीवरच्या सैनिकांना चोवीस तास सोशिकपणा दाखवण्याचा सल्ला देण्यात येतो.

"साहेब, खंदकातून डोकं वर काढू नका," हातातल्या दुर्बिणीने सभोवतालचा परिसर न्याहाळत असताना, डेव्हीस म्हणाला.

"त्यांचा तोफखाना सुमारे शंभर फुटांवर आहे, सर," आपल्या हातातली दुर्बीण जॉर्जला देत डेव्हीस म्हणाला.

जॉर्जने परत दुर्बीण सारखी करत डोळ्याला लावली. त्याला ती टेहळणीची जागा दिसताच, आपला संपर्क का तुटला आहे, हे लक्षात आलं. "चला, आपण ताबडतोब कामाला लागूया," पण तो हे जे बोलला, ते काहीही विचार न करता बोलला, कारण नक्की काय करायचं, हे कोणालाच माहीत नव्हतं. त्याने त्या खंदकातून बाहेर झेप घेतली आणि आत्तापर्यंत कधी धावला नसेल, इतक्या वेगाने, नागमोडी वळणं घेत, वाटेतले चिखलाचे ढीग, पाणथळ जागा चुकवत, त्या टेहळणीच्या जागेकडे धावायला लागला. डेव्हीस आणि पर्किन्स नक्कीच मागे पडले असणार याची खात्री असल्यामुळे, त्याने मागे वळूनही पाहिलं नाही, पण इथेच तो चुकला. खंदकापासून जेमतेम दहा बारा पावले पळाला नसेल, तर एका गोळीने पर्किन्सचा वेध घेतला आणि तो आसन्नमरणावस्थेत खाली चिखलात कोसळला. खंदकापासून साठ यार्डावर डेव्हीस मारला गेला.

आता ती जागा फक्त वीस यार्डावर दिसत होती. त्यांपैकी तो पंधरा पळून गेला, इतक्यात एक गोळा त्याच्या पायापाशी फुटला. आयुष्यात प्रथमच त्याने अर्वाच्य शिवी दिली. तो खाली गुडघ्यांवर पडला. त्याला रूथची आठवण आली आणि तो चिखलात पालथा कोसळला. आणखीन एका तपशिलाची नोंद झाली.

२७

नेहमी येणाऱ्या पत्रांचा ओघ आता थांबला होता; ती भयानक तार येण्याआधीचा संकेत असेल का?

बैठकीच्या खोलीत असलेल्या कोनाड्यातल्या खिडकीत, रूथ रोज सकाळी आपल्या टम्म फुगलेल्या पोटावर दोन्ही हात ठेवून बसत असे. म्हातारा रॉजर्स सकाळी सायकल दामटत यायच्याआधी अर्धा तास ती आपल्या जागेवर स्थानापन्न होत असे. तो लांबूनच दिसला की ती त्याच्या चेहऱ्यावरचे भाव टिपत असे. 'हे पत्र आणल्याचे भाव आहेत, का तार?' तो दरवाजात येऊन उभा राहण्याच्या आधीच आपल्याला सत्य समजलेलं असावं, असं तिला वाटे.

रॉजर्स बाहेरच्या फाटकातून आत येत असतानाच क्लारा रडायला लागली. या पोरीला आता वडील असतील का? का दुसरं अपत्य या जगात येण्यापूर्वीच, जॉर्ज हे जग सोडून गेला?

ती दारात जाऊन उभी राहिली. रॉजर्सने पायरीपाशी येताच सायकलचा ब्रेक दाबला. हे असंच घडत आलं होतं: सायकलवरून खाली उतरायचं, खांद्यावरच्या भल्यामोठ्या बॅगेत शोधाशोध करायची, मग काही पत्रं बाहेर काढायची आणि नंतर दोन पावलं तरातरा चालत, मिसेस मॅलरींच्या हातात ती पत्र द्यायची. आजही हे सगळं असंच घडलं. खरंच, का काही वेगळं होतं? रॉजर्स पायऱ्या चढून मिसेस मॅलरीपाशी गेला आणि हसला, म्हणजे आज तार मिळायची नव्हती तर...!

"आज तुम्हाला दोन पत्रं आली आहेत, मिसेस मॅलरी, आणि मी चुकत नसेन तर त्यातलं एक तुमच्या नवऱ्याचं आहे." जॉर्जच्या खास शैलीतील हस्ताक्षरातलं पत्र रूथच्या हातात देत रॉजर्स म्हणाला.

"आभारी आहे," रूथ सुस्कारा टाकत म्हणाली. मग तिच्या लक्षात आलं की

आपण एकटेच, या परिस्थितीला रोज सामोरं जात नाही. "तुमच्या मुलाची काही खबर मिळाली का?" तिने विचारलं. "काहीच नाही," पोस्टमन म्हणाला. "तसा माझा मुलगा डोलाल्ड फारशी पत्रं लिहीतच नाही, तेव्हा आम्ही आशेवरच जगत असतो." परत सायकलवर स्वार होऊन पोस्टमन रवाना झाला.

बैठकीच्या खोलीत जाईपर्यंत, रूथने पाकीट उघडलेलं होतं. मग खुर्चीत बसून तिने पत्र वाचायला सुरुवात केली. प्रथम भरभर आणि मग सावकाश.

१२ जानेवारी, १९१७

माझ्या अतिप्रिय रूथ,

मी हिंडता फिरता नसलो तरी जिवंत आहे, तेव्हा काळजी करू नकोस. माझ्या पायाचा घोटा मोडला आहे. खरं तर याहूनही जास्त काही वाईट घडू शकलं असतं. मी परत ठणठणीत बरा होईन आणि परत डोंगर चढायलाही लागीन. सध्या ते मला, प्रकृती सुधारण्यासाठी घरी पाठवणार आहेत.

रूथ बाहेरच्या सरे हिल्सकडे, खिडकीतून पाहत राहिली. आता हसावं की रडावं, हेच तिला उमगत नव्हतं. काही वेळाने, ती परत पत्र वाचायला लागली.

त्याच चकमकीत सार्जण्ट डेव्हीस आणि पर्किन्स मारले गेले. त्यांच्या सहकाऱ्यांइतकेच, दोन भले जवान. मी तुला पत्र पाठवण्याच्या आधी, त्या दोघांच्या बायकांना सांत्वनपर पत्रं लिहिली, याबद्दल तू मला माफ करशील, अशी आशा आहे.

या सर्व प्रकाराची सुरुवात झाली, ती सार्जण्ट डेव्हीसने मला काही अडचण असल्याच सांगितलं तेव्हा...

***

"पुढच्या काही दिवसांत, मी तुला हॉस्पिटलमधून डिस्चार्ज देत आहे. तुला नंतर तुझी तब्येत सुधारेपर्यंत, ब्लाईटीला ठेवलं जाईल."

"आभारी आहे डॉक्टर," जॉर्ज आनंदाने म्हणाला.

"माझे कसले आभार मानतोस, मित्रा, खरं तर मला इथे, नवीन जखमींसाठी जागा रिकाम्या हव्या आहेत. जर नशिबाची साथ तुला मिळाली तर, मला वाटतं, तू बरा होईपर्यंत, लढाई संपलेली असेल."

"तशीच आशा करूया," जॉर्ज म्हणाला. त्याने तंबूतल्या इतर रुग्णांकडे पाहिलं. 'यांचं आयुष्य आता पार बदलून जाईल,' असा विचार त्याच्या मनात

पाथ्स ऑफ ग्लॉरी । १४३

आला. "अरे हो, एक सांगायचंच राहिलं. प्रायव्हेट रॉजर्सने आज सकाळी हे आणून दिलं. बहुतेक तुझंच असावं."

"हे तर नक्कीच माझं आहे," रूथच्या फोटोकडे पाहत जॉर्ज म्हणाला. हा फोटो, परत कधी पाहायला मिळेल, असं त्याला वाटलंच नव्हतं.

"ती दिसायला फारच देखणी आहे," डॉक्टर कौतुकाने म्हणाले.

"तुम्हीही काही कमी नाही," जॉर्ज खट्याळपणे हसत म्हणाला.

"हां! आणि एक जण तुला भेटायला आला आहे. तुला चालेल ना?"

"अर्थात, मी रॉजर्सला भेटायला उत्सुक आहे."

"नाही, रॉजर्स नाही. कॅप्टन यंग भेटायला आले आहेत."

"मला वाटतं, त्याला भेटण्याइतपत मी तंदुरुस्त नाही," जॉर्ज मोठ्यांदा हसत म्हणाला.

नर्सने उशी सारखी केली आणि जॉर्ज बसल्यावर, त्याच्या मागे ठेवली. आपल्या गिर्यारोहणातल्या नेत्याची वाट बघत जॉर्ज बसला. जेफ्री यंगचं नाव समोर आलं, की जॉर्जच्या मनात फक्त हीच भावना असे, पण सुहास्य वदनाने जेफ्रीचं स्वागत करण्याची जॉर्जची कल्पना, त्याला पाहताच बारगळली. जेफ्री समोरून लंगडत येत होता.

"माझ्या प्रिय मित्रा," यंग म्हणाला. "मी, तू इथे आहेस हे समजल्यावर, लगेचच भेटायला आलो. या ॲम्ब्युलन्स विभागात काम करण्याचा एक मोठा फायदा असतो. कोण कुठे आहे, हे लगेचच आम्हाला समजतं." यंगने एक लाकडी खुर्ची ओढली आणि जॉर्जच्या पलंगाजवळ बसला. "इतकं काही बोलायचं आहे, की कुठून सुरुवात करायची तेच समजत नाही."

"सर्वप्रथम रूथपासूनच सुरुवात कर. तू मागच्या सुट्टीमध्ये तिला भेटलास का?"

"हो. मी डोव्हरला जाताना वाटेत तिला तुमच्या घरी जाऊन भेटलो होतो."

"आणि ती कशी आहे?" आपल्या आवाजातला उतावळेपणा लपवत, जॉर्जने विचारलं.

"नेहमीसारखीच सुंदर. आता तिने स्वत:ला सावरलं असल्यासारखी वाटली."

"अगदी पूर्णपणे?" जॉर्जने काळजीयुक्त स्वरात विचारलं.

"म्हणजे दुसऱ्या बाळंतपणानंतर," यंग म्हणाला.

"माझं दुसरं मूल?" जॉर्ज

"म्हणजे तुला कोणी कळवलंच नाही, की तू आता एका ...चा बाप झाला आहेस?" यंग म्हणाला. "मला वाटतं ती मुलगी आहे."

जॉर्ज जरी नास्तिक असला तरी त्याने मनातल्या मनात, देवाचे आभार मानले.

“आता ती कशी आहे?” त्याने विचारले.

“ठीक वाटली मला,” यंग म्हणाला, “पण अगदी खरं सांगायचं तर, मला त्या दोन्ही मुली एकसारख्याच वाटल्या.”

“तिचे डोळे कसे आहेत?” जॉर्ज.

“मला काही कल्पना नाही, मित्रा.”

“तिचे केस कसे आहेत, पिंगट का काळे?”

“या दोन्हीच्या मधले आहेत, मला वाटतं, अर्थात मी चुकतही असेन.”

“तू एकदम बेकार माणूस आहेस. तुला काहीच धड सांगता येत नाही. बरं तिचं नाव काय ठरवलं आहे?”

“मला हीच भीती वाटत होती, की तू हा प्रश्न विचारणार.”

“एलिझाबेथ तर नाही?”

“नाही ते नाही, पण फारच वेगळं आहे. आठवेल मला लवकरच.”

जॉर्ज खळखळून हसायला लागला. “अगदी एखाद्या ब्रम्हचाऱ्यासारखं बोललास.”

“ठीक आहे. आता तुला स्वतःलाच ते लवकर समजेल. डॉक्टर म्हणाले, ते लवकरच तुला घरी पाठवणार आहेत,” यंग म्हणाला. “आता परत तू सैन्यात जाण्याचा नाद सोडून दे. तू तुझ्या सदसद्विवेकबुद्धीचं फार ऐकलंस आणि आता परत आपला जीव धोक्यात घालण्याची गरज नाही.”

जॉर्जला त्या मेलेल्या कॉर्पोरलची आठवण आली, त्याने यंगच्या म्हणण्याला नक्कीच दुजोरा दिला असता.

“बाकी काय खबरबात?” जॉर्जने विचारलं.

“काही चांगली, काही वाईट - पण वाईटच जास्ती आहे.” यंग स्वतःला सावरेपर्यंत जॉर्ज गप्प बसून राहिला. “रुपर्ट ब्रुक गालोपोलीला जाताना, लेमोमध्ये मारला गेला - म्हणजे परक्या मुलखात पोहोचण्यापूर्वी मारला गेला.”

जॉर्जने आपले ओठ चावले. ब्रुकने लिहिलेल्या अनेक कविता, जॉर्जने आपल्या पाठीवर अडकवण्याच्या पिशवीत ठेवलेल्या होत्या. ही लढाई एकदाची संपली, की ब्रुक नक्कीच काही अविस्मरणीय काव्यरचना करेल, असं त्याला वाटत होतं. युद्धात मारल्या गेलेल्यांच्या यादीत आणखी काही नावं जोडली जातील, या कल्पनेने, जॉर्ज यंगकडे बघत होता. एक नाव यात असणार, अशी उगाचच त्याला भीती वाटत होती. “सिगफ्रिड हरफौर्ड, येप्रेसमध्ये जखमी झाला आणि तीन दिवस मृत्यूशी झगडल्यानंतर त्याचं निधन झालं.” यंगने मोठा उसासा टाकला. त्याच्यासारख्या माणसाला जर असं अकाली मरण यायचंच असेल, तर ते त्याने नुकत्याच काबीज केलेल्या पर्वताच्या शिखरावर यायला हवं, एखाद्या निर्जन प्रदेशातल्या चिखलाच्या डबक्यात नाही.

"आणि सोमरवेल?" जॉर्जने धीर करून विचारलं.

"या युद्धात किती भयानक प्रकार घडू शकतात, त्याचा त्या बिचाऱ्याला फार जवळून अनुभव आला. आघाडीवर जाऊन शल्यविशारदाचं काम करणं सोपं नाही, पण त्याने कधीच खळखळ केली नाही."

"ओडेल?"

"तीन वेळा जखमी झाला. युद्धाच्या कार्यालयाने शेवटी त्याला केंब्रिजला पाठवून दिला, अर्थात त्याच्या जुन्या कॉलेजने त्याला शिष्यवृत्ती देण्याचं मान्य केल्यावरच. ही लढाई संपल्यावर, देशाला परत या तल्लख बुद्धीच्या लोकांची गरज भासणार आहे, असं कोणालातरी वरच्या पातळीवर वाटलं असावं, म्हणून हे शक्य झालं."

"आणि फिंच? मला खात्री आहे, की तो त्या नर्सेसची काळजी घेत बसला असेल."

"अजिबात नाही," यंग कौतुकाने म्हणाला. "त्याने बॉम्ब निकामी पथकात भरती होण्याचं ठरवलं, त्यामुळे तो मरण्याच्याच संधी जास्त वाढल्या आहेत. खरं तर त्याला व्हाईटहॉलमधून- पंतप्रधानांचं कार्यालय- कामासाठी बोलवत होते, पण पठ्ठ्याने साफ नकार दिला - त्याने जणू मरायचा निश्चयच केलेला आहे."

"नाही," जॉर्ज म्हणाला. "त्याला नक्कीच मरायचं नाही. फिंच हा असा दुर्मीळ माणूस आहे, की आपल्याला कोणी किंवा कधीही मारू शकणार नाही, अशी खात्री त्याला वाटते. आठवतंय, त्या माँ ब्लॉवर, संकटात असतानाही, तो किती शांतपणे, *'वॉल्टझिंग मटिल्डा'* गात बसला होता."

यंग खुदकन हसला. "आणि वरताण म्हणजे त्याला लवकरच MBE पुरस्कार देऊन गौरवण्यात येणार आहे."

"अरे देवा, आता तर सुटेलच तो, कोणीच त्याला थांबवू शकणार नाही."

"अर्थात तू ते करू शकतोस," यंग शांतपणे म्हणाला. "तुझ्या पायाचा घोटा एकदा का बरा झाला, की मी पैज लावून सांगतो, तू आणि तो, जगातल्या सर्वांत उंच शिखरावर पाऊल ठेवाल."

"आणि नेहमीप्रमाणे तू आमच्याही पुढे एक पाऊल असशील."

"मला नाही वाटत, आता ते शक्य होईल, मित्रा."

"का नाही? तू तर अजूनही तरुण आहेस."

"ते खरं आहे," यंग म्हणाला. "पण हे असं असताना, ते सोपं काम नाही," असं म्हणत यंगने डाव्या पायावरची पॅण्ट ओढली आणि तिथे बसवलेला कृत्रिम पाय दाखवला.

"मला माफ कर, मला हे काहीच माहीत नव्हतं," जॉर्ज शरमिंदा होत म्हणाला.

"अरे, ते राहू दे, मित्रा," यंग म्हणाला. "आता ही लढाई संपली की मी एव्हरेस्टवर चढाई करणाऱ्या समूहाचं नेतृत्व कोणाकडे देणार, हे ओळखायला बक्षीस ठेवण्याची गरज नाही."

***

रूथ बैठकीतल्या खोलीत तिच्या नेहमीच्या जागी बसलेली असताना, एक खाकी रंगाची मोटार फाटकातून आत शिरली. गाडी चालवणारी व्यक्ती, पुरुष का बाई, ते समजत नव्हतं, पण ती सैनिकी वेशात होती.

दारात गाडी येऊन थांबेपर्यंत, रूथ तिथे हजर होती. गाडी चालवणारी बाई खाली उतरली आणि तिने मागचं दार उघडलं. गाडीतून प्रथम दोन कुबड्या बाहेर आल्या, मग दोन पाय बाहेर आले आणि त्या मागून तिचा नवरा बाहेर आला. रूथ पायऱ्या उतरून खाली धावत गेली आणि त्याला आलिंगन दिलं. तिने त्याचं प्रदीर्घ चुंबन घेतलं, तेव्हा व्हेनीसहून रेल्वेने केलेला प्रवास जॉर्जला आठवला. गाडीची चालक बाजूला चुळबुळत उभी होती.

"आभारी आहे, कार्पोरल," जॉर्ज स्मित करत म्हणाला. तिने त्याला सलाम ठोकला आणि परत गाडीत बसून निघून गेली. घराच्या पायऱ्या चढायला जॉर्जने रूथची मदत नाकारली, तेव्हा तिने त्याचा नाद सोडला. ते बैठकीच्या खोलीत येताच, "माझी पोर कुठे आहे?" असं जॉर्जने विचारलं.

"ती क्लारा आणि दाईबरोबर, वरच्या खोलीत आहे. मी पटकन जाऊन तिला आणते."

"पण तिचं नाव काय आहे?" जॉर्ज हा प्रश्न करेपर्यंत, रूथ अर्धा जिना चढून गेली होती.

बैठकीच्या खोलीत जॉर्ज जरा फिरला आणि मग खिडकीजवळच्या खुर्चीत धपकन जाऊन बसला. तो गेला तेव्हा इथे खुर्ची नसल्याचं त्याला आठवलं आणि ही अशी बाहेरच्या दिशेला तोंड करून का ठेवली आहे? त्याने बाहेरच्या रमणीय हिरव्यागार दृश्याकडे बघितलं, त्याला ते नेहमी आवडत असे. आपण जिवंत परत आलो, याबद्दल त्याने नशिबाचे आभार मानले. ब्रुक, हरफौर्ड, विनराईट, कार्टर मायनर, डेव्हीस, पर्किन्स...

त्याच्या दुसऱ्या मुलीच्या आवाजाने, त्याची विचारशृंखला तुटली. रूथ आणि दाई दोन्ही मुलींना घेऊन खोलीत आल्या, तेव्हा जॉर्जने स्वतःला सावरलं. त्याने प्रथम क्लाराला मिठीत घेतलं आणि मग काही वेळ गेल्यावर, दुसरं गाठोडं हातात घेतलं.

"वाऽ, पिंगट केस आणि निळे डोळे," तो उत्स्फूर्तपणे म्हणाला.

"मला वाटलं हे तुला आधीच माहीत असेल," रूथ आश्चर्याने म्हणाली. "तुला माझी पत्रं मिळाली नाहीत का?"

"दुर्दैवाने नाही, पण तो तुझ्या निरोप्या, जेफ्री यंग आला होता. त्याला फक्त मुलगी झाल्याचं सांगता आलं, पण बाकी नाव वगैरे काही आठवत नव्हतं."

"कमाल आहे," रूथ म्हणाली, "कारण मी त्याला हिचा गॉडफादर होशील का विचारलं, तेव्हा तो 'हो' म्हणाला होता."

"म्हणजे तुला हिचं नाव माहीत नाही ना डॅडी?" क्लारा उड्या मारत म्हणाली.

"नाही, मला खरंच माहीत नाही," जॉर्जने कबुली दिली. "एलिझाबेथ आहे का?"

"नाही डॅडी, वेड्यासारखं काय बोलतोस? तिचं नाव बेरीज आहे," क्लारा हसत म्हणाली.

जेफ्री म्हणाला, "त्याप्रमाणे हे नाव फारच वेगळं आहे."

जॉर्जच्या हातात थोडा वेळ काढल्यावर, बेरीज चुळबुळ करायला लागली, तेव्हा दाईने तिला ताब्यात घेतली.

"अजून अर्धा डझन पोरं हवीत आपल्याला," दोन्ही मुलींना दाई घेऊन गेल्यावर, रूथला मिठीत घेत, जॉर्ज म्हणाला.

"जरा नीट वाग आता जॉर्ज," रूथ त्याला चिडवत म्हणाली. "आता तू आघाडीवर तुझ्या त्या धटिंगण सैनिकांच्या बरोबर नाहीस."

"मी आत्तापर्यंत पाहिलेल्यापैकी, सर्वांत उत्तम माणसं होती ती," जॉर्ज हिरमुसला होत म्हणाला.

रूथ हसली. "तुला त्यांची आठवण येत राहील का?"

"येईल, पण तुझ्यापेक्षा जास्त नाही."

"तेव्हा लाडक्या, आता तू परत आला आहेस. सगळ्यात आधी काय करायचा तुझा बेत आहे?"

हाच प्रश्न, जॉर्जने मॅथ्युजला विचारला होता, तेव्हा तो जे बोलला, ते जॉर्जला आठवलं. तो मनातच हसला, शेवटी अधिकारी काय किंवा साधा सैनिक काय, सगळ्यांच्या भावना सारख्याच असतात.

खाली वाकून, त्याने बुटाच्या नाड्या काढायला सुरुवात केली.

भाग चार

संघाची निवड

१९२१

२८

बुधवार : २२ जून, १९२१

जॉर्ज जेव्हा, सकाळी नाश्त्यासाठी खाली आला, तेव्हा सगळे चुपचाप बसले होते.

टेबलाच्या शिरोभागी, तो आपल्या कुटुंबप्रमुखाच्या जागी दोन मुलींमध्ये बसला आणि म्हणाला, "काय भानगड काय आहे? सगळे गप्प का?"

"मला माहीत आहे, पण मम्मी म्हणाली, की डॅडीला सांगू नकोस," क्लारा म्हणाली.

"बेरीज, तुझं काय?" जॉर्जने विचारलं.

"डॅडी, वेडा आहेस का? बेरीजला वाचता तरी येतं का?"

"वाचायचं?" क्लाराकडे रोखून पाहत जॉर्ज म्हणाला. "शेरलॉक होम्स म्हणाला असता, '*वाचणे*' हा पहिला धागादोरा आहे."

"हा शेरलॉक होम्स कोण?" क्लाराने शंका विचारली.

"एक प्रसिद्ध गुप्तहेर," जॉर्ज म्हणाला. "त्याने या खोलीत काय काय वाचण्यासारखं आहे, ते पाहिलं असतं. आता हे रहस्य या वर्तमानपत्रात तर नसेल?"

"हो!" क्लारा टाळ्या वाजवत म्हणाली. "आणि ममी सांगत होती की उभ्या आयुष्यात तुम्ही याचीच वाट बघत होतात."

"चला, आणखीन एक दुवा मिळाला," समोरचं वर्तमानपत्र उचलत जॉर्ज म्हणाला. 'मॉर्निंग टाइम्स'च अकरावं पान उघडलेलंच होतं. त्याचा मथळा वाचत जॉर्ज आनंदाने हसला, "तुझ्या मम्मीच म्हणणं बरोबरच आहे."

"ते वाचा ना आता डॅडी, आधी वाचा."

"खासदार नॅन्सी ॲस्टरने हाउस ऑफ कॉमन्समध्ये स्त्रियांच्या हक्काविषयी भाषण केलं." जॉर्ज रूथकडे पाहून म्हणाला, "आत्ता इथे सकाळी तुझे वडील

असायला हवे होते''

''शक्य आहे, पण शेरलॉक होम्सच्या म्हणण्याप्रमाणे, तू तुझा वेळ वाया घालवतो आहेस. श्रीमती अॅस्टरचं भाषण ही क्षुल्लक बाब आहे.''

जॉर्जने पानं उलटायला सुरुवात केली. त्याचे हात जेव्हा कापायला लागले, तेव्हा रूथला हसू फुटलं. हा असला भाव तिने त्याच्या चेहऱ्यावर कधीच पाहिला नव्हता.

''वाच ना ती बातमी, डॅडी''

जॉर्जने निमूटपणे आज्ञेचं पालन केलं. ''सर फ्रांसिस यंगहजबंड'', तो वाचायला लागला, ''रॉयल जिओग्रॅफिकल सोसायटी, अल्पाईन क्लबबरोबर हातमिळवणी करणार असून, त्याचे अध्यक्ष स्वत: तेच असतील आणि मि. जेफ्री यंग हे उपाध्यक्षपद सांभाळतील. दोघांच्या सहकार्याने एव्हरेस्ट कमिटीची स्थापना करण्यात येईल, अशी त्याने काल रात्री घोषणा केली.'' त्याने रूथकडे पाहिलं, तेव्हा ती हसत होती.

''पुढे वाच, डॅडी अजून पुढे.''

''एव्हरेस्टवर चढाई करणाऱ्या पहिल्या चमूचं गठन करण्याचं यांचं काम असेल''

जॉर्जने परत वर पाहिलं. रूथ हसतच होती. त्या क्लाराने परत ढोसायच्या आत तो परत बातमीकडे वळला. ''आमच्या वार्ताहराला मिळालेल्या बातमीनुसार, सध्या, चार्टरहाऊस इथे शिक्षकाचं काम करणारे मि. जॉर्ज मॅलरी आणि इंपिरिअल कॉलेजात अध्यापक असलेले आणि ऑस्ट्रेलियन नागरिक असलेले मि. जॉर्ज फिंच, ही दोन नावं या चमूचं नेतृत्व करण्यासाठी चर्चेत आहेत.''

''पण मला तर कोणीच काही विचारलेलं नाही,'' जॉर्ज म्हणाला.

रूथ अजूनही हसतच होती. तिने सकाळीच आलेलं एक टपाल जॉर्जच्या हातात दिलं. रॉयल जिऑग्राफिकल सोसायटीचं चिन्ह असलेलं एक पाकीट हातात पडताच जॉर्ज बुचकळ्यात पडला.

''हे तर अगदी सरळ सोपं आहे वॉटसन,'' ती म्हणाली.

''आता हा वॉटसन कोण आला मध्येच?'' क्लाराने गोंधळून विचारलं.

२१

टेबलाभोवती बसलेल्या पाचहीजणांना, एकमेकांविषयी फारसं प्रेम वाटत नव्हतं, पण आजच्या बैठकीचा तो विषय नव्हता. त्या पाचहीजणांची एव्हरेस्टच्या कमिटीवर, निरनिराळ्या कारणांसाठी नेमणूक झालेली होती.

चेअरमन सर फ्रांसिस यंगहजबंड हे एव्हरेस्टच्या जास्तीतजास्त जवळ गेलेले गृहस्थ होते. या मोहिमेच्या सदस्यांना सुरक्षितपणे तिबेटची सीमा ओलांडता यावी, म्हणून दलाईलामांशी बोलणी करण्यासाठी, ते तिबेटला गेले होते आणि ती जागा एव्हरेस्टपासून फक्त चाळीस मैलांवर होती. त्या संदर्भात- परराष्ट्र खात्याचे सचिव असलेले- लॉर्ड कर्झन यांनी केलेल्या करारात योग्य ते शब्दांकन करण्यात आलेलं होतं. सर फ्रांसिस टेबलाच्या मध्यभागी, चेअरमनच्या जागी ताठ बसलेले होते. जेमतेम पाच फूट उंचीच्या फ्रांसिस यांचे पाय खाली जमिनीला टेकतदेखील नव्हते. त्यांचे दाट, कुरळे केस आणि भव्य कपाळ, यामुळे त्यांच्या व्यक्तिमत्त्वाला एक प्रकारचा भारदस्तपणा आला होता, अर्थातच त्यांच्या अधिकाराला कोणीच आव्हान देत नसे.

त्यांच्या डाव्या बाजूला आर्थर हिंक्स बसले होते. या संस्थेच्या सचिवपदी असलेल्या हिंक्स यांना मानधन मिळत असे आणि संस्थेची प्रतिष्ठा जपण्याचं काम त्यांच्याकडे होतं. त्यांच्या टकलावर काही किरकोळ बटा दिसत होत्या, त्या अजूनही पांढऱ्या झाल्या नव्हत्या. टेबलावर त्यांच्या पुढ्यात अनेक फाईल्स आणि बैठकीचा वृत्तांत लिहिण्यासाठीची नवीन वही होती. हा गृहस्थ बैठकीचा अहवाल, प्रत्यक्ष बैठकीच्या आधीच लिहितो, म्हणजे ती बैठक त्यानुसार हवी तशी सुरळीत पार पडते, असं काही टवाळखोर चेष्टेने म्हणत असत, अर्थात हे कोणीच त्यांच्या तोंडावर बोलत नसे.

हिंक्सच्या डाव्या बाजूला मि. रेबर्न बसलेले होते. हे स्वत: एक उत्तम गिर्यारोहक होते, मात्र त्यांच्या हातात कायम सिगार असे आणि आता टेबलाला टेकत आलेलं पोट पाहिल्यावर, ते फार पूर्वी गिर्यारोहक असतील, असा समज झाल्यास नवल नाही.

त्यांच्या समोर नौदलातले माजी अधिकारी असलेले, कमांडर ॲशक्रॉफ्ट बसले होते. बैठकीच्या आधी, ते हिंक्सशी हलक्या आवाजात चर्चा करत असत, तेव्हा कसं आणि कोणाला मत द्यायचं, ते त्यांना पढवलं जात असे. नेहमी आज्ञाधारकपणे वागल्यामुळे, ते कमांडरच्या पदापर्यंत पोहोचू शकले. उन्हाने काळवंडलेला त्यांचा चेहरा आणि पांढरी दाढी पाहिली, की हे गृहस्थ जास्तीतजास्त वेळ कुठे काढत असतील, हे नवख्या माणसालाही सांगता येत असे. त्यांच्या डाव्या बाजूला आणि चेअरमनच्या उजव्या बाजूला बसलेल्या गृहस्थांना जगातल्या सर्वोच्च शिखरावर पाऊल ठेवणारी पहिली व्यक्ती व्हायची अतीव इच्छा होती, पण त्याला जर्मनांनी मधेच खीळ घातली.

कोपऱ्यातल्या भिंतीवर असलेल्या जुन्या घड्याळाने सहाचे ठोके दिले आणि वेळेवर बैठकीला सुरुवात करता येणार होती, म्हणून सर फ्रान्सिसना आनंद झाला. "सभ्य गृहस्थांनो," सरसाहेबांनी बोलायला सुरुवात केली, "आजच्या या एव्हरेस्ट कमिटीच्या पहिल्या सभेचं उद्‌घाटन करण्याची संधी मिळाली, हा मी माझा बहुमान समजतो. या आधी हिमालयाच्या आजूबाजूच्या शिखरांची यशस्वीपणे पाहणी, गेल्या वर्षी तिथे गेलेल्या पथकांनी केलेली आहे. आता जगातल्या सर्वोच्च शिखरावर, ब्रिटिशांचा युनियन जॅक फडकावू शकेल अशा चमूची निवड करण्याचं काम आपल्याला करायचं आहे. मला नुकतीच आपल्या महाराजांनी, त्यांची भेट घेण्याची संधी दिली." हे म्हणताना सर फ्रांसिसने भिंतीवरल्या तैलचित्राकडे पाहिलं - "तेव्हा एव्हरेस्टवर प्रथम पाऊल ठेवणारा, त्यांचाच प्रजाजन असेल, अशी मी त्यांना ग्वाही दिली."

"हियर, हियर," रेबर्न आणि ॲशक्रॉफ्ट एका सुरात पुटपुटले.

सर फ्रांसिस मध्येच थांबले आणि हिंक्सने लिहिलेल्या सभेच्या कामकाजाची यादी वाचू लागले. "आजचा पहिला विषय आहे, या गिर्यारोहकांच्या चमूला, हिमालयाच्या पायथ्यापर्यंत घेऊन जाणारा, म्हणजे सुमारे १७,००० फुटांवर असलेल्या पहिल्या पाडावावर घेऊन जाणारा संघनायक शोधणे. या मोहिमेचं नेतृत्व, मि. जेफ्री विनथॉर्प यंग करेल, असाच माझा नेहमी समज होता, पण दुर्दैवाने त्यांना झालेल्या अपघातामुळे, ते आता शक्य नाही. ते काही असलं, तरी त्यांच्या प्रदीर्घ अनुभवाचा आणि गिर्यारोहण विषयातल्या माहितीचा उपयोग करून घेण्यासाठी, आपण त्यांना उपाध्यक्षपद स्वीकारण्याची विनंती करूया." यंगने किंचित मान

झुकवून आपली मान्यता दिली. ''आता मी मि. हिंक्स यांना, या बैठकीच्या कामकाजाबाबत मार्गदर्शन करण्याची विनंती करतो.''

''मी चेअरमनसाहेबांचे आभार मानतो,'' आपल्या मिश्या कुरवाळत हिंक्स म्हणाले. ''तुम्ही सांगितल्याप्रमाणे, आजचा पहिला विषय आहे, या मोहिमेसाठी नेत्याची निवड करणे. ह्या माणसाचा स्वभाव निग्रही असायला हवा आणि त्याचे नेतृत्व करण्याचे गुण वादातीत असायला हवेत. अर्थातच, हिमालयाच्या मोहिमेचा थोडाफार अनुभव असल्यास, फारच उत्तम. समजा, स्थानिक लोकांच्याबरोबर काही समस्या निर्माण झाल्याच, तर त्याच्यापाशी धोरणाने वागण्याची पात्रताही हवी.''

''हियर, हियर,'' बैठकीतल्या सगळ्यांनी एकसुरात पुकारा केला, जणू काही ते यंगच्या नावाचीच शिफारस करत होते.

''सभ्य गृहस्थांनो,'' हिंक्स पुढे म्हणाले, ''आपण जनरल चार्ल्स ग्रानिव्हील ब्रुस, माजी फिफ्थ गुरखा रायफल्सचे अधिकारी, ज्यांच्याकडे मी मघाशी सांगितलेले सर्व गुण आहेत, त्यांचंच नाव तुम्ही सुचवत आहात. सभासदांना हे जाणून घेण्यात रस असेल, की जनरल हे लॉर्ड ॲबरडेअचे सर्वांत कनिष्ठ पुत्र असून, त्यांचं शिक्षण हॅरो आणि सॅण्डहर्स्टला झालेलं आहे.''

रेबर्न आणि ॲशक्रॉफ्टने परत 'हियर, हियर'चा गजर केला.

''त्यामुळे मला जनरल ब्रुस यांचं नाव, या मोहिमेच्या नेतेपदासाठी सुचवताना जराही संकोच होत नाही. मी सर्वांना अशी विनंती करतो, की आपण त्यांना सन्माननीय सभासद म्हणून पाचारण करावं.''

''हे सगळं समाधानकारक वाटत आहे,'' यंगहजबंड म्हणाले. ''या कमिटीची या प्रस्तावाला मान्यता आहे आणि ब्रुस हा योग्य उमेदवार आहे, असं सर्वांना वाटतं, असं मी समजून चालू का?'' त्यांनी बाकीच्या लोकांकडे नजर टाकली, तेव्हा एक सोडला, तर बाकीचे सगळे संमतिदर्शक मान डोलवत होते.

''मि. चेअरमन,'' यंग म्हणाला, ''ह्या मोहिमेचं नेतृत्व कोणी करावं, याचा निर्णय RGSने घेतलेला आहे आणि तो योग्यच आहे. तरीसुद्धा, मला या निवडीची पार्श्वभूमी माहीत नसल्यामुळे, एक विचारावसं वाटतं, की या जागेसाठी दुसऱ्या एखाद्या नावाचा विचार झाला होता का?''

''मला वाटतं याचं उत्तर मि. हिक्सच देतील,'' यंगहजबंड म्हणाले.

''अर्थातच, चेअरमनसाहेब,'' हिंक्स म्हणाले. आपला अर्ध्या काचांचा चष्मा नाकावर चढवत ते म्हणाले, ''या जागेसाठी बरीच नावं पुढे आली होती, पण मि. यंग, ब्रुस त्या सगळ्यात फारच उजवा होता.''

''मला वाटतं तुमच्या प्रश्नाचं उत्तर मिळालं असावं,'' यंगहजबंड म्हणाले.

''मलाही तसंच वाटतं, मि. चेअरमन,'' यंग म्हणाला.

“तसं जर असेल, तर जनरलना आपल्या सोबत बैठकीला बोलवायला हरकत नाही,” फ्रन्सिस म्हणाले.

हिंक्स नुसतेच खाकरले.

“हां, मि. हिंक्स, मी काही सांगायला विसरलो आहे का?” फ्रांसिस म्हणाले.

“नाही मि. चेअरमन, पण आपण जनरलना बोलवायच्या आधी, त्यांची या कमिटीवर निवड सभासद म्हणून नियुक्ती झाली आहे, यावर शिक्कामोर्तब करण्यासाठी, मतमोजणी केली तर?” आपल्या चष्म्याच्यावरून फ्रांसिसकडे पाहत, हिंक्स म्हणाले.

“अर्थातच,” सर फ्रांसिस म्हणाले. “मी असा प्रस्ताव मांडतो, की जनरल ब्रुसना या मोहिमेचं नेतृत्व करण्यासाठी नियुक्त करावं आणि त्यांची या कमिटीवर, सह-सभासद म्हणून निवड करावी.”

“ज्यांचं अनुमोदन आहे, त्यांनी हात वर करा.”

चार हात वर गेले.

“ज्यांचा विरोध आहे, त्यांनी हात वर करावा.”

कोणीच हात वर केला नाही.

“ज्यांना काहीच मतप्रदर्शन करायचं नाही, असं कोणी आहे का?”

यंगने हात वर केला. “मि. हिंक्स, जरा थांबा, लगेच वहीत लिहू नका,” यंगहजबंड म्हणाले. “यंग, एक सांग मला, आपण जर एकमताने जनरलची नियुक्ती केली, तर ते जास्त उचित होणार नाही का?”

“इतर वेळेला मी तुमच्या म्हणण्याशी सहमत झालो असतो, मि. चेअरमन,” यंग म्हणाला, “पण मी ज्या माणसाला कधी पाहिलेलं नाही, त्याला मी पाठिंबा देणं, बेजबाबदारपणाचं दिसेल, मग तो कितीही लायक उमेदवार असो!”

“ठीक आहे, तसं म्हणा हवं तर,” सर फ्रांसिस म्हणाले. “हा प्रस्ताव चार विरुद्ध शून्य मताने मंजूर झालेला आहे आणि एक मत कुठल्याच बाजूने पडलेलं नाही.”

“आता मी जनरलना, आत बोलावू का?” हिंक्सने विचारले.

“कृपा करून, त्यांना बोलवा,” सरसाहेब म्हणाले.

हिंक्स जागेवरून उठताच तिथल्या सेवकाने लगबगीने दार उघडलं आणि त्यांच्या मागे गेला. त्या खोलीत तीनजण आत बोलावण्याची वाट पाहत बसले होते.

“जनरल ब्रुस, कृपा करून आपण आत चाललेल्या बैठकीला येता का?” हिंक्स म्हणाले. हिंक्सने इतर दोघांकडे साधी नजरही टाकली नाही.

“आभारी आहे, हिंक्स,” जनरल म्हणाले आणि खुर्चीतून उठून सावकाश पावले टाकत, हिंक्सच्या मागोमाग बैठकीच्या खोलीकडे गेले.

"तुमचं स्वागत आहे जनरल ब्रुस," सर फ्रांसिस म्हणाले. "या आणि या बैठकीत भाग घ्या," एका रिकाम्या खुर्चीकडे अंगुलिनिर्देश करत सरसाहेब म्हणाले.

ब्रुस स्थानापन्न झाल्यावर, सर फ्रांसिस म्हणाले, "मला तुम्हाला सांगायला आनंद होतो आहे, की या कमिटीने तुमच्याकडे या धाडसी मोहिमेची सूत्रं सोपवण्याचं ठरवलेलं आहे, तसंच या कमिटीचे एक सभासद म्हणून तुमची नियुक्ती केलेली आहे."

"माझ्यावर विश्वास दाखवल्याबद्दल मी, मि. चेअरमन आणि सर्व सभासदांचे मनापासून आभार मानतो," जनरल म्हणाले. आपल्या एकाच डोळ्यावरच्या चष्म्याच्या भिंगाशी चाळा करत, त्यांनी स्वत:ला एक व्हिस्कीचा पेग भरून घेतला. "मी या पदासाठी पात्र आहे, हे सिद्ध करण्यासाठी, मी प्रयत्नांची पराकाष्ठा करीन, असं मी तुम्हा सर्वांना आश्वासन देतो."

"मला वाटतं एक सोडला, तर तुम्हाला बाकीचे सभासद माहीतच आहेत," यंगच्याकडे हात दाखवत, सर फ्रांसिस म्हणाले. "हे उपाध्यक्ष मि. यंग."

यंगने जनरलकडे निरखून पाहिलं, तेव्हा हा गृहस्थ नक्कीच साठी ओलांडलेला असावा, अशी त्यांची खात्री पटली. हा जर या चमूला हिमालयाच्या पायथ्यापर्यंत घेऊन जाणार असेल, तर याला वाहून न्यायला एक भला मोठा प्राणी लागेल, असं त्याला वाटलं.

"आता तिबेटची सीमा पार करून हे सर्व हिमालयाच्या पायथ्याशी असलेल्या पहिल्या पाडावाला जातील, तेव्हा पुढच्या चढाईचं नेतृत्व करण्यासाठी दुसरा माणूस निवडण्याचं काम आपल्याला करायचं आहे. या नेत्याला, गिर्यारोहणाचा सोयीस्कर मार्ग ठरवणे, एव्हरेस्टवरच्या शेवटच्या चढाईसाठी योग्य माणसं निवडणे, मला वाटतं तो स्वत: त्यांपैकी एक असेल आणि सर्वांना सांभाळून घेऊन मोहीम यशस्वी करून परत येणे, ही कामे असतील," सर फ्रांसिस बोलायचे थांबले. "आपण आशा करूया की जो कोणी आपण निवडू, तो या उदात्त कामात यशस्वी होऊनच परत येईल."

यंगने मान खाली घातली. इथे बसलेल्या एकाला तरी ते कसल्या भरमसाठ अपेक्षा करत आहेत, याची कल्पनाच नसावी, अशी त्याची खात्री पटली.

फ्रांसिसने अवंढा गिळला आणि म्हणाले, "अल्पाईन क्लबने या पदासाठी दोन नावं सुचवलेली आहेत. मला वाटतं आता त्यांची आपल्याला अधिक माहिती देण्याचं काम, उपाध्यक्षांनीच करणं उचित ठरेल."

"आभारी आहे, मि. चेअरमन," यंग म्हणाला, "मी या कमिटीला एक सांगू इच्छितो की, अल्पाईन क्लबच्या मते, ते सुचवत असलेले दोघेही, या ब्रिटिश बेटावरचे सर्वांत उत्तम गिर्यारोहक आहेत. यांच्याच तोडीचा आणखी एक होता,

सिगफ्रिड हेरफोर्ड त्याचं नाव, पण तो येप्रेसला मारला गेला.''

''आभारी आहे,'' चेअरमन म्हणाले. ''मला परत एकदा सांगावसं वाटतं, की जर कॅप्टन यंग लढाईत जखमी झाले नसते, तर आज या मुलाखतीचा प्रसंगच आला नसता, कारण ते निर्विवादपणे लायक उमेदवार होते.''

''आपण केलेल्या कौतुकाबद्दल आभारी आहे, पण मी इतकंच सांगीन, की हे दोघंही जवान ह्या कामगिरीचा भार पेलण्यासाठी समर्थ आहेत.''

''आणि आता सर्व प्रथम कोणाला बोलावणार आहोत?'' सर फ्रांसिसने विचारलं.

''मि. ली मॅलरी,'' दुसरं कोणी बोलायच्या आत हिंक्स म्हणाले.

''खरं तर त्याचं नाव जॉर्ज मॅलरी आहे,'' यंगने दुरुस्ती केली.

''ठीक आहे, आपण मि. मॅलरींना इथे बोलवूया,'' चेअरमन म्हणाले. परत एकदा हिंक्स महाशय उठले, सेवकाने दार उघडलं आणि दोघंही शेजारच्या खोलीत गेले. क्वीन मेरीच्या तैलचित्राखाली दोन तरुण बसले होते. यातला कुठला कोण हे माहीत नसल्यामुळे, 'मि. मॅलरी, माझ्या मागून या,' असं ते सावधपणे म्हणाले. जॉर्ज उठून उभा राहिला.

''शुभेच्छा मॅलरी,'' फिंच म्हणाला. ''तिथे तुझा एकच मित्र आहे, हे विसरू नकोस.''

हे ऐकून हिंक्स थबकले. फिंचच्या बोलण्यावर त्यांना काहीतरी सुनवायचं होतं, पण त्यांनी विचार बदलला आणि बैठकीच्या खोलीकडे गेले.

''मि. मॅलरी, तुम्ही आमच्यासाठी वेळ काढलात, हा तुमचा चांगुलपणाच आहे.'' त्यांनी खुर्चीतून उठून मॅलरीशी हस्तांदोलन केलं. ''आपल्याला बाहेर वाट पाहत बसावं लागलं, याबद्दल मी माफी मागतो.'' जॉर्ज हसला, ''आज तुम्ही इथे का आला आहात, हे मि. यंगने तुम्हाला सांगितलेलं असेल, अशी आशा करतो. कृपा करून टेबलावर असलेल्या सर्वांत वरच्या खुर्चीत बसून घ्या,'' एका रिकाम्या खुर्चीकडे बोट दाखवत, फ्रांसिस म्हणाले. ''कमिटीच्या सभासदांना तुम्हाला काही प्रश्न विचारायचे आहेत.''

''अर्थातच, सर फ्रांसिस,'' जॉर्ज थोडा अस्वस्थपणे म्हणाला.

जॉर्ज स्थानापन्न होताच सर फ्रांसिस म्हणाले, ''सुरुवात करूया? या अवाढव्य मोहिमेत यशस्वी होऊ असं तुम्हाला वाटतं का? म्हणजे मला असं म्हणायचं आहे की एव्हरेस्ट काबीज करण्याची तुम्हाला कितपत खात्री वाटते?''

''या प्रश्नाचं कोणीच अधिकारवाणीने उत्तर देऊ शकणार नाही, सर फ्रांसिस.'' हाताच्या बोटावर मोजता येतील, इतक्याच गिर्यारोहकांनी २०,००० फुटांहून जास्तीच्या शिखरावर चढाई केलेली असेल. माझा भाऊ ट्रॅफोर्ड, हा विमानदलात

पायलट आहे. तो सांगतो की कुठलंही विमान अजून २९,००० फुटांपर्यंत जाऊ शकत नाही आणि ती एव्हरेस्टची उंची आहे.''

''पण तरीही तसा प्रयत्न करून बघायला तू तयार आहेस ना?'' सिगारचा धूर भसकन सोडत, रेबर्नने विचारलं. थोडंसं आव्हानात्मक बोलून, त्यांना अल्पाईन क्लबशी जवळीक साधायची असल्यासारखं वाटलं.

''अर्थातच मी तसा प्रयत्न करीन,'' जॉर्ज उत्साहाने म्हणाला. ''पण इतक्या उंचीवर अजून कोणीही चढाई केली नसल्यामुळे, नक्की काय अडचणी वाटेत येतील, हे कोणालाच माहीत नाही. उदाहरणार्थ --''

''तुमचं लग्न झालेलं आहे का मि. मॅलरी?'' समोरच्या वर्तमानपत्रातली बातमी वाचून ॲशक्रॉफ्टने विचारले.

''हो सर, माझं लग्न झालेलं आहे.''

''काही मुलंबाळं?''

''दोन मुली आहेत.'' जॉर्जने माहिती पुरवली, पण या प्रश्नामुळे तो जरासा बुचकळ्यातच पडला. आता क्लारा आणि बेरीज त्याला २९,००० फुटांवर चढायला काय आणि कसली मदत करणार होत्या?

''कोणाला आणखी काही मॅलरींना विचारायचं आहे का?'' आपल्या खिशातलं घड्याळ काढून बघत सर फ्रांसिस म्हणाले.

''बास, झाली मुलाखत?'' जॉर्जचा विश्वासच बसला नाही. म्हणजे हे दुढ्ढाचार्य असले फुटकळ प्रश्न विचारून का फिंच आणि त्यांच्यापैकी एकाची निवड करणार होते? या हिंक्स आणि त्याच्या चमच्यांविषयी फिंच सांगत होता, तेच बरोबर होतं.

''मला तुम्हाला एक प्रश्न विचारायचा आहे,'' हिंक्स म्हणाले.

जॉर्ज हसला, कदाचित या माणसाविषयी आपलं मत चुकीचं झालं असावं.

''हे नक्की का, की तुम्ही विंचेस्टरला शिकलात ?''

''हो, मी तिथेच शिकलो,'' आता याचा एव्हरेस्टशी काय संबंध?

''आणि नंतर तुम्ही मेग्डालेन कॉलेजात इतिहासाचा अभ्यास केला?''

''होय सर,'' जॉर्ज परत म्हणाला. मला तिथे प्रवेश मिळवण्यासाठी, कॉलेजची भिंत चढून जायला लागलं, हे सांगण्याचा त्याला मोह होत होता, पण त्याने स्वत:ला सावरलं.

''आणि तिथे तुम्ही ऑनर्सनी पास झाल्यावर, चार्टरहाऊसला शिक्षकाची नोकरी केलीत?''

''बरोबर आहे, सर,'' अजूनही आपली निवड होणार का नाही, याची खात्री नसताना जॉर्ज म्हणाला.

''आणि शाळामास्तर असल्यामुळे तुमच्यावर, सैन्यात भरती होण्याची सक्ती

नव्हती, तरीही तुम्ही स्वेच्छेने सैन्यात गेलात, अधिकारी होण्यासाठी प्रशिक्षण घेतलंत आणि रॉयल आर्टिलरीमध्ये रुजू होऊन आणि पश्चिम सीमेवर जाऊन युद्धात भाग घेतलात?''

''हो,'' असं म्हणून जॉर्जने यंगकडे पाहिलं, पण तोही त्याच्याइतकाच बुचकळ्यात पडला होता.

''मग लढाई संपल्यावर, तुम्ही परत चार्टरहाऊसला, वरिष्ठ इतिहास शिक्षकपदी रुजू झालात?''

आता जॉर्जने नुसती मान हलवूनच, होकार दिला.

''मला हवी असलेली माहिती मिळालेली आहे. चेअरमनसाहेब, मी आभारी आहे.''

जॉर्जने परत एकदा यंगकडे पाहिलं, पण त्याने नुसतेच खांदे उडवले.

''मि. मॅलरींना अजून काही विचारायचं आहे, का जाऊ दे?'' सर फ्रांसिसने विचारलं.

हातात सिगार असलेल्या गृहस्थांनी हात वर केला. ''बोला मि. रेबर्न?'' यंग हजबंड म्हणाले.

''मॅलरी, तुमची जर या मोहिमेसाठी निवड झाली, तर तुम्ही आपलं गिर्यारोहणाचं साहित्य स्वखर्चाने विकत घ्याल का?''

''मला वाटतं, ते मी करू शकीन,'' एक क्षणभर थांबून जॉर्ज म्हणाला.

''आणि इंडियाला जायच्या प्रवासाचा खर्चही तुम्हीच कराल का?'' ॲशक्रॉफ्टने विचारलं.

इथे जॉर्ज विचारात पडला. आपला सासरा किती पैशाची मदत करेल, हे त्याला नक्की माहीत नव्हतं. शेवटी तो म्हणाला, ''बहुतेक जमेल असं वाटतं.''

''छान, छान! मॅलरी,'' चेअरमन कौतुकाने म्हणाले. ''आता फक्त मला तुझे आभार मानायचेच बाकी राहिले आहेत...'' शेजारी बसलेल्या हिंक्सने रागारागाने एक चिठ्ठी खरडली आणि यंगहजबंडच्या समोर धरली, ''हां एक विचारायचं राहिलंच, जर तुझी या कामासाठी निवड झाली, तर तुझी वैद्यकीय तपासणी करावी लागेल, चालेल ना?''

''अर्थातच, सर फ्रांसिस,'' जॉर्ज म्हणाला.

''ठीक आहे, आता ही कमिटी लवकरच तुला आपला निर्णय कळवण्यासाठी संपर्क साधेल.''

काहीशा गोंधळलेल्या अवस्थेत, जॉर्ज उठला आणि खोलीच्या बाहेर पडला. शेजारच्या खोलीचं दार बंद होताच जॉर्ज म्हणाला, ''मला वाटलं होतं, त्यापेक्षाही हे वाईट प्रकरण होतं.''

“मी आधीच तुला सावध केलं होतं,” फिंच म्हणाला.

“हे बघ नंतर पश्चात्ताप होईल, असं काही बोलून बसू नकोस, जॉर्ज.”

फिंचला जेव्हा जॉर्ज त्याच्या नावाने संबोधत असे, तेव्हा तो काही गंभीरपणे बोलत असल्याचं त्याच्या लक्षात येई.

“म्हणजे तुला नक्की काय म्हणायचं आहे, मित्रा?” फिंचने विचारले.

“ते खूश होतील असं काहीतरी बोलून, उगाच चिडून बोलू नकोस. एक लक्षात ठेव, तिथे २७,००० फुटांवर गेल्यावर, फक्त तू आणि मी शेवटच्या चढाईची काळजी करत बसणार आहोत. तेव्हा हे सगळे दुढ्ढाचार्य, क्लबमध्ये शेक घेत, ब्रॅण्डी ढोसत बसलेले असतील.”

***

“काय उमदा माणूस होता,” हिंक्स म्हणाले.

“मला पटतंय,” रेबर्न म्हणाले. “अगदी आपल्याला हवा तसा उमेदवार आहे हा, बरोबर आहे ना, जनरल?”

“मला त्याचं व्यक्तिमत्त्व आवडलं,” ब्रुस म्हणाले. “पण आपण काही निर्णयाला येण्याच्या आधी, दुसऱ्या उमेदवाराचीही भेट घ्यायला हवी.”

इथे यंग प्रथमच हसला.

“दुसरा उमेदवार, निदान कागदावर तरी काही त्याच्याइतका होतकरू वाटत नाही.”

“कमांडरसाहेब, कागदावर तुम्हाला फारसे पर्वत दिसणारच नाहीत,” यंग फणफणत म्हणाला.

“तसं असेलही कदाचित,” हिंक्स म्हणाले, “पण मला या कमिटीला एक गोष्ट सांगावीशी वाटते, की हा दुसरा उमेदवार, ऑस्ट्रेलियाचा नागरिक आहे.”

“पण मला तर असं सांगण्यात आलं, की आपल्याला फक्त ब्रिटिश नागरिकच निवडायचा आहे,” रेबर्न म्हणाले.

“मला वाटतं, ऑस्ट्रेलिया हा अजूनही आपल्या राजघराण्याच्या आधिपत्याखाली आहे, हे तुम्ही विसरलात का?”

“अगदी बरोबर, मि. चेअरमन,” सर फ्रांसिस म्हणाले. “मला वाटतं, आपण काही निर्णय घेण्याच्या आधी, दुसऱ्या उमेदवाराला भेटणं महत्त्वाचं आहे.”

परत हिंक्स महाशय अलगद खुर्चीतून उठले. हाताची घडी घातली आणि सेवकाला मानेने खूण केली. “मि. फिंच” असा नावाचा पुकारा झाला.

३०

"मि. फिंच," सेवकाने परत एकदा पुकारा केला.

"मला जायला पाहिजे मित्रा," फिंच म्हणाला, आणि हसत हसत पुढे पुस्ती जोडली, "एव्हरेस्टच्या शिखरापासून दोनशे फुटांच्या आसपास असताना, मला हेच तुला सांगावं लागणार आहे."

फिंच आरामात चालत चालत खोलीत गेला आणि सर फ्रांसिसना कसलीही संधी न देता, सरळ रिकाम्या खुर्चीत जाऊन बसला. फिंचने मुलाखतीला येताना केलेला पोशाख बघून यंगला हसू आवरलं नाही. जणू काही या कमिटीला उचकवण्यासाठीच, त्याने असा पोशाख केला होता: साधा कॉरड्रॉय कोट, फिक्कट पिवळी ढिल्ली पॅण्ट आणि टायशिवाय उघड्या गळ्याचा शर्ट.

मॅलरी आणि फिंचला या मुलाखतीचं निमंत्रण देताना, त्यावेळी योग्य पोशाख काय घालावा, ते यंग सांगायचं विसरला होता. या कमिटीचे शिष्ठ लोक, गिर्यारोहणाच्या कसबाइतकंच दिसण्याला महत्त्व देणारे होते. ते सगळे आता फिंचकडे विचित्र नजरेने पाहत होते. ॲशक्रॉफ्टसाहेबांचा जबडा तर चक्क उघडाच होता. यंग आरामात मागे टेकून बसला आणि होणाऱ्या प्रश्नांच्या सरबत्तीची वाट बघायला लागला.

"तर मग, मि. फिंच," सर फ्रांसिस स्वत:ला सावरत म्हणाले. "मी या कमिटीतर्फे आपलं स्वागत करतो. आता आमच्या काही प्रश्नांची उत्तरं द्यायला आपण तयार आहात का?"

"अर्थातच," फिंच म्हणाला, "त्यासाठीच तर मी इथे आलो आहे."

"ठीक आहे," सर फ्रांसिस म्हणाले, "मग सर्वप्रथम मीच सुरुवात करतो. या भव्य मोहिमेविषयी तुमच्या मनात काही शंका आहे का? म्हणजेच मला असं

विचारायचं आहे, की या एव्हरेस्टच्या मोहिमेचं नेतृत्व करण्यासाठी तुम्ही सक्षम आहात का?''

''हो, मी ते करू शकीन,'' फिंच म्हणाला. ''पण इतक्या उंचावरच्या वातावरणात, शरीरावर काय आणि कसे परिणाम होतील, याची कोणालाच कल्पना नाही. एका शस्त्रज्ञाचं तर मत आहे, की तिथे आम्ही फुग्यासारखे फुटून जाऊ, अर्थात मला ते भाकड मत वाटतं. तो भाग वेगळा, पण ते मत एक गोष्ट सिद्ध करतं, की नक्की काय होईल, याची कोणालाच नीटशी कल्पना नाही.''

''तू काय म्हणालास, ते मला नीट समजलेलं नाही, मित्रा'' रेबर्न म्हणाले.

''मग मी जास्त स्पष्ट करून सांगतो, मि. रेबर्न.'' आपलं नाव या पोराला माहीत आहे, हे पाहून रेबर्नना आश्चर्यच वाटलं. ''एक गोष्ट आपल्याला माहीत आहे, की जसंजसे आपण उंचावर जातो, तसतशी हवा विरळ होत जाते, याचाच अर्थ उंचावर पुढे टाकलेलं प्रत्येक पाऊल, हे मागच्या पावलापेक्षा कठीण होत जातं, म्हणजेच कोणीतरी वाटेत कोसळून पडायची शक्यता निर्माण होईल.''

''तुझ्यासकट कोणीही,'' त्याच्याकडे थेट बघत, हिंक्स म्हणाले.

''अगदी बरोबर बोललात, मि. हिंक्स,'' सेक्रेटरीकडे बघत फिंच म्हणाला.

''पण सगळं माहीत असूनही, तू ह्या मोहिमेवर जायला तयार आहेस?'' रेबर्नने विचारलं.

''हो, मी तयार आहे,'' फिंच ठामपणे म्हणाला, ''पण मी या कमिटीला सावध करू इच्छितो, की या मोहिमेचं यशापयश, हे शेवटच्या २,००० फुटांवर गेल्यावर, ऑक्सिजनचा वापर कसा होतो, यावर आहे.''

''मला नाही वाटत, मला हा तुझा सगळा तर्क समजलेला आहे,'' सर फ्रांसिस म्हणाले.

''सुमारे २४,००० फुटांवर गेल्यावर श्वास घेणं जवळपास अशक्य होईल. मी यासाठी काही प्रयोग करून पाहिला आहे. १५,००० फुटांवर गेल्यावर, नंतर वरती चढत जाताना, जर ऑक्सिजन वायूच्या बाटलीतील वायू हुंगला, तर नाडीचे ठोके, नेहमीप्रमाणे पडतात, हे मी अनुभवलेलं आहे.''

''पण मित्रा, ही तर फसवणूकच नाही का?'' ॲशक्रॉफ्टने शंका उपस्थित केली. ''नेहमीच्याच वातावरणात, कसल्याही बाह्य मदतीशिवाय, माणसाची क्षमता पारखण्याचं आपलं नेहमी उद्दिष्ट होतं.''

''गेल्या वेळेला याच वास्तूत, मी हे कॅप्टन स्कॉट यांना सांगताना ऐकलं होतं. त्या धाडसी मोहिमेचा शेवट कसा दुःखद झाला, याची मी तुम्हाला आठवण करून द्यायची गरज नाही.''

हे मुलांच्या बॅटमॅन कार्टूनमधलं एखादं पात्र असावं, अशा भावनेने आता

कमिटीतले सर्व त्याच्याकडे रोखून बघत होते, पण फिंच तिकडे लक्ष न देता पुढे बोलतच राहिला.

"दक्षिण ध्रुवावर प्रथम पाऊल ठेवण्यात स्कॉट नुसतेच अपयशी ठरले नाहीत, तर ते आणि त्यांचे सर्व सहकारी त्या मोहिमेत गारद झाले, हे तुम्हाला चांगलंच माहीत आहे. ॲम्युण्डसेन त्यामुळे स्कॉटच्या आधी तिथे पोहोचला, इतकंच नाही तर त्यानंतर, पृथ्वीवरच्या अनभिज्ञ प्रदेशात, एका मागून एक मोहिमा तो काढतच आहे. हो, मला एव्हरेस्टवर सर्वांत प्रथम पाऊल ठेवायचं आहे, पण मला परत लंडनला येऊन, त्या विषयावर इथे रॉयल जिओग्रॅफिकल सोसायटीत भाषणही करायचं आहे."

बैठकीत शांतता पसरली आणि मग काही वेळाने पुढला प्रश्न विचारला गेला.

"मला जरा विचारू द्या, मि. फिंच, तुमच्या या ऑक्सिजनचा वापर करण्याच्या मताशी, मॅलरी सहमत आहेत का?" हिंक्सने तोलून मापून शब्द वापरत विचारलं.

"नाही, तो माझ्या मताशी सहमत नाही. त्याला वाटतं, की तो त्याशिवायच एव्हरेस्टवर चढून जाईल, पण एक लक्षात घ्या सर, मॅलरी इतिहासतज्ज्ञ आहे, शास्त्रज्ञ नाही."

"यांना आणखी काही विचारायचं आहे का?" सर फ्रांसिस म्हणाले. त्यांच्या बोलण्यावरून, या मोहिमेसाठी कमिटीने कोणाची निवड करावी, हे त्यांनी मनात ठरवल्यासारखं वाटलं.

"मि. चेअरमन," हिंक्स म्हणाले, "मला अधिकृत नोंद करण्यासाठी, एक-दोन बाबी समजून घ्यायच्या आहेत." सर फ्रांसिसने मान डोलवली. "मि. फिंच, तुमचा जन्म कुठे झाला आणि नंतर शिक्षण कुठे झालं, हे सभासदांना सांगाल का?"

"मला नाही वाटत, याचा इथे काही संबंध आहे. मला मि. अलकॉक किंवा मि. ब्राऊन यांचं शिक्षण कुठे झालं, हे माहीत नाही, पण अटलांटिकावरून उडून गेलेले ते दोघं पहिले होते, हे मला माहीत आहे. आणि हो, मि. हिंक्स, त्यांनी बाह्य साधनाचा वापर केला होता, एअरोप्लेन असं त्याचं नाव आहे." यंगने हसू दाबलं. आता कमिटी कोणाची निवड करणार, हे सांगायला ज्योतिषाची गरज नव्हती.

"ते काय असेल, ते असूदे," हिंक्स थोडेसे अस्वस्थ होत म्हणाले. "इथे RGSमध्ये आम्ही --"

"मला माफ करा, पण मला वाटलं होतं, इथे एव्हरेस्ट कमिटी माझी मुलाखत घेणार आहे आणि तसं तुम्ही लिहिलंही होतंत," फिंच तावातावाने म्हणाला.

"ते काय ते असू दे," हिंक्स परत अस्वस्थ होत म्हणाले, "पण कृपा करून माझ्या प्रश्नांची उत्तरं द्या." यंगने आता यात हस्तक्षेप करायचा विचार केला, पण

गप्प बसला. हा जसा पर्वतावर सर्व काही सांभाळतो, तसा या कमिटीतही सांभाळून घेईल.

"माझा जन्म ऑस्ट्रेलियात झाला आणि शिक्षण झुरिचला झालं." फिंच म्हणाला. "मी जिनेव्हा विद्यापीठात पदवीचं शिक्षण घेतलं."

ॲशक्रॉफ्ट रेबर्नच्या जवळ वाकले आणि म्हणाले, "मला जिनेव्हात विद्यापीठ आहे, हे माहीतच नव्हतं. मला वाटलं तिथे फक्त बँकाच आहेत."

"आणि ती पक्ष्यांचे आवाज काढणारी घड्याळं," रेबर्नने शेरा मारला.

"आपला व्यवसाय काय आहे?" हिंक्सने विचारलं.

"मी रसायनशास्त्रज्ञ आहे आणि म्हणूनच मला अति उंच प्रदेशात, ऑक्सिजनचा नेमका काय उपयोग होतो, ते माहीत आहे."

"मला वाटलं होतं, की रसायनशास्त्र हा छंद म्हणून शिकण्याचा विषय आहे. तो व्यवसाय असतो, हे माहीत नव्हतं," रेबर्न या वेळी जरा मोठ्यांदाच बोलले.

"ते फक्त पोराबाळांसाठी," रेबर्नच्या डोळ्यात डोळे घालत फिंच म्हणाला.

"आणि तुमचं लग्न झालेलं आहे, फिंच?" सिगारची राख झटकत रेबर्न म्हणाले.

"नाही, माझी बायको स्वर्गवासी झाली आहे," फिंचच्या या उत्तराने यंगला आश्चर्य वाटलं.

'वैवाहिक,' या रकान्यात हिंक्सने प्रश्नचिन्ह लिहिलं.

"तुम्हाला मुलं आहेत?" ॲशक्रॉफ्टने विचारलं.

"होय, एक मुलगा आहे, पीटर."

"आता मला सांगा," नवीन सिगारचा बुडखा कापत रेबर्नने विचारलं, "समजा तुमची निवड झाली, तर तुम्ही सर्व साहित्य स्वत: विकत घ्याल का?"

"जर त्याची गरज असेल तर," फिंच ठामपणे म्हणाला. "या कमिटीने या मोहिमेच्यासाठी जनतेला मदतीचं आवाहन केलेलं आहे, हे मला माहीत आहे आणि त्यांपैकी थोडेफार पैसे गिर्यारोहकांच्या साधन सामग्रीवर खर्च कराल, अशी आशा आहे."

"आणि प्रवास खर्चाचं काय?" ॲशक्रॉफ्टने रेटून विचारलं.

"त्याचा प्रश्नच येत नाही," फिंचने सरळ सांगून टाकलं. "या मोहिमेत भाग घेण्यासाठी मला सहा महिन्यांच्या पगारावर पाणी सोडायला लागणार आहे, त्याची नुकसान भरपाई मिळेल, अशी मी अपेक्षा करत नाही, पण मी माझा प्रवास खर्च करायची काही गरज नाही."

"म्हणजे तू स्त:ला व्यावसायिक गिर्यारोहक समजतोस तर मित्रा?" ॲशक्रॉफ्ट म्हणाले.

“हो सर, मी जे काही करतो, ते चोख करतो.”

“खरंच का?” अ‍ॅशक्रॉफ्ट म्हणाला.

“मला वाटतं आता मि. फिंचना जास्त वेळ खोळंबत ठेवण्याची गरज नाही,” सगळ्यांकडे दृष्टिक्षेप टाकत सर फ्रांसिस म्हणाले.

“पण आपल्याला मि. फिंच यांची जेवढी माहिती आवश्यक होती, तेवढी मिळालेली आहे,” हिंक्स म्हणाले, “यांना आपण बरीच वर्षं ओळखतो.”

“मला माहीत आहेच, पण मला वाटतं या कमिटीतल्या सभासदांनाच फारशी माहिती दिसत नाही. आता मी मि. फिंचना विचारलेल्या प्रश्नांच्या उत्तराने, त्यांची खरी ओळख सगळ्यांना होईल,” यंग म्हणाला. “युरोपातल्या सर्वोच्च माँ ब्लाँवर आपण गेला आहात का?”

“सात वेळा,” फिंच म्हणाला.

“आणि मॅटरहॉर्न?”

“तीन वेळा.”

“आल्प्समधली आणखीन काही शिखरं काबीज केली आहेत का?”

“सगळीच्या सगळी. मी दरवर्षी आल्प्सला भेट देतो.”

“आणि ब्रिटनमधल्या शिखरांचं काय?”

“मी अर्धी चड्डी घालत होतो, तेव्हाच ती सगळी पालथी घातली होती. आता तिकडे जातही नाही.”

“ह्या सगळ्याची आपल्याकडे नोंद आहे, चेअरमनसर,” हिंक्स म्हणाले.

“ज्यांनी त्या नोंदी वाचायची तसदी घेतली नसेल, त्यांच्यासाठी मी परत विचारतो,” यंग आता उद्वेगाने म्हणाला. “तुमचं जिन्हेवातलं शिक्षण झाल्यावर, तुम्ही इम्पिरियल कॉलेज, लंडनमध्ये प्रवेश घेतलात, हे खरं का?”

“हो, हे खरं आहे,” फिंच म्हणाला.

“आणि तिथे कसला अभ्यास केलात?”

“रसायनशास्त्र,” आता यंगच्या प्रयत्नांना साथ देत फिंच म्हणाला.

“त्या माननीय संस्थेने तुम्हाला कुठल्या श्रेणीची पदवी प्रदान केली?”

“मानद प्रथम श्रेणी,” फिंच प्रथमच हसला.

“आणि तुम्ही लंडन विद्यापीठातून पदवी घेतल्यानंतर तिथेच राहिलात का?” यंगने विचारलं.

“हो, मी तिथेच राहिलो. तिथे मी अध्यापकाची नोकरी स्वीकारली,” फिंच म्हणाला.

“नंतर लढाई सुरू झाल्यावर, तुम्ही तिथेच शिकवत राहिलात, की मि. मॅलरींप्रमाणे, सैन्यात भरती झालात?”

"युद्ध सुरू झाल्यावर मी ऑगस्ट महिन्यात सैन्यात भरती झालो."

"आणि लष्कराच्या कुठल्या विभागात तुम्ही होतात?"

"मी रसायनशास्त्राचा पदवीधर असल्यामुळे, मला वाटलं, माझ्या ज्ञानाचा उपयोग योग्य प्रकारे व्हायचा असेल, तर तो बॉम्ब निकामी करण्याच्या पथकातच होईल, म्हणून मी त्या पथकात स्वखुशीने गेलो," ॲशक्रॉफ्टकडे बघत, फिंच म्हणाला.

"अच्छा बॉम्ब निकामी करणारं पथक," प्रत्येक शब्दावर जोर देत यंग म्हणाला. "जरा सविस्तर सांगता का?"

"हो, नक्कीच. युद्ध कार्यालयाला बॉम्ब निकामी करू शकणाऱ्या माणसांची गरज होती. फार मजेशीर काम होतं."

"म्हणजे तुम्ही आघाडीवर कधी गेलातच नाहीत तर?" हिंक्स म्हणाले.

"नाही मि. हिंक्स, मी तिथे कधीच नव्हतो. या जर्मन बॉम्बस्‌ना सतत, त्यांच्या बाजूला न पडता, आपल्या बाजूलाच पडायची खोड होती, असं माझ्या लक्षात आलं."

"आणि तुम्हाला काही गौरव पुरस्कार वगैरे मिळाला आहे का?" आपल्या समोरच्या वहीत पाहत हिंक्सने विचारलं.

यंग हसला. हिंक्सने केलेली ही पहिली चूक होती.

"मला MBE किताबाने गौरवण्यात आलं," फिंच साधेपणाने बोलून गेला.

"वाऽ उत्तम. तो किताब काही रेशनचं सामान दिल्यासारखा सरसकट वाटत नाहीत," ब्रुस म्हणाले.

"तुम्ही दिलेल्या माहितीमध्ये याचा कुठे उल्लेख मला दिसत नाही," हिंक्स स्वत:ला सावरत म्हणाले.

"कारण माझ्या मते, माणसाचं जन्मस्थान, शैक्षणिक पात्रता, वैवाहिक आयुष्य आणि मिळालेले पुरस्कार, यांचा गिर्यारोहणाशी काही संबंध नाही आणि जगातल्या सर्वोच्च शिखरावर चढाई करण्यासाठी तर नाहीच."

हिंक्सचा आवाज प्रथम बंद झाला.

"ठीक आहे, आता काही प्रश्न विचारायचे उरले नसतील, तर मला मि. फिंच याचे या मुलाखतीला आल्याबद्दल आभार मानायचे आहेत." पुढचं वाक्य बोलण्याच्या आधी ते जरा अडखळले आणि म्हणाले, "लवकरच कोणीतरी तुमच्याशी संपर्क साधेल आणि काय निर्णय झाला तो कळवेल."

फिंच उठला आणि यंगकडे पाहून मान डोलवली. तो बाहेर जाणार, इतक्यात मागून हिंक्सचा आवाज आला. "मि.फिंच, मि. मॅलरीप्रमाणे आपणही वैद्यकीय तपासणी करून घेण्यासाठी राजी आहात ना?"

"अर्थातच, मी राजी आहे," असं म्हणून फिंच खोलीच्या बाहेर पडला.

"थोडासा विचित्र वाटतो नाही?" सेवकाने दार बंद केल्यावर, रेबर्न म्हणाले.

"पण एक अल्पाईन गिर्यारोहक म्हणून, त्याच्या क्षमतेविषयी कोणीच शंका घेऊ शकणार नाही," यंग म्हणाला.

"तुमचं अगदी बरोबर आहे, मि. यंग, पण इथे RGSमधे अशा मजेखातर गिर्यारोहण करणाऱ्यांविषयी फारसं चांगलं मत नाही."

"हे जरा जास्तच परखड होत आहे, असं तुम्हाला नाही का वाटत, मि. हिंक्स?" सर फ्रांसिस म्हणाले. नंतर ब्रुसकडे वळून ते म्हणाले, "या माणसाची सैन्यातली कामगिरी बघता, एक माजी सैन्याधिकारी म्हणून तुम्ही काय म्हणाल?"

"मला तर हा शत्रूपक्षात असण्यापेक्षा माझ्याच बाजूला असलेला आवडेल," ब्रुस म्हणाले. "संधी मिळाली तर मी त्याला उत्तम सैनिक बनवून दाखवीन."

"आता पुढे काय करायचं?" पुढल्या औपचारिकतेची चौकशी करण्यासाठी हिंक्सकडे पाहत सरसाहेब म्हणाले.

"आता सर्व सभासदांनी या मोहिमेचं नेतृत्व करणारा लायक उमेदवार निवडायचा आहे, मि. चेअरमन. सर्व सभासदांच्या सोयीसाठी मी मतपत्रिका तयार केलेल्या आहेत. आपल्या पसंतीच्या उमेदवाराच्या नावापुढे, सभासदांनी फुली मारायची आहे. तुमचं मतदान झालं की मग मला ह्या पत्रिका द्याव्यात," सगळ्यांना मतपत्रिका वाटत, हिंक्स म्हणाले.

हा सर्व विधी काही मिनिटांतच संपला आणि हिंक्सने मतमोजणी चालू केली. प्रत्येक मतपत्रिका उघडली की त्यांच्या चेहऱ्यावरील हसू वाढतच जात होतं. शेवटी त्याने चेअरमनच्या हातात निकालाचा कागद ठेवला आणि त्यांना तो अधिकृतपणे जाहीर करण्याची विनंती केली.

"मॅलरीच्या बाजूने पाच मतं आणि एकाने मतदान केलेलं नाही," आपल्या चेहऱ्यावरचं आश्चर्य, यंगहजबंड लपवू शकले नाहीत.

"याही वेळेला मी मत दिलेलं नाही," यंग म्हणाला.

"पण तू या दोघांनाही चांगलाच ओळखतोस आणि तूच ही नावं कमिटीला सुचवली होतीस?" यंग म्हणाले.

"मी त्यांना चांगलाच ओळखून आहे," यंग म्हणाला, "पण इतक्या वर्षांनंतरही या दोघांपैकी कोण ही मोहीम यशस्वी करून जगातल्या सर्वोच्च शिखरावर पाऊल ठेवेल, हे मलाच ठरवता येत नाही."

"आपल्या देशाचं प्रतिनिधित्व कोणी करावं, हे माझ्या मनात नक्की आहे," हिंक्स म्हणाले.

यावर काही 'हियर हियर,' म्हणाले, पण सगळे नाहीत.

“अजून काही कामकाज बाकी आहे का?” यंगहजबंडने विचारलं. “आता अधिकृतरीत्या नोंद करण्यासाठी, असं म्हणावं लागेल, की आजच्या बैठकीत, एव्हरेस्ट मोहिमेचं नेतृत्व करणारा उमेदवार निवडण्यात आलेला असून, या मोहिमेचे बाकीचे आठ सदस्य निवडण्याचा अधिकार, मि.यंग यांना ही कमिटी देत आहे.”

“अर्थातच, मी ह्या बैठकीच्या आधीच हे अल्पाईन क्लबला सांगितलेले आहे,” सर फ्रांसिस म्हणाले.

“मी आशा करतो, की फिंचसारखी जास्त माणसं त्या आठजणात नसतील,” ॲशक्रॉफ्ट छद्मीपणे म्हणाले. “त्याची काळजीच नको,” हिंक्स म्हणाले. “एक फिंच सोडला, तर बाकीचे सगळे ऑक्सफर्ड आणि केंब्रिजचेच आहेत,” समोरची यादी वाचत हिंक्स म्हणाले.

“तेव्हा आता ही बैठक संपली असं मी जाहीर करतो,” सर फ्रांसिस म्हणाले.

हिंक्सच्या चेहऱ्यावर, परत हसू फुटलं. “एक छोटीशी गोष्ट राहिली आहे चेअरमनसाहेब, मोहिमेतल्या सर्वांची वैद्यकीय तपासणी करून घेणं आवश्यक आहे. पुढल्या महिन्यात होणाऱ्या बैठकीच्या आधी ते झालं पाहिजे.”

“हो, बरोबर बोललात,” सर फ्रांसिस म्हणाले. “पण तुम्ही सगळं सांभाळून घ्याल, मि.हिंक्स, हो ना?”

“अर्थातच, मि. चेअरमन.”

३१

आपल्याला भेटायला येणाऱ्या एकाची वाट पाहत, हिंक्स ब्रॅण्डीचे घुटके घेत क्लबमध्ये बसले होते. डॉक्टर लॅम्टन थोडे उशिरा येणार आहेत, याची त्यांना कल्पना होती, पण त्यांच्याशी काय बोलायचं, हे मनात नक्की करण्यासाठी, ते जरा आधीच येऊन बसलेले होते.

या डॉक्टरसाहेबांनी, या आधी RGSसाठी अनेक नाजूक कामं केलेली होती, पण हे काम जरा कुशलतेने हाताळावं लागणार होतं, कारण यात हिंक्सचा काही हात आहे, हे कोणालाही त्याला समजून द्यायचं नव्हतं. हिंक्सना सुप्रसिद्ध मिचिआवेलीचे शब्द आठवले आणि हसू फुटले, एकदा का एखाद्या माणसाची तुम्हाला महत्त्वाकांक्षा समजली आणि तुम्ही त्याला मदत करू शकलात, तर तुमचा तो ऋणी होतो. हिंक्सना डॉक्टर लॅम्टनची महत्त्वाकांक्षा, चांगलीच माहीत होती.

क्लबचा सेवक डॉक्टरांना घेऊन येताच हिंक्स खुर्चीतून उठले. एका कोपऱ्यातल्या खुर्चीमध्ये दोघंही आरामात बसले. काही औपचारिक प्राथमिक बोलणी झाल्यावर, हिंक्सने आपल्या मनात योजून ठेवलेले प्रास्ताविक सुरू केले.

''या क्लबच्या सभासदत्वासाठी तुमचं नाव चर्चेत असल्याचं मला समजलं, लॅम्टन,'' वेटर दोन ब्रॅण्डीचे ग्लास समोरच्या टेबलावर ठेवत असताना, हिंक्स म्हणाले. ''हो, ते खरं आहे, मि. हिंक्स,'' हातातल्या ब्रँडीच्या ग्लासशी चाळा करत, लॅम्टन म्हणाले. ''बुडल्ससारख्या सन्माननीय क्लबचा सभासद होणं कोणाला आवडणार नाही?''

''काळजी करू नकोस मित्रा, तू नक्कीच इथला सभासद होशील. इतकंच नाही मी स्वत: तुझ्या नावाला अनुमोदन दिलेलं आहे.''

''आभारी आहे, मि. हिंक्स.''

"मला वाटतं, आता मला नुसतंच हिंक्स म्हणालास तरी चालेल. नाहीतरी आता तू या क्लबचा सभासदही होणार आहेस. मला फक्त हिंक्स म्हणालास तरी चालेल."

"आभारी आहे, हिंक्स."

हिक्सने खोलीत कोणी आपलं संभाषण ऐकत नाही ना, याची खात्री करून घेतली. "तुला माहीत आहे मित्रा, या क्लबचा एक नियम आहे, तो म्हणजे, तुम्ही जेवत असताना कामाच्या गोष्टी बोलायच्या नाहीत."

"फारच चांगला नियम आहे," लॅम्टन म्हणाला. "तिथे मला वाटतं आमच्या सेंट थॉमसमध्ये असा नियम असायला हवा होता. मला माझ्या सहकाऱ्यांना नेहमीच सांगावसं वाटतं, की जेवताना मला हॉस्पिटलमध्ये काय चाललेलं आहे, हे ऐकायला अजिबात आवडत नाही."

"अगदी बरोबर बोललास," हिंक्स म्हणाले. "नशिबाने या वाचनालयात हा नियम लागू नाही, तेव्हा मला तुला एक महत्त्वाची गोष्ट, खासगीत सांगायची आहे. आमची सोसायटी तुला एक महत्त्वाचं शास्त्रीय संशोधन करायला सांगणार आहे. लक्षात ठेव ही बातमी फक्त तुझ्यात आणि माझ्यातच राहिली पाहिजे."

"तुम्ही माझ्यावर भरवसा ठेवू शकता, मि. हिंक्स."

"उत्तम, आता तुला थोडीशी याची पार्श्वभूमी सांगतो. आमची सोसायटी, एव्हरेस्टवर चढाई करण्यासाठी, एक मोहीम आखते आहे. त्या गिर्यारोहकांना तिबेटमार्गे पाठवायचं आहे."

"अरे देवा!"

"योग्यच बोललास," हिंक्स म्हणाले, आणि दोघंही हसले. "हे लक्षात ठेवून, आम्ही निवडलेल्या बाराजणांपैकी नऊ लोकांची निवड करण्यासाठी, तुला त्यांची वैद्यकीय तपासणी करण्यासाठी, अनेक चाचण्या घ्यायच्या आहेत. सुमारे २९,००० फुटांच्या उंचीवर टिकाव धरू शकतील, इतके ते तंदुरुस्त आहेत का, या विषयीचं तुझं मत, फार महत्त्वाचं ठरणार आहे."

"एव्हरेस्ट इतका उंच आहे?"

"२९००२ फूट, अगदी नक्कीच सांगायचं असेल तर," हिंक्स म्हणाले. "आता इतक्या उंचावर जाऊन, एखादा कोसळला, तर ती जबाबदारी RGS घेऊ इच्छित नाही. तो सोसायटीच्या वेळेचा आणि पैशाचा अपव्यय होईल."

"अगदी बरोबर बोलताय तुम्ही," लॅम्टनने दुजोरा दिला. "मला ह्या तपासण्या करायला साधारणपणे किती वेळ मिळेल?"

"मला कमिटीला तीन आठवड्यांत अहवाल सादर करायचा आहे," हिंक्स म्हणाले. त्यांनी खिशातून एक कागद बाहेर काढला. "अल्पाईन क्लबने ही बारा जणांची यादी दिलेली आहे, यातले फक्त नऊजणच या मोहिमेवर जातील. तेव्हा

यांच्यापैकी जे पात्र नसतील, त्यांची नावं सरळ वगळून टाक.'' असं म्हणून त्यांनी लॅम्टनच्या हातात तो कागद दिला. डॉक्टर आता ती यादी काळजीपूर्वक वाचू लागले.

''पुढल्या पंधरा दिवसांत माझा अहवाल तुमच्या टेबलावर ठेवायला, मला तरी काही अडचण दिसत नाही, अर्थात सगळे हजर असले तर.''

''ते नक्की हजर असतील,'' हिंक्स म्हणाले आणि परत एकदा खोलीत सभोवार पाहिलं. ''लॅम्टन, मी जरा खाजगी गोष्ट तुझ्याशी बोलू शकतो का?''

''अरे, अगदी मोकळेपणाने सांगा.''

''ह्या विशिष्ट उमेदवाराच्या ह्या चाचण्या समाधानकारक नसतील, तर त्याचं कमिटीच्या सभासदांना फारसं वाईट वाटणार नाही.''

''मला समजतंय, तुम्ही काय बोलताय ते,'' लॅम्टन म्हणाला.

हिंक्सने वाकून, यादीतल्या दुसऱ्या नावावर बोट ठेवलं.

३२

...एकशे बारा... एकशे तेरा... एकशे चौदा. अखेर फिंच खाली कोसळला. जॉर्जने दांडीवर वरखाली करणं चालूच ठेवलं, पण एकशे एकवीसला तोही थांबला. आत्तापर्यंत जॉर्जने ही सर्वांत चांगली कामगिरी केली होती. तो लाकडी फरशीवर पाठ टेकून झोपून राहिला, मग मान वर करून फिंचकडे पाहिलं आणि हसला. त्याच्या स्पर्धेत जॉर्जची कामगिरी जास्त चांगली होत असे.

डॉ. लॅम्टनने, उमेदवारांनी मिळवलेल्या गुणांच्या तक्त्यात सर्व बाराजणांच्या गुणांच्या नोंदी केल्या, तेव्हा मॅलरी आणि फिंच सर्व चाचण्यांत पहिल्या पाच क्रमांकांमध्ये होते, हे लॅम्टनच्या लक्षात आलं. या दोघांमध्ये जास्त चांगला कोण, हे ठरवणं अवघड होतं. आता फिंचला अपात्र ठरवायला काय कारण शोधावं असा त्यांना विचार पडला, कारण या बाराजणांत फक्त एकच त्याच्या तोडीचा तंदुरुस्त माणूस होता. डॉक्टर व्यायामशाळेच्या मधोमध उभे होते. त्यांनी सर्वांना त्यांच्याभोवती उभं राहायला सांगितलं. "चाचण्यांच्या ह्या पहिल्या सत्रात, तुम्ही सगळे उत्तीर्ण झाला आहात, याबद्दल तुम्हा सर्वांचं अभिनंदन," डॉक्टर म्हणाले. "आता पहिल्या चाचण्यांत उत्तीर्ण झाल्यामुळे, आता माझ्या यातनागृहात मी तुमचं स्वागत करतो." सगळे एक सुरात हसले. यातले एक तासानंतर किती हसतील, हेच डॉक्टरांना बघायचं होतं. "कृपा करून सगळे माझ्यामागे या!" असं म्हणत ते एका बोळातून चालायला लागले. बाहेर पाटी नसलेल्या एका दारापाशी ते थांबले आणि किल्लीने दार उघडलं. आत एक चौकोनी आकाराची भव्य खोली होती आणि अशी जागा जॉर्जने कधीच बघितली नव्हती.

"या खोलीतील हवा यंत्राच्या साहाय्याने विरळ करता येते आणि पाणबुडे खोल समुद्रात किती वेळ खाली राहू शकतात, हे पाहण्यासाठी, युद्धाच्या काळात

ही खोली बांधली होती.'' डॉक्टरांनी त्या जागेची माहिती दिली. ''या कक्षात थोडे फेरफार करून, तुम्हाला एव्हरेस्टवर जसे वातावरण अनुभवायला मिळेल, तसा करण्याचा प्रयत्न केला आहे.''

''तुमच्या समोर दिसणाऱ्या उपकरणाची मी प्रथम तुम्हाला माहिती देतो. हा मधोमध दिसणारा सरकता जिना, लंडनच्या भुयारी रेल्वेत जसा आहे, तसा नाही.'' त्यातल्या एक-दोन जणांनी तिथून कधी प्रवासच केला नसल्यामुळे, ते गप्प बसून राहिले. ''हा जिना तुम्हाला वर चढण्यासाठी मदत न करता उलट तुम्हाला प्रतिकारच करेल. हा जिना खाली सरकत असताना तुम्हाला तो वर चढून जायचा आहे. थोडा सराव झाला की तुम्हाला सवय होईल. एक महत्त्वाची गोष्ट लक्षात ठेवा, की ही स्पर्धा नसून, तुम्ही किती वेळ इथे टिकून राहता याला महत्त्व आहे. हा जिना साधारणपणे ताशी पाच मैलाने खाली सरकत जातो. तुम्ही याच्यावर एक तास टिकून राहणं अपेक्षित आहे.''

''तुमच्यापैकी एक-दोन जणांच्या चेहऱ्यावरून मला असं वाटतं, की ही काय भानगड आहे आणि हे करायलाच हवं का?'' लॅम्टन पुढे म्हणाले. ''तुमच्यासारख्या अनुभवी गिर्यारोहकांना, कित्येक तास अखंड चढण्याची सवय असते, यात विशेष असं काही नाही. तुम्हाला काही गोष्टींची मी पूर्वसूचना देतो. सध्या या खोलीचं तापमान आणि वातावरण समुद्रसपाटीवर जसं असतं, तसंच आहे, पण एक तास टिकून असलेल्या उमेदवारांना, शेवटी तास संपण्याच्या वेळी ते उणे चाळीस अंश झालेलं आढळेल आणि ह्याच तापमानात, तुम्हाला चढाई करावी लागणार आहे, यासाठीच मी तुम्हाला, तुमचे गिर्यारोहणाचे पोशाख घालायला सांगितलं होतं.''

''इथे मी आणखीन एक लहान आव्हान तुमच्यासमोर ठेवणार आहे. तुम्हाला त्या कोपऱ्यात दोन भले मोठे पंखे दिसत असतील: हे माझं हवेचा झोत मारण्याचं यंत्र आहे आणि सद्गृहस्थांनो, हे पंखे तुम्हाला वारा घालण्यासाठी ठेवलेले नाहीत.'' एक- दोन जण अस्वस्थ होऊन हसले. ''एकदा का मी ते चालू केले, की ते जोरात फिरतील आणि हा सरकता जिनासुद्धा उडवून देण्याचा प्रयत्न करतील.''

''आणि शेवटचं एक सांगायचं म्हणजे, तुम्हाला इथे आजूबाजूला रबरी गाद्या, गरम पांघरुणं आणि प्लॅस्टिकच्या बादल्या दिसतील. तुमची दमछाक होऊन जर तुम्ही या जिन्यावरून खाली उतरलात, तर ही पांघरुणं घेऊन तुम्ही गाद्यांवर विश्रांती घेऊ शकता आणि या बादल्या कशासाठी आहेत हे मी तुम्हाला सांगायची गरजच नाही,'' असं म्हणून डॉक्टर छद्मीपणाने हसले, पण इतर कोणीही त्यांना हसून प्रतिसाद दिला नाही. ''बाजूच्या भिंतीवर एक घड्याळ, तापमानमापक आणि हवेची घनता मोजणारा अल्टीमीटर, तुम्हाला दिसतो आहे. ते तुम्हाला या खोलीतल्या

एकूण वातावरणाची माहिती पुरवतील. आता या जिन्याची सवय होण्यासाठी मी तुम्हाला काही मिनिटांचा अवधी देतो. प्रत्येकाने दुसऱ्या उमेदवाराच्यात दोन पावलांचं अंतर सोडून वर चढायचं आहे. जर जिन्यावर चढताना वाटेत अडचण आली, तर त्या इसमाने आपल्या डाव्या बाजूस सरकून, मागच्याला वाट करून द्यायची आहे. कोणाला काही विचारायचे आहे का?''

''ह्या खिडकीच्या बाहेर काय आहे?'' नॉर्टनने विचारलं. जनरल ब्रुसने शिफारस केलेल्या ह्या एकाच उमेदवाराला, जॉर्ज ओळखत नव्हता.

''तो नियंत्रणकक्ष आहे आणि तिथूनच माझे सहकारी तुमच्या प्रगतीवर सतत लक्ष ठेवून असतील. तिथून आम्ही तुम्हाला पाहू शकू, पण तुम्ही आम्हाला पाहू शकणार नाही. एका तासानंतर, जिना सरकायचा थांबेल, पंखे बंद होतील आणि तापमान पूर्ववत होईल. त्यावेळी अनेक डॉक्टर्स आणि नर्सेस येऊन, तुम्ही कसे आणि किती वेळात पूर्वस्थितीत येता, त्याची नोंद ठेवतील. आता कृपा करून सगळ्यांनी जिन्यावर चढण्यासाठी सिद्ध व्हा.''

फिंच सर्वांत प्रथम पुढे झाला तर जॉर्ज त्याच्या मागे दोन पावलांवर उभा राहिला. त्यांच्याच मागे सोमरवेल दोन पावलांवर उभा होता.

''आता घंटा वाजताच जिना सरकायला लागेल,'' लॅम्टन म्हणाले. ''दहा मिनिटांनंतर परत घंटा वाजेल, तेव्हा तापमान शून्य अंश झालेलं असेल आणि सुमारे ५,००० फुटांवर जसं वातावरण असतं, तसं होईल. दर दहा मिनिटांनी अशीच घंटा वाजेल आणि वातावरण बदलत जाईल. चाळीस मिनिटांनंतर पंखे चालू होतील. एक तासाची मुदत संपल्यावर, मी परत एकदा सांगतो, जे कोणी आपल्या पायांवर उभे असतील, त्यांना शून्य अंश तापमान झालेलं समजेल आणि हेच तुम्हाला २९,००० फुटांवर जाणवेल.'' इतकं बोलून लॅम्टन खोलीच्या बाहेर पडले आणि दार लावून घेतलं. दाराच्या कुलपात किल्ली फिरवल्याचा आवाज सर्वांनी ऐकला.

जिन्यावर बारा उमेदवार अस्वस्थपणे उभे राहून घंटा होण्याची वाट पाहत होते. जॉर्जने नाकावाटे दीर्घ श्वास घेत आपल्या फुप्फुसात हवा भरून घेतली. आपल्या पुढे असलेल्या फिंचकडे अथवा सोमरवेलकडे त्याने पाहिलं नाही.

''तुम्ही सगळे तयार आहात का?'' डॉ. लॅम्टनचा आवाज कर्ण्यातून ऐकू आला. घंटा वाजली आणि जिना सरकायला लागला. जॉर्जला हा वेग फारसा धोकादायक वाटला नाही. पहिली दहा मिनिटं बाराही उमेदवार, आपापल्या जागी उभे होते. परत जेव्हा घंटा वाजली, तेव्हाही जॉर्जला फारसा फरक जाणवला नाही. जिना त्याच वेगाने सरकत होता आणि तापमान शून्य अंश झाल्याचं तापमापक दाखवत होता. वातावरण थोडंसं विरळ झाल्यासारखं वाटलं.

वीस मिनिटांनंतर जेव्हा तिसऱ्या वेळी घंटा वाजली, तेव्हाही सगळे आपापल्या जागी उभे होते. तीस मिनिटांनंतर ते १५,००० फुटांवर गेले होते आणि तापमान उणे १० अंश झालं होतं. अजूनही कोणी कोसळलं नव्हतं. सर्वप्रथम केनराइट आपल्या उजव्या बाजूला गेला आणि खाली सरकत सरकत शेवटी जिन्याच्या तळाला गेला. नंतर त्याला ताण असह्य झाल्यामुळे तो खाली उतरला आणि गाद्यांच्या ढिगात जाऊन पडला. त्याची इतकी दमछाक झाली होती, की अंगावर पांघरूणही त्याने घेतलं नाही. शेवटी काही मिनिटांच्या विश्रांतीनंतर त्याने गरम पांघरूण ओढून घेतलं. लॅम्टनने या नावावर काट मारली. 'हा तिबेटला नक्की जात नाही,' लॅम्टन मनाशीच म्हणाले.

फिंच आणि मॅलरी सर्वांत वर आपल्या जागी कायम होते. त्यांच्या मागे सोमरवेल, बुलॉक आणि ओडेल आपापल्या जागा सांभाळून होते. त्या पंख्याची गोष्ट जॉर्ज जवळपास विसरलाच होता, इतक्यात पाचव्यांदा घंटा वाजली आणि ते सुरू झाले, तेव्हा जॉर्जच्या तोंडावर गार हवेचा हबका बसला. जॉर्जला आपले डोळे चोळावेसे वाटले, पण २९,००० फुटांवर जर डोळ्यावरचा गॉगल काढला, तर, बर्फावरून येणाऱ्या तीव्र प्रकाशकिरणांनी अंधत्व येण्याची शक्यता असते, हे त्याच्या लक्षात आलं आणि त्याने बेत बदलला. मध्येच त्याला फिंच डगमगल्यासारखा वाटला, पण त्याने स्वतःला सावरलं होतं. जॉर्जच्या मागे काही अंतर सोडून उभा असलेला एकजण, आपल्या डोळ्यावरचा चष्मा काढून डोळे चोळत जिन्यावरून खाली उतरला. पंख्याच्या वाऱ्याचा हबका थेट तोंडावर बसल्यामुळे तो अस्वस्थ झाला होता आणि खाली जाऊन बादलीत ओकत होता. लॅम्टनने आणखी एका नावावर काट मारली. इंडियाला न जाणारा दुसरा गडी. पाचवी घंटा झाली तेव्हा ते २४,००० फुटांवर गेले होते आणि तापमान उणे २५ अंश झालं होतं. फिंच, सोमरवेल, ओडेल, बुलॉक आणि नॉर्टन आपापल्या जागा धरून होते. २५,००० फुटांवर गेल्यावर ओडेल आणि बुलॉक, खाली गादीवर असलेल्या लोकांना जाऊन मिळालेले होते. ते इतके दमले होते, की जिन्यावर तग धरून असलेल्या चौघांकडे त्याने साधं बघितलंही नाही. लॅम्टनने घड्याळात पाहिलं आणि ओडेल आणि बुलॉकच्या नावापुढे, बरोबरची खूण केली.

त्रेपन्न मिनिटांनी सोमरवेल जिन्यावरून कोसळला आणि आपल्या गुडघ्यावर आणि हातावर पडला. त्याने परत जिन्यावर चढायचा प्रयत्न केला, पण तो फेकला गेला. काही क्षणांतच नॉर्टनही त्याच्या बाजूला येऊन रांगत होता. लॅम्टनने त्यांच्या नावांपुढे ५३ आणि ५४ अशी वेळ लिहिली. आता त्यांनी उरलेल्या दोन अपराजित उमेदवारांकडे नजर टाकली.

आता लॅम्टनने तापमान उणे ४० केलं आणि हवा २९,००० फुटांइतकी

विरळ केली, पण हे दोघंही बहाद्दर त्या वातावरणाला न जुमानता तग धरून होते. आता पंख्याची गती वाढवत, ताशी चाळीस मैल केली. सर्वांत समोर असलेला फिंच डगमगला. सर्वांत पुढे उभे राहिल्याचा त्याला आता पश्चात्ताप होत होता. जॉर्ज मात्र त्याच्या आडोशाला मागे सुरक्षित होता, पण त्याने सगळं बळ एकवटलं आणि परत स्थिरस्थावर झाला आणि जिन्यावर परत चालायला लागला.

घड्याळाच्या वेळेनुसार आता, या दोघांच्या परीक्षेची फक्त तीनच मिनिटं उरली होती. आता जॉर्जचा प्रतिकार संपुष्टात आला. त्याच्या पायात गोळे आले, थंडीने तो पार कुडकुडत होता आणि त्याला धाप लागली होती. आपण मागे कोसळून पडू असं त्याला वाटायला लागलं. फिंचचा विजय मान्य करत, आता आपण जिन्यावरून खाली उतरावं असा जॉर्ज विचार करत असतानाच, फिंच एक एक पाऊल मागे मागे जायला लागला. हे पाहून जॉर्जने परत उभारी धरली आणि शेवटचे नव्वद सेकंद तग धरण्याचं ठरवलं. जेव्हा जिना फिरायचा थांबला, तेव्हा फिंच आणि जॉर्जने एकमेकाला मिठी मारली आणि खाली कोसळले.

ओडेल कसाबसा आपल्या गादीवरून उठला आणि त्या दोघांचं अभिनंदन केलं. सोमरवेल आणि नॉर्टन त्याच्या पाठोपाठ आलेच. बुलॉकला जर उठता आलं असतं तर त्यानेही अभिनंदन केलं असतं, पण तो जोरजोरात श्वासोच्छ्वास करत गादीवर पसरून उताणा पडला होता.

पंखा फिरायचा थांबल्यावर, वातावरण आणि तापमान पूर्ववत झालं. खोलीचं दार उघडलं गेलं, तेव्हा बारा डॉक्टर्स आणि नर्सचा जथा आत आला आणि प्रत्येक उमेदवाराची स्थिती पूर्ववत कशी होत जाते, याचं निरीक्षण करायला सुरुवात केली. जॉर्जच्या हृदयाचे ठोके पाच मिनिटांनंतर अठ्ठेचाळीस होते, तर फिंच खोलीत येरझाऱ्या घालत, उभ्या असलेल्या आपल्या सहकाऱ्यांशी गप्पा मारत होता.

आता एकटे डॉक्टरच त्या कक्षात उरले होते. या बाराजणात, फिंच आणि मॅलरीच सर्वांत तंदुरुस्त निघाले, हे आपल्याला हिंक्सला सांगावंच लागणार, हे त्यांना कळून चुकलं होतं. खरं तर त्या दोघांत डावंउजवं करायला संधीच नव्हती. जर कोणी २९,००० फुटांवर पाय ठेवत, जगातल्या सर्वोच्च शिखरावर उभा राहणार असेल, तर तो या दोघांपैकीच एक असेल...!

३३

रूथने फोन उचलला तेव्हा, पलीकडच्या व्यक्तीचा आवाज तिने लगेच ओळखला.

"सुप्रभात, मुख्याध्यापक," ती म्हणाली. "हो, तो थोड्या वेळापूर्वीच निघाला आहे - नाही तो शाळेत कधीच गाडीने जात नाही - तो नेहमीच चालत जातो – कारण शाळा फक्त पाचच मैलांवर आहे आणि साधारणपणे पन्नासएक मिनिटांत तो सहज पोहोचतो. धन्यवाद, आता मी फोन ठेवू का?"

पावसाचे शिंतोडे तोंडावर पडायला लागल्यामुळे जॉर्जने आपली जुनी छत्री उघडली. आज पाचवीच्या मुलांना काय शिकवायचं आहे, त्याचा तो विचार करायला लागला - अर्थात एलिजाबेथन्सविषयी काही नवीन तो सांगणार नव्हता. त्याला गेली दहा वर्षं सतावणारी समस्या, फ्रांसिस ड्रेकने कशी सोडवली असती, याचा तो विचार करायला लागला.

गेल्या आठवड्यात झालेल्या वैद्यकीय तपासणीनंतर, त्याला एव्हरेस्ट कमिटीकडून काहीच कळवण्यात आलं नव्हतं. कदाचित तो संध्याकाळी घरी गेल्यावर, एखादं पत्र त्याची वाट बघत असेल. कदाचित *'द टाइम्स'*मध्ये, मोहिमेवर जाणाऱ्यांची यादी छापून आली असेल आणि तसं असेल, तर ॲण्ड्रु ओसुलिव्हान, त्याला मधल्या सुट्टीत ती बातमी देईल. फिंचने त्याच्या वैद्यकीय चाचणीत दाखवलेल्या जोरकस इच्छाशक्तीमुळे, जरी त्याला मोहिमेचा नेता निवडलं असतं, तरी जॉर्जची हरकत नव्हती. प्रत्यक्ष त्या बैठकीत, हिंक्स आणि फिंचमध्ये झालेल्या खटकेबाज संवादांचं सविस्तर वर्णन, जेव्हा यंगने त्याला सांगितलं, तेव्हा जॉर्ज जोरात हसला होता. आपणही त्या वेळी तिथे असायला हवं होतं, असं त्याला वाटून गेलं.

मोहिमेमध्ये ऑक्सिजनचा वापर करण्याच्या फिंचच्या मताशी तो सहमत नव्हता, पण त्याचबरोबर, जर ही मोहीम यशस्वी करायची असेल, तर दक्षिण

ध्रुवावर झालेल्या चुका परत न करता, नीट व्यावसायिकपणे या मोहिमेची आखणी केली पाहिजे, हे त्याला पटत होतं.

आता त्याच्या मनात रूथचे विचार घोळायला लागले. ती आपल्याशी फार सहकार्याने वागते, याचा त्याला अभिमान वाटला. गेलं वर्ष फार वैशिष्ट्यपूर्ण होतं. त्यांना दोन सुरेख मुली होत्या आणि कोणालाही हेवा वाटेल, अशी त्यांची जीवनशैली होती. जगाच्या दुसऱ्या बाजूला जाऊन मोहिमेत भाग घ्यायचा आणि आपल्या मुली नुसत्या फोटोंवरून आणि पत्राद्वारेच मोठ्या झालेल्या पाहायच्या का? असा प्रश्न त्याच्या मनात आला. यावर रूथने फार बिनतोड प्रश्न विचारून, त्याच्या संभ्रमाचं निराकरण केलं. "समजा जर उद्या, जॉर्ज फिंचचा एव्हरेस्टवर उभा असलेला फोटो छापून आलेला, तुला ॲन्ड्रुने दाखवला आणि तेव्हा तू पाचवीच्या खालच्या तुकडीला शिकवून घरी येत असलास, तर तुला काय वाटेल?"

जॉर्जने घड्याळात बघितलं. समोर दिसणारा ओळखीचा खांब, त्याला सांगत होता, की अजून तीन मैलांवर शाळा आहे. आज तो नेहमीपेक्षा दोन चार मिनिटं आधीच होता. त्याला सकाळची प्रार्थना चुकवलेली अजिबात आवडत नसे आणि रूथसुद्धा तिच्या परीने तो ठीक वेळेवर शाळेला निघेल, याची काळजी घेत असे. सकाळी ठीक नऊच्या ठोक्याला मुख्याध्यापक सभागृहात प्रवेश करायचे आणि जॉर्ज जरी तीस सेकंद उशिरा पोहोचला, तरी त्याला सगळ्यांच्या माना प्रार्थनेसाठी खाली असताना, हलकेच मागे जाऊन उभं राहावं लागे. अडचण एकच होती, की त्याच्या पाचवीतल्या वर्गातील मुलांची आणि खुद्द मुख्याध्यापकांचंही डोकं, त्याला पाहण्यासाठी खाली वाकवलेलं नसे.

तो शाळेत गेला तेव्हा खूपच कमी मुलं आणि मास्तर त्याला दिसले. शाळेच्या फाटकातही कोणी दिसत नव्हतं. आज काही अर्ध वर्षाची सुट्टी तर नाही का रविवार आहे? नाही, रविवार नक्कीच नाही, कारण रूथने त्याला आठवण करून दिली असती आणि चांगला सूट घालायला सांगितलं असतं.

रिकाम्या पायवाटेने तो मुख्य सभागृहाच्या दिशेने गेला, पण तिथेही बाहेर शांतताच होती. मुख्याध्यापक नाहीत, मुलं नाहीत आणि संगीताचा आवाजही सभागृहातून ऐकू येत नव्हता. कदाचित आत सगळे खाली माना घालून प्रार्थना म्हणत असावेत. त्याने सभागृहाच्या दाराची लोखंडी मूठ, आवाज न करता हलकेच फिरवली आणि कसलाही आवाज होणार नाही अशा बेताने दार ढकललं. सभागृह गच्च भरलेलं होतं आणि प्रत्येकजण आपापल्या जागी उभा होता. सभागृहातील मंचावर दस्तुरखुद्द मुख्याध्यापक उभे होते आणि त्यांच्या मागे सगळे शिक्षक बसलेले होते. जॉर्जचा जास्तीच गोंधळ उडाला- अजून नऊ तर वाजलेलेच नाहीत.

मग एक मुलगा ओरडला, "ते आले बघा," तेव्हा सभागृहातले सगळे उठून

उभे राहिले आणि टाळ्यांचा गडगडाट झाला.

"उत्तम कामगिरी केलीत सर!"

"कसला विजय मिळवलात."

"तुम्ही सर्वोच्च शिखरावर पाऊल ठेवणारे प्रथम नागरिक असाल," जॉर्ज मंचाच्या दिशेने जाताना, एकजण ओरडला.

मुख्याध्यापकांनी जॉर्जबरोबर प्रेमाने हस्तांदोलन केलं आणि सर्वांना उद्देशून म्हणाले, "आम्हा सगळ्यांना तुमचा अभिमान वाटतो, मॅलरी." मग सगळी मुलं जागेवर बसण्याची वाट बघत थोडा वेळ थांबून म्हणाले, "आता मी डेव्हिड एल्किगण्टनला संबोधित करायला पाचारण करतो."

मुलांचा प्रतिनिधी आपल्या जागेवरून उठला आणि मंचाच्या दिशेने गेला. मंचावर जाताच, त्याने हातातील मानपत्राची गुंडाळी उलगडली आणि वाचायला लागला.

"आम्ही चार्टरहाऊसचे शिक्षक आणि विद्यार्थी, जॉर्ज ली मॅलरींना सलाम करतो. ब्रिटनने आखलेल्या एव्हरेस्टच्या मोहिमेसाठी नेतेपदी तुमची निवड झाल्यामुळे, आम्हा सगळ्या चार्टथुझियन्सना, तुम्ही सन्मान मिळवून दिला आहे. आपल्या शाळेला, तुमच्या विद्यापीठाला आणि आपल्या देशाला, तुम्ही यापेक्षाही जास्त सन्मान आणि वैभव प्राप्त करून द्याल, याची आम्हाला खात्री वाटते."

नंतर तो प्रतिनिधी जॉर्जपाशी गेला आणि खाली मान झुकवून अभिवादन करत, ते मानपत्र त्याच्या हातात दिलं. परत एकदा सगळ्यांनी उभे राहून, त्याला मानवंदना दिली. या क्षणी जॉर्जला नक्की काय वाटलं, हे केवळ तोच सांगू शकला असता.

जॉर्जने मान झुकवत, आदराने ते पत्र स्वीकारलं. आपल्या वर्गातील मुलांना, आपल्या डोळ्यातील अश्रू दिसू नयेत, यासाठी त्याला अटोकाट प्रयत्न करावे लागले.

३४

"तुझं या कमिटीचा एक सदस्य म्हणून मी हार्दिक स्वागत करतो, मॅलरी," सर फ्रांसिस प्रेमळपणे जॉर्जला म्हणाले, "आणखी एक सांगतो, या मोहिमेचं नेतृत्व करायचं तू मान्य केलंस, म्हणून आम्ही सर्वांना विशेष आनंद झालेला आहे."

"हियर, हियर! हियर, हियर!"

"आपला मी आभारी आहे, सर फ्रांसिस," जॉर्ज नम्रपणे म्हणाला. "अशा उमद्या सहकाऱ्यांचं नेतृत्व करायचा मान मिळाला, ही माझ्यासाठी मानाची गोष्ट आहे," असं म्हणत तो जेफ्री यंग आणि जनरल ब्रुस यांच्यामध्ये बसला.

"लिव्हरपूलहून एव्हरेस्टच्या पायथ्यापर्यंतचा प्रवास कसा करायचा, याविषयी, जनरल ब्रुस यांनी एक अहवाल सादर केला आहे, तो तू वाचला असशीलच," यंगहजबंड म्हणाले, "आता पायथ्यापासून पुढची मार्गक्रमणा कशी करण्याचा तुझा विचार आहे?"

"मी जनरल ब्रुस यांनी बनवलेला अहवाल फार बारकाईने वाचलेला आहे, मि. चेअरमन," जॉर्ज एक एक शब्द तोलून मापून बोलत होता "आणि या मोहिमेची काटेकोरपणे व्यवस्था होण्यावरच, तिचं यशापयश अवलंबून आहे, या त्यांच्या मताशी मी पूर्णपणे सहमत आहे. एक गोष्ट आपण विसरून चालणार नाही, की कुठलाही इंग्लिश माणूस एव्हरेस्टपाशी चाळीस मैलांपेक्षा जवळ गेलेला नाही, मग आपण टाकणाऱ्या पाडावाची गोष्टच दूर."

"फार चांगला मुद्दा मांडलास," नाकावरून पडणारं चष्म्याचं भिंग सावरत, जनरल ब्रुस म्हणाले, "पण हा अहवाल सादर केल्यावर, माझी परराष्ट्र खात्यात लॉर्ड कर्झनशी भेट झालेली आहे. त्यांनी आपल्याला त्यांना शक्य होईल तितकी

मदत करण्याच आश्वासन दिलेलं आहे, इतकंच नाही तर, तिबेटची सीमा, कमीतकमी वेळेत सुरक्षितपणे ओलांडून जायलाही ते आपल्याला मदत करणार आहेत.''

''वाऽ, मस्तच काम केलंत,'' रेबर्न म्हणाले आणि नेहमीप्रमाणे आपल्या सिगारची राख झटकली.

''ठीक आहे, आपण सीमा पार करून आत जाऊ, पण आजतागायत, कोणीही २५,००० फुटांवर चढून गेलेला नाही. इतक्या उंचीवर, माणसाला तग धरून राहता येईल का, हेही आपल्याला माहीत नाही.''

''मला आता सांगितलंच पाहिजे, मि. चेअरमन, २५,००० आणि २९,००० फुटांत फार मोठा फरक असेल, असं मला तरी वाटत नाही, काय म्हणता? अॅशक्रॉफ्टने विचारलं.

''माझ्यापुरतं बोलायचं, तर मला माहीत नाही,'' जॉर्ज म्हणाला, ''कारण मी स्वत: कधी २०,००० फुटांवर गेलेलो नाही, २९,०००चा प्रश्नच येत नाही, पण मी जर तितक्या उंचावर गेलो, तर काय फरक असतो, ते मी तुम्हाला नक्की सांगेन.''

''आता एक सांग, मॅलरी, तुझ्या सहकाऱ्यांना तुझ्याइतकं चांगलं कोणी ओळखत नाही, तेव्हा शेवटची चढाई करताना, तू कोणाला बरोबर घेणार आहेस?'' यंगहजबंडने विचारलं.

''मला याचं उत्तर आत्ताच नाही देता येणार, मि. चेअरमन, कारण तिथे गेल्यावर, तिथल्या वातावरणाशी कोण चांगला रुळला आहे, हे मला तिथे गेल्यावरच समजेल. तसा मी ओडेल आणि सोमरवेलच्या नावांचा विचार केलेला आहे -'' इथे हिंक्स विचित्रपणे हसला - ''आमच्या मागून येणारी दुसरी जोडी म्हणून, पण मी फक्त एकाच नावाचा विचार माझ्याबरोबर घेण्यासाठी केलेला आहे, तो म्हणजे फिंच.''

टेबलावर बसलेले सगळे गप्प बसून होते. रेबर्नने दुसरी सिगार पेटवली, अॅशक्रॉफ्ट सभेच्या कामकाजाची सूची पाहत बसले. ही विचित्र शांतता सर फ्रांसिसने हस्तक्षेप करून भंग केली. ते हिंक्सकडे वळून म्हणाले, ''पण मि. हिंक्स... ''

''काय मि. चेअरमन?'' हिंक्सने विचारलं. शेवटी समोरच्या बाजूला बसलेल्या जॉर्जकडे पाहत, ते म्हणाले, ''मला नाही वाटत, हे शक्य होईल, मॅलरी.''

''आणि का नाही?'' जॉर्जने विचारलं.

''अल्पाईन क्लबच्या दोघांनी केलेल्या शिफारशीवरून त्याला वैद्यकीयदृष्ट्या अपात्र ठरवण्यात आलेलं आहे. एक आहे केनराईट आणि दुसरा फिंच.''

“पण काहीतरी चूक होत असली पाहिजे. माझ्या गिर्यारोहणाच्या आयुष्यात, त्याच्याइतका तंदुरुस्त माणूस, मी कधीच पाहिला नाही.”

“हे, पहा मॅलरी, मी तुला खात्रीने सांगतो, की काहीही चूक वगैरे झालेली नाही,” हिंक्स म्हणाले.

त्याने त्यांच्या फाईलमधून एक कागद काढला आणि जॉर्जच्या समोर नाचवत म्हणाले, “डॉ. लॅम्टनने दिलेला वैद्यकीय अहवाल आहे आणि तो वाचल्यावर तुझ्या लक्षात येईल, की फिंचच्या कानाचा पडदा फाटलेला आहे आणि डॉक्टरांच्या सांगण्याप्रमाणे, उंचावर गेल्यावर त्याला भोवळ येईल, ओकाऱ्या होतील. अशा अवस्थेत त्याला फार काळ चढाई करता येणार नाही.”

“फिंच जेव्हा माँ ब्लाँ किंवा मॅटरहॉर्नवर उभा होता, तेव्हा हे डॉ. लॅम्टन त्याच्या बाजूला उभे नव्हते, हे दुर्दैव आहे. ते असते, तर त्यांना लक्षात आलं असतं, की साधं रक्तसुद्धा फिंचच्या नाकातून आलं नव्हतं.”

“ते काय असेल ते असू दे, पण...” हिंक्स.

“आणि एक गोष्ट विसरू नका मि. हिंक्स,” जॉर्ज तावातावाने म्हणाला, “या बाराजणांत, फक्त फिंचलाच, ऑक्सिजन कसा वापरायचा, याची माहिती आहे.”

“पण - मी चुकत असेन तर मला तसं सांग, मॅलरी - आपण गेल्या वेळेस भेटलो, तेव्हा तू ऑक्सिजनचा उपयोग करू नये, अशा मताचा होतास.”

“तुमचं म्हणणं अगदी बरोबर आहे आणि अजूनही माझा विरोधच आहे,” जॉर्ज म्हणाला, “पण २७,००० फुटांवर गेल्यावर, माझ्या जर असं लक्षात आलं, की आमच्यातला एकही जवान, एक पुढे पाऊलही टाकू शकत नाही, तर मी माझं मत बदलायला तयार आहे.”

“पण नॉर्टन आणि ओडेलचं मतसुद्धा ऑक्सिजनच्या वापराच्या विरुद्ध आहे. अंतिम चढाईला त्याची गरज नाही, असं त्यांना वाटतं.”

“नॉर्टन आणि ओडेल, कधी १५,००० फुटांच्यावर गेलेले नाहीत,” जॉर्ज म्हणाला, “त्यांचंही मत बदलेल, तिथे गेल्यावर.”

“मॅलरी, फिंचचा वैद्यकीय अहवाल, हे फक्त एकच कारण नाही त्याची निवड न करण्याचं, त्यामुळे सोसायटीने त्याला वगळण्याचा निर्णय घेतलेला नाही.”

“पण हे ठरवण्याचा अधिकार सोसायटीला नव्हताच,” यंग थोड्याशा रागाने म्हणाला. “सर फ्रांसिस आणि मी, आमच्यात असं ठरलं होतं, की या मोहिमेसाठी जाणाऱ्यांची यादी अल्पाईन क्लबच बनवेल आणि त्या यादीला ही कमिटी आक्षेप घेणार नाही.”

“तसं कदाचित झालंही असेल,” हिंक्स तो मुद्दा डावलत म्हणाला, “पण फिंचची मुलाखत झाल्यावर, आम्हाला हे समजलेलं आहे, की तो मुलाखतीच्या

वेळी खोटं बोलला.''

मॅलरी आणि यंग यावर जरासे निरुत्तर झाले, त्यामुळे हिंक्सने आपली टकळी पुढे चालूच ठेवली.

''जेव्हा मि. रेबर्नने त्याला, 'तो विवाहित आहे का?' असं विचारलं, तेव्हा त्याने, तो विधुर असल्याचं सांगितलं होतं,'' यंगने हताशपणे मान खाली घातली, ''पण वस्तुस्थिती वेगळीच आहे, कारण स्वत: मिसेस फिंचने मला जेव्हा स्वत: पत्र पाठवून कळवलं, की त्या जिवंत आहेत, तेव्हा मला आश्चर्यच वाटलं,'' असं म्हणत मि. हिंक्सने आपल्या फाईलमधून एक पत्रच काढलं. ''या पत्रातल्या शेवटच्या परिच्छेदाची, या कमिटीने अधिकृत नोंद करून घ्यावी, असं मी सुचवतो,'' असं हिंक्स मानभावीपणे म्हणाला.

मॅलरीने त्याचे ओठ घट्ट आवळले, पण यंगला मात्र फारसं आश्चर्य वाटल्यासारखं दिसलं नाही.

माझा आणि जॉर्ज फिंचचा, दोन वर्षांपूर्वीच घटस्फोट झाला आणि मला सांगायला खेद होतो आहे, की याला तिसरा पक्ष कारणीभूत होता.

''काय गलिच्छ माणूस आहे,'' ॲशक्रॉफ्टने शेरा मारला.

''बिलकूल भरवसा ठेवण्याच्या लायकीचा नाही,'' रेबर्न म्हणाला.

''खरं सांगायचं तर,'' त्या दोघांच्या मताकडे दुर्लक्ष करत जॉर्ज म्हणाला, ''समजा तुम्ही २७,००० फुटांवर जर गेलातच, तर तुमचा साथीदाराचं लग्न झालेलं आहे किंवा त्याची बायको दिवंगत झालेली आहे, या गोष्टींना कोणीच महत्त्व देणार नाही, अगदी त्याने दोन दोन लग्नं केलेली असली तरी काही फरक पडत नाही. याचं कारण मि. हिंक्स, त्या उंचीवर, त्याने लग्नाची अंगठी घातलेली आहे का, हे बघायला कोणी नसेल.''

''मॅलरी, हे जे काय तू बोलतो आहेस, ते मला नीट समजावून घेऊदे,'' रागाने फणफणत हिंक्स म्हणाले. ''तुला असं म्हणायचं आहे का, की शेवटचे २,००० फूट तू कोणाच्याही बरोबर जाऊन, शिखरावर जाणार आहेस? हेच का तुला या कमिटीला सांगायचं आहे?''

''अगदी कोणाच्याही बरोबर,'' जॉर्जने ताडकन उत्तर दिलं.

''अगदी जर्मनसुद्धा?'' हिंक्स म्हणाले.

''अगदी सैतानाबरोबरही,'' जॉर्जने उत्तर दिलं.

''अरे ऐका जरा,'' ॲशक्रॉफ्टने मध्येच हस्तक्षेप केला. ''हे जरा अतिच होत आहे, असं नाही तुम्हाला वाटत?''

''हे बघा, अंतिम चढाई करताना, योग्य साथीदार न मिळाल्यामुळे, घरापासून

५००० मैलांवर लांब जाऊन मरण्यापेक्षा काहीच अति असू शकत नाही,'' जॉर्ज तावातावाने म्हणाला.

''मी तुझ्या या तीव्र भावनांची आपल्या कामकाजाच्या नोंदीत जरूर नोंद करेन, मॅलरी, पण आमचा फिंचविषयीचा निर्णय अंतिम आहे अस समज,'' हिंक्स म्हणाले.

जॉर्ज काही वेळ गप्प बसला, आणि उसळून म्हणाला, ''तसं असेल तर मि. हिंक्स, याचीही नोंद करा, की मी मोहिमेच्या नेतृत्वपदाचा त्याग करत आहे, तसेच मी या कमिटीचाही राजीनामा देत आहे. एका उत्तम गिर्यारोहकाला, जर तुम्ही मागे ठेवणार असाल, तर मला माझ्या बायका पोरांना मागे ठेवून, निदान सहा महिने तरी असल्या मोहिमेत भाग घ्यायचा नाही.''

आता सर्वांना शांत करण्यासाठी, सर फ्रांसिसना चढ्या आवाजात बोलावं लागलं. ''सभ्यगृहस्थांनो, जरा शांत व्हा,'' आपल्या ब्रॅण्डीच्या ग्लासाच्या कडेवर, हातातील पेन्सिल आपटत ते म्हणाले. ''आता आपण अशा स्थितीत आहोत, की यातून बाहेर पडण्याचा एकच मार्ग आहे, असं मला वाटतं.''

''तुमच्या मनात नक्की काय आहे, मि. चेअरमन?'' हिंक्सने साशंकपणे विचारलं.

''यावर मतमोजणी हा एकच उपाय मला दिसतो.''

''पण मला मतपत्रिका तयार करायला वेळ मिळाला नाही,'' हिंक्स पुटपुटले.

''त्याची काहीच गरज नाही. हे सरळ सोपं आहे. आपल्याला फक्त हे ठरवायचं आहे, की फिंचला या मोहिमेवर पाठवायचं का नाही?'' हिंक्स परत खुर्चीत बसले, अर्थात आपल्या चेहऱ्यावरचं हसू लपवायला, त्यांना बरेच कष्ट घ्यावे लागले.

''ठीक आहे तर, जे कोणी फिंचच्या बाजूने असतील, त्यांनी हात वर करा.''

मॅलरी, यंग यांनी हात वर केलेच, पण आश्चर्याची गोष्ट म्हणजे, जनरल ब्रुसनेही हात वर केला.

''आता याच्या विरोधात असलेल्यांनी हात वर करावेत.''

हिंक्स, रेबर्न आणि ॲशक्रॉफ्टने तात्काळ हात वर केले.

''म्हणजे प्रत्येक बाजूला तीन मतं पडली आहेत,'' हिंक्स आपल्या वहीत नोंद करत म्हणाले. ''आता तुम्हाला निर्णायक मत द्यावं लागेल, मि. चेअरमन.''

टेबलावरील सर्वांच्या नजरा आता सर फ्रांसिस यांच्याकडे उत्सुकतेने वळल्या. सर साहेबांनी काही क्षण मनाशीच विचार केला आणि म्हणाले, ''मी फिंचच्या बाजूने मत देत आहे.''

हिंक्सने आपल्या हातातलं पेन वहीला टेकवलं, पण काहीही न लिहिता म्हणाले, ''आपण हा असा निर्णय का घेतलात, हे आम्हाला समजेल का?''

''अर्थातच,'' सर फ्रांसिस म्हणाले. ''जॉर्ज २७,००० फुटांवर गेल्यावर, मला कोणी माझा जीव धोक्यात टाकायला सांगणार नाही.''

३५

दारावरची लहानशी पितळी घंटा वाजली.

"सुप्रभात, मि. पिंक," एड ॲण्ड रेव्हन्सक्रॉफ्ट, या दुकानात शिरल्यावर जॉर्जने अभिवादन केलं.

"सुप्रभात, मि. मॅलरी. या खेपेला मी आपली काय मदत करू शकतो?"

समोरच्या काउण्टरवर ओणवत, जॉर्ज म्हणाला, "एव्हरेस्टवर जाणाऱ्या मोहिमेसाठी माझी निवड झालेली आहे."

"फारच आनंदाची बातमी आहे, मि. मॅलरी," मॅनेजर म्हणाला. "त्या भागात माझं कोणी गिऱ्हाईक अजून गेलेलं नाही, मि. मॅलरी, तेव्हा तिथे सर्वसाधारणपणे कसं काय हवामान असतं, ते मला सांगाल का, मि. मॅलरी?"

"म्हणजे मलाही तसं नक्कीच सांगता येणार नाही," जॉर्जने कबुली दिली. "पण आम्ही २७,००० फुटांवर गेल्यावर, सोसाट्याचे गार वारे आणि बोचऱ्या थंडीला आम्हाला तोंड द्यायला लागेल आणि तापमान शून्याच्या खाली चाळीस अंश असेल. हवा विरळ असल्यामुळे ऑक्सिजनसुद्धा विरळ असेल आणि श्वास घ्यायलाही त्रास पडेल."

"तसं असेल तर मग, गरम स्कार्फ, गरम हातमोजे आणि अर्थातच डोक्याला योग्य असं शिरस्त्राण तुम्ही घ्यावं," मि. पिंक म्हणाले.

मॅनेजर काउंटरच्या बाहेर आले आणि सुचवलं, "तुम्ही कॅश्मीर बर्बेरी स्कार्फ, जाड अस्तर असलेले चामड्याचे हातमोजे घ्यावेत, असं मला वाटतं." जॉर्ज मॅनेजरच्या मागे मागे जात होता. प्रथम त्याने वुलनच्या पायमोजाच्या तीन जोड्या, निळसर रंगाच्या दोन पॅण्ट्स, थंडीपासून बचाव करणारे शॅकल्टन विंडशीटर्स, रेशमी शर्ट्स आणि गिर्यारोहणासाठीचे अत्याधुनिक बूट निवडले.

"आणि एक विचारायचं होतं, या प्रवासात, तुम्हाला बर्फवृष्टीला तोंड द्यावं लागेल, अस वाटताय का?"

"बहुतेक नेहमीच, मला वाटतं," हा प्रश्न ऐकून थोडासा चकित होत, जॉर्ज म्हणाला.

"मग तसं असेल तर तुम्हाला एखादी छत्री बरोबर ठेवायलाच हवी आणि डोक्याला काय घालण्याचा तुमचा विचार आहे, सर?"

"मला वाटतं, मी वैमानिक भावाचं चामड्याचं हेल्मेट आणि गॉगल्स घेतले, म्हणजे भागेल," जॉर्ज म्हणाला.

"पण मला वाटतं, छानछोकीने राहणारा गिर्यारोहक, असं काही वापरेल, असं मला तरी वाटत नाही," जॉर्जच्या हातात एक रेनडिअरचं हेल्मेट देत, मि. पिंक म्हणाले.

"आणि म्हणूनच, एखादा छानछोकीने राहणारा, एव्हरेस्टवर प्रथम पाय ठेवणारा नसेल."

इतक्यात समोरून फिंच हातात ढीगभर वस्तू घेऊन दुकानात आला, तेव्हा जॉर्ज त्याच्याकडे पाहून हसला. "आमच्या एड ॲण्ड रेव्हन्सक्रॉफ्टचं असं मत आहे, की कुठल्याही शिखरावर पाय ठेवताना, तो गिर्यारोहक अत्याधुनिक पोशाखातच असावा." पिंकने आपलं व्यावसायिक मत सांगितलं.

"पण असं का? तिथे आम्हाला पाहायला कोणी पोरीबाळी नक्कीच येणार नाहीत," आपल्या हातातील वस्तू समोरच्या टेबलावर ठेवत फिंच म्हणाला.

"आणखी काही लागण्याची शक्यता आहे का, मि. फिंच?" आपली नापसंती लपवत, मि. पिंक म्हणाले.

"असल्या भारी किमतीच्या तर नक्कीच नाहीत." आपल्या हातातील बिल पाहून फिंच म्हणाला.

मि. पिंकने नम्रपणे वाकून अभिवादन केलं आणि सर्व खरेदी केलेल्या वस्तू, पिशवीत भरायला लागले.

"बरं झालं तू भेटलास, मला आनंदच झाला. मला तुझ्याशी काही गोष्टींवर चर्चा करायची आहे," जॉर्ज फिंचला म्हणाला.

"आता तुझ्या डोक्यात थोडा प्रकाश पडल्याचं तर तू मला सांगणार नाहीस?" फिंच म्हणाला. "म्हणजे ऑक्सिजनचा वापर करावा, असं तुला वाटायला लागलं आहे की काय?"

"कदाचित," जॉर्ज म्हणाला, "पण मला अजून तशी गरज असल्याची खात्री करून घ्यायची आहे."

"तुला मग मला दोन तासांचा वेळ माझ्याबरोबर काढावा लागेल. मी काही

उपकरणांची व्यवस्था करतो आणि त्याच्या वापराने, कसा फरक पडतो, ते तुला दाखवून देईन,'' फिंच उत्साहाने म्हणाला.

''मला वाटतं, आपण बॉम्बेला जाण्यासाठी जेव्हा बोटीत बसू, तेव्हा आपल्याला भरपूर वेळ मिळेल, हे सगळं करायला.''

''अर्थात मी त्या बोटीत असलो तर.''

''पण तुझी तर आधीच निवड झालेली आहे.''

''तू माझ्या बाजूने लढलास, म्हणून हे शक्य झालं. मी तुझा खरंच आभारी आहे,'' फिंच कृतज्ञतेने म्हणाला. ''मला वाटतं, त्या हिंक्सने ख्रिसमसच्या शुभेच्छा कार्डापेक्षा जास्त उंचीचा डोंगर पाहिला नसेल.''

''हां! एकूण तेहेतीस पौंड आणि अकरा शिलिंग्ज झाले तुमचे, मि. फिंच. आता या वेळी, तुम्ही हे बिल कसं चुकतं करणार आहात, ते कळेल का?''

''माझ्या खात्यावर लिहून ठेवा,'' पिंकच्या बोलण्याची नक्कल करत, फिंच म्हणाला.

फिंचला अदबीने निरोप देताना, पिंक थोडासा अस्वस्थ झाला.

''आता बोटीवरच भेटू,'' सामानाची कागदी पिशवी उचलून, दुकानातून बाहेर पडताना फिंच म्हणाला.

''तुमचं बिल झालंय, चाळीस पौंड, चार शिलिंग्ज आणि सहा पेन्स, मि. मॅलरी,'' पिंक म्हणाले.

जॉर्जने सर्व रकमेचा चेक, पिंकच्या हातात ठेवला.

''आभारी आहे सर. एड ॲण्ड रेव्हन्सक्रॉफ्टच्या सर्व कर्मचाऱ्यांतर्फे आपल्याला या मोहिमेसाठी शुभेच्छा आणि एव्हरेस्टवर प्रथम पाऊल ठेवणारे आपणच असाल, अशी आम्ही आशा करतो, आणि इतकंच नाही...''

पिंकचं हे वाक्य अर्धवटच राहिलं, कारण ते दोघं, खिडकीतून दिसणाऱ्या फिंचकडे, तो दूर जात असताना पाहतच राहिले.

भाग पाच

नकाशावरची वाटचाल

१९२२

३६

गुरुवार : २ मार्च, १९२२

मनातल्यामनात आपण आयुष्यभर ज्या प्रवासाची तयारी करत होतो, तो क्षण येऊन ठेपल्याचं, टिलबरीला SS Caledonia या बोटीत प्रवेश करताना जॉर्जला जाणवलं.

बॉंबेपर्यंतच्या पाच आठवड्यांच्या प्रवासात या मोहिमेतील सगळे, आपली तंदुरुस्ती सांभाळून आपल्या क्षमता वाढवण्याचा प्रयत्न करणार होते. पस्तीस दिवसांच्या या प्रवासात, ते एकमेकांना नीट ओळखून घेत, एकसंध चमू म्हणून कशी कामं करायची, ते शिकणार होते. सकाळी नाश्त्याच्या आधी एक तास, ते बोटीच्या डेकवर धावण्याचा व्यायाम करत असत आणि अर्थातच फिंच सर्वांत पुढे असल्यामुळे, त्यांना त्याच्या वेगाने धावावं लागे. काही वेळा जॉर्जचा गुडघा, जरासा त्रास देत असे, पण ते तो कबूल न करता, मनातल्यामनातसुद्धा साफ नाकारत असे. नाश्त्याच्या नंतर जॉर्ज प्रथम रूथला एक पत्र लिहीत असे आणि नंतर आरामात आडवं होऊन, 'शांततेचे आर्थिक परिणाम,' हे जॉन मेनार्डचं पुस्तक वाचत असे.

ऑक्सिजनच्या वापरासंबंधी, फिंचने दोन वेळा बौद्धिक घेतले. सुमारे ३२ पौंडांच्या ऑक्सिजनच्या सामग्रीची, सगळ्या चमूने जुळवणी करून पाहिली, मग परत ती सुटी केली, एकमेकाच्या पाठीवर ती कशी बांधायची, त्यातून कसा नियंत्रितपणे ऑक्सिजन सोडायचा, या सर्व बाबींचा अभ्यास केला, अर्थात या चमूतले फार थोडेच, हे नळकांडं वापरण्यासंबंधी उत्साही होते. जॉर्ज सर्व गोष्टींचं अभ्यासूपणे नीट निरीक्षण करत होता. बऱ्याच लोकांना ही कल्पना जरी पटलेली नसली, तरी फिंच जे काही सांगतो आहे त्यात तथ्य आहे, असं त्याला वाटलं. नॉर्टन तर म्हणाला, "याचं वजनच इतकं आहे, की जो काही याचा फायदा होणार आहे, तो शेवटी शून्यच असणार आहे."

"हे असलं भयानक दिसणारं धूड एव्हरेस्टवर जायला उपयुक्त ठरेल, याचा

काही पुरावा आहे का, तुमच्याकडे?'' नॉर्टनने विचारलं.

''काहीच नाही,'' फिंचने कबुली दिली, ''पण तुम्ही जर, २७,००० फुटांवर गेलात आणि तिथे तुमची प्रगती खुंटली आहे, असं जर तुम्हाला वाटलं, तर हे भयंकर दिसणारं धूड, कदाचित तुमची मदत करू शकेल.''

''तसंच जर असेल, तर मी माघारी येईन,'' सोमरवेल आवेशाने म्हणाला.

''आणि शिखरावर चढण्याचं अपयश पदरी बाळगाल?'' फिंचने विचारलं.

''हीच जर किंमत मोजावी लागणार असेल, तर हरकत नाही,'' ओडेल आडमुठेपणाने म्हणाला.

जॉर्जलाही जरी हे पटत नव्हतं, तरी त्याने गप्प बसायचं ठरवलं. शेवटी फिंचचं म्हणणं जर चुकीचं ठरलं, तर त्याला काहीच फरक पडत नव्हता. शारीरिक कसरतीची वेळ झाल्याचा पुकारा झाला, तेव्हा त्याच्या विचारांची साखळी तुटली.

जनरल ब्रुससमोर त्या चमूने दाटीवाटीने तीन रांगा केल्या. जनरलसाहेब आपल्या कमरेवर हात ठेवून आणि जमिनीवर घट्ट पाय रोवून उभे होते. ते स्वत: काही करतील असं वाटत नव्हतं.

एका तासाच्या निष्ठुरपणे झालेल्या व्यायामाच्या सत्रानंतर जनरल खाली सकाळच्या मद्यपानासाठी रवाना झाले आणि बाकीच्यांना त्यांच्या उद्योगांसाठी मोकळं केलं. नॉर्टन आणि सोमरवेल टेनीस खेळायला लागले, तर ओडेलने बेन्सनची नवीन कादंबरी वाचायला घेतली. जॉर्ज आणि गाय डेकवर बसून, केंब्रिजचा कोणी पॅरिस ऑलिंपिक्समध्ये, पुरुषांच्या धावण्याच्या शर्यतीत पदक मिळवेल का, याची चर्चा करत बसले.

''मी त्या अॅब्राहमला फेनर्समध्ये धावताना पाहिलं आहे, फारच चपळ आहे आणि छान धावतो, पण तो सोमरवेल मला सांगत होता, की लिड्डेल नावाचा एक स्कॉटिश माणूस आहे आणि तो त्याच्या आयुष्यात एकदाही हरलेला नाही. आता हे दोघं जेव्हा एकाच स्पर्धेत धावतील, तेव्हा नक्कीच ती चुरशीची होईल आणि मजा येईल.''

''त्यांच्यापैकी कोण सुवर्णपदक जिंकतो, ते पाहण्यासाठी आपण वेळेवर परत येत आहोत, नाही का?'' गाय हसत म्हणाला. ''आपल्याला परत यायला चांगली सबब मिळेल... अरे देवा, आता हा काय करतो आहे?'' जॉर्जच्या खांद्यावरून मागे पाहत, गाय म्हणाला.

जॉर्जने मागे वळून पाहिलं. दोन्ही पायात अंतर ठेवून, हाताची घडी घातलेला फिंच, बोटीच्या धुराड्यापाशी उभा होता. धुराड्यातून काळ्या धुराचे लोळ बाहेर पडत होते.

''तो असा तर विचार करत नसेल...''

"काही सांगता येत नाही. सतत आपल्या सर्वांच्या पुढे राहण्यासाठी, तो काहीही करू शकतो."

"हे बघ, एक तू सोडलास, तर तो बाकी कोणाचीही पर्वा करत नाही. त्याला फक्त तुला पराभूत करायचं आहे," गाय म्हणाला.

"तसंच जर असेल, तर मला वाटतं, मी बोटीच्या कॅप्टनशी बोललेलं चांगलं," जॉर्ज डोळे मिचकावत म्हणाला.

***

जॉर्जने रूथला एका पत्रात लिहिलं होतं, की तो आणि फिंच, हे दोन शाळकरी मुलांप्रमाणे वागतात. सतत दुसऱ्यावर कुरघोडी करायचा ते प्रयत्न करत असतात, आणि आपल्या शिक्षकाचं लक्ष आपल्याकडे वेधून घेण्याचा प्रयत्न करतात. आता जनरल ब्रुस हा शिक्षकाच्या भूमिकेत होता. जॉर्जने आपलं मनोगत व्यक्त करताना म्हटलं होतं : *तो म्हातारा असेल, पण नक्कीच मूर्ख नव्हता आणि आम्ही सर्वांनीच त्यांना आमच्या या मोहिमेचा नेता म्हणून स्वीकारलेलं आहे.* त्यावेळी आठवणीने आणलेल्या रूथच्या फोटोकडे पाहण्यासाठी तो थांबला, मात्र आपला वस्तरा आणायला विसरला आणि पायमोजाची फक्त एकच जोडी त्याने बरोबर घेतली होती. पुढे तो लिहायला लागला :

मी या मोहिमेवर येण्याचा घेतलेला निर्णय बरोबर होता का, याचा विचार करण्यात मी बराच वेळ घालवतो. तुम्हाला जेव्हा गुँनेव्हेरेसारखी (पौराणिक काळातल्या रोजा ऑर्थरच्या आख्यायिकांमधली त्याची आवडती सुंदर राणी) सुंदर स्त्री मिळालेली असल्यावर, तेव्हा होली ग्रेलच्या (येशू ख्रिस्ताच्या शेवटच्या जेवणासाठी वापरलेले काटे, चमचे, कप, ग्लास किंवा प्लेट इ. इ.) शोधात कशाला फिरायचं? तुझ्याविना काढलेला प्रत्येक दिवस, हा वाया गेला आहे असं मी समजतो. देवाशप्पथ, एकदा का या सैतानाला मी काबीज केलं, की मग उरलेलं सर्व आयुष्य मी तुझ्यासोबत आणि मुलाबाळांच्या संगतीत मजेत घालवणार आहे. मला कल्पना आहे, की तुला तुझ्या मनातल्या खऱ्या भावना शब्दात मांडताना किती त्रास होतो, पण प्रिये, तुला खरंच काय वाटतं, ते मला खरंच लिहून कळव.

तुझ्यावर जिवापाड प्रेम करणारा,
तुझा नवरा,
जॉर्ज

रूथने परत दुसऱ्यांदा जॉर्जचं पत्र वाचलं. जॉर्ज मोहिमेवर निघाला, तेव्हा आपण परत गरोदर होतो, हे त्याला न सांगण्यात आपण चूक तर केली नाही? असं वाटून तिचं मन तिला खात होतं. ती कोनाड्यातल्या खुर्चीतून उठली आणि टेबलावर जाऊन, जॉर्जला पत्र लिहायला लागली. विचारलेल्या शेवटच्या प्रश्नाचं, आज ती खरं उत्तर देणार होती.

माझ्या लाडक्या,

तू जेव्हा जेव्हा घरातून बाहेर पडलास, तेव्हा मी माझ्या मनातील खऱ्या भावना कधीच नीट व्यक्त करू शकले नाही. मागे तू आल्प्सच्या मोहिमेवर गेलास, तेव्हा जसं मला सारखं वाटत होतं, तसंच आताही वाटत आहे, की तू सुखरूप परत येशील ना? मी परत तुला पाहू शकेन ना? त्या कथित महायुद्धावरून सुखरूपपणे परतलेल्या नवऱ्यांच्या बायकांचा मला फार हेवा वाटतो आणि आता तरी त्यांना असल्या भयानक प्रसंगाला सामोरं जायला लागणार नाही, असं मी गृहीत धरते.

तुझ्याप्रमाणेच मलाही असंच वाटतं, की ही मोहीम तू फत्ते करून यावंस. अर्थात मला असं वाटण्यामागे माझा स्वार्थ आहे, की परत मला असल्या जीवघेण्या प्रसंगाला तोंड देत, तुझा विरह सहन करावा लागू नये. मला तुझी किती आठवण येते, हे अजून तुला नीटसं समजलेलंच नाही. तुझा सहवास, तुझं ते नर्म विनोदी बोलणं, प्रेमळ स्वभाव, प्रत्येक गोष्टीतलं तुझं मार्गदर्शन, हे सगळं मी सतत आठवत असते. आणि सर्वांत महत्त्वाचं म्हणजे तुझं प्रेम आणि भावनिक सहवास, हा मला सतत हवा हवासा वाटतो, खास करून आपण जेव्हा एकांतात असायचो तसा. जागेपणी मी प्रत्येक क्षण असा विचार करण्यात घालवते, की तू सुखरूप परत येशील का? का मुलांना आपल्या पित्याचं तोंडही परत दिसणार नाही? तुझ्याकडूनच तर ते संयम, सहानुभूती आणि शहाणपणा, हे गुण शिकलेले आहेत. मी ज्या माणसावर जिवापाड प्रेम केलं, त्याच्याशिवायच मी म्हातारी होईन का? या विचाराने मी फार अस्वस्थ होते.

फक्त तुझीच,
रूथ

रूथ परत आपल्या खिडकीजवळच्या खुर्चीत बसली आणि पाकिटात टाकण्याआधी, सर्व पत्र पुन्हा एकदा वाचलं. खिडकीच्या बाहेर दिसणाऱ्या फाटकाकडे तिचं लक्ष

गेलं. मागे जसा युद्धावरून जॉर्ज परतला होता तसाच या वेळीही परत येऊन, या वाटेने आत येईल का?

***

जनरलने शेवटच्या वेळी शिट्टी वाजवली, तेव्हा सगळे खाली उताणे झोपले आणि विश्रांती घेत व्यायामाचा शिणवटा घालवायचा प्रयत्न केला. जॉर्ज हलकेच बसला आणि आपल्याकडे कोणाचं लक्ष नाही ना, याची खात्री करून घेतली. मग तसाच उठला आणि आपल्या खोलीच्या दिशेने रवाना झाला.

प्रथम जिन्यावरून तो खालच्या मजल्यावर गेला. त्या मजल्यावर प्रवाशांच्या खोल्या होत्या. तिथून तो मधल्या वाटेने दुसऱ्या जिन्याकडे गेला आणि 'फक्त कर्मचाऱ्यांसाठीच' अशी पाटी असलेलं दार उघडून खाली उतरला. असे तीन मजले उतरल्यावर तो इंजीन असलेल्या कक्षात आला. त्याने त्या भक्कम दारावर हाताच्या मुठीने प्रहार केला. काही क्षणातच, बोटीचा चीफ इंजिनियर बाहेर आला. जॉर्जला पाहून त्याने मान डोलवली, पण त्या प्रचंड आवाजात काही बोलण्याची तसदी घेतली नाही. एका अरुंद वाटेने तो जॉर्जला घेऊन गेला आणि 'धोका, प्रवेश करण्यास मनाई' अशी पाटी असलेल्या जागी थांबला.

त्याने त्याच्या खिशातून एक भलीमोठी किल्ली काढली आणि दाराचं कुलूप काढत दार ढकललं.

"मला कॅप्टनसाहेबांचा सक्त हुकूम आहे, की तुम्हाला फक्त आणि फक्त पाचच मिनिटं द्यावीत."

जॉर्जने मान डोलवली आणि आत दिसेनासा झाला.

मधल्या धुराड्यावर, जॉर्जला उभा असल्याचं पाहून, गाय बुलॉकने टाळ्या वाजवायला सुरुवात केली. काय भानगड आहे हे पाहायला नॉर्टन आणि सोमरवेल आपला टेनिसचा खेळ थांबवून पाहायला लागले. ओडेलने वर पाहिलं आणि हातातलं पुस्तक मिटून टाळ्यांच्या गजरात सामील झाला. खिशात हात घातलेल्या फिंचने मात्र काही प्रतिक्रिया व्यक्त केली नाही.

"हे त्याने कसं काय केलं असेल? एखाद्या धुराड्याला नुसता हात जरी लागला, तरी हातावर सफरचंदाइतके मोठे फोड येतील."

"ते सोड, अरे असल्या धुराड्यावर बाहेरून चढायला, हाताचे तळवे, पालीसारखे चिकट असायला हवेत," कौतुकाने सोमरवेल म्हणाला.

फिंच मॅलरीकडे रोखून पाहत होता. या धुराड्यातून आत्ताच्या घटकेला धूर येत नसल्याचं त्याच्या लक्षात आलं. फिंचची नजर शेजारी उभ्या असलेल्या बुलॉकवर गेली. तो तर पोट धरून हसत होता. परत वर पाहिलं, तेव्हा मॅलरी गायब झालेला होता.

धुराड्याच्या आत असलेल्या शिडीवरून जॉर्ज खाली उतरला. प्रत्येक गुरुवारी सकाळी हे धुराडं, देखभालीसाठी, काही वेळ बंद असतं, ही गोष्ट फिंचला सांगावी का नाही, असा प्रश्न जॉर्जला पडला.

काही वेळाने परत त्या धुराड्यातून काळ्या धुराचे लोळ बाहेर पडायला लागले. परत एकदा सगळ्यांनी टाळ्यांचा कडकडाट केला. ''मला तर अजूनही हे समजलेलं नाही,'' नॉर्टन म्हणाला.

''मला तर वाटतं, मॅलरीने, त्या हुडिनीलाच गपचूप इथे आणलं असेल, मला तर हेच कारण दिसतंय,'' ओडेल म्हणाला.

फिंच सोडून बाकी सगळे हसण्यात सामील झाले.

''आणि विशेष म्हणजे, तो ऑक्सिजनचा वापर न करता त्या धुराड्याच्या वर गेला.''

''हे त्याने कसं काय केलं असेल, आश्चर्यच आहे,'' फिंचकडे रोखून पाहत गाय म्हणाला. ''मला वाटतं, आपल्या स्थानिक शास्त्रज्ञांकडे, याचं काही उत्तर असेल.''

''नाही, मला तसं काहीच सांगता येणार नाही,'' फिंच म्हणाला, ''पण एक सांगतो, एव्हरेस्टवर चढायला असा आतून जिना नसेल.''

***

खिडकीत बसलेल्या रूथने ते पत्र वाचून विचार केला, की तिने मांडलेल्या स्पष्ट विचारांमुळे, जॉर्जचं लक्ष विचलित होईल. काही मिनिटे विचार केल्यावर, तिने त्या पत्राचे बारीक बारीक तुकडे केले आणि शेकोटीत टाकले. परत ती आपल्या टेबलापाशी गेली आणि दुसरं पत्र लिहायला घेतलं.

माझ्या लाडक्या जॉर्ज,

आता द होल्टमध्ये परत वसंताचं आगमन झालेलं आहे आणि फुलांना बहर आला आहे. मी तर म्हणते, आपली बाग इतकी सुंदर कधीच दिसली नव्हती. सगळं कसं अगदी तुझ्या मनासारखं दिसत आहे. मुली मजेत आहेत आणि क्लाराने तुझ्यासाठी एक कविता लिहिली आहे, ती या पत्रासोबत पाठवत आहे...

३७

जेव्हा बॉंबेच्या धक्क्याला बोट लागली, तेव्हा सर्वप्रथम खाली उतरणारा प्रवासी अर्थातच जनरल ब्रुस होता. त्याच्या अंगावर कडक इस्त्री केलेला खाकी शर्ट आणि पॅण्ट होती. उष्ण हवामानात काम करणाऱ्यांना हाच पोशाख घालण्याची ब्रिटिश सैन्याची सूचना असे. 'जेव्हा बॉय स्काउटचा गणवेश ठरवायचा होता, तेव्हा लॉर्ड बाडेन-पॉवेलने माझ्या पोशाखावरून ही कल्पना उचलली, मी त्याची नक्कल केली नाही,' हे ब्रुस सर्वांना वारंवार सांगत असत.

जॉर्ज सतत जनरलसाहेबांच्या मागे मागे राहत होता. बोटीच्या लाकडी उतरंडीवरून तो प्रथम जेव्हा खाली यायला लागला, तेव्हा त्याच्या नाकाला एक विशिष्ट प्रकारचा वास जाणवला- किपलिंग या कवीने याचं वर्णन मसालेदार, तुरट आणि पौर्वात्य अशा शब्दात केलं होतं आणि जगाच्या पाठीवर, असा वास कुठेही आढळणार नाही, अशी टिपण्णी केली होती. दुसरी गोष्ट त्याला जाणवली, ती म्हणजे, उकाडा आणि दमटपणा. चेशायरहून आलेल्या या फिक्कट चेहऱ्याच्या माणसाला, डाण्टेच्या गोष्टीतल्या जळजळीत भट्टीचीच आठवण झाली. तिसरी एक गोष्ट त्याला जाणवली म्हणजे, या जनरलची इतक्या दूरवरच्या प्रदेशात असलेली वट.

धक्क्यावर दोन गट या सर्वांचं स्वागत करायला उभे होते. ते नुसतेच एकमेकांपासून दूर उभे नव्हते, तर त्यांच्यातलं वेगळेपण सहज लक्षात येत होतं. पहिल्या गटातील तिघांनी आपल्या कोटावर, 'परदेशस्थ ब्रिटिश' अशी अक्षरं लिहिली होती आणि दुसऱ्या गटात मिसळण्याचा त्यांनी जराही प्रयत्न केला नाही. दुसऱ्या गटातील लोकांनी, जणू काही टुनब्रिज वेल्समध्ये बागेत पार्टीसाठी आल्यासारखा पोशाख केला होता. आपण नेटीव्ह वाटू नये म्हणून त्यांनी स्थानिक हवामानाची पर्वा न करता, खास ब्रिटिश पद्धतीचा पेहराव केला होता. जनरल जेव्हा खाली उतरले,

तेव्हा त्यातल्या एका उंच तरुणाने पुढे येऊन जनरलसाहेबांचं स्वागत केलं. त्या तरुणाने कडक पांढरा इस्त्री केलेला शर्ट, हॅरोवियन पद्धतीचा टाय आणि गर्द निळा सूट परिधान केला होता.

''माझं नाव रसेल,'' एक पाऊल पुढे टाकत तो म्हणाला.

''सुप्रभात, रसेल'' जनरल म्हणाले आणि जणू काही त्याला कित्येक वर्षं ओळखतो आहे, अशा थाटात त्यांनी त्याच्याशी हस्तांदोलन केलं. ''मी गव्हर्नर-जनरलसाहेबांचा खाजगी सचिव आहे.''

''इंडियामध्ये आपलं स्वागत असो, जनरल ब्रुस,'' रसेल म्हणाला. ''हे कॅप्टन बर्कले, हे गव्हर्नर-जनरल साहेबांचे ADC आहेत.'' ब्रुसने खाली पाऊल ठेवल्यापासून, सावधान अवस्थेत ताठ उभ्या असलेल्या तरुणाने, एक पाय पुढे टाकून त्यांना सलाम ठोकला. जनरलने त्याला सलाम केला. बाजूला उभ्या असलेल्या एका चमकत्या रोल्स-रॉइसपाशी चालकाच्या पेहरावात, एकजण ताठ उभा होता, त्याची मात्र कोणी ओळख करून दिली नाही. ''गव्हर्नर-जनरलची अशी अपेक्षा आहे, की तुम्ही आणि तुमचा चमू, आज रात्रीच्या जेवणाला त्यांच्यासोबत असाल.''

''आम्हाला ते नक्कीच आवडेल,'' ब्रुस उत्साहाने म्हणाले. ''साधारणपणे आम्ही केव्हा तिथे यावं?''

''प्रथम सायंकाळी सात वाजता, त्यांनी तुमच्यासाठी स्वागत समारंभ आयोजित केला आहे. नंतर आठ वाजता भोजनाचा कार्यक्रम असेल.''

''काही विशिष्ट पोशाख?''

''औपचारिक आणि मानचिन्हासह, सर.''

ब्रुसने मान हलवून होकार भरला.

''आपल्या विनंतीनुसार, आम्ही पॅलेस हॉटेलात, चौदा खोल्या राखीव ठेवल्या आहेत, शिवाय तुम्ही बॉम्बेत असेपर्यंत आवश्यक त्या वाहनांचीही व्यवस्था केलेली आहे.''

''उत्तमच पाहुणचार म्हटला पाहिजे,'' जनरल म्हणाले. ''आत्ताच्या घटकेला, माझ्या माणसांना, त्यांच्या हॉटेलावर नेण्याची आणि त्यांच्या खाण्या-पिण्याची व्यवस्था केलीत, तर चांगलं होईल.''

''अर्थातच, जनरल साहेब. गव्हर्नर-जनरल साहेबांनी मला हे पाकीट तुम्हाला द्यायला सांगितलेलं आहे,'' असं म्हणून रसेलने एक करड्या रंगाचा जाडजूड लिफाफा, ब्रुसच्या हातात दिला. जॉर्ज जणू काही आपला खाजगी सचिव असल्याच्या थाटात, ब्रुसने तो त्याच्या हातात ठेवला.

जॉर्जने हसून ते पाकीट बगलेत मारलं. फिंचसकट बाकीचे सर्व सहकारी, हा सर्व प्रकार शांतपणे आ वासून बघत असल्याचं, जॉर्जला दिसलं.

"मॅलरी, हे बाकीचे सगळे हॉटेलात जातील, पण तू मात्र माझ्यासोबत राहा. रसेल, तुमचा मी आभारी आहे," ब्रुस म्हणाले, "आज संध्याकाळच्या स्वागत समारंभाला भेटूच."

ब्रुस एखाद्या राजघराण्यातला असावा अशा थाटात, रसेलने कमरेत वाकून अभिवादन केलं आणि एक पाऊल मागे झाला.

नंतर ब्रुस, वाट पाहत असलेल्या दुसऱ्या गटाकडे वळले. या गटातही तीन लोकच होते आणि दोन्ही गटातलं साम्य इथेच संपत होतं.

पायघोळ पांढरे अंगरखे आणि पांढऱ्या चपला घातलेल्या तीन व्यक्ती, ब्रुसचं रसेलशी संभाषण होईपर्यंत, अदबीने उभ्या होत्या.

त्यांच्यातला प्रमुख पुढे झाला. "नमस्ते, जनरल साहेब," तो वाकत म्हणाला.

जनरलने त्या सरदाराशी हस्तांदोलन केलं नाही किंवा सलाम केला नाही. "कुमार, तुला माझी तार मिळाली का?"

"होय साहेब, आणि तुमच्या पत्राप्रमाणे सर्व गोष्टी मी तयार ठेवल्या आहेत आणि मी थोड्याशा आत्मविश्वासाने म्हणू शकतो, की ते पाहून तुम्ही समाधान पावाल."

"ते मी ठरवीन कुमार आणि तेसुद्धा सगळ्या वस्तू पाहिल्यावर."

कुमार आणि त्याचे दोघं सहकारी, जनरलना आणि जॉर्जला, रस्त्याच्या पलीकडे घेऊन निघाले. रस्त्यावर माणसांची भरपूर वर्दळ होती. रिक्षा आणि जुन्या रॅली आणि हर्क्युलिस सायकली वेड्यावाकड्या जात होत्या. मध्ये एखादी गाय रवंथ करत रस्त्याच्या मधोमध बसलेली होती.

पौराणिक काळातील मोझेस जसा लाल समुद्र दुभंगत गेला होता, तसे जनरल त्या कलकलाट करणाऱ्या गर्दीतून वाट काढत पुढे चालले होते. निमूटपणे आपल्या नेत्याच्या मागे चालला असताना त्याला, आपला माल विकणाऱ्या फेरीवाल्याच्या ओरडण्याचे विचित्र आवाज ऐकायला येत होते : हाईन्स बेक्ड बीन्स, प्लेअर्स सिगारेट्स, स्वान व्हेस्टा मॅच बॉक्सेस, टीझरच्या बाटल्या आणि एव्हररेडीच्या बॅटऱ्या सतत लोकांच्या नाकासमोर दाखवल्या जात होत्या. त्याने प्रत्येकाला नम्रपणे नकार दिला, पण स्थानिक लोकांच्या उत्साहाचं आणि चिकाटीचं त्याला कौतुक वाटलं, अर्थात सभोवार जाणवत असलेलं दारिद्र्य, त्याच्या नजरेतून सुटलं नव्हतं - फेरीवाल्यांपेक्षा तिथे भिकाऱ्यांचीच संख्या जास्त होती. या लोकांना गांधीजी इतके मसीहा का वाटतात, ते त्याच्या लक्षात आलं, पण ब्रिटिश राज्यकर्ते तर त्याला गुन्हेगार समजत होते. परत गेल्यावर, त्याच्या पाचवीच्या वर्गाला सांगण्यासारखं आता भरपूर त्याच्यापाशी होतं.

धुळीने माखलेल्या, समोर पसरल्या जाणाऱ्या हातांकडे आणि 'एक पै द्या, एक

पै द्या' या विनंतीकडे दुर्लक्ष करत, जनरल पुढे चालले होते. सरदार त्यांना एका चौकात घेऊन गेला. इथे इतकी प्रचंड गर्दी होती, की एखादी सभा चालली असल्यासारखं वाटत होतं. फरक इतकाच होता, की इथे सगळेच बोलत होते आणि कोणीच ऐकत नव्हतं. चौकाच्या सभोवताली अर्धवट बांधलेल्या इमारती होत्या. काही चौकस आणि निरुद्योगी माणसं, वरच्या मजल्यावरील खिडक्यांतून डोकावून खालची मजा पाहत होते. मघाशी जनरलने 'वस्तू' म्हणून ज्याचा उल्लेख केला, त्या जॉर्जला प्रथमच दिसत होत्या.

धुळीचं साम्राज्य असलेल्या एका जागी, शंभर खेचरं आणि त्यांच्या मागे त्यांना हाकणारे हमाल, तपासणीसाठी उभे होते.

जॉर्ज एका बाजूला उभा राहून, जनरल करत असलेल्या हालचालींकडे पाहत उभा होता. आजूबाजूला उभे असलेल्यांच्या नजरा, जनरल साहेबांच्या प्रत्येक हालचालीवर खिळल्या होत्या. जनरलने प्रत्येक खेचराचे पाय आणि दात बघायला सुरुवात केली आणि इतकंच नव्हे तर काही अशक्त दिसणाऱ्या खेचरांवर बसून, त्याची ताकद अजमावली. दोन खेचरं तर वजनाच्या भाराने खालीच कोसळली. शंभरांपैकी शेवटी सत्तर खेचरं परीक्षेत उत्तीर्ण झाली. हा सगळा प्रकार सुमारे एक तास चालला होता.

अशीच तपासणी मग रांगेत उभे असलेल्या त्या हमालांची झाली. प्रत्येकाचे पाय आणि दात तपासले गेले आणि जेव्हा जनरल काही हमालांच्या पाठुंगळी बसले, तेव्हा जॉर्जला आश्चर्यच वाटलं. इथेसुद्धा एक-दोनजण खाली कोसळले. दुसरा तास संपत आला, तेव्हा शंभर खेचरांबरोबर सुमारे बहात्तर हमालांची निवड झाली.

जॉर्ज जरी नुसतं पाहण्याचंच काम करत होता, तरी उकाड्यामुळे आणि घामाने तो आपादमस्तक चिंब ओला झाला होता. एखाद्या फौजी जवानाप्रमाणे, जनरल मात्र उकाड्यासकट सर्व काही, सहजपणे स्वीकारत होता.

नंतर या चोखंदळ गिऱ्हाइकापुढे दोन आचारी आणि चार धोबी सामोरे नेण्यात आले. जनरल जरी त्यांच्या पाठुंगळी बसला नाही, तरी त्याने त्यांचे दात आणि पाय तपासले.

साग्रसंगीत तपासणीचा विधी पार पडल्यावर जनरल कुमारकडे वळत म्हणाले, "उद्या सकाळी ठीक सहा वाजता या सर्वांना, म्हणजे खेचरांना आणि हमालांना, धक्क्यापाशी हजर राहायला सांग, त्याचे तुला पन्नास रुपये मिळतील." कुमारने वाकून हसत अभिवादन केलं. जनरलने जॉर्जकडे पाहात हात पुढे केला. आपल्या बगलेतील पाकीट यांना हवं असल्याचं जॉर्जच्या लक्षात आलं. जनरलने पाकीट उघडून, एक पन्नासची नोट काढली आणि सरदारच्या हातावर ठेवली. आता

व्यवहार पक्का झाला होता. "त्या सगळ्यांना सांग," हमालांकडे बोट दाखवत, ब्रुस म्हणाले, "यांना दर आठवड्याला दहा रुपये मिळतील आणि जे कोणी, तीन महिन्यांनंतर आम्ही परत बोटीच्या धक्क्यावर परतल्यावर आमच्याबरोबर असतील, त्यांना वीस रुपयाची बक्षिसी मिळेल."

"फारच उदार आहात, जनरल साहेब, फारच उदार," आणखी जास्त खाली वाकत कुमार म्हणाला.

"बरं, माझ्या दुसऱ्या कामाचं काही झालं का?" हातातलं पाकीट जॉर्जला देत, जनरलने विचारलं.

"होय साहेब," भलं मोठ्ठं स्मित करत कुमार म्हणाला.

कुमारच्या मागे उभ्या असलेल्या दोघांपैकी एक पुढे आला आणि पायातल्या चपला काढून उभा राहिला. आता काय होणार, याचा विचार करायचं जॉर्जने केव्हाच बंद केलं होतं. आपल्या आखूड चड्डीतून, जनरलने टेप काढला आणि त्या माणसाची उंची मोजली.

"तो नक्की सहा फूट आहे, हे तुमच्या लक्षात आलं असेलच," कुमार म्हणाला.

"हो ते ठीक आहे, पण याला काय करायचं आहे, ते माहीत आहे ना?"

"नक्कीच. खरं तर तो गेला महिनाभर त्याचीच तयारी करत होता."

"हे ऐकून मला आनंद झाला," ब्रुस म्हणाले. "याचं काम जर समाधानकारक वाटलं, तर याला आठवड्याला वीस रुपये मिळतील आणि परत आल्यावर पन्नास रुपयांची बक्षिसी मिळेल."

परत एकदा सरदार कुमार कमरेत वाकला. या मोहिमेसाठी जनरलना सहा फुटांचाच माणूस का हवा, हा प्रश्न जॉर्जला पडला. मागे उभ्या असलेल्या एका दणकट बांध्याच्या स्थानिक माणसाकडे जनरलचं लक्ष गेलं. "हा कोण आहे?"

कुमार काही बोलायच्या आतच तो माणूस समोर येऊन पुढ्यात उभा राहिला आणि म्हणाला, "माझं नाव शेर्पा न्यिमा आहे जनरल. मी तुमच्या खाजगी दुभाष्याचं काम करणार आहे आणि तुमच्या हिमालयाच्या मोहिमेत, शेर्पांचं नेतृत्व करणार आहे."

"वीस रुपये आठवड्याला," असं म्हणून जनरल तडक तिथून निघाले. आजचं काम झालं होतं. जॉर्जला एका गोष्टीचं नवल वाटत होतं, की जनरल चालायला लागला, की त्याच्या मागे मागे सगळ्यांनी जायचंच, असं जणू काही ठरल्यासारखं वाटत होतं. म्हणूनच ब्रिटिशांनी जास्त लढाया जिंकल्या आणि कमी हरले, असा जॉर्जने निष्कर्ष काढला. ब्रुसला गाठायला जॉर्जला सात मिनिटं लागली, कारण बरीच मंडळी, या उदार माणसाकडून काही मिळेल या आशेवर त्याच्या मागे जात

होती. शेवटी जेव्हा जॉर्ज त्याच्याजवळ गेला, तेव्हा जनरल म्हणाले, ''या नेटीव्हांबरोबर कधीच मैत्रीने वागू नकोस, शेवटी पश्चात्ताप करण्याची पाळी येईल.'' वीस मिनिटांनंतर पॅलेस हॉटेलाच्या प्रवेशद्वारापर्यंत पोहोचेपर्यंत, जनरल गप्पच होते. आता मागचे बाजारबुणगे मागेच राहिले. हॉटेलाच्या मुख्य प्रवेशद्वारापाशी ते पोहोचले, तेव्हा सगळ्यात वरच्या पायरीवर त्यांचं स्वागत करायला काही लोक उभे होते. हे किती वेळ ताटकळत असतील, याचा जॉर्ज विचार करायला लागला.

सोनेरी काठ असलेली जांभळ्या रंगाची साडी नेसलेली एक युवती समोर आली, तेव्हा जनरल थबकले. तिच्या डाव्या हातात गोडसर वास येणाऱ्या पुडीची वाटी होती. तिने आपल्या उजव्या हाताची तर्जनी त्या पुडीवर टेकवली आणि तीच तर्जनी जनरलच्या कपाळावर टेकवली. जनरलच्या कपाळावर आता, आदर व्यक्त करण्यासाठी लावण्यात आलेला, लाल रंगाचा टिळा दिसायला लागला. ती युवती एक पाऊल मागे झाली तेव्हा पारंपरिक पेहराव केलेली दुसरी पुढे आली आणि तिने जनरलच्या गळ्यात एक हार घातला. जनरलने किंचित वाकत त्यांचे आभार मानले.

हा सर्व कार्यक्रम आटोपल्यावर एक रुबाबदार पोशाख केलेला तरुण पुढ्यात आला. त्याने काळ्या रंगाचा कोट आणि उभ्या रेघा असलेली पॅण्ट घातलेली होती. ''या हॉटेलात आपलं परत स्वागत आहे, जनरल ब्रुस,'' तो म्हणाला. ''तुमच्या सर्व लोकांना मी साउथ ब्लॉकमधील समुद्राच्या बाजूच्या खोल्या दिलेल्या आहेत आणि तुमचा नेहमीचा सूट, नेहमीप्रमाणेच तुमच्यासाठी राखीव आहे.'' असं म्हणून तो मागे सरला आणि पाहुण्यांना जायची वाट करून दिली.

''आभारी आहे मि. खान,'' असं म्हणत, हॉटेलातील रजिस्टरमध्ये नाव वगैरे लिहिण्याची तसदी न घेता, जनरल थेट लिफ्टकडे रवाना झाले. आपल्यासाठी लिफ्टचा दरवाजा उघडाच असणार, याची त्यांना खात्रीच होती.

जॉर्ज जनरलच्या मागे होताच. ते जेव्हा सगळ्यात वरच्या मजल्यावर गेले, तेव्हा त्याला नॉर्टन आणि सोमरवेल, गाऊन घालून लांब उभे असल्याचं दिसलं. त्याने त्यांना हात केला आणि 'भेटतोच' अशी खूण केली.

''जनरल, मला वाटतं, आंघोळ करण्याची आज आपल्याला शेवटी संधी मिळत असावी,'' जॉर्ज म्हणाला, ''आता तीन महिने आंघोळीची गोळीच घ्यावी लागेल.''

''तू फक्त तुझ्याविषयीच बोल, मॅलरी,'' जनरल म्हणाले आणि खानने उघडलेल्या दाराने आपल्या कक्षात गेले.

या ठेंगण्या, जाड्या निवृत्त सैनिकाला का या मोहिमेचा नेता केलं आहे, हे जॉर्जच्या आता लक्षात यायला लागले होतं.

३८

"मला काही पत्रं पाठवायची आहेत," जॉर्ज म्हणाला.

"अर्थातच मी मदत करीन. किती पाठवायची आहेत?" हॉटेलच्या सेवकाने विचारलं.

"सतरा," जॉर्ज म्हणाला. या आधीही त्याने, दरबानला जेव्हा त्यांची बोट इंधन आणि खाण्याची ताजी सामग्री घेण्यासाठी थांबली होती, तेव्हा अठरा पत्रं तिथून पाठवली होतीच.

"सगळी एकाच देशाला पाठवायची आहेत का?" रोजच जणू काही एखादा इतकी पत्रं पाठवतो, अशा थाटात त्या सेवकाने विचारलं.

"होय आणि एका पत्त्यावरच पाठवायची आहेत." आता मात्र त्या सेवकाच्या भिवया विस्फारल्या. "माझ्या बायकोलाच," जॉर्जने खुलासा केला, "आणि मी नुकताच बोटीवरून उतरलेलो आहे, तेव्हा..."

"द्या माझ्याकडे, मी बघतो काय करायचं ते," तो म्हणाला.

"आभारी आहे," जॉर्ज म्हणाला. "गव्हर्नर-जनरलच्या त्या धमाल पार्टीला तू येणार आहेस का जॉर्ज?" मागून एक आवाज आला.

जॉर्जने मागे वळून पाहिलं, तर गाय उभा होता. "अर्थातच," जॉर्ज म्हणाला.

"मग आपण एकाच टॅक्सीने जाऊया," दाराच्या दिशेने जात गाय म्हणाला.

"आज मी सगळ्या पदार्थांवर भरपूर ताव मारणार आहे," गर्दीतून रिक्षा वाट काढत चाललेली असताना गाय म्हणाला. "आपण परत इंग्लंडला जाईपर्यंत, मला वाटतं, ही शेवटचीच मेजवानी असेल, अर्थात गव्हर्नर-जनरलने जर परत जाताना बोलावलं, तर गोष्ट वेगळी."

"आपण एव्हरेस्ट जिंकून विजयी होतो, का बर्फाच्या जखमा झालेले पराभूत

म्हणून परत येतो, यावर ते अवलंबून असेल,'' जॉर्ज गंभीरपणे म्हणाला.

''मी मात्र कसलाच धोका पत्करणार नाही,'' गाय म्हणाला. ''ब्रुसच्या सांगण्याप्रमाणे, सर पीटर यांच्यापाशी इंडियातला सगळ्यात उंची मद्याचा साठा आहे.''

त्यांची रिक्षा प्रवेशद्वारातून आत जात असताना, सैनिकाच्या पोशाखातील दोन जवानांनी त्यांना सलाम ठोकला. गाय आणि जॉर्जने रिक्षातून पटकन उडी मारली आणि एका लाकडी कमानीखालून मार्ग काढत, ते प्रशस्त ऑर्नेट हॉलमध्ये दाखल झाले. तिथे सगळे आमंत्रित एका रांगेत उभे होते. जनरल ब्रुस गव्हर्नर-जनरलच्या बाजूला उभे राहून, आत येणाऱ्या प्रत्येक सहकाऱ्याची ओळख करून देत होते.

''तुला सगळ्या गोष्टींचं फार ज्ञान असतं ना गाय, मग गव्हर्नर-जनरलच्या शेजारी उभी असलेली बाई कोण, ते मला सांग,'' जॉर्ज गायच्या कानात कुजबुजला.

''त्याची दुसरी बायको,'' बुलॉक म्हणाला. ''त्याच्या पहिल्या पत्नीचं दोन वर्षांपूर्वीच निधन झालं आणि ही...''

''शुभसंध्या, मि. बुलॉक.''

''आणि हे जॉर्ज मॅलरी. आमच्या या मोहिमेचं हे नेतृत्व करतात.''

''अच्छा, म्हणजे एव्हरेस्टवर प्रथम पाऊल ठेवणारे, हे असतील तर,'' जॉर्जशी कौतुकाने हस्तांदोलन करत गव्हर्नर-जनरल म्हणाले.

''त्याला एक प्रतिस्पर्धी पण आहे,'' गाय हसत म्हणाला.

''अरे हो की, गव्हर्नर-जनरल म्हणाले, मला जर बरोबर आठवत असेल, तर त्यांचं नाव मि. फिंचच आहे ना? त्यांना भेटलंच पाहिजे. माझ्या पत्नीची ओळख करून देतो.''

त्यांच्या पत्नीला वाकून अभिवादन केल्यावर, गाय आणि जॉर्ज गर्दीत जाऊन मिसळले. तिथल्या गर्दीत दिसणारे इंडियन, हे फक्त पेयपान देणारे नोकर होते, बाकी सर्व गोऱ्यांचाच भरणा होता. जॉर्जने शेरी वाईन घेतली आणि एका ओळखीच्या चेहऱ्याकडे तो निघाला.

''शुभसंध्या, मि. मॅलरी,'' रसेल म्हणाला.

''शुभसंध्या, मि. रसेल,'' जॉर्ज हसून म्हणाला. ''इतक्या लांबवरच्या प्रदेशात काम करताना, कसं काय वाटतंय, मि. रसेल?'' जॉर्जला असल्या हवापाण्याच्या गप्पा मारणं कधीच जमत नसे.

''अर्थातच, इथला प्रत्येक क्षण मला आवडतो,'' रसेल म्हणाला. ''फक्त इथल्या स्थानिक लोकांची दैना बघून वाईट वाटतं.''

''स्थानिक?'' जॉर्ज परत म्हणाला. कदाचित हा विनोद करत असावा, असं त्याला वाटलं.

''त्यांना आपण आवडत नाही,'' रसेल कुजबुजला. ''इतकंच नाही ते आपला

तिरस्कार करतात. आता तर असंतोष पसरायला लागला आहे.''

''तिरस्कार?'' त्यांना येऊन सामील होत, बुलॉक म्हणाला.

''हो, तिरस्कारच. त्या गांधीला असंतोष पसरवण्याच्या आरोपाखाली तुरुंगात डांबल्यापासून'' हे बोलत असताना मध्येच रसेल बोलायचं थांबला आणि आ वासून एक दिशेने बघत राहिला. हा एकदम गप्प का झाला, ते बघायला जॉर्ज आणि रसेलने त्या दिशेने माना वळवल्या.

''हा तर तुमच्यापैकीच एक वाटतो?'' आपली बेचैनी लपवत, रसेल म्हणाला.

''आहे खराच,'' चेहऱ्यावरचं हसू लपवत जॉर्ज म्हणाला. फिंच तेव्हा गव्हर्नर-जनरलच्या बायकोशी वार्तालाप करत होता. त्याने घातलेल्या खाकी शर्टाचा गळा उघडा होता, हिरवी कॉरड्रॉयची पॅण्ट आणि पायमोजाविना तपकिरी रंगाचे बूट असा अनौपचारिक पोशाख त्याने केला होता.

''खरं म्हणजे जॉर्ज तुला अभिमानच वाटायला हवा त्याचा. नेहमी तो इतकेही कष्ट घेत नाही टापटीप राहण्याचे,'' गाय खवचटपणे म्हणाला.

''हा गृहस्थ फारच बेछूट आहे,'' खाजगी सचिव अस्वस्थ होत म्हणाला. एव्हाना फिंचने त्या बाईच्या कमरेवर हात ठेवला होता. जनरल ब्रुस लांब टांगा टाकत जॉर्जकडे येत असल्याचं पाहून जॉर्ज जागेवरच खिळून उभा राहिला.

''मॅलरी, त्या माणसाला आधी बाहेर काढ आणि लगेचच,'' लालबुंद झालेले ब्रुस म्हणाले.

''मी प्रयत्न करतो,'' जॉर्ज म्हणाला, ''पण मी तशी खात्री...''

''तू जर त्याला बाहेर काढला नाहीस, तर मग मला ते काम करावं लागेल,'' ब्रुस फणफणत म्हणाले, ''आणि ते दृश्य काही फारसं चांगलं नसेल, याची मी तुला खात्री देतो.''

आपल्या हातातला रिकामा ग्लास एका नोकराच्या हातात देत, जॉर्ज लगेचच फिंचकडे निघाला.

''तू मॅलरीला भेटली आहेस का, सोनिया?'' फिंचने विचारलं, ''हा माझा एकमेव प्रतिस्पर्धी आहे.''

''हो, आमची मघाशीच ओळख झालेली आहे,'' फिंचने तिच्या कमरेवर ठेवलेल्या हाताकडे दुर्लक्ष करत, गव्हर्नर-जनरलची पत्नी म्हणाली.

''तुमच्या बोलण्यात व्यत्यय आणल्याबद्दल क्षमा करा, लेडी डेव्हिडसन, पण एक छोटीशी समस्या उत्पन्न झालेली आहे आणि मला मि. फिंचशी खासगीत काही बोलायचं आहे.''

एक शब्दही न बोलता जॉर्जने फिंचचं कोपर घट्ट पकडलं आणि तो त्याला कक्षाच्या बाहेर घेऊन गेला. तो जाताच, गाय पुढे सरसावला आणि लेडी डेव्हिडसनशी

गप्पा मारायला लागला. आता ती सणावाराला परत लंडनला जाणार आहे का, हे त्याला जाणून घ्यायचं होतं.

"तर मग कसली समस्या उद्भवली म्हणायची?" बाहेर येताच फिंचने जॉर्जला विचारलं.

"तू, तूच एक समस्या आहेस. या क्षणी मला वाटतं, तुला गोळ्या घालण्यासाठी, जनरल ब्रुस स्वयंसेवक गोळा करत असेल," त्याला बाहेरच्या रस्त्यावर नेत जॉर्ज म्हणाला.

"आपण कुठे चाललो आहोत?" फिंच

"हॉटेलावर," जॉर्ज

"पण मी अजून जेवलोही नाही."

"ती फार किरकोळ अडचण आहे."

"मला बाहेर काढण्याचा तुला हुकूम झाला होता ना?" फिंचला रिक्षात कोंबत असताना, त्याने जॉर्जला विचारलं.

"तसंच काही समज," जॉर्जने कबुली दिली. "मला वाटतं गव्हर्नर-जनरलने आपल्याला मेजवानीला बोलावण्याची ही शेवटचीच वेळ असेल."

"तू तुझ्यापुरतं बोल, मॅलरी. जर तू आणि मी एव्हरेस्टवर पाय ठेवला, तर आपण परत त्या गव्हर्नर-जनरलबरोबर जेवत असू."

"पण तू तिथे नक्कीच नसशील," जॉर्ज तिरकसपणे म्हणाला.

"नाही, मी नसेनच. मी वरच्या मजल्यावर, बायकांच्या खोलीत असेन."

***

दारावर कोणीतरी टकटक केल्यासारखं जॉर्जला वाटलं, पण तो कदाचित भास असेल, असं त्याला वाटलं. परत जेव्हा मोठा आवाज झाला, तेव्हा जॉर्जने "आत या," असं ओरडून सांगितलं. अजूनही त्याची झोप उडालेली नव्हती. त्याने एक डोळा उघडला आणि पाहिलं, तेव्हा संपूर्ण गणवेशात जनरल समोर उभे होते.

"नेहमी तू असाच खिडक्या उघड्या टाकून, खाली फरशीवर झोपतोस का, मॅलरी?" जनरलने विचारलं. आता जॉर्जने दुसरा डोळा उघडला. "इथे किंवा बाहेरच्या व्हरांड्यात मी झोपतो," जॉर्ज म्हणाला. "आणि तुम्हाला खात्रीने सांगतो जनरल," तो पुढे म्हणाला, "त्या २७,००० फुटांवरल्या तंबूत, फिंचबरोबर गिचमिडीने झोपण्यापेक्षा, हे केव्हाही राजेशाही आहे."

"तेच, तेच मला तुला सांगायचं आहे," जनरल म्हणाले, "मी फिंचला पुढच्या बोटीने परत लंडनला पाठवतो आहे आणि हे माहीत असणारा तूच पहिला असावास, असं मला वाटलं."

जॉर्जने उठून अंगावर रेशमी गाऊन चढवला आणि खोलीतल्या एकमेव आराम खुर्चीत बसून आपल्या पाइपमध्ये तंबाखू भरली आणि सावकाश ती शिलगावली.

"फिंचचं आजच संध्याकाळचं वागणं अक्षम्य होतं," जनरल म्हणाले. "त्याला या मोहिमेसाठी निवडण्यात मी चूकच केली असं आता मला वाटायला लागलं आहे."

जॉर्जने संथपणे एक पफ्का घेतला आणि धूर सोडला. "जनरल," तो विनयाने म्हणाला, "माझ्या चमूतल्या कोणालाही, मला न विचारता परत पाठवण्याचा तुम्हाला अधिकार नाही."

"मग मी तेच तर आत्ता करतो आहे ना?" प्रत्येक शब्दावर जोर देत जनरल म्हणाले.

"नाही, तुम्ही तसं नाही केलंत. तुम्ही मध्यरात्री माझ्या खोलीत धाडकन घुसलात आणि मी फिंचला पहिल्या बोटीने परत लंडनला पाठवतो आहे म्हणालात. मी याला विचारणं समजत नाही..."

"मॅलरी," जनरल, त्याचं वाक्य तोडत मध्येच म्हणाले, "मी या मोहिमेचा प्रमुख आहे, हे विसरू नकोस, याची तुला आठवण करून द्यायची गरज नाही, मला वाटतं. यातल्या प्रत्येकाचं काय करायचं, हे ठरवण्याचा अंतिम अधिकार माझाच आहे."

"तसंच जर असेल, तर मग सगळीच जबाबदारी तुम्ही घ्या जनरल, कारण तुम्ही जर फिंचला बोटीवर पाठवलंत, तर मी आणि माझे सहकारीसुद्धा त्याच्या बरोबर असणार. ते ड्युक ऑफ यॉर्क निदान हिमालयाच्या पायथ्याशी जाऊन परत आले, पण आम्हाला सुरक्षितपणे खाली आणणं तर सोडाच, पण तुम्ही त्या पर्वतावरही नेऊ शकला नाहीत, हे ऐकून RGSला किती आनंद होईल?"

"पण, पण" - जनरल गडबडले, "एखाद्या बाईशी वागायची ही पद्धत नाही आणि खास करून गव्हर्नर-जनरलच्या बायकोशी."

"हे तर माझ्याइतकं, कोणालाही पटणार नाही," जॉर्ज म्हणाला, "फिंचचं वागणं विचित्र आहे आणि त्याला रितीभातींचा गंधही नाही, हे सगळ्यांनाच माहीत आहे, तरीही जर तुम्ही फिंचची जागा घेणार असलात तर ठीक आहे, नाहीतर आता जा आणि शांत झोपा. आता पुढचे किमान तीन महिने तरी फिंच कुठल्याही पार्टीत जाणार नाही आणि हिमालयात तर बायका दिसण्याचा प्रश्नच येणार नाही."

"मला जरा यावर विचार करायला लागेल," जनरल उठून म्हणाले, "मी उद्या सकाळी तुला माझा निर्णय सांगतो."

"जनरल, राजाच्या एका शिलिंगसाठी हपापलेल्या, त्या तुमच्या हमालांच्यापैकी मी एक आहे, असं समजू नका. तेव्हा मी माझ्या सहकाऱ्यांना बोटीवर चढण्यासाठी सकाळी उठवायचं, का पुढल्या खडतर मोहिमेसाठी विश्रांती घ्यायला संधी द्यायची, हे मला समजलं तर बर होईल."

जनरल आता रागाने लालीलाल झाले होते. "हे तुझं म्हणणं असेल, तर तसंच होईल," असं म्हणून जनरल तणतणत बाहेर पडले.

"देवा," आपला गाऊन काढून फरशीवर पाठ ठेवत, जॉर्ज म्हणाला, "हा फिंचच माझ्या झोळीत का टाकलास?"

३१

१५ एप्रिल, १९२२

माझ्या खूप खूप लाडक्या रूथ,

आम्ही आता १००० मैलावर असलेल्या तिबेटच्या दिशेने वाटचाल सुरू केली आहे. आम्ही सिलिगुरी, येथे हिमालयाच्या पायथ्याशी पोहोचलो. रेल्वेच्या वेळापत्रकाप्रमाणे हा प्रवास ६ तासांचा होता, पण प्रत्यक्षात त्याला १६ तास लागले. आपल्या इथल्या जुन्या झालेल्या गाड्यांचं, हे लोक काय करत असावेत, असा एक विचार नेहमी माझ्या मनात येत असे - त्याचं उत्तर आता मिळालं. ते त्या गाड्या इंडियाला पाठवून त्यांना पुनर्जन्म देतात.

आम्ही सगळे, ग्रेट नॉर्दर्न रेल्वेच्या आगगाडीत बसलो. आमची कॅसल क्लास नावाची श्रेणी होती, अगदी अचूक सांगायचं तर वॉर्विक कॅसल क्लासमध्ये आम्ही बसलो होतो. प्रथम श्रेणीतली आसनं आता थोडीशी जुनाट दिसतात आणि तृतीय श्रेणीत तर बसायला फक्त लाकडी बाक आहेत. डब्यामध्ये मुतारीची सोय नाही, त्यामुळे गाडी थांबताच सगळे झुडपांच्या दिशेने धावतात. या गाडीला गुरांचाही डबा आहे आणि त्यातच जनरलने खेचरं आणि हमाल कोंबले आहेत, अर्थात दोघंही तक्रार करत होते.

बिर्केनहेडपासून लंडनला प्रवास करण्यात आणि बॉम्बेहून सिलिगुरीला प्रवास करण्यात मोठा फरक आहे, तो म्हणजे : तिथे आपण उत्तरेच्या दिशेने प्रवास करताना, खिडक्या बंद करून हीटर चालू करतो, इथल्या रेल्वे कंपनीने खिडक्यांना जरी फाटा दिलेला असला, तरी आपण एखाद्या चाक असलेल्या भट्टीमध्ये बसल्यासारखं इथे वाटतं.

'डॅडी कुठे आहेत? क्लाराने विचारले. आत्ता ते कुठे आहेत?''

रूथने हातातलं पत्र खाली ठेवलं आणि खाली गालिचावर बसून आपल्या मुलीला, तिच्या डॅडींनी काढून दिलेल्या नकाशावरून, जॉर्जचा ठावठिकाणा शोधायला मदत करायला लागली. तो कसा कसा पुढे जात आहे, हे त्यांना माहीत करून घ्यायचं होतं. रूथने टिलबरीवर आपलं बोट ठेवलं आणि ते समुद्रमार्गे बॉम्बेपर्यंत आणलं, नंतर रेल्वेच्या मार्गावरून ते सिलिगुरीला नेलं. नंतर तिने जॉर्जचं पत्र हातात घेऊन, मोठ्यांदा वाचायला सुरुवात केली.

आम्ही सिलिगुरीला उतरल्यावर, दार्जिलिंग हिमालयन कंपनीची लहानशी रेल्वे बघून फारच चकित झालो. ही लहानशी रेल्वे, हे जगातलं आश्चर्यच म्हणावं लागेल. इथे मीटर गेजच्या गाड्यांचा प्रवास थांबतो आणि दोन फुटी रेल्वेच्या मार्गावरून चालू होतो, म्हणूनच इथले स्थानिक रहिवासी या गाडीला, प्रेमाने खेळण्यातली गाडी म्हणतात.

या गाडीच्या त्या लहानशा डब्यात बसल्यावर, मला क्लारा आणि बेरीजची आठवण आली. त्यांच्यासाठी हा डबा योग्य होता. मला मात्र, लिलिपुटियन्सच्या प्रदेशात, जसा तो गलिव्हर अचानक उठला, तसं वाटलं. या गाडीच्या आकाराच्या मानाने तिचा आवाज मात्र फारच मोठा होता. आता ही वाफेवर चालणारी झुकझुक गाडी, समुद्र सपाटीपासून केवळ ३०० फूट उंचावर असलेल्या सिलिगुरीहून, ७,००० फूट उंचावर असलेल्या, दार्जिलिंगच्या प्रवासाला निघाली. हे शहर सिलिगुरीहून ५१ मैल अंतरावर आहे.

आपल्या मुलींना हे ऐकून आश्चर्यच वाटेल, की इथे इतका चढ आहे, की काही नेटीव्ह इंजिनाच्या समोरच्या भागावर बसून, हाताने रुळावर बारीक वाळू टाकत बसलेले असतात, त्यामुळे इंजिनाची चाकं पर्वतावर वर वर चढत असताना, रुळाला घट्ट धरून राहतात.

या प्रवासाला किती वेळ लागला, हे मी तुला सांगू शकणार नाही, कारण या मजेशीर प्रवासातल्या प्रत्येक क्षणाचा मी आनंद उपभोगत होतो. घड्याळाकडे लक्ष दिलं असतं, तर काही महत्त्वाचं दृश्य माझ्या नजरेतून सुटेल, अशी मनात सतत भीती होती. आमच्या मोहिमेचा अधिकृत छायाचित्रकार, कॅप्टन नोएल तर हे सगळं पाहून इतका भारावला होता, की जेव्हा तुंगला गाडी पाणी भरण्यासाठी थांबली- ते लहानसं इंजीन आणि प्रवासीदेखील- तेव्हा तो चक्क डब्याच्या टपावर जाऊन बसला आणि त्याने उरलेल्या प्रवासाचं चित्रण केलं. आम्हा पामरांना मात्र फक्त खिडकीतूनच परिसर

न्याहाळता आला.

जेव्हा सात तासांच्या अविस्मरणीय प्रवासानंतर, गाडी दार्जिलिंगला पोहोचली, तेव्हा माझ्या मनात फक्त एकच विचार येत होता: ही छोटीशी परी आम्हाला आमच्या हिमालयाच्या पायथ्याच्या पाडावापर्यंत घेऊन जाऊ शकली असती, तर किती बरं झालं असतं. आमचं आयुष्य किती सोप्पं झालं असतं, पण इतकं आमचं नशीब थोर असायला हवं. गाडीतून खाली उतरल्यापासून काही मिनिटांतच जनरल ब्रुसच्या भुंकण्याचे आवाज ऐकायला यायला लागले. सगळ्या खेचरांना आणि हमालांना त्याने रांगेत उभं केलं. आता आमचा प्रवास जंगलाच्या वाटेने, तिबेटच्या दिशेने सुरू झाला.

आपापल्या वस्तू आणि सामान ठेवायला, प्रत्येकाला एक एक खेचर दिलं होतं आणि जनरलचा अपवाद सोडला, तर आम्हाला रोज २० मैल चालावं लागे. सायंकाळी आम्ही एखाद्या नदीच्या अथवा तळ्याच्या काठावर तंबू टाकत असू, म्हणजे आम्हाला निदान आंघोळ करता यावी किंवा जरा शांतपणे हिमालयाचा रमणीय परिसर पाहत बसावं, हा हेतू होताच, पण चिलटं, डास, माश्या आणि जळवांपासून काही काळ मुक्ती मिळावी हा हेतूही होताच. या सगळ्यांना नेटीव्ह लोकांपेक्षा गोऱ्या माणसांचं रक्त जास्त आवडत असावं, असं मला वाटलं.

आमच्या जनरल साहेबांनी मात्र एक बाथटबच बरोबर आणला होता आणि दोन खेचरांवर टाकून ते वाहून नेत असत. रोज सायंकाळी सातच्या सुमारास, अर्धा डझन हमाल, लाकडी चुलीवर पाणी तापवून, त्यांचा टब भरून देत, मग आमचे नेते, एका हातात सिगार आणि दुसऱ्या हातात ब्रॅण्डीचा ग्लास घेऊन आंघोळीसाठी टबात बसत. माझ्याकडे त्यांचा या अवस्थेतला फोटोपण आहे. फक्त इंडियातल्या जंगलात आलो, म्हणून आपल्या आयुष्यभराच्या सवयी सोडण्यावर, त्यांचा विश्वास नसावा.

आम्ही सगळे एका घडीच्या टेबलाभोवती रात्रीचं जेवण घेतो. अर्थातच जनरल सगळ्यात उच्च स्थानावर बसतात. आमच्या जेवणात स्ट्यु आणि मासाचा पदार्थ असतो. दिवसभराच्या पायपिटीनंतर, इतकी भूक लागलेली असते, की रोज कुठला नवीन प्राणी भांड्यात शिजला, याची कोणी साधी चौकशीही करत नसे.

जनरलने उत्तम प्रतीच्या शातोनऽफ-दू-पापच्या बारा पेट्या वाईन आणि सहा पेट्या पॉल रॉजर सिगार बरोबर आणलेल्या होत्या. सगळ्यात दमदार खेचरांना ती वाहून न्यावी लागे. जनरलची एकच तक्रार होती, की वाईन पुरेशी गार नसते, पण आता दिवसेंदिवस हवा गार होत चाललेली आहे.

लवकरच, जनरलना बाथटबमध्ये बर्फ घालून शँपेन थंड करता येईल.

प्रत्येकाची प्रकृती चांगलीच आहे म्हणायची- अर्थात किरकोळ ताप आणि इतर आजारपणं गृहीतच धरायला हवीत. सुदैवाने, काही डासांचे चावे आणि कातडीवरचे पुरळ सोडले, तर मी ठणठणीत आहे म्हणायचा.

तीन हमाल, चक्क पळून गेले आणि दोन खेचरं दमछाक होऊन दगावली - हे क्लाराला सांगू नकोस. ह्या गोष्टी सोडल्या तर सर्व काही ठीकठाकच आहे. आम्ही एका शेर्पाची नियुक्ती केलेली आहे, त्याच नाव न्यिमा. तो राजाची भाषा अगदी उत्तम बोलतो, इतकंच नाही तर तो एक चांगला गिर्यारोहकही आहे- अनवाणी चढाई करणारा.

सोमरवेल फार पिळत असतो, अर्थात नेहमीप्रमाणेच. म्हणजे त्यालाही आमच्या इतक्याच अडचणींना तोंड द्यावं लागतंच शिवाय आमच्यासाठी विदुषकी चाळे करायचे, पण बिचाऱ्याने या जास्तीच्या कामाचा कधी बाऊ केला नाही. ओडेलची चौकस नजर, सतत नवनवे दगड आणि खडकांचे नमुने शोधत असते. आता तो केंब्रिजला परत गेला, की कित्येक नवीन पुस्तकं दुकानात दिसायला लागतील, शिवाय त्याची असंख्य भाषणं होतील, ते वेगळंच.

नॉर्टन, बिचारा सहा फूट चार इंच उंच आहे आणि त्याचा त्याला त्रास होतो. कितीही उंच खेचर त्याला दिलं, तरी त्याचे पाय नेहमी जमिनीला टेकतातच. आमच्या काफिल्याच्या सगळ्यात मागे फिंच असतो- त्याची पसंती आणि आमचीसुद्धा - तिथून तो त्याने आणलेल्या ऑक्सिजन सिलेंडरवर लक्ष ठेवतो. या मोहिमेच्या निकालावर, ते नक्कीच परिणाम करतील, अशी त्याला खात्री वाटते, अर्थात मी मात्र जरासा साशंक आहे.

आम्ही जसजसे वर उंचावर जात आहोत, तसतसे माझे सहकारी तिथल्या वातावरणाशी कसं जुळवून घेतात, यावर माझं लक्षं असतं. मी आता माझ्या मनात, आपल्या सहकाऱ्यांचे ढोबळमानानं लहान लहान गट योजलेले आहेत. एव्हरेस्टवरच्या अंतिम चढाईसाठीच आपली निवड झालेली आहे, असं फिंच गृहीत धरून चालला आहे आणि तसं झालं, तर कोणालाच आश्चर्य वाटणार नाही. आम्ही बॉम्बे सोडल्यापासून, तो आणि जनरल एक शब्दही एकमेकांशी बोललेले नाहीत. तरीसुद्धा हे सोनिया प्रकरण- सगळे त्याचा याच नावाने उल्लेख करतात- पुसट होत चाललेलं असून एक मस्त आठवण म्हणून सगळ्यांच्या लक्षात राहिली आहे.

आमच्यातला एकाचा एक सुप्त गुण आम्हाला अनपेक्षितरित्या समजला. नोएल हा आल्प्समध्ये गिर्यारोहण करणारा, उत्तम गिर्यारोहक आहे, हे मला

माहीत होतं, पण तो इतका कसबी छायाचित्रकार असेल याची मला जराही कल्पना नव्हती. या मोहिमेचं जसं चित्रण झालेलं आहे, तसं क्वचितच, दुसऱ्या एखाद्या मोहिमेचं झालेलं असेल. आमच्यापैकी फार मोजके लोक, स्थानिक भाषा बोलतात आणि नोएल त्यांपैकी एक आहे.

प्रत्येक गोष्टीचं चित्रीकरण करणं, हा नोएलच्या दैनंदिन कामाचाच एक भाग होऊन बसला आहे आणि कॅमेऱ्यात बंद असल्याशिवाय, तो एखाद्या गोष्टीवर विश्वासच ठेवत नसावा. मोर्सहेड, मला वाटतं तू याला भेटली नसावीस, हा RGS ने नकाशे बनवण्यासाठी नियुक्त केलेला गृहस्थ आहे. हा सभोवतालच्या भूप्रदेशाचे तपशीलवार नकाशे बनवण्याचं काम करतो आणि प्रत्येक ठिकाणाचे कटाक्षाने अचूक अंतर लिहिण्याकडे त्याचा कल असतो. मोर्सहेडला मदत करण्यासाठी, जनरलने वीस रुपये रोजंदारीवर, एक स्थानिक इसम नियुक्त केला आहे आणि हाच तो इसम, ज्याची उंची धक्क्यावर बरोबर सहा फूट भरली होती. त्याच्यावर नक्की काय जबाबदारी आहे, त्याचं मी वर्णन करण्याचा प्रयत्न करतो, अर्थात मी परत आल्यावर, ते तू पडद्यावरही पाहू शकशील. हा माणूस, प्रथम जमिनीवर आडवा झोपतो. एक शेर्पा याच्या डोक्यापाशी एक रेघ मारतो. मग परत उठून हा त्या खुणेच्या मागे- अनवाणी- अंगठे टेकवून उभा राहतो आणि हे तो तासन्‌तास रोज करत असतो. त्यानंतर मोर्सहेड, आम्ही रोज किती अंतर कापलं याचा हिशेब करतो - सुमारे २० मैल. मी याचा वेगळाच अभ्यास केला. २० मैलाचे फूट भागिले सहा फूट केले तर १८,००० होतात, याचाच अर्थ हा माणूस, दिवसाला इतक्या वेळा हा उद्योग करतो आणि ते सुद्धा फक्त वीस रुपड्यांसाठी.

लाडके, आता लिखाण थांबवून, मेणबत्ती विझवण्याची वेळ झाली आहे. मी गायच्या सोबतीने या तंबूत राहतो. अशा प्रवासात एखादा जुना मित्र असलेला केव्हाही चांगला, पण तुझ्याबरोबर असणं हे किती वेगळं ...

"तो आता कुठे पोहोचला आहे?" क्लाराने नकाशाकडे पाहत विचारलं.

रूथने परत पत्राची घडी घातली आणि खाली क्लारा आणि बेरीजबरोबर जाऊन बसली. तिने नकाशाचा नीट अभ्यास केला आणि एका खेड्यावर बोट ठेवत म्हणाली, "चुंबी." जॉर्जची पत्रं तिला सहा ते सात आठवड्यांनंतर मिळत असत, त्यामुळे आत्ताच्या घटकेला तो कुठे असेल, ते सांगणं अवघड होतं. मग तिने त्याचं नुकतंच आलेलं पत्र उघडलं.

आज आम्ही आणखीन एक खेचर गमावलं आणि नेहमीसारखं वीस

मैलांचं अंतर कापलं. आता ६१ खेचरं उरली आहेत. समजा जर आणखीन काही खेचरं दगावली आणि त्यांचा तुटवडा झाला, तर मग जनरल वाईनच्या बाटल्या बरोबर नेतील की बाथटब?

रोज सकाळी सहा वाजता, जनरल सगळ्या हमालांची हजेरी घेतो, तेव्हा सगळे त्याच्यासमोर रांगेत उभे असतात. आज ३७ जणांची नोंद झाली, म्हणजे एक पळून गेला. जनरल त्यांची 'पळपुटे, फरारी' अशा शब्दांत निर्भर्त्सना करतो.

कालच्या प्रवासात आम्हाला एका उंच जागी बुद्ध लोकांचा मठ दिसला. नोएलला त्याचं चित्रण करायचं होतं, म्हणून आम्ही थांबलो, पण त्यांच्या प्रार्थनेत व्यत्यय न आणण्याची जनरलने आम्हाला सूचना केली. हे भिक्षुक म्हणजे, विद्वत्ता आणि शाब्दिक अवडंबर, यांचं विचित्र रसायन आहे.

न्यिमाच्या सांगण्यानुसार, आपण जेलेप-ला या ठिकाणापर्यंत कसेबसे गेलो, की आपण सुमारे १४,००० फुटांवर, एका पर्वताच्या पायथ्याशी सायंकाळी तंबू टाकू शकतो. त्या पर्वतावर जर चढून वर गेलो, तर तिथून एव्हरेस्टचं दर्शन होतं. उद्या रविवार आहे आणि जनरलने तो विश्रांतीचा दिवस जाहीर केला आहे. हमालांना आणि खेचरांना थोडी विश्रांती मिळावी आणि आम्हालाही आपल्या लाडक्या व्यक्तींना पत्रं लिहिण्यासाठी, वाचनासाठी वेळ मिळावा, म्हणून हा निर्णय घेण्यात आला आहे. मी सध्या TS Eliot चं 'द वेस्ट लॅण्ड' हे पुस्तक वाचत आहे, अर्थात हे मला कबूल केलंच पाहिजे, की मी उद्या त्या पर्वतावर चढून जाणार आहे. एव्हरेस्टचं पहिलं दर्शन घेण्याची कुठलीही संधी मी सोडू शकत नाही. उद्या मला सकाळी लवकरच उठावं लागणार आहे, कारण शेर्पांच्या मते, ते शिखर सुमारे २१,००० फुटांवर आहे.

"समजा, डॅडीला या सीमेवरून पलीकडे जर जाऊच दिलं नाही, तर काय होईल?" इंडिया आणि तिबेटमध्ये असलेल्या एका बारीक लाल रेघेवर बोट ठेवत क्लाराने प्रश्न केला.

"दुसरं काय? तसंच मागे वळून परत घरी यायला लागेल." "छान," क्लारा म्हणाली.

४०

भल्या पहाटे जॉर्ज त्या तळापासून बाहेर सटकला. पाठीवर एक पिशवी होती, एका हातात होकायंत्र आणि दुसऱ्या हातात गिर्यारोहणाची कुदळ होती. घराबाहेरच्या सायकली ठेवण्याच्या खोपट्यात, चोरून सिगरेट ओढायला जाणाऱ्या शाळकरी मुलासारखं त्याला वाटलं.

सकाळच्या धुक्यातून त्याला समोरचा पर्वत जेमतेम दिसत होता. या पर्वताच्या पायथ्यापर्यंत जायला दोन तास तरी लागतील, असा त्याचा अंदाज होता, इतक्यात त्याला काही आवाज ऐकू आला. थांबून त्याने सभोवार पाहिलं, पण वेगळं असं काहीच दिसलं नाही.

आता तो शिखराच्या खालच्या उतारावर पोहोचला होता. शिखराकडे जाण्याच्या अनेक वाटांचा त्याने अभ्यास केला. गिर्यारोहकाला चढाई करताना प्रथम, वरती जाण्याचा मार्ग ठरवावा लागतो. चुकीचा निर्णय घेतला, तर संकटाला सामोरं जावं लागतं - किंवा परत दुसऱ्या दिवशी यावं लागतं.

त्याने शेवटी वरती जाण्याचा मार्ग निश्चित केला आणि पुढे जाणार, इतक्यात परत काही आवाज कानावर पडला. तो ज्या वाटेने आला होता, त्या वाटेवर त्याने नजर टाकली. अर्धा डोंगर उन्हाच्या प्रकाशात न्हाऊन निघाला होता, तर पर्वताच्यामुळे पडलेल्या सावलीतला बाकीचा डोंगर, अजूनही झोपेतच असल्यासारखं वाटलं होता. आत्ताही त्याला आवाजाचं काहीच कारण समजलं नाही. जॉर्जने परत एकदा, आपण निवडलेला मार्ग योग्य असल्याची खात्री करून घेतली आणि त्या खडकाळ, खडबडीत मार्गावरून पुढे चालायला लागला. पुढच्या एका तासात त्याने चांगलीच प्रगती केली होती, मात्र काही वेळा वाटेत अडथळा आला, तेव्हा त्याला आपला मार्ग बदलावा लागला.

आता ते शिखर त्याच्या नजरेच्या टप्प्यात आलं होतं आणि तिथे जायला एक तास लागेल, असा त्याने मनाशी विचार केला. इथेच त्याने पहिली चूक केली. त्याच्या वाटेत एक प्रचंड शिळा आली- ती ओलांडण्यासाठी एखादा जोडीदार बरोबर असणं गरजेचं होतं. आपल्या पूर्वानुभवावरून जॉर्जला हे कळून चुकलं होतं, की गिर्यारोहणाचा शेवट, काही वेळेला उद्विग्नतेत होतो. आता परत मागे जाऊन दुसरी वाट शोधण्याशिवाय पर्याय नव्हता. सूर्य मावळायच्या आत परत तळावर जायचं असेल, तर या अनोळखी प्रदेशात, मावळत्या सूर्याचा पाठलाग करण्याचा धोका न पत्करलेलाच बरा, असा जॉर्जने विचार केला.

परत एकदा आवाज आला आणि या खेपेस तो फार जवळून आल्यासारखा वाटला. त्याने ताडकन मागे वळून पाहिलं, तर न्यिमा येताना दिसला. जॉर्जला हायसं वाटलं आणि तो हसला. आपल्या मागे शेर्पा येत होता, हे पाहून तो खूश झाला.

''आपल्याला मागे परतावं लागेल,'' जॉर्ज म्हणाला, ''आपण दुसऱ्या वाटेने जाऊ.''

''त्याची काहीच गरज नाही'' असं म्हणत, शेर्पाने त्या शिळेवर झेप घेतली आणि आरामात चढायला लागला. त्या असमतोल पृष्ठभागावरून वर चढताना, त्याचे हात आणि पाय सुसंगतपणे काम करत होते. आपण मागे आल्प्समध्ये गेलेल्या मार्गानेच हा पुढे चालला आहे, हे जॉर्जच्या लक्षात आलं, या इसमाने एव्हरेस्ट कधी पाहिला असेल का? काही वेळातच न्यिमा त्या शिळेच्या वर पोहोचला आणि वर जाऊन जॉर्जला येण्याची हाताने खूण करायला लागला.

जॉर्जही शेर्पाच्याच मार्गाने वर चढायला लागला. वाटेत त्याला त्या शिळेच्यामध्ये असलेला एक खळगा दिसला, तो त्याने पकडला आणि तो धरून वर जाताच, त्याला थेट वर जाण्याची वाट दिसली. या सोप्या कसरतीमुळे त्याचा एक तासाचा वळसा वाचला होता, कदाचित दोनदेखील, पण जॉर्जने मनातल्या मनात शेर्पाला आपला मार्गदर्शक म्हणून निवडलं होतं. थोड्याच वेळात जॉर्जने शेर्पाला गाठलं आणि ते दोघंही शिखरावर पोहोचले. या परिसराची या शेर्पाला चांगलीच माहिती असल्याचं जॉर्जच्या लक्षात आलं आणि शेर्पा ज्या वेगाने चढून जात होता, त्याची जॉर्ज कशीबशी बरोबरी करू शकला होता.

वर गेल्यावर जॉर्जने उत्तरेच्या दिशेला पाहिलं, तेव्हा ढगांचे समूह गोळा होत असताना त्याला दिसले. आज नाइलाजाने चोमोलुन्माचं दर्शन होणार नाही, असं तो मनाशी म्हणाला. त्याने मागच्या धोपटीतून, केण्डल मिण्ट केकचं पाकीट काढलं आणि अर्धा केक शेर्पाला दिला. जॉर्जने पहिला घास खाऊन होईपर्यंत शेर्पानी त्या केकला तोंड लावलं नाही.

समोर दिसणाऱ्या ढगांच्या भिंतीकडे ते दोघं पाहत बसले असताना, जॉर्जने शेर्पा हाच आपला आदर्श गिर्यारोहक जोडीदार असल्याचं, मनाशी पक्कं केलं. अनुभवी, कल्पक, धीट आणि शांत. त्याने घड्याळात पाहिलं आणि जर सूर्यास्ताच्या आत खाली पोहोचायचं असेल तर आता उतरायला हवं, असा विचार केला. आपल्या घड्याळावर टिचकी मारून, त्याने शेर्पाला खाली चलण्याची खूण केली. न्यिमाने मान हलवली. ''फक्त काही मिनिटेच थांबा, मि. मॅलरी.''

मघाशी वाट काढण्याच्यावेळी हा बरोबर होता, म्हणून जॉर्ज परत खाली बसला, पण प्रत्येक गिर्यारोहकाच्या आयुष्यात अशी एक वेळ येते, की मिळत असलेली संधी ही त्यासाठी पत्करत असलेल्या धोक्यापेक्षा जास्त मोठी आहे का, याचा निर्णय त्याला घ्यावा लागतो. जॉर्जच्या मते, ती वेळ निघून गेली होती.

न्यिमाची वाट न बघता जॉर्ज उठला आणि खाली चालायला लागला. तो जेमतेम १५० फूट खाली उतरला असेल, तेव्हा त्याला जोराने वारे वाहत असल्याचं जाणवलं. आता ढग सरकायला लागले होते. तो परत वर गेला आणि शांतपणे बसलेल्या शेर्पाला जाऊन मिळाला. एखाद्या सुंदर युवतीप्रमाणे, चोमोलुन्मानेही आता, तिच्या मुखावर असलेल्या सात पातळ बुरख्यांपैकी चार बाजूला केले होते.

आता वारा आणखीनच जोरात वाहायला लागला आणि चोमोलुन्माने आणखीन एक बुरखा आपल्या चेहऱ्यावरून बाजूला केला. एव्हरेस्टच्या समोर दिसणारी लहान लहान पर्वतराजी पाहून, जॉर्जला फ्रेंच आल्प्स आणि युरोपातल्या इतर पर्वतांची आठवण झाली. या दृश्याहून जास्त सुंदर काहीच असू शकत नाही, असं त्याला वाटत असतानाच, शेवटचा बुरखा दूर झाला, तेव्हा जॉर्जला आपलं मत बदलावं लागलं.

या दृश्याचं अचूक वर्णन करायला, जॉर्जपाशी शब्दच नव्हते. जगातल्या सर्वांत उंच आश्चर्याकडे जॉर्ज पाहतच राहिला. एव्हरेस्टच्या पुढे बाकीचे पर्वत, एखाद्या बालवाडीच्या क्रीडांगणासारखे वाटत होते.

आपल्या सूडदेवतेचा आज प्रथमच जॉर्जला अभ्यास करता आला. तिथला सुळेदार कडा एखाद्या तिबेटी बाईच्या धारदार नाकासारखा भासत होता. खाली नाकपुडीसारख्या दिसणाऱ्या भागातून इतक्या जोरात हवेचे फवारे सुटत होते, की खाली सपाट जमिनीवरही, एक पाऊल टाकणं अशक्य झालं असतं, पण वाईट गोष्ट, अगदीच वाईट गोष्ट, या देवतेला दोन तोंडं होती. जणू काही स्वर्गाच्या दिशेने जात असलेला सुळका, चेहऱ्याच्या पश्चिम भागावर गालाच्या मागे असलेल्या हाडासारखा वाटत होता आणि तो त्याच्या कल्पनेहून इतका उंच होता, की तो चढून जाण्याचा जॉर्ज विचारही करू शकला नसता. पूर्वेच्या बाजूला मैलभर लांबीची बर्फाची अभेद्य भिंत दिसत होती आणि वर्षभरात, ती कधीच झिरपत नव्हती. तिचं

ते उदात्त डोकं, काटकुळ्या मानेवर विसावलं होतं आणि मान ग्रॅनाईटच्या खडकाला टेकलेली होती. तिच्या त्या प्रचंड धडापासून दोन लांबलचक मुलायम हात खालच्या दिशेने गेले होते. हाताच्या शेवटी दहा बोटांसारख्या दिसणाऱ्या प्रदेशाकडे पाहिल्यावर, थोडीशी आशा वाटेल, अशी परिस्थिती दिसायला लागली. त्या दहा बर्फाळ बोटांच्या एका बोटाच्या जागी दिसणाऱ्या नखासारख्या प्रदेशात, पायथ्याचा तळ टाकण्याइतपत जागा दिसत होती.

जॉर्ज ज्या कौतुकाने, आदराने आणि भीतीने त्या पर्वताकडे पाहत होता, त्याच भावनेने न्यिमा पाहत असल्याचं त्याला जाणवलं. आपल्यापैकी कोणी एकटा या देवतेच्या खांद्यापर्यंत जाण्याचा विचार तरी करेल का, याची जॉर्जला शंका वाटली, मग तिच्या डोक्यावर जाण्याची गोष्टच सोडा - पण कदाचित कोणी जोडीदार मिळाला तर...

४१

बॉम्बेमध्ये मध्यरात्री झालेल्या खडाजंगीनंतरही, जेव्हा जनरलने जॉर्जला, तिबेटच्या सीमेवर असलेल्या चौकीत, आपल्याबरोबर अधिकृत प्रतिनिधी म्हणून बरोबर घेतलं, तेव्हा जॉर्जला हायसं वाटलं.

मोहिमेतील तेरा सदस्य, मोहिमेला मदत करणारे इतर सहकारी, ३५ हमाल आणि ४८ खेचरांनी, इंडिया-तिबेटच्या सीमेवर असलेल्या, एका खळखळणाऱ्या नदीच्या काठी, रात्री मुक्काम ठोकला. त्या आनंदाच्या प्रसंगी रात्रीच्या भोजनाच्या वेळी, सर्वांनी जनरलच्या उंची वाईन आणि सिगारचा आस्वाद घेतला.

सकाळी ५:४५ला जनरल जॉर्जच्या तंबूबाहेर पूर्ण जामानिमा करून आणि हातात एक मोठं, काळं चामड्याचं पाकीट घेऊन उभे होते आणि त्यांच्या मागे काही पावलांवर न्यिमा उभा होता. न्यिमाने पारंपरिक उनी बाकू घातला होता आणि त्याच्या हातात एक मोठी काळी पेटी होती. त्या पेटीच्या झाकणावर 'लॉक्स' असे शब्द छापलेले होते. काही क्षणांतच, गव्हर्नर-जनरलच्या स्वागत समारंभात घातलेला सूट आणि शाळेचं चिन्ह असलेला टाय घालून, जॉर्ज तंबूतून वाकून बाहेर आला. सीमा चौकीकडे जात असलेल्या ब्रुसच्या मागून जॉर्ज निघाला.

''तशी मला काही फारशी अडचण दिसत नाही, मॅलरी'' ब्रुस म्हणाले, ''पण काही आलीच तर सगळं माझ्यावर सोड, मी या नेटीव्हांना चांगलंच हाताळलेलं आहे आणि ते काय आहेत, ते मी जाणतो.''

जनरलकडे अनेक सकारात्मक गुण आहेत, हे जॉर्जला मान्यच होतं, पण आता त्याचा कच्चा दुवा पाहायला मिळेल, अशी उगाचच एक शंका त्याच्या मनाला चाटून गेली.

त्या चौकीत जाताच, जॉर्जला आश्चर्याचा धक्काच बसला. ती चौकी बांबूची

होती आणि तिच्या आजूबाजूला भरपूर झुडपं वाढल्यामुळे, नीट दिसतही नव्हती. परक्या लोकांचं स्वागत करण्यासाठी, उत्सुक असल्याचं ते खासच लक्षण नव्हतं. थोडंसं पुढे गेल्यावर एक सैनिक दिसला, नंतर दुसरा. दोघांनीही आपल्या जुनाट बंदुका, त्यांच्या दिशेने रोखलेल्या होत्या. ब्रुसवर या आक्रमक हालचालीचा काहीच परिणाम झाला नाही. त्याच्या चालण्याचा वेग मंदावला तर नाहीच, उलट वाढला. इथे पर्वताच्या पायथ्याशी मरण येण्यापेक्षा, ते वर शिखरावर आलेलं, केव्हाही चांगलं, असं जॉर्जला वाटून गेलं. काही अंतर चालून गेल्यावर, ही सीमा नक्की कुठे सुरू होते, ते जॉर्जला दिसलं. एक बांबू आडवा टाकलेला होता आणि त्याच्या मागे एक पायवाट होती. तिथे एका खंदकात, वाळूच्या पोत्यामागे दोन सैनिक बसले होते आणि त्यांच्याही हातातल्या बंदुका ब्रिटिश सैन्यावर रोखलेल्या होत्या. या सर्व प्रकाराला न जुमानता, ब्रुस पुढेच जात राहिला. त्या झोपडीच्या लाकडी पायऱ्या चढत तो धाडकन खोलीत शिरला. ही चौकी आपल्याच आधिपत्याखाली असल्यासारखा तो वागत होता. जॉर्ज सावधपणे त्याच्या मागे गेला आणि न्यिमा त्यांच्या मागे गेला.

त्या झोपडीत शिरल्यावर, जनरल एका लाकडी टेबलापाशी जाऊन थांबला. तिथे बसलेला तरुण सैनिक आ वासून त्या तिघा अनोळखी चेहऱ्यांकडे पाहायला लागला. त्याचं तोंड जरी उघडं असलं, तरी त्यातून शब्द फुटत नव्हता.

"मला तुमच्या मुख्य अधिकाऱ्याला भेटायचं आहे," ब्रुस नेहमीप्रमाणे भुंकल्यागत बोलला. न्यिमाने त्याचं हलक्या आवाजात भाषांतर करून सांगितलं.

तो सैनिक पटकन मागच्या खोलीत गेला आणि दार लावून दिसेनासा झाला. काही वेळाने परत दार उघडलं आणि एक बसक्या गालाचा, बुटका इसम बाहेर आला. आपल्या प्रदेशात, 'या लोकांनी घुसखोरी केलीच कशी,' असा भाव त्याच्या तोंडावर होता. हा इसम फक्त कॅप्टनच्या दर्जाचाआहे, हे पाहिल्यावर जनरलला हसू आलं. ब्रुसने सलाम ठोकला, पण त्याने प्रत्युत्तरादाखल तो परत केला नाही. उलट न्यिमाकडे बघत तो स्थानिक भाषेत म्हणाला, "मी फारी जिल्ह्याचा झोंगपेन आहे, हा इसम कोण आहे?"

न्यिमाने परत सगळं भाषांतर करून झाल्यावर, जनरल म्हणाले, "माझं नाव, जनरल ब्रुस," असं म्हणत त्याने काखेतलं चामड्याचं पाकीट काढलं आणि त्यातले काही कागद समोरच्या टेबलावर ठेवले. "या मोहिमेवरच्या लोकांना फारी झांग जिल्ह्यात प्रवेश करण्यासाठीची ही अधिकृत कागदपत्रे आहेत." न्यिमाने याचं भाषांतर केल्यावर, झोंगपेनने त्या कागदावरून नजर फिरवली आणि खांदे उडवले. "तुम्ही पाहिलं असेलच," जनरल म्हणाले, "या कागदांवर, ब्रिटिश परराष्ट्र-सचिव, लॉर्ड कर्झनच्या सह्या आहेत." आता परत याचं भाषांतर होईपर्यंत जनरलला

थांबणं भाग होतं. मग प्रतिप्रश्न आला-

"झोंगपेनना माहीत करून घ्यायचं आहे, की तुम्हीच लॉर्ड कर्झन आहात का?"

"अर्थातच मी नाही," जनरल फुसफुसले, "या मूर्खाला सांग, की जर त्याने आम्हाला सीमा ओलांडून आत जाऊ दिलं नाही, तर मला काही पर्यायच उरणार नाही आणि..."

आता मात्र भाषांतराची गरजच नव्हती, कारण त्या बुटक्याचा हात पिस्तुलाकडे गेला. झोंगपेन म्हणतात, की "मी फक्त लॉर्ड कर्झननाच सीमा पार करू देईन, बाकी कोणालाही नाही," न्यिमाने भाषांतर केलं.

"या महामूर्खाला समजत नाही का, मी कोण आहे ते?" टेबलावर मुठी आपटत ब्रुस म्हणाले.

झोंगपेनची प्रतिक्रिया समजेपर्यंत, जॉर्जने मान खाली घातली आणि दूरवरच्या परतीच्या प्रवासाचा विचार करायला लागला. जनरलच्या सांगण्याचं चुकीचं भाषांतर झालेलं असावं, अशी त्याने आशा केली, पण इतक्यात, झोंगपेनने पिस्तूल बाहेर काढत, ते ब्रुसच्या कपाळावर रोखलं. त्या न्यिमाचं भाषांतर अजून संपलेही नव्हतं.

"जनरलला सांग परत घरी जा," झोंगपेन शांतपणे म्हणाला. "हा जर या सीमेच्या जवळपास जरी परत दिसला, तरी मी माझ्या माणसांना, याला गोळ्या घालण्याचा हुकूम देईन. मी काय बोलतो आहे, ते समजलं असेल अस गृहीत धरतो." जॉर्जने तर आता आशाच सोडली होती, पण इथून जिवंत परत जाण्यासाठी, काही करणं भागच होतं.

"मी बोलू का, जनरल?" तो कुजबुजत म्हणाला.

"अर्थातच मॅलरी," जनरलने उत्तर दिलं.

आपण तोंड उचकटून चूक तर केली नाही ना, असं जॉर्जला वाटलं, कारण ते पिस्तूल आता त्याच्या कपाळावर रोखलेलं होतं. थेट त्याच्या डोळ्यात पाहात, जॉर्ज म्हणाला, "मी माझ्या देशाकडून, तुमच्या देशासाठी काही सदिच्छाभेट आणलेली आहे."

शेर्पाने भाषांतर केलं, तेव्हा ते पिस्तूल, हलकेच खाली गेलं आणि म्यानबद्ध झालं. "मी आधी बघतो काय आहे ते."

जॉर्जने काळ्या पेटीतील होमबर्ग हॅट बाहेर काढली आणि त्याला अदबीने दिली. झोंगपेनने ती घातली आणि स्वत:ला शेजारच्या आरशात न्याहाळलं आणि प्रथमच हसला. "लॉर्ड कर्झन, रोज सकाळी कामावर जाताना असलीच हॅट घालतात, हे कृपा करून त्याला सांग." जॉर्ज म्हणाला. ब्रिटनमधले सगळेच प्रतिष्ठित लोक हीच हॅट वापरतात. जनरलने वाकून दुसरी हॅट काढली आणि झोंगपेनच्या हातात दिली. ती त्याने चौकीतल्या दुसऱ्या सैनिकाच्या डोक्यावर

घातली. आता झोंगपेन खळखळून हसायला लागला होता आणि ती पेटी उचलून बाहेर नेत, सगळ्या सैनिकांना त्याने होमबर्ग हॅट्स वाटल्या.

परत झोपडीत परतल्यावर, झोंगपेनने ती कागदपत्रे नीट पाहायला सुरुवात केली आणि रबरी शिक्का मारणार, इतक्यात त्याने जनरलच्या हाफ-हंटर सोन्याच्या घड्याळाकडे बोट दाखवलं. हे घड्याळ आपल्याला वडिलांनी- लॉर्ड अबेरडेअर- दिलेलं आहे, असं सांगण्याचा जनरलचा विचार होता, पण त्यांनी विचार बदलला. परत काही विघ्न नको, म्हणून त्यांनी ते काढून, त्या कमांडरच्या हवाली केलं. आज घाईगर्दीत आपण रूथने वाढदिवसाच्या प्रसंगी दिलेलं घड्याळ घालायला विसरलो, ते एका अर्थी फायद्याचंच ठरलं, अस जॉर्जला वाटलं.

झोंगपेनची हाव आता वाढत चालली होती. त्याची नजर प्रथम जनरलच्या जाड चामड्याच्या पट्ट्यावर पडली- मग तपकिरी रंगाच्या बुटांवर- मग गुडघ्यापर्यंत असलेल्या पायमोजांवर. जनरलला मोकळा केल्यावर, त्याची नजर जॉर्जवर पडली. त्याच्याकडून त्याने बूट, टाय आणि पायमोजे वसूल केले. 'आता हा झोंगपेन, तिबेटमधल्या अशा निर्जन जागी, ओल्ड वायकेहॅमिस्ट टाय केव्हा लावणार होता,' असा जॉर्जला प्रश्न पडला.

शेवटी झोंगपेन हसला आणि त्याने शेवटच्या कागदावर शिक्कामोर्तब केलं. जनरल ब्रुस ते कागद, परत काळ्या चामड्याच्या पाकिटात ठेवणार, इतक्यात, झोंगपेनची नजर त्याच्यावर पडली. शेवटी सगळे कागद, शर्टाच्या आणि पॅण्टच्या खिशात भरून, त्याने ते चामड्याचं पाकीट, त्याच्या हवाली केलं.

अनवाणी जनरलने एका हाताने पॅण्ट धरत दुसऱ्या हाताने सलाम ठोकला. या वेळी मात्र, कमांडरने जनरलला सलाम ठोकला. ते त्या झोपडीच्या बाहेर पडले, तेव्हा एकट्या शेर्पाच्या अंगावर संपूर्ण पोशाख होता.

एका तासानंतर, जनरलच्या नेतृत्वाखाली सगळा जथ्था सीमेच्या दिशेने निघाला. सीमेवर असलेला आडवा बांबू सरळ झाला आणि जनरलने फारी झोंगमध्ये, अधिकृतरीत्या प्रवेश केला.

हातावरच्या सोनेरी हाफ-हंटरमध्ये वेळ पाहत, झोंगपेन जनरलकडे पाहत हसला आणि डोक्यावरची होमबर्ग हॅट काढत म्हणाला, "तिबेटमध्ये आपलं स्वागत असो, लॉर्ड कर्झन."

या वेळी न्यिमाने भाषांतर केलं नाही.

४२

४ मे, १९२२

माझ्या लाडक्या रूथ,

आता तिबेटमध्ये प्रवेश केल्यावर, आम्ही हिमालयाच्या जवळ जात चाललेलो आहोत. इथली हजारोंच्या संख्येने असलेली छोटी-मोठी पर्वतराजी, आपल्या प्रेयसीच्या रक्षणासाठी तिच्याभोवती, एखाद्या सुरक्षादलाप्रमाणे वेढा घालून बसलेली आहे. स्थानिक झोंगपेनच्या सत्तेला ते जुमानत नाहीत आणि लॉर्ड कर्झन हे नाव तर त्यांनी ऐकलेलंही नाही. ते जरी आपलं थंडपणे स्वागत करत असले आणि त्यांची वर्तणूक जरी तसाच प्रतिसाद देणारी असली, तरी आम्ही झगडतच राहतो.

समुद्रसपाटीपासून १७,००० फुटांवर, आम्ही इथे आल्यावर, आमचा तळ ठोकला. काही तासांतच हमालांनी- आता ३२च उरले होते- आपल्या बैठकीच्या खोलीच्या आकाराचा तंबू ठोकला, त्यामुळे आम्हाला रात्रीचं जेवण घेता आले. शेवटी जेव्हा कॉफी आणि ब्रॅण्डी देण्यात आली, तेव्हा बाकीचे पंधरा तंबू तयार होते. म्हणजे आता आम्हाला रात्री, निवांत झोपता तरी येईल. मी जेव्हा 'आम्हाला' म्हणतो, तेव्हा त्यामध्ये खेचरं, हमाल आणि न्यिमा यांचा समावेश नाही, ते बाहेर उघड्यावरच झोपतात. ते आपले बूट उशाशी घेऊन खाली जमिनीवरच मुटकुळं करून झोपतात. मला जर हा जीवघेणा पर्वत जिंकायची संधी मिळाली, तर मीसुद्धा त्यांच्याबरोबर बाहेरच झोपण्याचा विचार करत आहे.

या शेर्पांना हाताळण्याचा प्रश्न येतो, तेव्हा न्यिमाचीच आम्हाला जास्त

मदत होते. जनरलने उदारपणे, त्याचा पगार आठवड्याला तीस रुपये (सहा पेन्स) करायचं मान्य केलं आहे. आम्ही एकदा का हिमालयाच्या उतारावर गेलो, की त्याचं गिर्यारोहणाचं कसब बघायला मजा येईल. हा आपल्या सगळ्यांच्या तोडीचा गिर्यारोहक आहे, हे फिंचला पटलेलं आहे. प्रत्यक्षात काय घडतं, ते तुला कळवीनच. आज संध्याकाळी, जनरल मला अधिकृतपणे या मोहिमेची सूत्रं हातात देतील आणि आम्ही इंग्लंडला जाण्यासाठीचा प्रवास सुरू करेपर्यंत, ती माझ्याकडेच असतील...

"हिज मॅजेस्टी द किंग," जनरलने हातातला ग्लास वर करत घोषणा केली.

"द किंग," सगळ्यांनी एकसुरात घोषणा केली.

"सभ्य गृहस्थांनो, तुम्हीही आता धूम्रपान करू शकता," खाली परत खुर्चीत बसून, आपल्या हातातल्या सिगारचं टोक छाटत जनरल म्हणाले.

जॉर्ज आणि बाकीचे सगळे उभेच होते. जॉर्जने आपल्या हातातला ग्लास वर केला, "मित्रांनो," तो म्हणाला, "चोमोलुन्ग्मा, पृथ्वीवरची देवीमाता."

जनरल परत उठून उभे राहिले आणि सगळ्यांच्या बरोबरीने ग्लास उंच केला. बिचारे शेर्पा, खाली जमिनीवर झोपून पर्वताकडे पाहत बसले.

काही क्षणातच, जॉर्जने ग्लासवर चमच्याने मारत आवाज केला. आता नेता बदललेला होता.

"मला सुरुवातीला हे सांगायचं आहे, की आपण सगळे इथपर्यंत धडधाकटपणे आलो, याचं सर्व श्रेय, जनरल ब्रुसना जातं, आम्ही आपले आभारी आहोत."

"हियर, हियर," सगळे एकसुरात म्हणाले आणि फिंचलाही या वेळी त्यात सामील व्हावसं वाटलं.

समोरच्या टेबलावरच्या गोष्टी बाजूला करत, जॉर्जने एक नकाशा उलगडून ठेवला. हातातील कॉफीच्या चमच्याने एका जागी खूण करत, तो म्हणाला, "आपल्याला प्रथम या जागी जाऊन, नंतर या वाटेने," परत चमचा वर नेत तो २१,००० फुटांवर थांबला आणि म्हणाला, "इथे आपल्याला तिसरा पाडाव टाकायचा आहे. आपल्याला जर चोमोलुन्ग्मा काबीज करायची असेल, तर असे आणखी तीन पाडाव टाकायला लागतील. चौथा पाडाव, नॉर्थ कोलला सुमारे २३,००० फुटांवर असेल, पाचवा २५,००० फुटांवर आणि सहावा, शिखरापासून २,००० फूट खाली २७,००० फुटांवर असेल. मार्गात येणाऱ्या दऱ्या, घळी आणि इतर काही अडथळ्यांचा विचार करत, आपल्याला आपला मार्ग निवडावा लागणार आहे. हे सगळं मनाप्रमाणे झालं, तर आपण नक्कीच यशस्वी होऊ."

"पण आत्तापुरतं बोलायचं तर," तो पुढे म्हणाला, "पुढे काय आहे, याची

कोणालाच कल्पना नाही, हे आपण ध्यानात ठेवलं पाहिजे, या विषयावर काही संदर्भपुस्तकं उपलब्ध नाहीत, नकाशे नाहीत किंवा आपला खरा-खोटा अनुभव सांगणारे, अल्पाईन क्लबमधले दुढ्ढाचार्यही मदतीला नाहीत.'' हे ऐकून मोहिमेवरच्या अनेकांना हसू आलं. ''तेव्हा पुढे-मागे आपल्यालाही जर त्या दुढ्ढाचार्यांप्रमाणे, पुढच्या पिढीला आपला अनुभव सांगायचा असेल, तर प्रथम आज आपणच आपला मार्ग ठरवला पाहिजे.'' त्याने मान वर करून सगळ्यांकडे पाहिलं, ''कुणाला काही विचारायचं आहे?''

''तिसरा पाडाव टाकायला साधारणपणे किती वेळ लागेल,'' सोमरवेलने विचारलं, ''म्हणजे सर्व साहित्य आणि सामग्रीसकट, किती वेळ लागेल?''

''नेहमीच व्यावहारिक विचार करणारा,'' असं म्हणून जॉर्ज हसला. ''खरं सांगायचं, तर मलाही त्याची नीटशी कल्पना नाही, पण एक नक्की, मी साधारणपणे रोज २००० फूट उंचावर जाण्याचा प्रयत्न करणार आहे. तेव्हा उद्या १९,००० फुटांवरचा दुसरा तळ स्थापन करून आपण संध्याकाळपर्यंत इथे परत येऊ. पुढच्या दिवशी आपण २१,००० फुटांवरचा तिसरा तळ उभारून परत दुसऱ्या तळावर येऊ. इथल्या वातावरणाची सवय व्हायला आपल्याला सुमारे दोन आठवडे तरी लागावेत, कारण आपल्यापैकी कोणालाही या वातावरणाचा अनुभव नाही. एक लक्षात ठेवा: उंचावर चढा, कमी उंचीवर येऊन झोपा.''

''आपण इथून निघण्याच्या आधीच तू आमचे गट पाडणार आहेस का?'' ओडेलने विचारलं.

''नाही, आताच नाही,'' जॉर्ज म्हणाला. ''या वातावरणाला सगळ्यात जास्ती कोण सरावला आहे, हे समजेपर्यंत, आपण सगळे एकाच गटात असणार आहोत, पण शेवटी मला वाटतं, शेवटच्या चमूत कोण असेल, ते मी ठरवणार नाही, तर हा पर्वतच ठरवेल.'' ''हे मात्र बरोबर बोललास,'' फिंच म्हणाला. ''पण तू २५,००० फुटांच्या वर, ऑक्सिजनच्या वापरासंबंधी काही निर्णय घेतला आहेस का?''

''परत सांगतो, हे सगळं हा हिमालय ठरवेल'' असं म्हणून जॉर्ज क्षणभर थांबला आणि म्हणाला, ''कुणाला काही विचारायचं आहे का?''

''हो कॅप्टन,'' नॉर्टन म्हणाला. ''उद्या सकाळी आम्ही किती वाजता तयार असायला हवं?''

''ठीक सहा वाजता,'' जॉर्ज म्हणाला. ''आणि सर्व साहित्यासकट, निघण्याच्या तयारीने, तुम्ही सज्ज असायला पाहिजे. लक्षात ठेवा, उद्या आपल्यापाशी कोलंबससारखी विचार करण्याची क्षमता असली पाहिजे आणि नकाशा झुगारून देत, वाटचाल करण्याची तयारी असायला हवी.''

***

आता अंगावर जबाबदारी येऊन पडल्याची जाणीव म्हणायची का आता या पुढे तो जे पाऊल टाकेल, ते उंचावरच जात राहील, याचं अप्रूप वाटल्यामुळे असेल, पण दुसऱ्या दिवशी सकाळी जॉर्ज सगळ्यांच्या आधीच तंबूतून बाहेर पडला. आकाश निरभ्र होतं, मंद वारा वाहत होता आणि सूर्य नुकताच उगवत होता. अशा वातावरणात, सकाळी सहाच्या आधीच, त्याच्या मोहिमेचे आठही सभासद, आपापल्या तंबूच्या बाहेर, उत्सुकतेने उभे होते, हे पाहून जॉर्जला आनंद वाटला. त्यांनी वेगवेगळ्या प्रकारचे कपडे घातलेले होते: कदाचित बायकांनी किंवा मैत्रिणीने विणलेले गरम स्वेटर्स, येगर पॅण्ट, वाऱ्यापासून बचाव करणारे सिल्कचे शर्ट, जाड कापडाचे शर्ट, गिर्यारोहणासाठीचे बूट, असा जामानिमा त्यांनी केला होता. त्यातल्या एक-दोनजणांनी तर, दाव्होसला स्कीईंग करण्यासाठी जात असल्यासारखा पोशाख केला होता.

गिर्यारोहकांच्या मागे, न्यिमाने निवडलेले शेर्पा उभे होते. प्रत्येकाच्या पाठीवर सुमारे ८० पौंडांचं ओझं होतं: त्यामध्ये तंबू, ब्लँकेट्स, कुदळी, भांडी, तवे, प्रायमस स्टोव्ह आणि शिधासामग्री होती. या खेरीज ऑक्सिजनची बारा नळकांडीपण होती.

"ठीक सहा वाजता" जॉर्जने वरती डोंगराकडे बोट दाखवलं आणि ते अशा एका मोहिमेवर रवाना झाले, ज्याचं निष्पन्न काय होणार, हे कोणालाच ठाऊक नव्हतं. जॉर्जने आपल्या सर्व सदस्यांकडे मागे वळून पाहिलं. आता जनरलसाहेब आरामात बाथटबमध्ये बसून हिंक्सने पाठवलेल्या असंख्य तारा वाचत बसले असतील, असं त्याला वाटलं. मोहिमेची प्रगती किती झालेली आहे आणि तो फिंच नावाचा प्राणी कसा काय वागतो आहे, हे सतत हिंक्सला जाणून घ्यावंसं वाटे.

पहिला एक तास जॉर्जने प्रवासाची योग्य ती गती राखली होती. दरीच्या काठावर असलेल्या उजाड आणि खडकाळ जमिनीवरून त्याची वाटचाल सुरू होती. वाटेत त्यांना निळ्या रंगाची मेंढी दिसत असे. कितीही उपाशी असला, तरी तिबेटचा माणूस, या प्राण्याला कधीच मारत नव्हता. साधारणपणे २३,००० फुटांवर गेल्यावर, खरं आव्हान असेल, हे जॉर्जला माहीत होतं. नॉर्थ रीजला गेल्यावर, हवा तर विरळ होईलच, पण तापमानही इतकं खाली जाईल, की ज्याचा कुणालाही अनुभव नसेल. सगळ्यात मोठा प्रश्न हा होता, की जर पुढे पुढे जात प्रगती करायची असेल, तर नक्की कुठला मार्ग निवडावा, हे कोणालाच माहीत नव्हतं.

जात असताना वाटेत दिसणाऱ्या रंगांची उधळण पाहून जॉर्ज अवाक झाला - निळसर दिसणाऱ्या प्रकाशाचं, पिवळ्या रंगात परिवर्तन होऊन, तो जणू काही त्या ब्रिटिशांच्या फिक्कट निस्तेज कातडीला उजळवण्याचा प्रयत्न करीत असावा असं

वाटत होतं. दूरवर त्याला कांगशुंगचा पर्वत दिसत होता. त्यावरून अनेक बर्फाचे सुळके बाहेर पडलेले होते आणि त्यात अनेक घळी आणि अपरिमित अंधाऱ्या कपारी बाहेर डोकावत होत्या. 'जर जवळ येण्याचा प्रयत्न केलात, तर बर्फाच्या दरडीने स्वागत करू,' असा जणू काही तो इशारा देत होता.

दुसरा आणि तिसरा तळ स्थापन केल्यावर, नॉर्थ कोलला जाण्यासाठीची पुढची सुरक्षित वाट शोधायला आणखी किती दिवस घालवावे लागतील, याचा जॉर्जला अंदाजच येत नव्हता. प्रत्येक वेळी एखादी वाट निवडली की काही अंतरावर गेल्यावर, *'प्रवेश करण्यास मनाई'* किंवा *'रस्त्याचा शेवट'* अशा अर्थाच्या पाट्या निराश करायच्या. या शिखरावर, मानवाला जाणं मुळात शक्य आहे का, याचाच जॉर्ज विचार करायला लागला. चोमोलुन्मा हा माँ ब्लाँपेक्षा थोडासा जास्त उंच पर्वत आहे, अशी समजूत करून घेणारे, RGSचे सभासद आता मूर्खासारखा विचार करत होते, हे सिद्ध झालं होतं.

दोन तासांनंतर, जॉर्जने सगळ्या काफिल्याला विश्रांती घेण्याची सूचना केली. इतक्या पायपिटीनंतर, तो त्यांचा हक्कच होता. मोहिमेवरच्या सर्व सभासदांत मिसळल्यावर, त्याला मोर्सहेड आणि हिंग्स्टन यांना धाप लागली असून ते जोरात श्वासोच्छ्वास करत असल्याचं जाणवलं. तीन शेर्पांनी त्यांच्या पाठीवरचं सामान बर्फामध्ये ठेवलं आणि ते परत आपल्या खेड्याकडे जायला निघाले असल्याचं, न्यिमाने जॉर्जला सांगितलं. जनरलने जाहीर केलेली वीस रुपयांची बक्षिसी घ्यायला, किती शेर्पा उरतील, याचा जॉर्ज विचार करायला लागला. 'एका हाताच्या बोटावर मोजण्याइतकेच उरतील,' ब्रुसने जॉर्जला आपला अंदाज सांगितला होता, अर्थात आपला एक सहकारीही ही मोहीम पूर्ण करू शकणार नाही, याची ब्रुसलाही कल्पना नव्हती.

तीस मिनिटांच्या विश्रांतीनंतर, तो काफिला पुढे जायला सज्ज झाला आणि सूर्य डोक्यावर येईपर्यंत तो थांबणार नव्हता. दुपारच्या जेवणात, त्यांनी मिण्ट केक, सुकलेले ॲप्रिकॉट आणि सुंठीची बिस्किटं खाल्ली आणि पावडरपासून बनवलेलं दूध प्यायले. जेवणानंतर परत ताजेतवाने होऊन, ते परत वर चढायला लागले.

एक तास चढल्यानंतर, त्यांना वाटेत एक खळखळणारा झरा लागला. त्याच्या आजूबाजूला भरगच्च गवत वाढलेलं होतं. त्या झऱ्याच्या काठावर एक उंच वाळुंजीचं झाड होतं- विलोट्री- त्यावर मोठमोठाली फुलपाखरं घिरट्या घालत होती; ते सर्व रोमांचक दृश्य, वाळवंटात दिसणाऱ्या हिरवळीप्रमाणे होतं. अर्थात आणखी वर वर चढून गेल्यावर, ते मृगजळासारखं वाटायला लागलं, तो भाग वेगळा.

आता क्रमांक दोनचा पाडाव टाकण्यासाठी एखादी योग्य जागा निवडण्याची जॉर्जवर वेळ आली होती. रोंगबुक नावाच्या बर्फाळ प्रदेशामध्ये असलेला एक सपाट

खडक, त्याने पाडावाच्या जागेसाठी निवडला. आजूबाजूला बर्फांचे सुळके होते, त्यामुळे बोचऱ्या वाऱ्यापासून त्यांचा बचाव झाला असता, असा विचार जॉर्जने केला. त्याने उंची मोजणारं यंत्र- अल्टीमीटर- बाहेर काढून पाहिलं - १९,००० फुटांच्या थोडंसं वरती ते आले होते. न्यिमाच्या जागरूक देखरेखीखाली, शेर्पांनी त्या जागेची साफसफाई केली आणि तो भाग तंबू उभारण्यासाठी सारखा केला. हा या मोहिमेतला पहिला तंबू होता. बरोबर आणलेलं सर्व सामान आता खाली उतरवण्यात आलं होतं आणि त्यांनी तंबू उभारायला सुरुवात केली. हे सामान आणि साहित्य पुढे तिसऱ्या तळावर घेऊन जायचं होतं आणि ते एक महिना पुरेल इतकं होतं.

रात्री परत मागच्या पहिल्या पाडावावर आल्यावर, भोजनाचा कार्यक्रम होता. जेवणात शेळीच्या मांसाची पातळ करी आणि पिठाचे उकडलेले गोळे होते. आता खाद्यपदार्थांची यादी मागवण्यात काही अर्थच नव्हता, कारण आता फक्त चीझ आणि बिस्किटंच मिळणार होती. जॉर्ज जरी जेवत असला, तरी त्याच्या डोक्यातून रोंगबुक ग्लेसियरचा विषय जात नव्हता. तिथे जायला कुठला मार्ग निवडावा, असा संभ्रम त्याच्या मनात होता. एक मात्र नक्की, की त्यांना अनेक वेळा निराशा पदरी पडणार होती आणि त्यासाठी मनाची तयारी ठेवायला हवी होती.

मेणबत्ती विझवून, रात्री झोपायला जाण्यापूर्वी, त्याने 'द इलियाड' नावाच्या पुस्तकातील काही पानं वाचली आणि रूथला एक भलं मोठं पत्र लिहिलं. हे पत्र दोन महिन्यांनंतर रूथच्या हातात पडणार होतं आणि तोपर्यंत ती शोकांतिका घडून जाणार होती.

***

लंडनच्या 'द टाइम्स'मध्ये बातमी छापून आल्यानंतर, कित्येक आठवड्यांनी रूथच्या हातात जॉर्जची पत्रं पडत असत. रूथला एक नक्की माहीत होतं, की जॉर्जचं पत्र हाती पडल्यावरच, जून महिन्यातल्या त्या घातक सकाळी काय नेमकं घडलं, हे आपल्याला समजेल. तोपर्यंत ती हा सर्व नाटकी प्रकार हप्त्या हप्त्याने अनुभवणार होती, जशी ती डिकन्सच्या कादंबऱ्या वाचताना अनुभवत होती.

८ मे, १९२२

माझ्या लाडक्या रूथ,

मी माझ्या लहानशा तंबूत बसून तुला हे पत्र, मेणबत्तीच्या प्रकाशात लिहीत आहे. पहिल्या दिवसाची चढाई उत्तम प्रकारे पार पडली आणि आम्हाला आमचा तंबू ठोकायला एक सुयोग्य जागाही मिळाली. तिथेच आम्ही आमचं तात्पुरतं घर उभारलेलं आहे. इथे इतकी थंडी आहे, की मला,

तू गेल्या ख्रिसमसला विणलेला जाड स्वेटर आणि तुझ्या वडिलांनी दिलेल्या दोन गरम पॅण्ट घालाव्या लागतात.

या पर्वताच्या सान्निध्यात आल्यापासून, एक गोष्ट मला जाणवलेली आहे, की आम्ही या धाडसी मोहिमेसाठी केलेली तयारी अपुरी होती. खरं सांगायचं, तर आमच्यातले बरेचजण आता गारठलेले आहेत आणि फार कमी लोकांच्यात आता पुढे जाण्याची कुवत आहे. माझ्याप्रमाणे इतर काही मित्रांनाही वाटत असेल, की आम्ही ही मोहीम १९१५ सालीच करायला हवी होती, पण साले जर्मन आडवे आले.

प्रिये मला तुझी इतकी आठवण येते, की...

रूथने पत्र बंद केलं आणि खाली क्लारा आणि बेरीजच्या जवळ जाऊन गुडघ्यावर बसली. नेहमीप्रमाणे त्यांच्या बैठकीच्या खोलीत पसरलेल्या नकाशाचा ते अभ्यास करायला लागले, १९,४०० फुटांवर, डोळ्याला गॉगल लावलेला एक माणूस, हातातल्या बर्फात वापरण्याच्या कुदळीवर ओणवला असल्याचं एक चित्र, जेव्हा रूथने काढलं, तेव्हा क्लाराने टाळ्या वाजवल्या.

४३

१६ जून, १९२२

माझ्या लाडक्या रूथ,

ईस्ट रोंगबुकच्या पलीकडे जाण्यासाठीचा मार्ग आम्हाला सरतेशेवटी सापडला, पण त्याच्यातच आमचा एक महिन्याचा अमूल्य वेळ वाया गेला, पण जेव्हा न्यिमाने मला सांगितलं, की आता पावसाळा तोंडावर आला असून, आम्हाला परत खाली तळाच्या पाडावाकडे जाण भाग पडेल, तेव्हा मी पार खचून गेलो. तसं झालं तर आम्हाला परत इंग्लंडला जाण्यासाठी आमचा प्रदीर्घ प्रवास करण्यावाचून गत्यंतरच उरणार नाही.

ते काहीही असो, पण आज जेव्हा मोर्सहेडने रोंगबुकच्या कडेवर असलेल्या चांगस्तेच्या बाजूने नॉर्थ कोलला जाण्याचा मार्ग शोधला, तेव्हा खऱ्या अर्थाने ही कोंडी सुटली. तेव्हा उद्या सोमरवेल, नॉर्टन आणि मोर्सहेड परत येतील. तिथे त्यांना जर तंबू टाकण्यासाठी एखादी पुरेशी मोठी सपाट जमीन सापडली असेल, तर ते तिथे तंबू टाकतील आणि शिखराखाली ६,००० फुटांवर, ती रात्र तंबूत काढतील, अर्थात मोर्सहेडच्या सांगण्याप्रमाणे, तिथे प्रचंड वाऱ्याचे थैमान चालू असते आणि वादळी वारे वाहत असतात आणि हा सर्वांत मोठा अडथळा असण्याची शक्यता आहे.

तसं जर झालं, तर नॉर्टन आणि सोमरवेल, उद्या एव्हरेस्टवर चाल करून जातील. मला कल्पना आहे, की ६,००० फूट अंतर, हे काही फार मोठं अंतर नाही - आणि ते खरंच नाही. मला तर तो हिंक्स लंडनमध्ये बसून, ही उंची बेन नेव्हीसच्यापेक्षा थोडीफार जास्त, असं सांगत असल्याचा भास

होत आहे, पण बेन नेव्हीसला काळ्या बर्फाचे सुळके दिसत नाहीत आणि तिथलं तापमान शून्याच्या खाली ४० अंशही जात नाही. तिथे वाऱ्याचा रेटा तर इतका प्रचंड आहे, की तुम्ही चार पावलं टाकलीत, की एक पाऊल पुढे जाता. दुसरी एक मोठी अडचण म्हणजे, विरळ हवा. तुम्ही सरेमध्ये जितका ऑक्सिजन श्वासोच्छ्वासाबरोबर घेता, त्याच्या एक तृतीयांश आम्हाला इथे उपलब्ध आहे. वर चढून जाण्यापेक्षा, खाली उतरणं जास्त त्रासदायक काम असल्यामुळे, जिथे जगातला कोणीही माणूस पाऊल ठेवू शकला नव्हता, अशा उंचीवर आपल्या माणसाने पाय ठेवला आहे, असं हिंक्सला तिथे ऐटीत कमिटीला सांगता यावं, म्हणून आम्ही आमचा जीव धोक्यात घालणार नाही.

या मोहिमेवर असलेल्यांना अनेक प्रकारच्या संकटांना आणि आजारपणाला सामोरं जावं लागत आहे. ताप, बर्फाच्या तिरिपीने येणारं अंधत्व आणि सर्वांत भयंकर म्हणजे हिमबाधा, यांसारख्या अनेक गोष्टींना ते तोंड देत आहेत. मोर्सहेडचा अंगठा आणि दोन बोटं, बर्फाने बधिर झाल्यामुळे कापावी लागली. तो जर शिखरावर पोहोचला, तर ही झालेली हानी सत्काराणी लागली असंच म्हणायला पाहिजे, पण तो नॉर्थ कोल? नॉर्टन आणि सोमरवेल जर उद्या शिखरावर जाण्यात अपयशी ठरले, तर मग परवा मी, फिंच आणि ओडेल तिथे जाण्याचा प्रयत्न करू, अर्थात सोमरवेल आणि नॉर्टन जर यशस्वी झाले, तर हे पत्र तुझ्या हातात पडायच्या किती तरी आधी, मी घरी येण्यासाठी निघालेला असेन. खरं तर मी घरीसुद्धा पोहोचलो असेन अशी आशा करतो.

मला असं वाटतं, शेवटच्या चढाईसाठी, २७,००० फुटांवरल्या त्या लहानशा तंबूत, मी आणि फिंचच असू, अर्थात आणखी एक नाव माझ्या डोळ्यापुढे आहे आणि त्या माणसाने आमच्याइतकीच सकस कामगिरी केलेली आहे.

प्रिय रूथ, मी हे पत्र लिहीत असताना, तुझा फोटो शेजारी घेऊन बसलेलो आहे, आणि...

नेहमीप्रमाणे पत्र वाचून झाल्यावर रूथ नकाशापाशी गेली, तेव्हा क्लाराने आधीच नॉर्थ कोलवर आपला अंगठा रोवल्याचं तिला दिसलं.

***

खरं तर ते एक तासापूर्वीच परतायला हवे होते.

जॉर्जचं म्हणणं जरी बरोबर असलं, तरी ओडेल काहीच बोलला नाही. तंबूच्या बाहेर उभे राहून, ते पर्वताकडे बघत बसले. कुठल्याही क्षणी सोमरवेल, नॉर्टन आणि

मोर्सहेड दिसावेत, असं त्यांना वाटत होतं.

जर नॉर्टन आणि सोमरवेल शिखरावर गेले असतील तर- आणि हे जॉर्ज रूथशिवाय कोणाजवळही बोलणार नव्हता- आपलं नाव पहिल्या गटात न टाकल्याचा जॉर्जला पश्चात्ताप झाला असता.

जॉर्जने घड्याळात पाहिलं आणि मनाशीच काही अंदाज बांधला. "आता जास्त वेळ वाट पाहण्यात अर्थ नाही," तो तंबूत जात म्हणाला. "आता शोधपथकाचं काम सुरू केलं पाहिजे. माझ्यासोबत कोण यायला तयार आहे?"

अनेक हात वर झाले.

काही मिनिटांतच जॉर्ज, फिंच, ओडेल आणि न्यिमा, सर्व साहित्यानिशी सज्ज झाले. एक शब्दही न बोलता, जॉर्ज चालायला लागला. एका खिंडीतून जात असताना तिथला बोचरा वारा, घोंघावत त्यांच्या अंगावर येत होता. त्यांच्या त्वचेला तो जणू काही कापत चालला होता. तोंडावर बसलेले बारीक हिमकण लगेचच गोठून जात होते आणि त्यामुळे त्यांचे गाल आता पांढरे दिसायला लागले होते. इतक्या जबरदस्त आव्हानाला किंवा कडव्या शत्रूला तोंड द्यायची पाळी जॉर्जवर आजतागायत आली नव्हती. अशा या वातावरणात, कोणीही जगणं अशक्यच आहे. 'नाही त्यांना शोधलंच पाहिजे,' जॉर्जने विचार केला.

"हा वेडेपणा आहे, शुद्ध वेडेपणा!" तो जोरात ओरडला, पण त्याचा त्या उत्तरेकडून येणाऱ्या वाऱ्यावर काहीही परिणाम झाला नाही आणि तो त्याच्या तोंडावर हबके मारतच होता.

दोन तासांच्या अथक प्रयत्नानंतर, जॉर्जने परत मागे जाण्याचा विचार केला. इतकी वाईट परिस्थिती आणि वातावरण, त्याने कधीच अनुभवलं नव्हतं. आता तर त्याला साधं पाऊल पुढे टाकणं अशक्य झालं होतं. तो परत निघायची सूचना करणार, इतक्यात फिंचच्या ओरडण्याचा आवाज आला. "मला वाट चुकलेली तीन मेंढरं दिसायला लागली आहेत, बँऽ, बँ ऽऽ, बँ ऽऽऽ."

दूरवर जॉर्जला अस्पष्टपणे, तीन व्यक्ती रडत खडत डोंगर उतरताना दिसल्या. जमेल तितक्या वेगाने शोधपथक त्यांच्या जवळ गेलं. नॉर्टन आणि सोमरवेल एव्हरेस्टवर गेले होते का, हे त्यांना जाणून घ्यायचं होतं, पण ते तिघे इतके दमलेले होते, की कोणीच काही बोलले नाही. नॉर्टनने आपल्या उजव्या कानावर हात ठेवला होता. जॉर्जने कोपर धरून त्याला आधार दिला आणि ते हळूहळू खाली यायला निघाले. मागे वळून त्याने सोमरवेलकडे पाहिलं, पण त्याच्या चेहऱ्यावरूनही यशापयशाचा अंदाज घेता येत नव्हता. मोठ्या कष्टाने एक एक पाऊल टाकणाऱ्या मोर्सहेडच्या चेहऱ्यावरही कसलेच भाव नव्हते.

एका तासाच्या पायपिटीनंतर संधिप्रकाशाच्या उजेडात तंबू दिसायला लागला.

जॉर्जने तिघांना तंबूत नेलं आणि कोमट चहा प्यायला दिला. तंबूत पाय टाकताच, नॉर्टन मटकन गुडघ्यावर बसला. गाय बुलॉक त्याच्या बाजूला गेला आणि त्याने त्याचा कान तपासला. हिमबाधेमुळे त्याचा कान काळानिळा झाला होता आणि त्यावर फोड आले होते.

मोर्सहेड आणि सोमरवेल कोपऱ्यातल्या प्रायमस स्टोव्हवर शेक घेत बसले, तेव्हा बाकीचे सहकारी त्यांच्याभोवती शांतपणे उभे होते. सगळ्यात आधी सोमरवेल बोलायला लागला, पण त्याआधी त्याने ब्रँडी घातलेल्या गरम चहाचे अनेक घोट रिचवले.

''पाच क्रमांकाचा तळ स्थापन केल्यावर, खरं तर आज सकाळी आम्ही चांगली सुरुवात केली होती, पण सुमारे १००० फूट गेल्यावर आम्हाला बर्फाचं वादळ लागलं,'' तो धापा टाकत म्हणाला. ''माझा घसा इतका आवळला, की मला श्वास घेणं मुश्कील झालं.'' तो परत बोलायचं थांबला. ''नॉर्टनने माझ्या पाठीत इतके गुद्दे मारले की मी पार ढेपाळलोच, पण मला श्वास घेता यायला लागला. एव्हाना माझा इतका शक्तिपात झाला होता, की एक पाऊल पुढे टाकणं अशक्य झालं. नॉर्टन माझ्यासाठी थांबून राहिला. नंतर आम्ही नॉर्थ फेसपाशी गेलो.''

सोमरवेल चहा प्यायला लागला, तेव्हा नॉर्टन पुढे म्हणाला, ''ते सगळं पार निराश करणारं होतं. आम्ही तसेच थोडं अंतर कापून पुढे गेलो, पण ते बर्फाचं वादळ काही कमी होतच नव्हतं. शेवटी आम्ही परत जाण्याचा निर्णय घेतला.''

''तुम्ही किती उंचीवर पोहोचला होतात?'' जॉर्जने विचारलं.

नॉर्टनने खिशातला अल्टीमीटर जॉर्जच्या हातात ठेवला. ''२६,८५० फूट,'' जॉर्ज धापा टाकत म्हणाला. ''मानवाने केलेली ही सर्वांत उंच चढाई आहे.''

बाकीच्या सहकाऱ्यांनी टाळ्या वाजवून आनंद व्यक्त केला.

''तुम्ही जर तुमच्यासोबत ऑक्सिजनची नळकांडी घेतली असतीत, तर तुम्ही एव्हरेस्टवर पोहोचला असतात,'' फिंच म्हणाला.

यावर कोणीच काही बोललं नाही.

''मित्रा, हे आता जरा दुखणार आहे,'' एक कात्री स्टोव्हवर गरम करत, बुलॉक म्हणाला. खाली वाकून त्याने नॉर्टनच्या उजव्या कानाचा काही भाग कापून टाकला.

***

दुसऱ्या दिवशी जॉर्जने सकाळी साडेसहा वाजता, तंबूच्या बाहेर डोकं काढलं, तेव्हा त्याला निरभ्र आकाश दिसलं आणि वाराही वाहत नव्हता. फिंच आणि ओडेल खाली मांडी घालून नाश्त्याचा आनंद लुटत होते.

"सुप्रभात मित्रांनो," जॉर्ज म्हणाला. त्याला पटकन बाहेर पडायची इतकी घाई होती, की त्याने उभ्या उभ्यानंच नाश्ता केला आणि दहा मिनिटांतच, बाहेर जायला सज्ज झाला. सोमरवेल आणि मोर्सहेड तंबूच्या बाहेर रांगत आले आणि त्यांना शुभेच्छा दिल्या. नॉर्टन अर्थातच जखमी अवस्थेत पालथा पडला होता.

जॉर्जने नॉर्टनकडून नॉर्थ रीजला जाण्याचा मार्गाबाबत सल्ला घेतला. आकाश जरी निरभ्र असलं, तरी चढ असल्यामुळे, त्यांना प्रत्येक पाऊल पुढे टाकताना, तीन वेळा श्वास घ्यावा लागत होता. फिंचने ऑक्सिजनची दोन नळकांडी बरोबर नेण्याचा आग्रह धरला होता. त्यामुळे त्याचं म्हणणं बरोबर ठरून, तो एकटाच पुढे गेला असता का?

एका तासानंतर, ते एका पर्वतावर मोठ्या कष्टाने चढले. तिथलं वातावरण अर्थातच नीरव शांत होतं. दुपारी प्रथमच, त्यांना श्वास घेताना नाकात बर्फाचा कण जात असल्याची जाणीव झाली, म्हणजे ते इथे आगंतुक होते तर? काही क्षणांतच, हलकेच वाहणाऱ्या वाऱ्याचं रूपांतर, वादळी वाऱ्यात झालं. जॉर्जच्या अल्टीमीटरवर जर, ते फक्त तीनशे फूटच त्याच्या चौथ्या क्रमांकाच्या तळापासून उंच चढलेले आहेत, असं दिसलं नसतं, तर त्याने परत माघारी जाण्याचाच निर्णय घेतला असता. ते आत्ताच्या घटकेला फक्त २५,००० फुटांवर होते.

पुढचे शंभर यार्ड कापायला त्यांना एक तास लागला, कारण बोचरा वारा आणि बर्फाचा सतत त्यांच्या अंगावर मारा होत होता. त्यांचे कपडे फाडून, त्यांची त्वचा उघडी करायची त्यांची धडपड चालल्यासारखी वाटत होती, शिवाय अंगावर येणारा वारा, त्यांना प्रत्येक पुढे टाकलेल्या पावलागणिक मागे रेटत होता. शेवटी ते कसेबसे तंबूत पोहोचले. हे वादळ निदान उद्या सकाळपर्यंत तरी थांबावं अशी जॉर्जने आशा केली. तसं झालं नाही तर त्यांना परत मागच्या तळाकडे जाणं भाग होतं, कारण सतत दोन रात्री, त्यांना या घातकी वातावरणात काढणं कठीण झालं असतं आणि ते तग धरू शकले नसते. जॉर्जला तर भीती वाटली, की ते जर तिघंही रात्री झोपले, तर गारठून मरतील.

रात्रीची विश्रांती घ्यायला ते तिघं तयार होत होते. त्यांचे श्वास गोठल्यामुळे वर तंबूवर त्याचे हिमकण साठले होते आणि ते नृत्यगृहातल्या एखाद्या झुंबराप्रमाणे चमकत असल्याचं जॉर्जच्या लक्षात आल. फिंच एकसारखा ऑक्सिजन सिलिंडरचं घड्याळ तपासून पाहत होता आणि जॉर्ज आता रूथला पत्र लिहायला बसला होता.

१९ जून, १९२२

माझ्या लाडक्या रूथ,

काल सकाळी तीन धाडसी लोक, एव्हरेस्टवर चढाई करायला निघाले, त्या पैकी एक नॉर्टन, २६,८५० फुटांपर्यंत वर गेला, पण केवळ दमछाक झाल्यामुळे, ते सरस कामगिरी करू शकले नाहीत. शेवटी त्यांनी माघारी परतण्याचा निर्णय घेतला. बिचाऱ्या नॉर्टनच्या उजव्या कानाला हिमबाधा झाली आणि त्याचा काही भाग कापावा लागला. आज तो अशा समाधानाने झोपेल, की तो जगातला पहिला गिर्यारोहक आहे, की जो इतक्या उंचावर चढून गेला.

उद्या आम्ही त्यांच्या पावलावर पाऊल ठेवून जाणार आहोत आणि कदाचित त्यातला एक...

"आपण आज जे काही पाहिलं, त्यावरून तरी तू आता उद्या ऑक्सिजन वापरण्याचा विचार नक्कीच करशील, मॅलरी?"

"नाही, मी तसा विचार करणार नाही," हातातलं पेन खाली ठेवत, जॉर्ज म्हणाला. "मी कुठलंही बाह्य साधन न वापरता, प्रयत्न करायचं ठरवलं आहे."

"अरे, पण तुझे हाताने बनवलेले जोडेही बाह्य साधनच आहे," फिंचने विचारलं, "तुझ्या बायकोने विणलेला स्वेटरही तेच आहे. इतकंच काय चहातली साखरही बाह्य साधन आहे, फक्त एकच गोष्ट बाह्य साधन म्हणता येणार नाही, ती म्हणजे आपला जोडीदार," झोपलेल्या ओडेलकडे पाहत फिंच म्हणाला.

"मग तू कोणाला निवडलं असतं? सोमरवेल का नॉर्टन?"

"दोघांपैकी कोणीच नाही," फिंच म्हणाला. "ते उत्तम गिर्यारोहक आहेत, हे मला मान्य आहे, पण तूच तर पहिल्या दिवशी म्हणाला होतास, की जो कोणी या वातावरणात रुळेल, तोच अंतिम मोहिमेत भाग घेईल आणि असा माणूस कोण आहे, हे तुला आणि मला चांगलंच ठाऊक आहे."

"न्यिमा," जॉर्ज शांतपणे म्हणाला.

"मी असं म्हणतो, याला आणखीन एक कारण आहे आणि मी जर या मोहिमेचं नेतृत्व करत असतो, तर ते केलंही असतं."

"असं काय कारण आहे?"

"एव्हरेस्टवर चढून जाणारे पहिले दोन कोण, हे जेव्हा हिंक्सला एव्हरेस्ट कमिटीला सांगायची पाळी येईल, तेव्हा एक ऑस्ट्रेलियन होता आणि दुसरा शेर्पा

होता, हे सांगताना त्याच्या तोंडावरचे भाव पाहायला मला आवडले असते.''

''ते कधीच घडणार नव्हतं,'' जॉर्ज म्हणाला.

''का नाही?'' फिंचने उत्तर मागितलं.

''कारण हिंक्स हेच सांगेल, की एव्हरेस्टवर जाणारा पहिला माणूस, हा इंग्लिशच होता,'' जॉर्ज हसून म्हणाला. ''पण ऑस्ट्रेलियन आणि शेर्पांनी भविष्यात प्रयत्न करून बघायला हरकत नाही,'' खाली ठेवलेलं पेन हातात धरून, जॉर्ज म्हणाला. ''आता शांतपणे जाऊन झोप, फिंच, मला हे पत्र पूर्ण करायचं आहे.'' जॉर्जने परत लिहिण्याचा प्रयत्न केला, पण अक्षरं उमटलीच नाहीत, कारण पेनमधली शाई गोठली होती.

***

दुसरे दिवशी सकाळी ५ वाजता तिघं आपापल्या झोपण्याच्या पिशव्यांतून बाहेर पडले. जॉर्ज सर्वांत आधी तंबूच्या बाहेर पडला. बाहेर आकाशात एकही ढग दिसत नव्हता आणि ते स्वच्छ निळं दिसत होतं. कुठल्याही चित्रकाराला अशा आकाशाचं चित्र रंगवायला आवडलं असतं, अर्थात त्यासाठी २५,००० फूट उंचावर जावं लागलं असतं. बाहेर मंद वारा वाहत होता आणि जॉर्जने आपल्या फुप्फुसात सकाळची ताजी हवा भरून घेतली. समोर दिसणाऱ्या शिखराकडे त्याचं लक्ष गेलं. फक्त ४,००० फूट उंचावर, ते होतं...''

''इतकं जवळ, तरीही किती लांब!'' तंबूच्या बाहेर येणाऱ्या फिंचकडे पाहत तो म्हणाला. फिंचने त्याच्या पाठीवर, ३२ पौंडांची ऑक्सिजनची नळकांडी बांधली होती. त्यानेही त्या शिखराकडे नजर टाकली आणि छातीवर आव्हानात्मक बडवलं.

''शू ऽऽ,'' जॉर्ज म्हणाला. ''आपण तिला उठवायला नको. तिला झोपू दे, मग आपण जाऊन तिला आश्चर्याचा धक्का देऊ.''

''एखाद्या स्त्रीला वागवण्याची, ही नक्कीच पद्धत नाही,'' फिंच हसून म्हणाला.

जॉर्ज आता तंबूच्या बाहेर येरझाऱ्या घालायला लागला. ओडेलची वाट बघताना तो अस्वस्थ झाला होता.

''अरे, तुमचा खोळंबा केला त्याबद्दल मला माफ करा, मित्रांनो,'' तंबूच्या बाहेर रांगत येत, ओडेल संकोचून म्हणाला. ''मला माझा दुसरा हातमोजाच सापडत नाही,'' बाकीच्या दोघांनीही त्याला सहानुभूती दाखवली नाही.

दोरखंडावरून ते वर जायला लागले. जॉर्ज सर्वांत पुढे, त्याच्या मागे फिंच आणि शेवटी ओडेल होता . ''मित्रांनो, शुभेच्छा, आता त्या स्त्रीला वश करायची वेळ आलेली आहे. ती आपल्या तोंडावर हातरुमाल टाकणार, अशी आशा करूया,'' आपल्या ऑक्सिजनच्या नळकांडीचा नळ उघडून, तोंडावरचा मास्क

सारखा करत फिंच म्हणाला.

एव्हाना जॉर्ज काही पावलंच वर चढून गेला असेल, पण त्याची खात्री पटली, की आजतागायत तो चढला नसेल, असा हा चढ आहे. आत्तापर्यंत तो चढलेल्या डोंगराच्या माथ्यावर गेला, की तिथे थोडीशी सपाट जागा विश्रांती घेण्यासाठी सापडायची, पण इथे तसं काहीच नव्हतं. श्वास घ्यायला वेळच मिळत नव्हता. ते जरी कूर्म गतीने चालले होते, तरी छोटीशी हालचाल केली, तरी १०० यार्डाच्या धावण्याच्या शर्यतीत पळाल्यासारखं दमायला होत होतं.

ऑक्सिजनचा हट्ट धरून बसलेल्या फिंचचा, त्याने विचारच करणं सोडून दिलं होतं. शेवटी तोच सगळ्यांना खोटं पाडेल का? जॉर्ज तसाच झगडत राहिला, पण प्रत्येक पाऊल टाकणं जिकिरीचं होत होतं. त्याने गेले सात महिने, दीर्घ श्वसनाचा सराव केला होता. नाकाने चार सेकंद हवा घेऊन मग ती चार सेकंदांनंतर तोंडावाटे सोडायची. आज प्रथमच त्याला हे २५,००० फुटांवर करण्याची वेळ आली होती. त्याने मागे फिंचकडे वळून पाहिलं. त्याच्या पाठीवर जरी ३२ पौंडांचा बोजा असला, तरी तो नेहमीसारखाच वाटत होता. समजा, ते दोघंही वर चढून माथ्यावर गेले, तरी नियमानुसार एकालाच विजेता म्हणून घोषित केलं जाईल.

एक एक इंच आणि फूट लढवत जॉर्ज पुढे चालला होता. शेवटी नॉर्टन्स बर्बेरी स्कार्फपाशी तो थांबला. आता हा गिर्यारोहणातला नवा विक्रम होता - आता तो केव्हाच मोडला गेला आहे. त्याने मागून येणाऱ्या फिंचकडे पाहिलं, तो अजूनही ताजा तवाना वाटत होता. त्याच्या मागे असलेला ओडेल मात्र झगडत होता आणि कित्येक फूट लांब होता. फिंचचं म्हणणं शेवटी रास्त ठरणार का? त्याने त्या उत्तम गिर्यारोहण करणाऱ्या न्यिमाला बरोबर न घेण्यात चूक तर केली नाही?

जॉर्जने घड्याळात पाहिलं. १०:१२ झाले होते. शिखरावर जरी मध्यान्हाला पोहोचलो, तरी परत खाली नॉर्थ कोलला सूर्यास्ताच्या आत पोहोचू, असा जॉर्जने विचार केला. त्याने एक ते साठ अंक मोजले- शाळकरी मुलगा असल्यापासून, प्रत्येक गिर्यारोहणाच्या वेळी तो हे करत आला होता- आणि कितपत प्रगती झाली आहे, हे बघण्यासाठी मग अल्टीमीटर पाहिला. खरं तर आता त्या अल्टीमीटरची गरजच नव्हती, कारण प्रत्येक मिनिटाला अंतर घटत चाललं होतं. जेव्हा ते १०:५१ला २७,५५० फुटांवर पोहोचले, तेव्हा जॉर्जचा आत्मविश्वास वाढला. नेमका त्याच वेळी त्याला ओरडण्याचा आवाज ऐकू आला. हा आवाज फिंचचा नव्हता, हे त्याने ओळखलं. ओडेल खाली गुडघ्यावर बसला होता, बाजूला बर्फात त्याची कुदळ होती आणि त्याला ढास लागली होती. आता हा नक्कीच पुढे जाऊ शकणार नाही, हे जॉर्जला समजलं. नाइलाजाने जॉर्ज परत मागे गेला, त्यासाठी

त्याला कष्टाने कमावलेले वीस फूट खर्च करावे लागले.

"मला माफ कर मॅलरी," धापा टाकत ओडेल म्हणाला. "मी आता एक पाऊलही पुढे टाकू शकणार नाही. खरं तर मी तुम्हा दोघांनाच जायला सांगायला हवं होतं."

"आता तसला विचारही करू नकोस, मित्रा" जॉर्ज एक एक श्वास घेत म्हणाला. "मी काय परत उद्याही प्रयत्न करू शकीन. तू तुझ्याकडून भरपूर प्रयत्न केलेस."

फिंचने दयामाया दाखवण्यात वेळ खर्च केला नाही. "तू इथे ओडेलची देखभाल करत बसणार असलास, तर मला तरी पुढे जाऊ दे," आपल्या तोंडावरचा मास्क काढून फिंच म्हणाला. "तू जाऊ नकोस," असं जॉर्जला म्हणायचं होतं, पण तो तसं म्हणू शकला नाही. त्याने घड्याळात पाहिलं, १०:५३ झाले होते. "तुला शुभेच्छा!" जॉर्ज म्हणाला, "पण कमीतकमी दुपारच्या आत परत ये."

"भरपूर वेळ आहे," असं म्हणून फिंचने त्या दोरखंडापासून स्वतःला वेगळं केलं, तोंडावर मास्क लावला आणि मॅलरी आणि ओडेच्या समोरून जायला लागला. आपला प्रतिस्पर्धी इंचाइंचाने वर चढत असल्याचं दृष्य जॉर्जला बघावं लागलं.

फिंच जरी तावातावाने गेला असला, तरी एक तास संपण्याच्या अगोदरच, पार थकला. त्याला एक पाऊलही पुढे टाकणं अशक्य झालं. त्याने दुसऱ्या नळकांड्याचा नळ सोडला, तरीही तो काही फूटच पुढे जाऊ शकला. त्याने अल्टीमीटरमध्ये पाहिलं. २७,८५० फूट, म्हणजे फक्त १,१५२ फूटच बाकी होते. अजरामर होण्याच्या तो अगदी जवळपास आला होता. प्रत्यक्ष देवाशी हस्तांदोलन करण्याची संधी निसटून चालली होती.

फिंचने तोंडावरचा मास्क काढला आणि शिखराकडे पाहत जोरात ओरडून म्हणाला, "तू त्या मॅलरीची वाट पाहत होतास ना? पण उद्या परत मीच येणार आहे!"

४४

२८ जून, १९२२

माझ्या लाडक्या रूथ,

आम्ही शिखराच्या इतके जवळ पोहोचलो होतो, की तेव्हाच मोहीम फत्ते होणार असं वाटलं, पण नॉर्थ कोलला आल्यानंतर काही तासांतच, परत वातावरण बदललं आणि जणू काही निसर्ग आम्हाला त्वेषाने विरोध करत असल्यासारखं वाटायला लागलं आहे. आता आम्ही इतक्या जवळ जाऊन भेट घेतली नाही म्हणून देव रागावला आहे, का त्याच्या फार जवळ गेल्यामुळे, त्याने आमच्या तोंडावर दरवाजा बंद केला आहे, हे मला समजत नाही.

नंतर तर सगळं वातावरण इतकं वाईट झालं, की आम्हाला नाइलाजाने परत दुसऱ्या तळावर परतायला लागलं. गेला एक आठवडा आम्ही हवामान सुधारण्याच्या प्रतीक्षेत, हातावर हात धरून बसलो होतो. त्या शिखरावर परत एकदा जायचा मी निश्चय केला आहे.

नॉर्टनला खाली तळाच्या पाडावावर परत पाठवण्यात आलं आहे आणि कदाचित जनरल त्याला परत लंडनलाही पाठवून देतील. त्याने भरपूर प्रयत्न केले, याला देव साक्षी आहे.

फिंचला जुलाबाचा त्रास व्हायला लागल्यामुळे त्यालाही खाली पाठवून देण्यात आलं आहे. आता तो ठीक आहे. त्याला कोणी ऐकणारा जर मिळाला, तर तो जगात सर्वांत उंचावर गेलेला गिर्यारोहक आहे (२७,८५० फूट) हे प्रत्येकाला- माझ्यासकट- सांगायला तो विसरत नाही. मोर्सहेडलाही

त्यांच्याबरोबर जायला लागलं, कारण त्याचा हिमबाधेचा त्रास सहनशक्तीच्या पलीकडे गेला होता. ओडेलची प्रकृती आता खूपच सुधारली आहे. आता तो परत शिखरावर जाण्याच्या गोष्टी करतो आहे, पण मी तो धोका पत्करणार नाही. तेव्हा नॉर्टन, फिंच आणि मोर्सहेड आता उपलब्ध नाहीत आणि दर्जेदार गिर्यारोहकांपैकी सोमरवेलच उरला आहे आणि त्याला आणखीन एक संधी नक्कीच द्यायला हवी.

जरी दोन दिवसांसाठी हवामान सुधारलं तरी मी परत एक प्रयत्न करून बघणार आहे. आता पावसाळा तोंडावर आला आहे, त्याच्या आत एक प्रयत्न करायला काही हरकत नाही. दुसऱ्या क्रमांकाचा, म्हणून इंग्लंडला परतायची कल्पनाच मी करू शकत नाही. त्या ओडेलने जर मला थांबवलं नसतं, तर मी नक्कीच फिंचच्यापेक्षा जास्त उंचावर- २७,८५० फुटांपेक्षा जास्त- गेलो असतो. आता फिंचचा पिच्छा सुटला असल्यामुळे, मी कदाचित त्याच्या ऑक्सिजनच्या नळकांड्याचाही वापर करीन, पण मी विजयी होऊन येईपर्यंत त्याला ते सांगणार नाही.

मी हा निश्चय करण्यामागचं खर कारण वेगळंच आहे. माझ्या ध्येयपूर्तीसाठी मला परत या निर्जन प्रदेशात येण्याची अजिबात इच्छा नाही. आता उरलेलं सगळं आयुष्य तुझ्याबरोबर आणि मुलींच्या सहवासात मला घालवायचं आहे - मला माझ्या पाचवीच्या वर्गाचीही खूप आठवण येते.

हे पत्र तुझ्या हातात पडण्याच्या कित्येक आठवडे आधी, तुला 'द टाइम्स'मध्ये तुझा नवरा एव्हरेस्टवर गेल्याची बातमी वाचायला मिळेल. तो आता परतीच्या प्रवासाला लागला असल्याचंही त्यात छापून येईल.

तुला केव्हा एकदा मिठीत घेईन असं मला झालं आहे.

तुझाच प्रेमळ पती,
जॉर्ज

तो ते पत्र बंद करत असतानाच, न्यिमा हातात दोन बोव्हरीलचे कप घेऊन आत आला.

"मि. मॅलरी, तुम्हाला हे ऐकून आनंदच होईल, की आता तीन दिवस, हवामान फारच छान असणार आहे, पण फक्त तीनच दिवस. तेव्हा पावसाळ्याच्या आधी, ही तुम्हाला शेवटची संधी आहे, असं समजा."

"हे तू इतक्या खात्रीने कसं काय सांगतोस?" गरम कपावर हाताचे तळवे शेकत, जॉर्जने विचारलं.

"मी तुमच्या देशातल्या गाईसारखा आहे. तिला जसं पाऊस कधी पडणार

आहे, हे आधी समजतं आणि ती झाडाखाली आश्रय घेते, तसंच मला समजतं.''

जॉर्ज हसला. ''तुला माझ्या देशाविषयी बरीच माहिती दिसते.''

''सगळ्या जगात मला वाटतं, इंग्लंडवरच जास्त पुस्तकं लिहिली गेली असतील,'' न्यिमा म्हणाला. ''मी जर तुमच्या देशात जन्म घेतला असता, तर तुम्ही माझ्या नावाचा या मोहिमेसाठी विचार केला असता,'' न्यिमा चाचरत म्हणाला.

''कृपा करून मला सकाळी सहा वाजता उठवशील का?'' हातातल्या पत्राची घडी घालत जॉर्ज म्हणाला. ''उद्याच्या हवेबद्दल तू जे काही सांगितलंस, ते जर बरोबर असेल, तर मला संध्याकाळपर्यंत नॉर्थकोलला पोहोचायला हवं, म्हणजे परवाच्या दिवशी शेवटची चढाई करता येईल.''

''मी हे पत्र खाली, आपल्या तळाच्या पाडावावर घेऊन जाऊ का? म्हणजे ते लगेचच रवाना होईल.''

''नको, आभारी आहे. ते काम दुसरा कोणी करेल. पोस्टमनपेक्षाही दुसरी महत्त्वाची कामं, तुझ्यासाठी माझ्याकडे आहेत.''

***

न्यिमाने जेव्हा जॉर्जला सकाळी उठवलं, तेव्हा त्याच्या अंगात उत्साह संचारलेला होता. आरोहणाचा दिवस. इतिहास घडवण्याचा दिवस. त्याने चांगल्या पौष्टिक पदार्थांचा नाश्ता केला, कारण पुढचे दोन दिवस, नुसताच मिण्ट केक चावायला लागणार आहे, हे त्याला माहीत होतं.

जेव्हा तो तंबूच्या बाहेर आला, तेव्हा सोमरवेल आणि ओडेल, त्याचीच वाट पाहत उभे असल्याचं पाहून, त्याला आनंद वाटला. त्यांच्या मागे नऊ शेर्पा आणि न्यिमा उभे होते. त्यांच्याही तोंडावर निश्चयी भाव दिसत होते.

''नमस्कार मित्रांनो,'' जॉर्ज म्हणाला. ''आता या धरतीवरचा आपला हुकमाचा पत्ता टाकण्याची वेळ आलेली आहे,'' असं म्हणून तो थेट पर्वताच्या दिशेने रवाना झाला.

बाहेरचं वातावरण, आजच्या मोहिमेसाठी पोषक होतं: स्वच्छ, निरभ्र आकाश, वारा वाहत नव्हता, काल रात्री पडलेल्या बर्फाचा पातळसा थर जमिनीवर पडलेला पाहून, जॉर्जला आल्पसची आठवण झाली. न्यिमाचा जर हवामानाविषयी अंदाज बरोबर असेल, तर मग एकच समस्या जॉर्जपुढे होती, शेवटच्या चढाईसाठी कोणाला सोबत घेऊन जायचं? पण त्याने फिंचचा सल्ला ऐकायचं ठरवलं होतं आणि एका तरबेज गिर्यारोहकाला, तो बरोबर घेऊन जाणार होता.

***

जॉर्जने कल्पना केली होती, त्यापेक्षा त्याने पहिल्या तासातच चांगली प्रगती केली होती. आपले इतर सहकारी कुठे आहेत, हे बघायला त्याने मागे वळून पाहिलं, तेव्हा तेसुद्धा दमछाक न होता, व्यवस्थित चढून जात होते. सगळे नीट मार्गक्रमण करत असल्याचं पाहून, त्याने वाटेत न थांबण्याचा निर्णय घेतला आणि त्यामुळेच नंतर त्याचा जीव धोक्यात पडला नाही.

दुसऱ्या तासातही सर्व काही मनाप्रमाणे घडलं होतं. नंतर जॉर्जने विश्रांतीची घोषणा केली. पाठीवर ८० पौंडांचं ओझं असूनही सगळे शेर्पा हसत असल्याचं पाहून, त्याला हायसं वाटलं.

परत चढाईला सुरुवात केली तेव्हा त्यांचा वेग थोडासा मंदावला होता, कारण आता उभ्या कड्यावरून त्यांना चढून जायचं होतं. वाटेतला बर्फ गुडघ्यापर्यंत होता, पण जॉर्जचं मन उत्साही होतं. ओडेल आणि सोमरवेल, हे दोघंही अपेक्षित गतीने मार्ग कापत होते. उद्याच्या शेवटच्या चढाईच्या वेळी आपलीच निवड होईल, असं त्यांना वाटत असावं. जॉर्जने मात्र, त्यांच्यातल्या एकाची मनात निवड केलेली होती. त्यांच्या मागून येत असलेले शेर्पा हळू हळू वर चढत होते आणि त्यांच्या शेवटी न्यिमा, पिछाडी सांभाळत होता. आता आपण फिंच आणि हिंक्स यांना नक्कीच पराभूत करू शकतो, असा आत्मविश्वास जॉर्जच्या चेहऱ्यावर दिसत होता आणि साहजिकच त्याच्या चेहऱ्यावर प्रसन्न भाव होते.

नॉर्थ कोलपासून ते सुमारे ६०० फूट अंतरावर असताना, जॉर्जला मोटारीच्या सायलेन्सरसारखा आवाज ऐकू आला. असाच आवाज त्याने मागे एकदा ऐकला होता, त्याची त्याला आठवण झाली.

''अरे देवा, आता परत तेच नको,'' तो वर पाहत ओरडून म्हणाला. अंदाजे २०० फुटावरून खडक, बर्फ आणि दगडांचा प्रवाह, खाली त्यांच्या दिशेने येत होता. काही सेकंदांतच जॉर्ज, सोमरवेल आणि ओडेल, त्या ढिगाऱ्याखाली दबले गेले. जॉर्ज कसाबसा त्या ढिगाऱ्यातून वर आला, तेव्हा ते धूड जास्तच वेगाने खाली कोसळत असल्याचं त्याला दिसलं आणि वाटेत येणाऱ्या प्रत्येक गोष्टीची ते वाताहत करत होतं. आपले दोन सहकारी, शेर्पा, हे एक एक करत गाडले जात असल्याचं, तो स्वत: खांद्यापर्यंत बुडालेला असताना असाहाय्यपणे पाहत होता. सगळ्यात शेवटी न्यिमा गाडला गेला आणि ते दृश्य तो आयुष्यभर विसरू शकणार नव्हता.

सगळं वातावरण आता सुन्न झालं होतं. आपण एकटेच मागे उरलो, असं वाटून जॉर्जला रडू कोसळलं. प्रथम ओडेल वर आला. त्याच्या मागोमाग सोमरवेल बाहेर येताना दिसला. ते तिघंही त्वरेने खाली गेले आणि आपली इतकी चांगली सेवा करणाऱ्या शेर्पांचे प्राण वाचवण्याचा प्रयत्न करू लागले.

जॉर्जला एक हातमोजा दिसला, तेव्हा तो तिथे धावत गेला, पण त्याचा प्रत्येक पाय जास्तच खोलात चालला होता. त्याने झपाटल्यागत आपल्या हाताने आजूबाजूचा बर्फ बाजूला करायला सुरुवात केली. आता त्याने जवळपास आशा सोडलेली असतानाच, एक हातमोजाशिवाय हात त्याला दिसला, मग खांदे दिसले आणि शेवटी डोकं बाहेर आलं. श्वास घेण्यासाठी ते धडपडत होतं. मागे असलेला ओडेलही ओरडला, कारण त्याला एक शेर्पा सापडला होता. त्या बिचाऱ्यांनी तर जगण्याची आशाच सोडलेली होती. इतस्तत: पडलेल्या भुसभुशीत बर्फात, जॉर्ज एखादा हातमोजा, कुदळ किंवा अन्य काही वस्तू शोधण्याचा आणि एखादा जीव वाचवण्याचा प्रयत्न करत होता. शेवटी त्याची दमछाक झाली आणि तो खाली कोसळला. आता आपण काहीच करू शकत नाही, हे त्याने मनोमन मान्य केलं.

सूर्यास्ताच्या वेळी, फक्त दोन शेर्पा वाचले असून, न्यिमासकट सात शेर्पा दगावल्याचं त्याच्या लक्षात आलं. त्या बिचाऱ्यांना जिवंतपणीच गाडून घेण्याची वेळ आली होती. जॉजने बर्फात गुडघे टेकले आणि व्याकूळ होत रडायला लागला. चोमोलुन्मा, मर्त्य मानवाच्या उद्धटपणाला हसत होती...

***

या शेर्पांच्या हानीची गोष्ट, जॉर्ज कित्येक दिवस विसरू शकणार नव्हता, अगदी झोपेतही. त्याच्या सहकाऱ्यांनी जॉर्जला समजावण्याचा खूप प्रयत्न केला, पण आपली महत्त्वाकांक्षाच या शेर्पांच्या मृत्यूस कारणीभूत ठरली, असंच जॉर्जला वाटत राहिलं. मेलेल्या शेर्पांच्या स्मृतीप्रीत्यर्थ, हिमनदीच्या काठावर असलेल्या तिबेटी लोकांच्या मठाजवळ, एक स्मारक उभारण्याचा, जनरल ब्रुसने हुकूम सोडला. खाली माना घालून त्या स्मारकाभोवती उभे असताना, "यांच्या सोबतीला आपल्यापैकी एखादा असता तर बरं झालं असतं," सोमरवेल हळूच म्हणाला.

मोडकळीस आलेला हा संघ घेऊन, ब्रुस बॉम्बेला परत आला. इंग्लंडला जाणाऱ्या बोटीत बसून त्यांचा परतीचा प्रवास सुरू झाला. त्यांच्यापैकी एखाद्याने, साधं स्मित करायला कित्येक दिवस जावे लागले आणि हसण्याचा आवाज तर काही आठवड्यांनी आला. आता लिव्हरपूलला उतरल्यावर काय होणार, याचा जॉर्ज विचार करायला लागला.

मोहिमेवरून परतणाऱ्या प्रत्येकाने शपथ खाल्ली, की- जॉर्जच्या भाषेत- जरी कोणी अरबस्तानातलं सगळं सोनं देऊ केलं, तरी ते परत एव्हरेस्टकडे फिरकणारही नाहीत.

भाग सहा

परत पृथ्वीवर

४५

सोमवार : ४ सप्टेंबर, १९२२

बोटीच्या वर, जॉर्ज आपल्या सहकाऱ्यांसह कठड्याला टेकून उभा होता. त्याने खाली धक्क्यावर पाहिलं, तेव्हा त्यांचा विश्वासच बसला नाही. खाली धक्क्यावर लोकांनी प्रचंड गर्दी केली होती आणि ते युनियन जॅक फडकावत होते, टाळ्या वाजवत आणि आरडा ओरडी करत, त्यांचं स्वागत करत होते.

"हे कोणासाठी ओरडत आहेत?" जॉर्जने विचारलं, "बोटीवर एखादा अमेरिकेचा सिनेमा नट तर नाही?"

"मला वाटतं, ते तुझंच स्वागत करत असल्याचं लवकरच तुला कळेल," सोमरवेल म्हणाला. "तू बहुतेक एव्हरेस्टवर गेलास, याच भ्रमात ते असावेत."

खाली असलेल्या गर्दीकडे जॉर्ज निरखून पाहत होता, पण त्याला फक्त एकाच व्यक्तीला बघायचं होतं. बोट धक्क्याला लागली, तेव्हा त्याला ती दृष्टीस पडली: स्वागत करणारे उंचावलेले हात, फडफडणारे युनियन जॅक आणि असंख्य हॅट्स, यांच्यामधून, ती त्याला मधूनच दिसायची.

खरं तर जॉर्ज प्रथम खाली उतरणार होता, पण फिंचने इथेही बाजी मारली. खाली उतरल्यावर, त्याच्या दिशेने इतके हात पुढे झाले, की त्याला बॉम्बेची आठवण झाली- फरक इतकाच होता, की हे हात भीक मागण्यासाठी अथवा काही जुनी वस्तू विकण्यासाठी पुढे आले नव्हते, तर त्याच्या पाठीवर कौतुकाची थाप मारण्यासाठी होते. "तुम्ही एव्हरेस्टवर जाणारे पहिले असाल, असं तुम्हाला अजूनही वाटतं का, मि. मॅलरी?" आपल्या हातातली वही आणि पेन्सिल सरसावत, एका वार्ताहराने प्रश्न केला.

जॉर्जने काहीच उत्तर दिलं नाही आणि मघाशी ती दिसलेल्या जागेच्या दिशेने पुढे निघाला.

“मी नक्कीच जाईन,” वार्ताहरांच्या घोळक्यात उभा असलेला फिंच म्हणाला. “तसं बघायला गेलं, तर मी फक्त १००० फूटच लांब होतो,” समोरच्या वार्ताहराने, त्याचा प्रत्येक शब्द टिपून घेतला.

“पुढच्या वेळेला तुम्ही शिखर गाठाल, असं तुम्हाला वाटतं का, मि. मॅलरी?” एका चिवट वार्ताहराने परत प्रश्न विचारला.

“आता पुढची वेळ येणारच नाही,” जॉर्ज पुटपुटला. इतक्यात काही अंतरावर त्याला रूथ दिसली.

“रूथ! रूथ!” त्याने जोरात हाक मारली, पण ती तिला या गोंगाटात ऐकूच आली नसावी. शेवटी त्यांची नजरभेट झाली आणि फक्त त्याच्याचसाठी राखून ठेवलेलं स्मितहास्य तिने केलं. त्याने आपले हात पुढे केले, तेव्हा अनेक अनोळखी हातांनी त्याच्याशी हस्तांदोलन करण्याचा प्रयत्न केला. शेवटी एकदाची ती जवळ आली आणि त्याने तिला मिठीत घेतलं.

“या गर्दीला आपण कसं काय चुकवायचं?” तो तिच्या कानात ओरडला.

“आपली गाडी तिथेच आहे,” ती बोटाने एका दिशेला दाखवत म्हणाली आणि त्याचा हात धरून त्याला न्यायला लागली, पण आता नव्याने झालेले त्याचे मित्र त्याला सहज सोडायला तयार नव्हते.

“तुम्ही पुढल्या वर्षाच्या मोहिमेचं नेतृत्व करायचं मान्य केलं आहेत का?” एका पत्रकाराने ओरडून विचारलं.

“पुढच्या वर्षी?” जॉर्जने आश्चर्याने विचारलं. एव्हाना रूथ गाडीपाशी पोहोचली होती आणि तिने जॉर्जला गाडीत कोंबून बसवलं. ती जेव्हा स्वत: गाडी चालवायला बसली, तेव्हा जॉर्ज चकित झाला.

“आता हे केव्हा शिकलीस?” जॉर्जने कौतुकाने विचारलं.

“जेव्हा एखादीचा नवरा, दुसऱ्या बाईला भेटायला जातो, तेव्हा त्या मुलीला काही उद्योग हवा असतो,” रूथ खट्याळपणे हसत म्हणाली.

त्याने तिला मिठीत घेतलं आणि हलकेच तिच्या ओठांचं चुंबन घेतलं.

“एखाद्या अनोळखी बाईचं, चारचौघांत चुंबन घेण्याविषयी मी मागे तुझ्याशी बोलले होते, जॉर्ज,” त्याला हाताने धरून ठेवत, ती म्हणाली.

“मला चांगलंच आठवतं आहे,” असं म्हणून जॉर्जने परत तिचं चुंबन घेतलं.

“चला, आता जायला हवं,” ती नाइलाजाने म्हणाली, “नाही तर लोकांना फुकट सिनेमा बघायला मिळायचा.”

तिने गाडीचं इंजीन सुरू केलं आणि पहिल्या गिअरमध्ये, हळू हळू गर्दीतून वाट काढायला लागली. सुमारे वीस मिनिटांनंतर, थोडीशी गर्दी कमी झाल्यावर, तिला दुसरा गिअर बदलता आला. आता सगळे चाहते, मागे गेले असं वाटत असतानाच,

एकाने गाडीच्या पुढल्या भागावर थापटलं आणि म्हणाला, ''छान कामगिरी केलीत सर!''

''हे सगळं काय चाललं आहे?'' जॉर्जने मागे वळून पाहत विचारलं. अजूनही काही लोक गाडीच्या मागे धावतच होते.

''तुला हे सगळं समजायचा मार्गच नव्हता, पण तू इंग्लंडचा किनारा सोडल्यापासून, इथली वर्तमानपत्रं तुझ्या प्रगतीचा आढावा घेत होती आणि गेल्या सहा महिन्यांत, त्यांनी तुला जणूकाही देशातला आदर्श पुरुष ठरवला आहे.''

''पण मी पराभूत होऊन परत येत आहे, याचा कोणी विचार करत आहे, का नाही?''

''त्यांना त्याची काही पर्वाच नाही. तू त्या ओडेलला मदत करण्यासाठी मागे थांबलास आणि फिंचला पुढे जाऊ दिलंस, याचा लोकांच्या मनावर फार प्रभाव पडलेला आहे.''

''पण शेवटी फिंचच माझ्याहून जास्त उंचीवर गेला होता, निदान ३०० फूट उंच जास्त. त्याच्याच नावावर हा विक्रम नोंदला गेला आहे.''

''हो, पण त्याने ऑक्सिजनचा वापर केला होता,'' रूथ म्हणाली. ''ते काहीही असो, वार्ताहरांच्या मते, तुला जर संधी मिळाली असती, तर तू त्याच्याहून सरस कामगिरी केली असतीस - कदाचित एव्हरेस्टवरही गेला असतास.''

''नाही, तो फिंच गेला त्यापेक्षा जास्त उंचावर, मी पण त्या दिवशी जाऊ शकलो नसतो,'' जॉर्ज प्रांजळपणे म्हणाला. ''आणि मी त्याच्यापेक्षा सरस आहे, हे दाखवण्याच्या नादात, त्या सात शेर्पांच्या मृत्यूला कारणीभूत ठरलो. त्यातला एक तर माझ्या बरोबरीने शिखरावर उभा राहिला असता.''

''पण मोहिमेतले सगळे वाचले, हे काही कमी नाही,'' रूथ त्याला समजावण्याच्या सुरात म्हणाली.

''तो आमच्या अधिकृत संघात नव्हता, पण सोमरवेल आणि तो, माझ्या सोबत अंतिम चढाईसाठी असतील, हे मी आधीच ठरवलेलं होतं.''

''एक शेर्पा?'' आपल्या चेहऱ्यावरचं आश्चर्य न लपवता, रूथ म्हणाली.

''होय. शेर्पा न्यिमा. मला त्याचं आडनाव कधीच समजलं नाही.'' जॉर्ज काही वेळ गप्प बसला आणि म्हणाला, ''पण त्याच्या मृत्यूला मी जबाबदार आहे, हे मला माहीत आहे.''

''जे काही झालं, त्याबद्दल तुला कोणीच दोष देत नाही,'' त्याचा हात धरून रूथ म्हणाली. ''तुला क्षणभर जरी असं वाटलं असतं, की तिथे दरड कोसळणार आहे, तर तू बाहेर पडलाच नसतास.''

''तेच तर मी सांगतो आहे,'' जॉर्ज तावातावाने म्हणाला. ''मी नीट विचारच

केला नाही. माझ्या वैयक्तिक महत्त्वाकांक्षेपुढे, मी माझ्या सारासार विवेक बुद्धीलाही कमी लेखलं.''

"तुझं नवीन पत्र आज सकाळीच हातात पडलं,'' विषय बदलण्यासाठी रूथ म्हणाली.

"तेव्हा मी कुठे होतो?'' जॉर्जने विचारलं.

"२५,००० फुटांवरल्या एका लहानशा तंबूत. तेव्हा तू फिंचला ऑक्सिजनचा वापर का करणार नाहीस, याची कारणं सांगितलीस.''

"त्याचं ऐकलं असतं, तर मी नक्कीच शिखरावर गेलो असतो,'' जॉर्ज निराशेने म्हणाला.

"आणखीन एखादा प्रयत्न करायला तुला कोणी अडवलेलं नाही,'' रूथ म्हणाली.

"कधीच नाही.''

"ठीक आहे, मला अशी एक व्यक्ती माहीत आहे, की हे ऐकून तिला आनंदच होईल,'' रूथ आपल्या भावना लपवत म्हणाली.

"तूच ना, माझ्या लाडके?''

"नाही, मि. फ्लेचर.''

"आज सकाळीच त्याने फोन केला होता आणि उद्या सकाळी तुला दहा वाजता भेटायला येता येईल का, विचारत होते.''

"अर्थातच, मी जाईन,'' जॉर्ज म्हणाला. "आता परत कामावर कधी जाईन, असं मला झालं आहे. तुझा विश्वास नाही बसणार, पण मला त्या पाचव्या इयत्तेची सारखी आठवण यायची, शिवाय आता काही पैसेही कमवायला हवेत. आपण तुझ्या वडिलांच्या पैशावर नेहमीच जगायचा माझा विचार नाही, हे ईश्वरसाक्ष सांगतो.''

"पण त्यांनी कधी खळखळ केलेली मी ऐकली नाही,'' रूथ म्हणाली. "उलट ते तुझ्या कामगिरीवर जाम खूश आहेत. आपल्या गोल्फ क्लबवरच्या मित्रांना ते नेहमी अभिमानाने सांगतात, की तू त्यांचा जावई आहेस.''

"प्रश्न तो नाही लाडके. शाळेच्या पहिल्या दिवशी, मला माझ्या टेबलावर असायला हवं.''

"ते शक्यच नाही,'' रूथ म्हणाली.

"पण का?''

"कारण शाळेचा पहिला दिवस, गेल्या सोमवारीच होता, म्हणूनच मि. फ्लेचरना तुला लवकर भेटायचं आहे.''

"मला आपल्या मुलाबद्दल काही सांग,'' जॉर्जने उत्सुकतेने विचारलं.

जेव्हा त्यांची गाडी द होल्टला सहा तासांनंतर पोहोचली, तेव्हा जॉर्ज म्हणाला, ''जरा हळू चालव. मी या क्षणाची गेले दोन महिने वाट पाहत होतो.''

फाटकाच्या आत ते काही अंतर आले, तेव्हा त्याच्या मुली, पायरीवर उभ्या राहून हात हलवीत होत्या. या इतक्या लवकर मोठ्या होतील, यावर जॉर्जचा विश्वासच बसला नाही. क्लाराच्या हातात एक गाठोडं होतं.

''मला जो वाटतो, तो हाच का?'' जॉर्ज हसत म्हणाला.

''होय. शेवटी तू आपल्या मुलाला आणि वारसाला भेटणार आहेस- कुमार जॉन मॅलरी.''

''एखादा ठार वेडा माणूसच तुला सोडून एखादा दिवस बाहेर जाईल, मग सहा महिन्यांची बातच नको,'' गाडी घरापाशी थांबत असताना जॉर्ज म्हणाला.

''त्यावरून मला आठवलं,'' रूथ म्हणाली. ''कोणीतरी मला फोन केला आणि त्याने तुला लवकर फोन करायला सांगितलं आहे.''

''कोणी?''

''मि. हिंक्स.''

४६

सकाळी रूथने जॉर्जच्या हातात त्याचा गाऊन, शिक्षकाची हॅट आणि छत्री ठेवली. जणूकाही मध्ये काही घडलंच नव्हतं.

त्याने रूथचं चुंबन घेतलं आणि मुलींना 'अच्छा' केलं आणि घराच्या बाहेर निघाला. तो बाहेरच्या रस्त्याकडे जात असताना, बेरीजने रूथला विचारलं, "डॅडी परत दूर चालले का?"

जॉर्जने घड्याळात पाहिलं. आज त्याला शाळेत जायला किती वेळ लागतो, ते बघायचं होतं. रूथने त्याला सकाळी वेळेवर तयार करून, हेडमास्तरांच्या भेटीसाठी पाठवला होता.

'द टाइम्स'ने त्या दिवशी सकाळच्या वर्तमानपत्रात, *'हिमालयाच्या मोहिमेवर गेलेल्यांचे विजयी आगमन'* अशी बातमी छापून, त्याचं सढळ हाताने वर्णन छापलं होतं. प्रत्यक्षात कोणी शिखरावर गेलेलं नव्हतं, पण त्यामुळे त्यांच्या दृष्टीने काही फरक पडत नव्हता, अर्थात फिंचने परत पुढच्या वर्षी तिथे जाण्याचा मनोदय व्यक्त केला आहे, असंही छापून आलं होतं. बातमीच्या शेवटी, हिंक्सने दिलेली सावध प्रतिक्रिया दिली होती. त्यांच्या सांगण्याप्रमाणे, एव्हरेस्ट कमिटीच्या पुढच्या मोहिमेसाठी त्यांची प्रथम पसंती जॉर्जच असेल आणि म्हणूनच, हिंक्सना लवकरात लवकर जॉर्जशी बोलायचं होतं, पण आता काही मिनिटांतच जॉर्ज जे त्याच्या हेडमास्तरांना सांगणार होता, तेच तो हिंक्सनाही सांगणार होता: आता माझी गिर्यारोहणाची कारकीर्द संपलेली आहे. आता त्याला गृहस्थासारखं जगायचं होतं आणि पाचवीच्या वर्गाला शिकवायचं होतं, एलिझाबेथचे पराक्रम, रॅली, इसेक्स आणि...

आता परत मोहिमेसाठी नेता निवडताना, हिंक्सची कशी पंचाईत होईल, हे आठवून त्याला हसू आलं, कारण आता फिंचच ती जागा घेऊ शकतो, हे उघड

होतं - तो सर्वांत जास्त कसबी होता, त्याचा अनुभव दांडगा होता आणि सर्वांत महत्त्वाचं म्हणजे, तो या मोहिमेत, सर्वांत उंच चढलेला गिर्यारोहक होता. अर्थात हिंक्स काहीतरी कारण पुढे करून, फिंचचा पत्ता कापेल आणि मग सोमरवेल किंवा नॉर्टनला मोहिमेचं नेतृत्वपद देण्यास, कमिटीला भाग पाडेल आणि फिंचने जर त्या भरवशाच्या ऑक्सिजनच्या नळकांड्याचा वापर केला, तर तोच या दोघांपुढे वर शिखरावर जाईल आणि हिंक्स काही करू शकणार नाही.

जेव्हा शाळेची इमारत दिसायला लागली, तेव्हा त्याने घड्याळात पाहिलं. तो जरी आता छत्तीस वर्षांचा झाला असला, तरी त्याचा चालण्याचा वेग कमी झालेला नव्हता. शाळेच्या फाटकातून आत जाताना, त्याने जरी एखादा विक्रम केला नसला, तरी तो त्याच्या अगदी जवळ पोहोचला होता, असंच त्याला वाटलं.

जॉर्ज आता हेडमास्तरांच्या कार्यालयाच्या दिशेने चालला होता. वाटेत भेटलेल्या दोन अनोळखी मुलांकडे पाहून तो हसला. त्या मुलांच्याही चेहऱ्यावर, त्याला ओळखल्याचे भाव दिसत नव्हते, तेव्हा त्याला या शाळेतल्या पहिल्या दिवसाची आठवण झाली. चार्टरहाऊसमध्ये तेव्हा तो हेडमास्तरच काय, मुलांनादेखील पाहून घाबरत असे.

फ्लेचर फार शिस्तप्रिय होते, त्यामुळे त्यांना जॉर्जला पाहून आनंदच होईल, कदाचित आश्चर्यच वाटेल, कारण तो चक्क पाच मिनिटे आधी आला होता.

जॉर्जने आपल्या अंगावरचा गाऊन सारखा केला आणि कार्यालयाचं दार वाजवण्याआधी डोक्यावरची हॅट काढून हातात घेतली.

''कृपा करून आत या,'' आतून एक आवाज आला. आत गेल्यावर, फ्लेचरची सेक्रेटरी- मिस शार्प- तिच्या टेबलावर बसलेली दिसली. सगळं अगदी पहिल्यासारखंच आहे, जॉर्जने विचार केला. ''मि. मॅलरी, आपलं स्वागत असो.'' ती म्हणाली. ''आपल्या एव्हरेस्टच्या विजयी मोहिमेनंतर, आम्ही सगळे तुम्हाला भेटायला इतके उत्सुक होतो म्हणून सांगू!'' 'एव्हरेस्टवर, पण त्याच्या टोकावर नाही.' जॉर्ज मनाशीच म्हणाला. ''मी हेडमास्तरांना तुम्ही इथे आल्याचं सांगते.''

''आभारी आहे, मिस शार्प,'' शेजारच्या खोलीत जाताना जॉर्ज म्हणाला. काही मिनिटांतच त्या खोलीचं दार उघडलं. ''हेडमास्तर तुम्हाला आत बोलावत आहेत,'' ती म्हणाली.

''आभारी आहे,'' जॉर्ज परत म्हणाला आणि हेडमास्तरांच्या कक्षाकडे निघाला. मिस शार्पने मागचा दरवाजा बंद केला.

''सुप्रभात, मॅलरी,'' हेडमास्तर आपल्या जागेवरून उठत म्हणाले. ''अगदी वेळेवर आलास, आवडलं. असा वक्तशीरपणा आवडतो मला.''

''ते ठीक आहे, पण इथे परत आल्यावर इतका आनंद झालाय म्हणून सांगू!''

''आधी सुरुवातीला, तुझ्या गेल्या सहा महिन्यांतल्या कामगिरीबद्दल अभिनंदन

करतो. नशिबाने जरी थोडीशी साथ दिली असती, तरी तू एव्हरेस्टवर गेला असतास.''

''मी आपला आभारी आहे, हेडमास्तर.''

''पुढल्या खेपेस, तू तुझी महत्त्वाकांक्षा, नक्कीच पूर्ण करशील आणि हे मी या शाळेतल्या प्रत्येकाच्या वतीने सांगत आहे.''

''आता पुढली वेळ येणारच नाही, कारण माझी गिर्यारोहणाची कारकीर्द समाप्त झालेली आहे.''

''ते काहीही असो,'' हेडमास्तरानी जॉर्जचं बोलणं न ऐकल्यासारखं केलं आणि पुढे म्हणाले, ''चार्टरहाऊससारखी शाळा चालवायची म्हणजे, तिथल्या शिक्षकवर्गावर कायम अवलंबून राहता आलं पाहिजे.''

''अर्थातच, हेडमास्तर, पण...''

''तुझ्यावर सक्ती नसताना तू सैन्यात भरती होण्याचा निर्णय घेतलास, अर्थात तुझा निर्णय जरी कितीही प्रशंसनीय असला, तरी त्याने शाळेचं वेळापत्रक कोलमडलं आणि हे मी तुला तेव्हा बोललो होतो.''

''हो तुम्ही म्हणाला होतात, पण...''

''नंतर तू घेतलेला निर्णय, अर्थात माझ्या मते तो सर्वार्थाने बरोबरच होता, पण तू जेव्हा एव्हरेस्ट कमिटीच्या विनंतीला मान देऊन, या मोहिमेचं नेतृत्व करण्याचं मान्य केलंस, तेव्हा तर माझं वेळापत्रक पारच कोलमडलं आणि तेव्हा तुझी नुकतीच वरिष्ठ इतिहास शिक्षक म्हणून नियुक्ती झालेली होती.''

''त्याबद्दल मी दिलगिरी व्यक्त करतो, पण...''

''तुला माहीतच आहे, त्यामुळे तुझ्या गैरहजेरीत मला मि. ॲटकिन्सची नेमणूक तुझ्या जागी करावी लागली. त्या माणसाने त्याचं काम अगदी चोखपणे आणि मन लावून केलेलं आहे आणि त्याने खऱ्या अर्थाने शाळेच्या कामाला वाहून घेतलेलं आहे.''

''मला हे ऐकून आनंदच झाला, हेडमास्तर, तरीसुद्धा...''

''मला हेही सांगणं भाग आहे, मॅलरी, की तू जेव्हा शाळेच्या पहिल्या दिवशी इथे हजर नव्हतास, अर्थात त्यात तुझी काही चूक होती, असं मी म्हणणार नाही, तेव्हा मला परत ॲटकिन्सनाच तुझं काम द्यावं लागलं आणि आता मी त्यांची कायमस्वरूपी नेमणूक केलेली आहे. याचाच अर्थ हा, की आता चार्टरहाऊसमध्ये सध्या तरी तुझ्यासाठी जागा रिकामी नाही.''

''पण...'' आपण फारच घायकुतीला आलो आहोत असं न भासवून देता, जॉर्ज पुटपुटला.

''मला खात्री आहे, की एव्हरेस्टवीर मॅलरीला आपल्या शाळेत घ्यायला अनेक शाळांच्या उड्या पडतील. परत जर माझ्यावर इतिहासाच्या शिक्षकाच्या जागेसाठी मुलाखत घेण्याची वेळ आली, तर मी सर्वप्रथम तुझ्या नावाचाच विचार करीन.''

आता जॉर्जने मध्ये बोलणं थांबवलं. एव्हरेस्टवरचा तो घोंघावणारा वारा, परत आपल्या तोंडावर हबके मारत असल्यासारखं त्याला वाटलं.

"एक गोष्ट मला खात्रीने सांगावीशी वाटते, मॅलरी, की तू अतिशय मानाने आणि सर्व कर्मचारी आणि विद्यार्थ्यांच्या सद्भावनेने चार्टरहाऊस सोडून जात आहेस. तुला आवश्यक असलेली शिफारसपत्रं, मी अर्थातच तुला देईन आणि तू किती उपयुक्त शिक्षक आहेस ते लिहीन."

जॉर्ज गप्पच होता.

"मला हा असा शेवट होतो आहे, याचं दुःख होत आहे, मॅलरी, पण माझ्यातर्फे आणि चार्टरहाऊसच्या संचालक मंडळाच्या वतीने, तू भविष्यात जे काही करशील, त्याच्यासाठी तुला शुभेच्छा देतो. तू परत एकदा एव्हरेस्टवर जायचं ठरवलंस, तर आमच्या हार्दिक शुभेच्छा तुझ्यामागे आहेत, हे विसरू नकोस."

मि. फ्लेचर टेबलामागून उठले. जॉर्जही उभा राहिला. आपल्या हॅटला हात लावून त्याने फ्लेचरना अभिवादन केलं आणि एक शब्दही न बोलता बाहेर पडला.

***

आपल्या नवऱ्याच्या संबंधात आलेल्या बातम्या, 'द टाइम्स'मध्ये वाचत असतानाच फोनची बेल वाजली. या वेळेस तिचे वडीलच फोन करायचे.

"हॅलो," ती आनंदाने म्हणाली. "डॅडी तुम्ही बोलताय का?"

"नाही, डॅडी नाही, मिसेस मॅलरी. मी RGSमधून हिंक्स बोलतो आहे."

"सुप्रभात, मि. हिंक्स," ती म्हणाली. तिच्या आवाजात आता बदल झाला होता. "माझे पती आत्ता घरात नाहीत आणि मला वाटतं, ते संध्याकाळपर्यंत तरी येणार नाहीत."

"हे ऐकून मला आनंदच झाला, मिसेस मॅलरी, कारण माझं तुमच्याकडेच काही खाजगी काम होतं."

रूथने हिंक्सचं सर्व बोलणं लक्ष देऊन ऐकलं आणि 'मी विचार करून माझा निर्णय तुम्हाला काय ते सांगते,' असं सांगितलं. ती परत वर्तमानपत्र वाचायला सुरुवात करणार, इतक्यात बाहेरचं दार उघडल्याचा आवाज ऐकू आला. जॉर्ज आत आला आणि धाडकन तिच्यासमोर सोफ्यात बसला, तेव्हा तिला आश्चर्यच वाटलं.

"इतकी वाईट बातमी आहे का?"

"यापेक्षा जास्त वाईट काय असू शकेल? त्या साल्याने मला काढून टाकलं. मी इतका बेभरवशाचा वाटतो, की त्याने माझं काम ॲटकिन्सला देऊन टाकलं. तो म्हणे फार व्यासंगी, जबाबदार आणि सर्वांत महत्त्वाचं म्हणजे, भरवशाचा आहे म्हणे. पटतं का?"

"हो, मला पटतं," रूथ म्हणाली. "खरं सांगायचं तर मला अजिबात आश्चर्य

वगैरे वाटलेलं नाही,'' हातातलं वर्तमानपत्र बाजूच्या टेबलावर ठेवत, ती म्हणाली.

''तुला असं का वाटतं, लाडके?'' तिच्याकडे निरखून पाहत जॉर्जने विचारलं.

''त्या हेडमास्तरांनी जेव्हा तुला ठीक दहा वाजता भेटायला बोलावलं, तेव्हाच माझ्या मनात शंकेची पाल चुकचुकली.''

''त्यात काय विशेष आहे?''

''त्या माणसाचं सगळं आयुष्य घड्याळाभोवती फिरतं. सगळंच जर ठीकठाक असतं, तर त्याने आपल्या दोघांना संध्याकाळी सहा वाजता पेयपानासाठी बोलावलं असतं किंवा सकाळी आठ वाजता, सकाळच्या प्रार्थनेच्यावेळी बोलावलं असतं, म्हणजे त्याला तुझ्यासोबत मिरवता आलं असतं.''

''मग त्याने दहा वाजताच का बोलावलं?''

''कारण तेव्हा सगळे शिक्षक आणि विद्यार्थी आपापल्या वर्गात असतील आणि तुझं शाळेतलं येणं जाणं कोणाला समजणार नाही. त्यांना तुझ्याशी संपर्कच साधता येऊ नये, म्हणूनच त्यांनी हा डाव टाकला होता.''

''फार डोकेबाज आहेस तू,'' जॉर्ज म्हणाला. ''तू एखादी उत्तम गुप्तहेर होऊ शकली असतीस. आता माझं काय होणार, हे तुला सांगता येईल का?''

''नाही,'' रूथने कबुली दिली, ''पण तू जेव्हा बाहेर गेला होतास, तेव्हा मि. हिंक्सचा फोन आला होता.''

''मग तू त्याला स्पष्ट सांगितलं असशीलच, की मी पुढच्या मोहिमेत कसलाच सहभाग घेणार नाही ते?'' जॉर्ज म्हणाला.

''त्यांनी त्यासाठी फोन केलाच नव्हता,'' रूथ म्हणाली. ''अमेरिकन जिओग्रॅफिकल सोसायटीला तुझी भाषणं ठेवायची आहेत. वॉशिंग्टन, न्यूयॉर्क बॉस्टन, वगैरे पूर्व भागात त्यांना तुझा दौरा आखायचा आहे.''

''ते शक्यच नाही,'' जॉर्ज म्हणाला. ''मी आत्ताच तर घरी आलो आहे, परत कशाला तडफडत बाहेर जाऊ?''

''कारण ते तुला सहा भाषणांच्या दौऱ्यासाठी, एक हजार पौंड द्यायला तयार आहेत. त्यांना तुझे मोहिमेतले अनुभव ऐकायचे आहेत.''

''काय, हजार पौंड?'' जॉर्ज किंचाळत म्हणाला. ''चार्टरहाऊसमध्ये तीन वर्षं काम केलं, तरी इतके मिळणार नाहीत.''

''अगदी अचूकच सांगायचं, तर RGSला या उपक्रमातून दोन हजार पौंड मिळतील असं वाटतं आणि ते तुला निम्मी रक्कम द्यायला तयार आहेत.''

''हा हिंक्स इतका उदार कधीपासून झाला?''

''मला वाटतं त्याचं उत्तरही मी देऊ शकेन,'' रूथ म्हणाली. ''तू जर या प्रस्तावाला नकार दिलास, तर अमेरिकन लोक फक्त एका माणसाला तुझ्याऐवजी

बोलावण्याचा विचार करतील.''

''आणि हिंक्सला ते कधीच मान्य होणार नाही,'' जॉर्ज म्हणाला. ''मग तू त्याला काय सांगितलंस?''

''मी त्याला इतकंच म्हणाले, की मी तुझ्याबरोबर बोलून काय ते कळवते.''

''पण मुळात त्याने तुला का फोन केला, सरळ मलाच का केला नाही?''

''त्याला वाटलं, की मलाही तुझ्यासोबत जायला आवडेल.''

''साला! म्हातारा फार लुच्चा आहे,'' जॉर्ज कौतुकमिश्रित स्वरात म्हणाला. ''त्याला हे नेमकं माहीत आहे, की असं असलं तरच मी 'हो' म्हणेन.''

''पण मी तयार नाही.''

''पण का, लाडके? तुला नेहमीच अमेरिकेला जावसं वाटायचं. आपला दुसरा मधुचंद्र आपण तिथेच साजरा करू.''

''मला माहीत होतं, की 'हो' म्हणावं, म्हणून तू काहीतरी कारण पुढे करशील आणि त्या मि. हिंक्सनेही तेच केलं, पण आपल्याला आता तीन मुलं आहेत, हे तू विसरतो आहेस.''

''काही दिवस दाई त्यांना सांभाळू शकणार नाही का?''

''जॉर्ज, आपल्या मुलींनी तुला सहा महिने पाहिलंदेखील नाही आणि जॉनला तर तू कोण आहेस हेदेखील माहीत माही. आता वडील परत आलेत, पण परत आईच्या सकट सहा आठवडे गायब झाले, हे बरं दिसेल का? नाही जॉर्ज, मुलं वाढवायची ही पद्धत नाही.''

''मग हिंक्सला सांग, मला या प्रस्तावात काही रस नाही.''

''उत्तम,'' रूथ म्हणाली. ''कारण तू आत्ताच घरी आल्यावर, परत सहा आठवडे लांब जायला मलाही नको आहे आणि तसंच बघायला गेलं, तर आपण परत कधीही अमेरिकेला जाऊ शकतोच ना?''

जॉर्जने तिच्या नजरेला नजर भिडवली आणि म्हणाला, ''तू मला सगळं काही सांगितलेलं नाहीस.''

रूथ जरा अस्वस्थ झाली. 'हिंक्सने हेही सांगितलं की 'नाही' म्हणण्याच्या आधी नीट विचार करा. सध्या अमेरिकेत तू फारच लोकप्रिय झाला आहेस आणि त्या देशातला उत्साह आणि कुतूहल फार काळ टिकून राहत नाही आणि स्पष्टच सांगायचं तर, इतके पैसे सहजासहजी मिळवण्याचा दुसरा कुठलाच मार्ग मला दिसत नाही.''

''आणि समजा, गेलोच नाही तर मग मला परत तुझ्या वडिलांना भेटावं लागेल आणि त्यांच्या कर्जात मी जास्त बुडत जाईन.''

रूथ काहीच बोलली नाही.

''मी हे एका अटीवर करायला तयार आहे,'' जॉर्ज म्हणाला.

''आणि ती काय आहे?'' रूथने सावधपणे विचारलं.

''तुला काही दिवस व्हेनीसला घेऊन जायची तू मला संमती देशील. या वेळी फक्त तू आणि मी.''

१९२३

४७

गुरुवार : १ मार्च, १९२३

SS Olympic न्यूयॉर्कच्या बंदरात शिरण्यापूर्वी एक तास अगोदर जॉर्ज वर येऊन उभा होता. गेले पाच दिवस अटलांटिक महासागर ओलांडत असताना, त्याच्या डोक्यात सतत रूथचे विचार घोळत होते.

ती त्याला साऊथहँप्टनला, गाडीतून घेऊन गेली. मोठ्या नाइलाजाने त्याने तिचा निरोप घेतला आणि बोटीवर चढला. नंतर बोट सुटेपर्यंत ती धक्क्यावर उभी होती आणि शेवटी बोट क्षितिजावर दिसेनाशी होईपर्यंत पाहत बसली होती.

मि. आणि मिसेस मॅलरींने त्यांची व्हेनीसची सहल ठरल्याप्रमाणे पार पाडली होती, अर्थात यावेळी मागच्या भेटीपेक्षा फारच फरक होता. त्याने या वेळी सिप्रियाने हॉटेलात मोठी खोली आरक्षित केली होती.

''आपल्याला हे परवडेल का?'' खिडकीतून दिसणाऱ्या कालव्याकडे पाहत रूथने विचारले. तिचे वडील नेहमी याच खोलीत राहत असत.

''कदाचित नाही,'' जॉर्ज म्हणाला. ''पण मी आता अमेरिकेमध्ये जे एक हजार पौंड कमावणार आहे, त्यातले शंभर पौंड या अविस्मरणीय सहलीवर खर्च करणार आहे.''

''तसं काय, तू गेल्यावेळीही व्हेनीसला गेला होतास तेव्हाची भेटसुद्धा अविस्मरणीयच होती,'' रूथने त्याला आठवण करून दिली. ''हे नवविवाहित लोक- आणि अनेकांना आपण तसे आहोत असं वाटत असतं- सकाळी नाश्याला उशिरा येतात, सतत एकमेकांच्या हातात हात घालून फिरत असतात आणि एकमेकांकडे पाहत डोळ्यात डोळे घालून बसलेले असतात. ते सर्व काही करतात, फक्त सेंट मार्क्सवर चढून जात नाहीत- आतून किंवा बाहेरूनही.'' अनेक दिवसांच्या विरहानंतर, हा काळ त्यांना मधुचंद्रासारखाच वाटत होता, कारण ते परत एकदा एकमेकांना

ओळखण्याचा प्रयत्न करत होते. ओरियंट एक्सप्रेस व्हिक्टोरिया स्टेशनात येऊन थांबली तेव्हा जॉर्जला परत रूथला सोडून अमेरिकेला जाऊ नये असं वाटत होतं.

त्याच्या बँकेने पाठवलेला त्याच्या खात्याचा अहवाल, जर घरी आल्यावर दिसला नसता, तर त्याने आपला अमेरिकेचा दौरा नक्कीच रद्द केला असता आणि घरी बसला असता.

जॉर्जने अपेक्षा केली नव्हती, असं आणखीन एक पत्र समोर दिसत होतं. सद्य परिस्थितीत, ते आमंत्रण स्वीकारणं त्याला भागच होतं, पण काहीही निर्णय घेण्याच्या आधी, तो आपला दौरा कसा काय होतो, ते बघून मगच निर्णय घेणार होता.

***

न्यूयॉर्कच्या बंदरात बोटीने प्रवेश केला, तेव्हा जॉर्जला तिथल्या उंच उंच इमारतींनी प्रभावित केलं. त्याने या इमारतींविषयी बरंच काही ऐकलं होतं आणि निरनिराळ्या मासिकांतले त्यांचे फोटोही पाहिले होते, पण आज प्रत्यक्ष समोर उभं राहून त्या इमारती पाहण्याचा अनुभव वेगळाच आनंददायी होता. या उंच इमारतींपुढे इंग्लंडची कुठलीही उंच इमारत, उंच लोकांत एखादा पिग्मी माणूस उभा असल्यासारखी वाटली असती.

बोटीच्या कठड्यावरून जॉर्जने खाली वाकून पाहिलं, तेव्हा प्रचंड गोंगाट करणारा समुदाय आपल्या आवडत्या माणसांच्या आगमनाची वाट पाहत, हात हलवत होता. या गर्दीत तो आपल्या नव्याने झालेल्या मित्राला शोधत होता, पण त्याला या आधी कधीच न पाहिल्यामुळे तो कसा दिसतो, हे त्याला माहीत नव्हतं. आता या ली किडिकला कसं शोधायचं, असा विचार करत असताना, त्याला एक काळा कोट घातलेला उंच, रुबाबदार माणूस हातात एक पाटी धरून उभा असलेला दिसला. पाटीवर नाव होतं- *मॅलरी.*

दोन्ही हातांत सूटकेसेस घेऊन जॉर्ज खाली उतरला आणि हातात पाटी धरलेल्या इसमाकडे गेला. त्याच्या जवळ जाताच, त्याने पाटीकडे बोट दाखवलं आणि म्हणाला, ''मीच मॅलरी आहे.''

आता जॉर्जने त्याला प्रथम पाहिलं. तो पाटी धरलेला इसम, किडिक नव्हता तर. एक बुटका आणि जाडगेला इसम पुढ्यात आला. त्याने करड्या रंगाचा सूट घातला होता आणि त्याच्या पिवळ्या शर्टाची वरची बटणं उघडी होती. गळ्यामध्ये एक चांदीची चेन घातली होती आणि त्यामध्ये असलेला क्रॉस छातीवर लटकत होता. अंगावर दागिने मिरवणारा माणूस, जॉर्जने प्रथमच पाहिला होता. किडिक जेमतेम पाच फूट उंच होता, तेसुद्धा त्याने घातलेल्या मगरीच्या चामड्याच्या बुटाचे

तळवे, रूथ घालते, त्या बुटांपेक्षा उंच होते म्हणून.

"माझं नाव ली किडिक," तोंडातून सिगार बाहेर काढत त्याने जाहीर केलं. "तुम्ही जॉर्जच ना? तुम्हाला जॉर्ज म्हटलं तर चालेल ना?"

"मला वाटतं तुम्ही तेच म्हणालात," त्याच्याकडे पाहून हसत जॉर्ज म्हणाला.

"हा हॅरी," किडिकने त्या उंच आणि रुबाबदार असलेल्या इसमाकडे बोट दाखवत सांगितलं. "तुम्ही अमेरिकेत असेपर्यंत, हा तुमच्या गाडीचा चालक असेल." हॅरीने आपल्या हॅटच्या कडेला उजव्या हाताचं बोट लावत, जॉर्जला अभिवादन केलं आणि एका लहान ऑम्नी बससारख्या दिसणाऱ्या गाडीचं मागचं दार उघडलं.

गाडीत न चढता, जॉर्ज तसाच खाली उभा राहिल्याचं पाहून, किडिकने विचारलं, "काही अडचण आहे का?"

"नाही, अजिबात नाही," गाडीत पाय ठेवत तो म्हणाला, "मी आजतागायत पाहिलेल्या मोटारीत, ही सर्वांत मोठी आहे, म्हणून पाहत बसलो होतो."

"ही सगळ्यात नवीन कॅडी आहे," ली म्हणाला.

गोल्फच्या मैदानावर, खेळाडूंचं सामान वाहून नेणाऱ्यालाच कॅडी म्हणतात, असा जॉर्जचा समज होता, पण त्याला जॉर्ज बर्नार्ड शॉचं एक वाक्य आठवलं. 'इंग्लंड आणि अमेरिका ही दोन राष्ट्रं एका समान भाषेने विभक्त झालेली आहेत.'

"सध्या ही अमेरिकेतली सर्वांत उत्तम मोटार मानली जाते," हे किडिक सांगत असतानाच, हॅरीने सकाळच्या गर्दीत गाडी घातली.

"आपण वाटेत कोणाला घेणार आहोत का?" जॉर्जने साशंकपणे विचारलं.

"मला तुझा हा ब्रिटिश पद्धतीचा विनोद फार आवडतो," किडिक म्हणाला. "नाही, ही फक्त तुझ्याच उपयोगासाठी आहे. एक गोष्ट लक्षात ठेव जॉर्ज, तू एखादा बडा आसामी आहेस असं लोकांना वाटलं पाहिजे. तसंच तुला वागावं लागेल नाहीतर या शहरात तुला कोणी विचारणारदेखील नाही."

"म्हणजे माझ्या भाषणाला चांगला प्रतिसाद आहे, असं समजायचं का?" जॉर्जने अस्वस्थ होत विचारलं.

"उद्याच्या ब्रॉडहर्स्ट थिएटरमधल्या भाषणाला बऱ्यापैकी प्रतिसाद आहे," सिगार पेटवण्यासाठी थांबत, किडिक म्हणाला. "उद्या जर 'न्यूयॉर्क टाइम्स'मध्ये त्याला चांगली प्रसिद्धी मिळाली, तर बाकीच्या दौऱ्यात धमाल उडेल. सध्या वातावरण निर्मिती- रेव्ह- छान झाली आहे, रोजची रात्र हाउसफुल असेल, असा माझा अंदाज आहे."

आता या 'रेव्ह' शब्दाचा अर्थ काय हे जॉर्जला विचारायचं होतं, पण त्याने बाजूच्या उंच उंच इमारती पाहाणंच पसंत केलं. समोरच्या गर्दीतून वाट काढत गाडी

चालली होती.

"ही वुलवर्थची इमारत आहे," काच खाली करत किडिक म्हणाला. "ही सातशे ब्याण्णव फूट उंच आहे आणि ती जगातली सर्वात उंच इमारत मानली जाते. आता ते दुसरी एक इमारत उभारत आहेत. ती तर हजार फुटांपेक्षा जास्त उंच असेल."

"नेमकं तेवढंच अंतर मी कापायचं राहिलं होतं," वाडोर्फ हॉटेलाच्या समोर गाडी आली असताना जॉर्ज म्हणाला.

गाडी आत शिरताच बेलबॉय, गाडीचं दार उघडण्यासाठी सरसावला. त्याच्या मागे तिथला मॅनेजर आला आणि किडिकने गाडीच्या बाहेर पाय ठेवताच त्याचं हसून स्वागत केलं.

"हाय, बील," किडिक म्हणाला. "हे जॉर्ज मॅलरी. एव्हरेस्टवर विजय मिळवणारे गृहस्थ."

"अगदी तसंच नाही," जॉर्ज म्हणाला. "खरं तर..."

"अरे वस्तुस्थितीची फार काळजी करू नकोस, इथे न्यूयॉकमध्ये त्याची कोणालाच पर्वा नाही."

"सर, आपलं अभिनंदन," मॅनेजर म्हणाला आणि हस्तांदोलनासाठी हात पुढे केला. एखाद्या हॉटेलच्या मॅनेजरबरोबर, जॉर्जने कधीच हस्तांदोलन केलं नव्हतं. "तुमच्या सन्मानार्थ आम्ही तुमच्यासाठी, सतराव्या मजल्यावरच्या प्रेसिडेन्शियल सूटमध्ये जागा ठेवलेली आहे. कृपा करून माझ्या मागे या." असं म्हणून तो चालायला लागला.

"इथे आग लागल्यावर बाहेर पडण्याचा संकटकालीन मार्ग कुठे आहे?" लिफ्टपाशी पोहोचण्याच्या आधी जॉर्जने विचारलं.

"तो तिकडे आहे, सर, त्या पलीकडच्या बाजूला आहे सर," एका दिशेने बोट दाखवत, या प्रश्नामुळे भांबावलेला मॅनेजर म्हणाला.

"तुम्ही सतरावा मजलाच म्हणालात ना?"

"हो सर," आता जास्तच भांबावलेला मॅनेजर म्हणाला.

"मग तुम्ही पुढे व्हा, मी तुम्हाला वर भेटतो," असं म्हणून जॉर्ज आपत्कालीन मार्गाच्या दिशेने गेला.

"इंग्लंडमधल्या हॉटेलात, लिफ्ट वगैरे नसतात का?" मॅनेजरने किडिकला विचारलं. "का हा वेडा आहे?"

जॉर्जने सरळ जिना गाठला आणि सतराव्या मजल्याकडे धूम ठोकली.

"नाही, तो वेडा नाही, तो इंग्लिश माणूस आहे," किडिक म्हणाला.

त्या दोघांना घेऊन लिफ्ट सुसाटपणे वर निघाली. काही मिनिटांतच जॉर्ज तिथे

पोहोचलेला पाहून मॅनेजरला जास्त आश्चर्य वाटलं, कारण त्याला अजिबात धाप लागलेली नव्हती.

मॅनेजरने त्या भव्य कक्षाचं दार उघडलं आणि बाजूला उभा राहून, प्रथम आपल्या पाहुण्याला आत प्रवेश करू दिला. एखाद्या टेनीसच्या मैदानाइतकी मोठी खोली पाहून, जॉर्जला काहीतरी गफलत झाली असल्यासारखं वाटलं.

"मी माझ्या बायका मुलांसकट इथे येणार आहे, असं तर तुम्हाला नाही वाटलं?" त्याने विचारलं.

"अजिबात नाही, हे सगळं तुझ्यासाठीच आहे," किडिक हसत म्हणाला. "इथे तुला भेटायला वार्ताहर येतील, तेव्हा त्यांना, तुझी इंग्लंडमध्ये कशी बडदास्त ठेवतात, ते समजलं पाहिजे."

"पण मला हे परवडेल का?"

"त्याचा विचारही करू नकोस, हे सगळं दौऱ्याच्या खर्चातून होणार आहे," किडिक त्याला आश्वस्त करत म्हणाला.

***

"तुझा आवाज ऐकून किती बरं वाटलं जेफ्री," पलीकडून आलेला ओळखीचा आवाज ऐकून रूथ म्हणाली. "खूप दिवसांनी आठवण झाली म्हणायची."

"अच्छा, म्हणजे त्याचा सगळा दोष माझाच म्हणायचा." जेफ्री यंग म्हणाला. "मला आता इंपिरियल कॉलेजात नोकरी मिळाली आहे, तेव्हा सत्र चालू असताना मला या शहराबाहेर पडता येतच नाही."

"असं आहे का? पण जॉर्ज आता घरी नाही, तो भाषणाच्या दौऱ्यासाठी अमेरिकेला गेला आहे."

"हो, मला माहीत आहे. गेल्याच आठवड्यात त्याने मला एक पत्र पाठवलं होतं. सध्या तो नोकरीच्या शोधात आहे आणि त्यासाठी त्याला माझी मदत हवी आहे, असं म्हणत होता," यंग म्हणाला. "केंब्रिजमध्ये एक जागा आहे आणि मला वाटतं, जॉर्जच्यासाठी ते योग्य काम आहे, पण त्याला सांगण्याच्या आधी, मला ते तुझ्या कानावर घालायचं होतं."

"हे चांगलं केलंस जेफ्री. मी पुढच्यावेळी लंडनला आले, की तुला भेटायला येईन, चालेल ना?"

"नाही, तसंच काही नाही, मीसुद्धा गोडालमिंगला येऊ शकतो."

"केव्हा यायचा विचार आहे तुझा?"

"पुढच्या गुरुवारी चालेल?"

"अर्थातच. मग रात्री राहायलाच ये."

“आभारी आहे, जर तुमची गैरसोय होणार नसेल, तर मी जरूर येईन.”

“अरे, तू अगदी महिनाभर जरी राहिलास, तरी आमची गैरसोय होणार नाही, जेफ्री.”

***

जॉर्जला पहिल्या रात्री झोपच लागली नाही आणि वेळेतला फरक, हे त्याचं कारण नव्हतं, कारण पाच दिवसांच्या बोटीच्या प्रवासात, तो नवीन वेळेला रुळला होता. रात्रभर रहदारीची वर्दळ असलेल्या आणि कर्कश्श किंकाळणाऱ्या रुग्णवाहिकांच्या गोंगाटात, तो एखाद्या मोठ्या शहरात, या पूर्वी कधीच झोपलेला नव्हता. युद्धाच्या काळात तो पश्चिम आघाडीवर होता, त्या दिवसांची त्याला आठवण झाली.

शेवटी तो कंटाळून अंथरुणातून बाहेर आला आणि बाहेरचा सेंट्रल पार्क दिसत असलेल्या खिडकीजवळच्या टेबलावर बसला. त्याने आपल्या भाषणाची टाचणं परत एकदा चाळली. नंतर काचेच्या मोठ्या स्लाइड्स तपासल्या. सुदैवाने बोटीच्या प्रवासात त्या सुरक्षित राहिल्या होत्या.

किडिक सतत ज्या पहिल्या रात्रीचा उल्लेख करायचा, त्याच्या कल्पनेने जॉर्ज अस्वस्थ होत असे. समजा तो कार्यक्रम जरी फ्लॉप झाला- हा आणखीन एक किडिकचा शब्द- तरी त्याची काळजी न करायचं त्याने ठरवलं, अर्थात आयोजकांनी त्याला आधीच सांगितलं होतं, की थिएटरमधल्या फक्त काही थोड्या जागाच रिकाम्या आहेत, पण त्याच्या भाषणाचा *‘न्यूयॉर्क टाइम्स’* काय वृत्तांत देईल, त्याच्यावर सगळं काही अवलंबून आहे, असंही ते म्हणाले. शेवटी तुलना केली तर, आपले ते पर्वतच बरे, असं जॉर्जने विचार केला. तो *‘न्यूयॉर्क टाइम्स’* काय म्हणतो, त्याची ते अजिबात पर्वा करत नाहीत.

नंतर तो परत अंथरुणात शिरला आणि पहाटे चारच्या सुमारास त्याला झोप लागली.

***

जॉर्जचं अमेरिकेहून आलेलं पहिलं पत्र वाचत रूथ नेहमीच्या जागी बसली होती. कॅंडी, मध्यवर्ती वातानुकूलित यंत्रणा असलेला प्रेसिडेन्शिअल सूट वगैरे पत्रातला उल्लेख वाचून तिला हसू आलं. जॉर्जला त्या लहानशा तंबूतच समाधान लाभतं, हेच खरं आणि ‘हॉटेलच्या छपरावर तो टाकलाही असता,’ ती मनाशीच म्हणाली. अर्थात त्या वाल्डोर्फनी तशी परवानगी दिली असती का प्रश्न होताच. तिने पान उलगडलं आणि प्रथम जराशी नाराज झाली, कारण जॉर्ज पहिल्या रात्रीच, भाषणाची काळजी न करता आरामात झोपला होता. आपलं भाषण झालं, की मी

लगेचच हॉटेलात परत येऊन, तुला तिथे काय घडलं याचा वृत्तांत देईन, असं जॉर्जने पत्राच्या शेवटी लिहिलं होतं. त्याचं पत्र हातात पडायच्या आधीच आपल्याला ते 'न्यूयॉर्क टाइम्स'मध्ये वाचायला मिळावं, असं तिला मनापासून वाटलं.

***

दारावर टकटक झाल्याचा आवाज ऐकू आला म्हणून जॉर्जने दार उघडलं. ली किडिक दारात हसत उभा होता. त्याच्या शर्टाची वरची बटणं आताही उघडीच होती, पण फरक इतकाच होता, की या वेळी तो हिरव्या रंगाचा शर्ट होता. त्याने निळसर रंगाचा सूट घातलेला होता. केंब्रिजमधल्या एखाद्या हुशार पोराने तो घातला असता तर जास्त सयुक्तिक वाटलं असतं. गळ्यामध्ये आता चांदीच्या शेवटी सोन्याची साखळी होती आणि मगरीच्या चामड्याच्या बुटांची जागा पांढऱ्या रंगाच्या बुटांनी घेतली होती. जॉर्ज हसला. या अवताराच्यापुढे, तो यडा ऑस्ट्रेलियन जॉर्ज फिंचही रुबाबदार वाटला असता.

''कसं काय वाटतंय, मित्रा?'' खोलीत शिरत किडिकने विचारलं.

''फारच साशंक,'' जॉर्ज म्हणाला.

''त्याची काही गरजच नाही,'' ली म्हणाला, ''त्यांना तू नक्की आवडणार आहेस.''

केवळ काही तासांच्या ओळखीनंतर आणि आपल्याला लोकांच्यासमोर कधी भाषण देताना पाहिलं नसूनही, हा इसम कसा काय खात्रीने सांगतो आहे? जॉर्जला प्रश्न पडला.

पण समोर कोणीही गिऱ्हाईक असो, हा किडिक आपली ठेवणीतील वाक्यं नेहमीच फेकत असावा, असा जॉर्जने विचार केला.

हॉटेलाच्या बाहेर, हॅरी गाडीपाशी उभाच होता. जॉर्जला पाहताच, त्याने मागचा दरवाजा उघडला, तेव्हा जॉर्ज टुणकन आत जाऊन बसला. एखाद्या कठीण चढाईच्या प्रसंगी तो झाला नसेल, इतका आज मनातून घाबरला होता. थिएटरला जाईपर्यंत तो गप्पच बसला होता आणि किडिकही शांत बसला होता, म्हणून त्याने मनातल्या मनात त्याचे आभार मानले, अर्थात त्यासाठी त्याला गाडीत भरलेला सिगारच्या धुराचा वास सहन करावा लागला.

ब्रॉडहर्स्ट थिएटरच्या बाहेर गाडी थांबली, तेव्हा तिथे लावलेली जाहिरात पाहून जॉर्जला हसू आलं.

आत्ताच जागा राखून ठेवा

जॉर्ज मॅलरी

एक हाती एव्हरेस्टवर विजय मिळवणारा पराक्रमी वीर

पुढल्याच आठवड्यात : जॅक बेनी

व्हायोलीन वाजवत असलेल्या एका तरुणाचं चित्र तिथे लावलेलं होतं, ते पाहून त्याला हसू आलं, म्हणजे त्याच्या भाषणानंतर संगीताचा कार्यक्रम आहे तर.

जॉर्ज गाडीतून खाली उतरला. त्याचे पाय लटपटत होते आणि एव्हरेस्ट चढताना धडकली होती, तशी छाती धडधडायला लागली. एका बाजूच्या वाटेने किडिक जॉर्जला मंचाजवळच्या दरवाजाजवळ घेऊन गेला. तिथल्या कार्यकर्त्यांनी त्यांना दगडी पायऱ्यांवरून मोठ्या दारापाशी नेलं. दारावर लावलेला एक चांदीचा स्टार चमकत होता. रंगभूषा करण्याच्या खोलीत तो एकटाच बसला होता. तिथलं वातावरण गार होतं. एका भव्य आरशापुढे असंख्य उघडे दिवे प्रकाश फेकत होते. त्याने खिशातून कागद काढत, आपल्या भाषणावरून शेवटची नजर फिरवली. शिखरावर पोहोचण्याच्या आधीच परतावं, असं आज प्रथमच त्याला आयुष्यात वाटलं होतं.

दारावर टकटक झाली. ''पंधरा मिनिटं बाकी आहेत मॅलरी,'' बाहेरून आवाज आला.

जॉर्जने एक दीर्घ श्वास घेतला. किडिक आत आला. ''चला, आता या दौऱ्याची झकास सुरुवात करूया, मित्रा'' तो म्हणाला. त्याने परत एका वाटेने जॉर्जला मंचाच्या बाजूच्या विंगेत नेलं. ''तुला हार्दिक शुभेच्छा, मित्रा. मी सगळ्यात पुढच्या रांगेत बसून तुला प्रोत्साहन देणार आहे, काळजी करू नकोस,'' असं म्हणून, जॉर्जला एकट्याला सोडून तो निघून गेला.

जॉर्ज येरझाऱ्या घालत होता आणि प्रत्येक मिनिटागणिक अस्वस्थ होत होता. पडद्याच्या पलीकडून बोलण्याचे आवाज ऐकायला येत होते, पण नक्की किती श्रोते जमलेले आहेत, याचा अंदाज येत नव्हता. 'फार थोड्या जागा शिल्लक आहेत,' असं किडिक म्हणाला, ती अतिशयोक्ती तर नव्हती!

आठला पाच कमी असताना, पांढरा टक्सीडो घातलेला एक इसम जॉर्जपाशी आला. ''हाय! माझं नाव व्हीन्स, मी या कार्यक्रमाचा सूत्रधार असेन. मी तुझी ओळख करून देणार आहे. एक मला सांग, मॅलरी नावाचा काही खास पद्धतीने उच्चार करता येतो का?''

हा प्रश्न, जॉर्जला आजतागायत कोणी विचारला नव्हता. ''नाही,'' त्याने

उत्तर दिलं.

पडद्याच्या मागे घाबरलेला असताना, इथे कोणी बोलायला जवळ असतं, तर बरं झालं असतं, अस जॉर्जला वाटलं. अगदी तो किडिकही चालला असता. त्या रॅलीचं डोकं छाटलं गेलं, तेव्हा त्याला काय वाटलं असेल, याचा त्याला अनुभव आला. एकाएकी काही सूचना न देता पडदा वर झाला आणि सूत्रधार रंगमंचावर आला. हातातल्या माईकवर बोटाने टकटक करत, त्याने घोषणा केली, ''इथे जमलेल्या सभ्य स्त्री आणि पुरुषांनो, आज तुमच्या मनोरंजनासाठी, मि. मॅलरी यांना तुमच्यापुढे सादर करण्यात मला अतिशय आनंद होत आहे. मि. मॅलरी यांनी नुकताच एव्हरेस्टवर विजय मिळवलेला आहे.''

'नशीब, याने 'एक हाती' हा शब्द नाही वापरला.' जॉर्ज मनात म्हणाला. जॉर्ज रंगमंचावर जात असताना त्याला ऑक्सिजनच्या नळकांड्याची आठवण झाली, पण समोरून कौतुकाने वाजवलेल्या टाळ्यांचा आवाज ऐकून, तो लगेचच सावरला.

भाषणाच्या सुरुवातीला जॉर्ज जरासा अडखळत आणि चाचरत बोलत होता, कारण त्याला समोरचे श्रोते दिसतच नव्हते. त्याच्या अंगावर इतके प्रकाशझोत टाकले होते, की पहिल्या ओळीच्या पलीकडे त्याला काहीच दिसत नव्हतं, अर्थात काही सेकंदांतच त्याने स्वतःला सावरलं. आता तो शिक्षक नसून एक नट होता आणि हा त्याच्या भूमिकेतला बदल त्याच्या लक्षात आला. मधूनच होणारा टाळ्यांचा कडकडाट आणि उठणाऱ्या हास्याच्या लकेरीमुळे त्याला धीर आला. अडखळत केलेल्या सुरुवातीनंतर मात्र त्याने एक तास मैदान गाजवलं. जेव्हा त्याने लोकांना प्रश्न विचारण्यास सांगितलं, तेव्हा सभागृतले दिवे लागले आणि त्याला समोरचा जनसमुदाय प्रथम दिसला.

समोर दिसणारं सभागृह भरलं होतं, अर्थात वरती पहिल्या मजल्यावर अंधार असल्यामुळे तिथल्या गर्दीचा अंदाज घेता आला नाही. प्रश्न विचारण्यासाठी अनेक हात वर झालेले पाहून त्याला हुरूप आला. समोरच्या श्रोत्यांमधे काही कसलेले अल्पाईनिस्ट आणि खरेखुरे उत्साही गिर्यारोहक असल्याचं त्याला जाणवलं, कारण त्यांनी व्यक्त केलेली मतं सयुक्तिक आणि विचार करायला भाग पाडणारी होती. एका प्रश्नावर तर जॉर्जची दांडीच उडाली, अर्थात प्रश्नकर्त्याला त्या शब्दाची व्युत्पत्ती माहीत होती का नाही, हे कळायला मार्ग नव्हता. ''मि. मॅलरी, असली ही मोहीम चढवायला, साधारणपणे किती खर्च येतो?'' तिसऱ्या रांगेत बसलेल्या एका पिंगट केसांच्या सुंदरीने विचारलं.

या प्रश्नाचं उत्तर द्यायला जॉर्जला जरा वेळ लागला. खर्च किती झाला, हे त्यालाही माहीत नव्हतं. ''मला त्याची कल्पना नाही, मॅडम,'' त्याने प्रांजळपणे कबुली दिली. ''पैशाचे सगळे व्यवहार RGS बघत असतं, पण मला एक नक्की

माहीत आहे, की पुढच्या वर्षीच्या हिमालयाच्या मोहिमेसाठी सोसायटी, लोकांकडे देणग्या मागणार आहे आणि त्याचा एकच उद्देश आहे, की- तो 'इंग्लिशमन' असं म्हणणार होता पण त्याने शब्द बदलला- त्या संघापैकी एकाला शिखरावर पाठवायचं.

"आमच्यापैकी कोणाला जर देणगी द्यायची असेल, तर देता येईल का?" एका बाईने प्रश्न विचारला. "मी असं गृहीत धरते, की तुम्ही त्या मोहिमेवर जाणार असाल आणि तेही नेतृत्व करायला..."

"नाही मॅडम. मी माझ्या पत्नीला तसं आश्वासन दिलं आहे, की पुढच्या मोहिमेसाठी सोसायटीला दुसरा कोणी नेता शोधावा लागेल," जॉर्जने न अडखळता ताडकन उत्तर दिलं. समोरून आलेला विरोधी सूर ऐकून जॉर्जला आश्चर्यच वाटलं. एक-दोन जणांनी तर 'शेम! शेम!' अशाही घोषणा दिल्या.

आणखीन एक-दोन प्रश्नांनंतर जॉर्ज सावरला, पण शेजारच्या विंगेतून जेव्हा ली 'चला आता आटपण्याची वेळ झाली' असं म्हणाला, तेव्हा तो जरासा नाराजच झाला.

जॉर्जने कमरेत किंचित वाकत, श्रोत्यांना अभिवादन केलं आणि रंगमंचावरून निघाला, तेव्हा टाळ्याचा कडकडाट झाला.

"इतक्या घाईने नाही, मित्रा," त्याला परत स्टेजवर ढकलत किडिक म्हणाला. आता लोकांनी हसून टाळ्या वाजवल्या. शेवटी पडदा पडण्याच्या आधी जॉर्जला तीन वेळा, स्टेजवर ढकलायला लागलं.

"एकदम झकास," ली गाडीत बसताना म्हणाला. "तू तर कमालच केलीस."

"तुला खरंच असं वाटत का?" जॉर्जने साशंकपणे विचारलं.

"याच्याहून चांगलं होऊच शकलं नसतं," ली म्हणाला "आता एकच प्रार्थना करू, की तू लोकांना जितका आवडलास, तितकाच त्या वार्ताहरांनाही आवडावास. अरे हो! तू कधी इस्टेला हॅरिंग्टनला भेटला आहेस का?"

"इस्टेला हॅरिंग्टन?" जॉर्ज परत तेच म्हणाला. "अरे, तुला ती प्रश्न विचारलेली छबकडी. तू पुढच्या मोहिमेला जाणार आहेस का विचारलं होतं ती?"

"नाही, मी तिला उभ्या आयुष्यात कधीच भेटलेलो नाही," जॉर्ज म्हणाला. "असं का विचारलंस?"

"तिला कार्डबोर्ड-विधवा म्हणून ओळखतात," ली म्हणाला. "तिच्या दिवंगत नवऱ्याने काडबोर्डचा शोध लावला आणि इतका पैसा मागे ठेवला आहे, की बाईला मोजताही येत नाही," लीने एक जोरदार झुरका मारत, तोंडावाटे मोठा धुराचा लोळ सोडला. "मी गेली कित्येक वर्षं तिच्याविषयीच्या अनेक रंजक कथा वर्तमानपत्रातून

वाचत आहे, पण तिला गिर्यारोहणात रस असेल, अस वाटलं नव्हतं. ती जर या दौऱ्यासाठी पैसे देणार असेल, तर मग त्या 'न्यूयॉर्क टाइम्स'ची काळजी करण्याचं कारणच उरणार नाही.''

''ते इतकं महत्त्वाचं आहे का?''

''अरे, सगळी वर्तमानपत्रं एका बाजूला आणि एकटं 'न्यूयॉर्क टाइम्स' दुसऱ्या बाजूला असलं, तरी ते सगळ्यांना भारी ठरेल.''

''मग त्याचा निकाल केव्हा बाहेर पडेल?''

''काही तासातच,'' आणखीन एक धुराचा फवारा सोडत ली म्हणाला.

४८

“द वर्कर्स एज्युकेशनल अ‍ॅसोसिएशन,” बागेत फिरत असताना जेफ्री म्हणाला.

“मी त्यांच्याविषयी कधी काही ऐकलेलं नाही,” रूथ म्हणाली.

“कामगार चळवळीच्या सुरुवातीच्या काळात, ती स्थापन झाली. तरुणपणात ज्यांना नीट शिक्षण घेण्याची संधी उपलब्ध झाली नाही, अशा लोकांना शिकवणं, हा त्यांचा हेतू आहे. त्यांच्या उत्तर आयुष्यात तरी त्याचा त्यांना फायदा मिळेल, अशा अपेक्षेने हे स्थापन केलं गेलं.”

“जॉर्जच्या फॅबीयन प्रिन्सिपलसारखंच हे वाटतं.”

“माझ्या मते,” जेफ्री म्हणाला, “हे काम खास त्याच्यासाठीच योग्य आहे. म्हणजे त्याच्या शिकवण्याच्या अनुभवाचा फायदा तर होईलच, पण त्याची सामाजिक आणि राजकीय मतंही त्याला मांडता येतील.”

“पण याचा अर्थ, आम्हाला केंब्रिजला मुक्काम हलवावा लागेल का?”

“हो, तसं आहे खरं, पण त्याच्याहूनही अनेक वाईट शहरं आहेत,” जेफ्री म्हणाला. “आणि एक गोष्ट विसरू नकोस, तिथेही त्याचे खूप मित्र आहेत.”

“मला एक गोष्ट तुला सांगायची आहे, जेफ्री, सध्याच्या त्याच्या बिकट आर्थिक परिस्थितीविषयी तो फार चिंताग्रस्त आहे. त्याच्या शेवटच्या पत्रात त्याने लिहिलं होतं, की त्याच्या दौऱ्याला अपेक्षेइतका प्रतिसाद मिळाला नाही.”

“मला हे ऐकून वाईट वाटलं,” यंग म्हणाला. “या कामाचे त्याला वर्षाला ३५० पौंड मिळतीलच, शिवाय खाजगी शिकवण्या केल्या तर आणखीन १५० पौंड मिळतील, म्हणजे वर्षाला ५०० पौंड सहज झाले.”

“तसं असेल, तर जॉर्ज, अशी संधी उडी मारून पटकावेल. केव्हा सुरुवात करावी असं त्यांना वाटतं?” तिने विचारलं.

"निदान पुढच्या सप्टेंबरपर्यंत तरी नाही," यंग म्हणाला. "याचाच अर्थ, मी जरा धाडस करूनच सांगतो, की जॉर्ज परत..."

"आताच नको, जेफ्री," ते घराकडे परतत असताना, रूथ म्हणाली. "आपण तो विषय, रात्री जेवताना बोलू. आता तू तुझं सामान खोलीत लावून घे आणि मला सायंकाळी सात वाजता, खाली बैठकीच्या खोलीत भेट."

"त्या विषयावर बोललंच पाहिजे, असं नाही, रूथ."

"तसं नाही, नक्कीच बोलायला हवं हे," घरात शिरताना रूथ म्हणाली.

***

"टॅक्सी," किडिकने हाक मारली. तेव्हा एक टॅक्सी समोर येऊन उभी राहिली. आता हॅरी आणि कॅंडीचा पत्ता नव्हता.

"आज किती वाईट परिस्थिती होती?" टॅक्सीत मागच्या जागेवर, मटकन बसत, जॉर्जने विचारलं.

"फारशी चांगली नव्हती," लीने कबुली दिली. "त्या '*न्यूयॉर्क टाइम्स*'ने जरी तुझ्या भाषणाची स्तुती केली असली, तरी शहराबाहेर फारसा प्रतिसाद मिळालेला नाही -" तो खिडकीच्या बाहेर बघायला लागला - "खरं तर निराशाजनकच म्हणावा लागेल. ते जरी असलं, तरी एका चाहत्याला तू फार आकर्षित केलेलं आहेस."

"तू कोणाविषयी बोलतो आहेस?"

"आता जॉर्ज, उगाच वेड पांघरून पेडगावला जाऊ नकोस. ती मिसेस हॅरिंग्टन तुझ्या प्रत्येक भाषणाला येते, हे तुझ्या लक्षात आलं असेलच आणि आजही रात्री ती येईल, याच्यावर मी कसलीही पैज लावायला तयार आहे."

"चला, निदान आजच्या भाषणाची तरी सगळी तिकिटं विकली गेलेली आहेत," हॅरिंग्टन बाईचा विषय बदलण्यासाठी, तो म्हणाला.

"विकली हा चुकीचा शब्दप्रयोग आहे, जॉर्ज," ली म्हणाला. "विद्यार्थ्यांना फुकट बसवण्याच्या अटीवरच, त्याने जागा दिलेली आहे - अर्थात या फुकट शब्दाने मी अस्वस्थ होतो, तो भाग वेगळा."

"बाल्टिमोर आणि फिलाडेल्फियाची काय परिस्थिती आहे?" टॅक्सी विद्यापीठाच्या आवारात शिरताना जॉर्जने विचारलं. या विद्यापीठाला भेट देण्याची जॉर्जची इच्छा होती, पण इथे कधी भाषणासाठी येऊ, असं त्याला स्वप्नातही वाटलं नव्हतं.

"माफ कर मित्रा, पण मी ते दोन्ही कार्यक्रम रद्द केले आहेत, नाहीतर, जे काही थोडेफार पैसे गाठीशी आहेत, तेही खर्च झाले असते."

"इतकी वाईट परिस्थिती?"

"वाईट? महाभयानक," ली म्हणाला. "आपला दौराच आता रद्द करावा

लागेल, असं मला वाटतंय. मी तुझं Saxonia बोटीचं सोमवारचं परतीचं तिकीटही काढून ठेवलेलं आहे,''

''पण याचा अर्थ...''

''आजचं हे भाषण शेवटचंच असणार जॉर्ज, हे नक्की जोरदार होईल असं बघ.''

''म्हणजे आत्तापर्यंत किती नफा झाला आपल्याला?'' जॉर्जने शांतपणे विचारलं.

''तसं मला आत्ताच नक्की सांगता येणार नाही,'' हारवर्डच्या प्रेसिडेण्टच्या घरातून टॅक्सी बाहेर पडत असताना, ली म्हणाला. ''मी काही खर्च केला आहे, त्याचा मला हिशेब केला पाहिजे.''

अमेरिकेला निघण्यापूर्वी आलेल्या एका पत्राची जॉर्जला आठवण झाली. या दौऱ्यात अपेक्षित नफा झाला नाही, ही गोष्ट हिंक्सच्या कानावर गेली, तर तो सोसायटीच्या वार्षिक समारंभाच्या भाषणासाठी, त्याला दिलेलं भाषणाचं आमंत्रण रद्द करेल का? कदाचित आपणच ते आमंत्रण नाकारून, त्यांना मानहानीपासून वाचवावं.

***

''तू त्या विषयावर बोलायचं टाळतो आहेस, असं माझ्या लक्षात आलं आहे,'' जेवणानंतर बैठकीच्या खोलीकडे जाताना, रूथ म्हणाली.

''पण जेवण तर फार मस्त होतं आणि तूसुद्धा चांगला पाहुणचार करतेस,'' बैठकीच्या खोलीत असलेल्या सोफ्यावर बसत जॉर्ज म्हणाला.

''आणि तूसुद्धा काही कमी भाटगिरी करत नाहीस, जेफ्री,'' त्याच्या हातात कॉफीचा कप ठेवत, रूथ म्हणाली. ती जेफ्रीच्या समोरच्या खुर्चीत बसली. ''तेव्हा जॉर्जने पुढच्या मोहिमेसाठी हिमालयावर जावं, यासाठी त्याचं मन वळवायला तू मला सांगणार होतास तर? पण त्याला काय हवं आहे, हे मलाच खात्रीशीर सांगता येणार नाही.''

''आपण एकमेकाला सत्यच सांगतो आहोत का?'' जेफ्रीने विचारलं.

''अर्थातच,'' थोडंसं आश्चर्य वाटून रूथ म्हणाली.

''अमेरिकेला जाण्यापूर्वी जॉर्जने मला एक पत्र लिहिलं होतं आणि त्याच्या भाषेत सांगायचं तर, त्याच्या वेड्या स्वप्नाचा, त्याला परत एकदा पाठपुरावा करायचा आहे.''

''पण...'' रूथ म्हणाली

''पण त्याने हेही लिहिलं होतं, की रूथचा पूर्ण पाठिंबा असल्याशिवाय, तो तुला सोडून जाणार नाही.''

''पण तो तर मला म्हणाला, की कसल्याही परिस्थितीत तो परत तिथे जाणार नाही.''

''त्याने मला गयावया करून लिहिलं आहे, की हे रूथला कळू देऊ नकोस.

आता तुला हे सांगून, मी त्याचा विश्वासघातच केला आहे.''

''परत या दिव्यातून जाण्यासाठी, त्याने एक तरी ठोस कारण, तुला सांगितलं आहे का?''

''एक कारण तर उघडच आहे. त्याशिवाय, जर तो यशस्वी झाला, तर मग त्याचं उत्पन्न किती वाढेल, याचा विचार कर.''

''हे बघ जेफ्री, जसं मला माहीत आहे, तसं तुलाही माहीत आहे, की हे त्याने पैशासाठी केलेलं नाही.''

''तूच तर मघाशी म्हणालीस, की त्याला त्याच्या आर्थिक परिस्थितीची काळजी वाटते म्हणून,'' जेफ्रि म्हणाला.

रूथ हे ऐकून काही काळ गप्पच बसली.

''मी जर मला काय वाटतं, हे जॉर्जला खोटंच सांगितलं,'' ती नंतर बोलायला लागली, - ''आणि ते केवळ खोटंच असेल, जेफ्री - तर तू मला एक वचन दे, की ती शेवटचीच वेळ असेल.''

''ती असलीच पाहिजे,'' जेफ्री म्हणाला. आणि जे WEAचे काम जर जॉर्जने स्वीकारलं, तर त्यांना त्यांचा डायरेक्टर सहा सहा महिने गायब झालेला चालणारही नाही. इतकंच काय, तोपर्यंत जॉर्जचं वयदेखील वाढलेलं असेल आणि RGSने जरी पुढची मोहीम आखली, तरी त्यांना तरुण, उमदा पुरुषच या कामासाठी लागेल.

''मला सल्ला द्यायला आणखीन कोणी मिळाला असता, तर बरं झालं असतं,'' रूथ गोंधळून म्हणाली.

''मग तू अशा व्यक्तीचं का दुसरं मत घेत नाहीस? तुला नक्की काय वाटतंय, ते तिला चांगलंच समजेल.''

''तुझ्या डोक्यात अशी कोण आहे?''

यंगने तिचं नाव सांगताच, रूथ म्हणाली, ''पण ती मला भेटायला तयार होईल का?''

''नक्कीच. ती एव्हरेस्टच्या मॅलरीच्या बायकोला केव्हाही भेटेल.''

***

त्या खोलीच्या एका बाजूला, किडिकबरोबर बोलत असलेल्या, आकर्षक व्यक्तिमत्त्व असलेल्या बाईला जॉर्जने लगेचच ओळखलं. तिला तो असा लगेच विसरू शकलाच नसता.

''अभिनंदन, मि. मॅलरी, फार उत्तम कामगिरी आपण केलीत,'' हारवर्डचे प्रसिडेंट म्हणाले. ''फार छान! आता पुढल्या खेपेस, आपण कामगिरी फत्ते करूनच याल, अशी मी आशा व्यक्त करतो.''

''आपली कृपा आहे, मि. ल्योवेल,'' आपण परत हिमालयात जाणार नाही, हे सांगण्याच्या फंदात न पडता, जॉर्ज म्हणाला.

''आणि हा इतका भव्य स्वागत समारंभ आयोजित केल्याबद्दल आपले आभार.''

''मलाच जास्त आनंद झाला आहे. इथे दारूबंदी असल्यामुळे, मी आपल्याला फक्त संत्र्याचा रस अथवा कोकाकोला देऊ शकतो, त्याबद्दल दिलगीर आहे.''

''संत्र्याचा रसच चालेल, आभारी आहे.''

''मला वाटतं, अनेक विद्यार्थ्यांना तुम्हाला प्रश्न विचारायचे आहेत, तेव्हा फक्त मीच तुमचा ताबा न घेता, बाजूला जातो.'' किडिक बोलत असलेल्या त्या महिलेच्या दिशेने ते रवाना झाले.

काही मिनिटांतच, त्याच्याभोवती विद्यार्थ्यांचा घोळका पडला, तेव्हा त्याला त्याचे केंब्रिजमधले दिवस आठवले.

''तुमचा अंगठा अजूनही शाबूत आहे का?'' जॉर्जच्या पायाकडे पाहत, एका विद्यार्थ्याने विचारलं.

''आज सकाळी मी आंघोळ करताना तपासलं, तेव्हा सगळं जागेवर होतं,'' जॉर्ज हसत म्हणाला. ''पण माझ्या मित्राने- मोर्सहेडने, दोन बोटं आणि अंगठा गमावला. बिचाऱ्या कॅप्टन नार्टनने तर त्याचा अर्धा उजवा कान गमावला. तो सर्वांत उंच गेला होता आणि नेमका तेव्हाच त्याचा कान कापावा लागला.''

''सर, अमेरिकेत असे काही पर्वत आहेत का, जे तुम्हाला आव्हान देऊ शकतील?'' मागून एकाने प्रश्न विचारला.

''अर्थातच,'' जॉर्ज म्हणाला. ''तुमच्या इथला माऊंट मॅकिन्ले, हा हिमालयातल्या कुठल्याही शिखराइतकाच आव्हान देऊ शकतो आणि योसोमिटी पार्कमध्ये असलेली कित्येक शिखरं, कसलेल्या गिर्यारोहकांची परीक्षा घेऊ शकतील. तुम्हाला जर खडकांवर चढून जायला आवडत असेल, तर युटा आणि कोलोराडोच्या पलीकडे बघूच नका. तिथे तुमचा कस लागेल.''

''मला एक गोष्ट कधीच समजलेली नाही मि. मॅलरी, तुम्ही त्या पर्वतांची पर्वा का करता?''

एव्हाना बाजूला आलेल्या प्रेसिडेंटने जरासं खाकरून, आपली अस्वस्थता लपवली.

''याचं उत्तर फार सोपं आहे,'' जॉर्ज म्हणाला. ''कारण ते तिथे आहेत.''

''पण...''

''तसदीबद्दल मी तुझी माफी मागतो, मॅलरी,'' मि. ल्योवेल म्हणाले, ''पण मिसेस हॅरिंग्टनना तुझ्याशी बोलायचं आहे. त्यांच्या दिवंगत यजमानांचं, याच विद्यापीठात शिक्षण झालं आणि त्यांच्या दातृत्वाला तोड नाही.''

'या मोहिमेसाठी किती खर्च येतो,' असं न्यूयॉर्कमध्ये विचारणाऱ्या आणि

त्यानंतर त्याच्या प्रत्येक भाषणाला हजर राहणाऱ्या, त्या तरुण स्त्रीशी जॉर्जने हस्तांदोलन केलं...

ती एखाद्या कॉलेजच्या युवतीप्रमाणे दिसत होती आणि जर मि. हॅरिंग्टनने- कार्डबोर्ड किंग, असा किडिकसारखा त्यांचा उल्लेख करायचा- फारच उशिरा लग्न केलं नसेल, तर ही त्यांची तिसरी पत्नी असण्याचीच शक्यता जास्त होती.

"मला कबूल केलं पाहिजे, इस्टेला," प्रसिडेंट म्हणाले, "पण तुला गिर्यारोहणात काही रस असेल, असं मला जराही वाटलं नव्हतं."

"मि. मॅलरींच्या व्यक्तिमत्त्वामुळे कोण गाडलं जाणार नाही?" - हा शब्द अशा अर्थाने वापरलेला प्रथमच मॅलरीने ऐकला आणि आता परत एकदा शब्दकोश तपासून, त्याचा खरंच काही दुसरा अर्थ आहे का, हे पाहण्याची वेळ आली होती. "आपण सगळे अशीच आशा करत आहोत, की एव्हरेस्टवर पाय ठेवणारे, ते पहिले असतील आणि मग परत इथे येऊन, ते आपल्याला सगळं वर्णन ऐकवतील."

"मी मागे न्यूयॉर्कला सांगितल्याप्रमाणे, मिसेस हॅरिंग्टन, मी आता..."

"हे खरं आहे का," ती बोलत असताना मध्येच कोणाचं बोलणं ऐकायची तिला सवय नव्हती, म्हणून ती पुढे बोलायला लागली, की "आज तुम्ही शेवटचं भाषण करणार असून, परत इंग्लंडला जाणार आहात?"

"मला तरी तसंच वाटतंय," जॉर्जने उत्तर दिलं. "मी उद्या दुपारच्या गाडीने न्यूयॉर्कला जाऊन, दुसऱ्या दिवशी सकाळी साऊथहॅंप्टनला बोटीने रवाना होईन."

"उद्या जर तुम्ही न्यूयॉर्कलाच असाल, तर संध्याकाळी माझ्यासोबत पेयपानासाठी याल का?"

"हा आपला चांगुलपणाच आहे, मिसेस हॅरिंग्टन, पण दुर्दैवाने..."

"हे बघा, माझे पती फार दानशूर होते, मला वाटतं, त्यांनी तुमच्या कार्याला मोठी देणगी दिली असती."

"मोठी?" जॉर्ज म्हणाला.

"मीही तसाच विचार करत होते." - ती किंचित थांबली आणि म्हणाली - "दहा हजार डॉलर्स,"

"पण मला न्यूयार्कला पोहोचायला संध्याकाळचे सात तरी वाजतील, मिसेस हॅरिंग्टन."

"मग मी तुमच्या हॉटेलवर आठ वाजता गाडी पाठवते— आणि मला इस्टेला म्हणत जा जॉर्ज."

***

सकाळचा नाश्ता झाल्यावर, दाई जेव्हा मुलांना फिरायला बाहेर घेऊन गेली,

तेव्हा रूथ आपल्या आवडत्या जागी, आवडत्या खुर्चीत जाऊन बसली. तिने खिडकीतून एकदा बाहेर पाहिलं आणि आणि जॉर्जचं ताजं पत्र वाचायला लागली.

२२ मार्च, १९२३

माझ्या लाडक्या रूथ,

मी बोस्टनहून न्यूयार्कला जाणाऱ्या गाडीत बसलेलो आहे. आता काहीसा बदल म्हणून चांगली बातमी सांगतो. मला जसं वाटत होतं, तसंच सगळं हारवर्डमध्ये बघायला मिळालं. टफ्ट हॉल खचाखच भरलेला होता- किडिकच्या भाषेत, लोक छताला लोंबकळत होते- पण तिथल्या महाविद्यालयीन विद्यार्थ्यांच्या आणि प्राध्यापकांच्या उपस्थितीमुळे, मला हे जास्त आपुलकीने केलेलं स्वागत वाटलं.

प्रेसिडेण्टच्या स्वागत समारंभानंतर, मी चांगलाच उत्तेजित होऊन बाहेर पडलो होतो आणि तेसुद्धा दारूबंदी असल्यामुळे, फक्त एक ग्लासच संत्र्याचा रस प्यायल्यावर. आज सकाळी उठलो, तेव्हा मला वास्तवाची जाणीव झाली. माझा दौरा मध्येच खंडित करण्यात आला असून, मी ठरलेल्या वेळेच्या आधीच, लंडनला परत येणार आहे. मी तुला बरोबर येण्याचा आग्रह केला नाही, हे वाईटच झालं, कारण सगळा दौरा एका महिन्याच्या आतच आटोपला. आपली व्हेनीसची लहानशी सहल छान झाली, अगदी सेंट मार्क्सवर चढलो नाही, तरीही. मी येत आहे, अशी धोक्याची सूचना देण्यासाठी, हे पत्र पाठवत आहे. मी साऊथहँप्टनला केव्हा येणार, ते बोटीवरून तार करून कळवीन.

दुसरी आनंदाची बातमी म्हणजे, सोसायटीच्या गंगाजळीत भर घालण्याची शेवटची संधी, मला आज संध्याकाळी मिळणार आहे. तुला आणि मुलांना, मी ठरल्यापेक्षा आधीच बघू शकणार आहे, पण आता वास्तवाची जाणीव ठेवायला हवी. तिथे पोहोचलो, की एखादी नोकरी शोधायचं काम मी प्रथम हातात घेणार आहे.

लवकरच भेटू, प्रिये

तुझ्यावर खूप खूप प्रेम करणारा
जॉर्ज

रूथ हसली आणि टेबलाच्या ड्रॉवरमध्ये सगळ्यात वरती ते पत्र ठेवलं.

जॉर्जची बाकीची पत्रं, तिथेच क्रमवार लावलेली होती. गोल्डमिंगहून तिची गाडी सुटायला किमान एक तास होता, पण आजची भेट फार महत्त्वाची असल्यामुळे, ती तडक स्टेशनवर निघाली. उगाचच उशीर व्हायला नको.

४१

सायंकाळी नऊ वाजायला काही मिनिट कमी असताना, जॉर्जने वेस्ट सिक्सटी फोर्थ स्ट्रीटवरील घराचा दरवाजा वाजवला. पांढरा टाय आणि काळा लांब कोट घातलेल्या बटलरने, दार उघडलं.

''शुभसंध्या, सर, मिसेस हॅरिंग्टन आपलीच वाट पाहत आहेत.''

त्याने जॉर्जला बैठकीची खोली दाखवली. तिथे मिसेस हॅरिंग्टन, एका बोनार्डच्या तैलचित्रापुढे उभी होती. आंघोळ आटपून, टबबाथमधून बाहेर येणाऱ्या नग्न बाईचं ते चित्र होतं. त्याच्या यजमानीणबाईंनी गुडघे न झाकणारा, लाल रंगाचा पोशाख केला होता. हातात लग्नाची अंगठी नव्हती, पण गळ्यात ठसठशीत हिऱ्याचा हार आणि त्याला साजेसा हातातला दागिना घातलेला होता.

''आभारी आहे, डौकिन्स,'' मिसेस हॅरिंग्टन म्हणाली. ''इतकंच काम होतं.'' तो बटलर दरवाजाजवळ जाण्यापूर्वी, ती म्हणाली, ''आता आज तुझी गरज लागणार नाही.'' ''जशी आपली इच्छा बाईसाहेब,'' बटलर वाकून म्हणाला आणि त्याने दार ओढून घेतलं. घराच्या बाहेरून किल्ली फिरवल्याचा आवाज आल्याची, जॉर्जची खात्री पटली.

''बस ना, जॉर्ज,'' सोफ्याकडे हात दाखवत, मिसेस हॅरिंग्टन म्हणाली. ''प्रथम मला तुझा ग्लास भरूदे, तू काय घेणार?''

''मला वाटतं, संत्र्याचा रस चालेल,'' जॉर्ज म्हणाला.

''शक्यच नाही,'' मिसेस हॅरिंग्टन म्हणाली. ती खोलीच्या पलीकडच्या भिंतीपाशी गेली आणि एका पुस्तकाच्या कपाटाला हात लावला आणि ते किंचित फिरवलं. त्याचं लगेच बारमध्ये रूपांतर झालं. ''स्कॉच आणि सोडा?'' तिने सुचवलं.

“माझ्याविषयी माहीत नाही, अशी एखादी तरी गोष्ट आहे का?” तो हसून म्हणाला.

“कदाचित एक किंवा दोन गोष्टी,” सोफ्यावर त्याच्याशेजारी बसत, ती म्हणाली. आता तिचा पोशाख गुडघ्याच्या बराच वर आला होता, “पण मला जर थोडासा वेळ मिळाला, तर मी ती कसरही भरून काढीन.” जॉर्जने अस्वस्थ होत, टायला हात लावला. “आता मला सांग, जॉर्ज, माझ्या या छोट्याशा देणगीचा, तुझ्या मोहिमेला कसा काय फायदा होईल?”

“अगदी खरं सांगायचं तर, मिसेस हॅरिंग्टन,” जॉर्जने एक घोट घेतला- त्याची आवडती व्हिस्कीच तिने दिली होती- “आम्हाला मिळालेल्या प्रत्येक पेनीची आम्हाला गरज आहे. गेल्या मोहिमेच्या अनुभवावरून एक गोष्ट आम्ही शिकलो, ती म्हणजे, आमची तयारी अपुरी होती. मागे साउथ पोलला कॅप्टन स्कॅाट गेला, तेव्हा, हेच घडलं होतं. त्या मोहिमेत, त्याचा तर जीव गेलाच, पण बरोबरचे सगळे मेले. माझ्या माणसांबाबत मी असला धोका पत्करायला तयार नाही.”

“तू किती गंभीरपणे, हे सगळं घेतोस, जॉर्ज,” त्याच्या बाजूला किंचित वाकून, त्याची मांडी थोपटत, मिसेस हॅरिंग्टन म्हणाली.

“हा गंभीरपणे घेण्याचा विषय आहे, मिसेस हॅरिंग्टन.”

“मला एस्टेले म्हण ना,” ती म्हणाली. तिने तिचे पाय आता एकमेकांवर टाकले, तेव्हा तिच्या लांब काळ्या स्टॉकिंगची वरची कड दिसायला लागली. “या वेळी तू शिखरावर जाशील अशी खात्री वाटते का तुला?”

“शक्यता आहे, पण नशिबाचीही थोडी साथ लागतेच,” जॉर्ज म्हणाला. “वातावरणाचा फारसा प्रश्न नाही, तुम्हाला तीन दिवस, किंवा दोनसुद्धा चालतील, जर स्वच्छ दिवस मिळाला आणि सोसाट्याचे वारे वाहत नसले, तर वर जायची संधी नक्कीच असते. मला अशी संधी मिळालेली आहे, असं वाटत असतानाच, दरड कोसळण्याचं संकट ओढवलं.”

जॉर्ज उठून जायचा विचार करत असतानाच, ती म्हणाली, “आणि तू वर, तिथे गेलास की- आणि नक्की जाशीलच- तिथे एकदा माझी आठवण काढ.”

तिने तिच्या बाहीत हात घातला आणि एक कागद काढला. तिने उघडला आणि तिच्यासमोर, टेबलावर ठेवला. जॉर्जने त्या चेककडे पाहिलं, त्यावर लिहिलं होतं: *रॉयल जिओग्राफीकल सोसायटी - १०,००० डॉलर्स.* त्याने हिंक्सचा विचार केला आणि गप्प बसला.

“आता पाच मिनिटं जरा बस, मी जरा घरचे कपडे घालून येते, जॉर्ज. तुझ्यासाठी, परत एखादं ड्रिंक बनव. मी जीन आणि टॉनिक घेते आहे,” असं म्हणून ती पटकन खोलीच्या बाहेर पडली.

जॉर्जने तो चेक उचलला आणि आपल्या पाकिटात ठेवणार, इतक्यात त्याला नोटांच्या मधून एका फोटोची कड दिसली. रूथचा तो फोटो त्याने मधुचंद्राच्यावेळी काढलेला होता आणि तो प्रवासात सतत जवळ बाळगायचा. तो हसला आणि फोटो परत आत ठेवला आणि तो चेक फाडून, त्याचे दोन तुकडे केले. तो हळूच दरवाजापाशी गेला आणि दार उघडण्याचा प्रयत्न केला, पण ते त्याच्या अंदाजानुसार बंद होते. RGSने खरं तर फिंचला या दौऱ्यावर पाठवायला हवं होतं, म्हणजे त्यांना बक्कळ धनलाभ झाला असता आणि मिसेस हॅरिंग्टनलाही ती फायदेशीर गुंतवणूक वाटली असती.

नंतर तो खोलीच्या दुसऱ्या बाजूला गेला आणि हलकेच तिथली खिडकी उघडली. त्याने डोकं बाहेर काढून, खाली उतरण्याच्या, सुरक्षित मार्गाचा अभ्यास केला. बाहेरची भिंत, आयताकृती दगडांनी बांधलेली असल्याचं पाहून, त्याला हायसं वाटलं. खिडकीचा आधार घेत, त्याने बाहेर पाय ठेवला. नंतर एका मागून एक दगड पार करत, तो खाली उतरायला लागला. जेव्हा तो जमिनीपासून पाच फुटांवर आला, तेव्हा त्याने उडी मारली आणि रस्ता ओलांडून पलीकडे गेला. कसलेल्या गिर्यारोहकाने मागे वळून बघायचं नसतं, पण त्याला मोह आवरता आला नाही. वरच्या मजल्यावरच्या खिडकीत, एक सुंदर स्त्री पातळसा झगा घालून उभी होती. झगा इतका पातळ होता, की कल्पनाशक्तीला वावच नव्हता.

चायला, रूथसाठी भेटवस्तू घ्यायला विसरलो.

***

रूथने ३७, टीट स्ट्रीटचा दरवाजा खटखटावला; काही सेकंदांतच, एका सेविकेने तो उघडला आणि किंचित वाकून अभिवादन करत म्हणाली, "सुप्रभात, मिसेस मॅलरी. कृपा करून माझ्यामागे येता?"

ती आत गेली तेव्हा तिची यजमानीण, फायरप्लेसपाशी उभी होती. तिच्या डोक्यावर, साउथ पोलला पोहोचत असलेल्या तिच्या नवऱ्याचं तैलचित्र होतं. तिने अत्यंत साधा पोशाख केला होता आणि अंगावर, लग्नाची अंगठी सोडली, तर एकही दागिना नव्हता.

"तुम्हाला भेटून फार आनंद झाला, मिसेस मॅलरी," रूथशी हस्तांदोलन करताना, कॅथलिन स्कॉट म्हणाली.

"या इथेच बसूया, शेकोटी जवळ." असं म्हणून तिने तिच्या समोरच्या खुर्चीकडे हात केला.

"आपण मला भेटायला कबूल झालात, हा आपला फार चांगुलपणा आहे," रूथ म्हणाली. मघाचची सेविका परत आत आली. तिच्या हातातल्या चांदीच्या

तबकामध्ये चहा आणि बिस्कीटं होती. तिने ते तबक अलगद, तिच्या मालकिणीच्या शेजारच्या टेबलावर ठेवलं.

"मिली, आता आम्हाला जरा खाजगी बोलायचं आहे, तेव्हा कोणी आत येऊ नका," कॅप्टन स्कॉटची विधवा म्हणाली.

"अर्थातच, बाईसाहेब," असं म्हणत, ती बाहेर गेली आणि दार लावून घेतलं.

"चिनी का इंडियन, मिसेस मॅलरी?"

"कृपा करून इंडियन."

"दूध आणि साखर?" "फक्त दूधच, आभारी आहे," रूथ म्हणाली.

चहा बनवण्याचा सगळा विधी साग्रसंगीत पार पाडून, मिसेस स्कॉटने रूथच्या हातात चहाचा कप दिला. "काही खाजगी विषयासंबंधी, तुमच्याशी चर्चा करायची आहे, असं तुमचं पत्र मिळाल्यापासून, माझ्या मनात जरा कुतूहल निर्माण झालेलं आहे."

"हो, मी समजू शकते," रूथ म्हणाली. "मला जरा तुमचा सल्ला हवा आहे."

मिसेस स्कॉटने हसून मान डोलवली,

"माझे पती," रूथने चाचरत सुरुवात केली, "सध्या अमेरिकेला भाषणाच्या दौऱ्यावर गेलेले आहेत आणि आता ते केव्हाही परत येण्याची शक्यता आहे. आता मला परत RGSच्या एव्हरेस्ट टूरमध्ये सहभागी व्हायचं नाही, असं मला जरी त्याने अनेकदा सांगितलं असलं, तरी, त्याला नेमकं तसं वाटत नाही, असं मला वाटतं."

"आणि त्याने परत हिमालयात जाण्याबद्दल, तुमचं काय मत आहे?"

"प्रथम लढाईच्या निमित्ताने, मग एव्हरेस्टच्या मोहिमेसाठी आणि आता अमेरिकेच्या दौऱ्याच्या निमित्ताने तो सतत बाहेरचं होता. आता परत त्याने सहा महिने दूर जाऊ नये, असं मला मनापासून वाटतं."

"मी समजू शकते, मुली. कॉन- कॅप्टन स्कॉट- अगदी असाच होता–खाद्या लहान मुलासारखा, एका जागी काही महिन्यांच्यावर तो बसूच शकत नसे."

"त्यांनी कधी, 'तुम्हाला काय वाटतं,' ते विचारलं होतं का?"

"सतत, पण ते केवळ विचारण्यासाठी. त्याला माझ्याकडून आश्वासन हवं होतं, म्हणून त्याला जे ऐकावसं वाटत होतं, तेच मी बोलावं असं त्याला वाटत असे. तो जे करतो आहे, तेच बरोबर आहे, असं मी त्याला सांगावं, असं त्याला वाटे."

"मग तुम्ही तसं बोललात का?"

"नेहमीच नाही," एक उसासा टाकत, ती वृद्धा म्हणाली. "मला त्याने घरी राहून सरळ, साधं गृहस्थाचं जीवन जगावं, असं वाटत असलं, तरी ते कधीच शक्य होणार नव्हतं, कारण तुमच्याच पतीप्रमाणे, मिसेस मॅलरी, कॉनसुद्धा सामान्य

माणूस नव्हता.''

"मग, वेळीच ते न सांगितल्याचा आता तुम्हाला पश्चात्ताप होत असेल?''

"नाही, मिसेस मॅलरी, मला नाही होत. आपली पत्नी आपल्या मार्गातला अडसर आहे, असं वाटत राहणाऱ्या माणसाबरोबर आयुष्य काढण्यापेक्षा, एखाद्या भन्नाट माणसाबरोबर, मी दोन वर्षंच संसार करीन.''

रूथने स्वत:ला सावरलं. "मी जॉर्जपासून आणखी सहा महिने दूर राहण्याचा विचार सहन करू शकते, पण आयुष्यभर नाही,'' रूथ भावनावश होत म्हणाली.

"माझ्याइतकं, हे कोणीच समजू शकणार नाही, पण तुझा पती हा काही चारचौघांसारखा सामान्य माणूस नाही, आणि त्याची पत्नी होण्याचं मान्य करण्याच्या आधी हे तुला चांगलं माहीत असलं पाहिजे.''

"हो, मला कल्पना होती, पण--''

"तसं असेल, तर मग, तू नक्कीच त्याच्या भवितव्याशी खेळू नकोस. त्याच्याहून दुय्यम प्रतीच्या माणसाने, जर त्याचं स्वप्न साध्य केलं, तर तूच आयुष्यभर पश्चात्ताप करत जगशील.''

"पण त्याच्याशिवाय आयुष्य जगणं, हे माझं तरी विधिलिखित का असावं? रूथने विचारलं. "मी त्याच्यावर किती प्रेम करते, हे जर त्याला समजलं असतं...''

"मी खात्रीने सांगते, ते त्याला माहीत आहे, मिसेस मॅलरी! तसं जर नसतं, तर आज तुम्ही मला इथे भेटायला आलाच नसतात.''

रूथने मान वर केली. तिच्या डोळ्यातून अश्रू ओघळत होते, "पण तुमचे पती परत आले नाहीत.''

"मला जर घड्याळ मागे फिरवता आलं असतं,'' संथपणे उत्तर आलं "आणि कॉनने मला जर, 'म्हाताऱे, मी परत एखाद्या मोहिमेवर जाऊ का?' असं विचारलं असतं, तर मी तेरा वर्षं, एक महिना आणि सहा दिवसांपूर्वी जे म्हणाले होते, तेच म्हटलं असतं. अर्थातच, माझ्या लाडक्या, माझी काहीच हरकत नाही, पण या वेळी मात्र लोकरीचे जाड मोजे न्यायला विसरू नकोस.''

***

सकाळी सहा वाजता, सामानाची बांधाबांध करून जॉर्ज परतीच्या प्रवासासाठी तयार झाला, तेव्हा आपलं हॉटेलचं बील, किडिकने न दिल्याचं पाहून जॉर्जला फारसं आश्चर्य वाटलं नाही. नशीब की यावेळी तो एखाद्या प्रेसिडेन्शिअल सूटमध्ये न राहता, लोअर ईस्ट साईडच्या एका लहानशा गेस्टहाऊस मधल्या खोलीत राहत होता.

जॉर्ज पदपथावर आला. त्याने टॅक्सीला हाक मारली नाही. त्याची अनेक कारणं

होती. दोन्ही हातात सूटकेसेस घेऊन, तो ४३- ब्लॉक वरून, स्थानिक लोकांना चुकवत, त्या मॅनहटनच्या सिमेंटच्या जंगलातून घामाघूम होत, धक्क्याच्या दिशेने जायला लागला.

एका तासानंतर, तो जेव्हा धक्क्यावर पोहोचला, तेव्हा तिथे बोटीच्या प्रवेश मार्गापाशी, किडिक उभाच होता. नेहमीप्रमाणे त्याच्या तोंडात सिगार होती आणि चेहऱ्यावर, ठेवणीतलं हास्य होतं. ''आता तू शिखरावर जाशील, तेव्हा मला फोन कर. तेव्हा धमाल येईल.''

''आभारी आहे, ली,'' जॉर्ज म्हणाला. काही क्षण थांबल्यावर पुढे तो म्हणाला, ''या अविस्मरणीय अनुभवाबद्दल आभार मानतो.''

''ते तर माझं कामच होतं,'' जॉर्जचा हात हातात घेत तो म्हणाला. ''तुझ्यासाठी, काही करू शकलो, याचा आनंद होतो आहे.'' जॉर्जने हस्तांदोलन केलं आणि बोटीवर चढायला लागला, इतक्यात मागून किडिकने हाक मारली. ''अरे, हे घेतल्याशिवाय जाऊ नकोस,'' असं म्हणत त्याने एक लिफाफा, त्याच्या हातात ठेवला.

जॉर्ज परत मागे फिरला, अर्थात त्याला ते आवडलं नाही.

''हा तुझ्या वाट्याचा नफ्यातील हिस्सा,'' खास इंग्रजाळलेल्या भाषेत किडिक म्हणाला. ''पन्नास टक्के, अगदी ठरल्याप्रमाणे.''

''आभारी आहे,'' जॉर्ज म्हणाला आणि तो लिफाफा खिशात ठेवला. किडिक समोर तो उघडून बघायची त्याला अजिबात इच्छा नव्हती.

आपली खोली शोधल्यावर, त्याला ते दृश्य पाहून, फारसं आश्चर्य वाटलं नाही. बोटीतल्या सर्वांत खालच्या मजल्यावर, नॉर्थ कोलच्या तंबूइतक्या लहानशा खोलीत, त्याला आणखीन तिघांबरोबर प्रवास करायचा होता. बोट सुटण्याचा जेव्हा भोंगा वाजला, तेव्हा, त्याने आपलं सामान तसंच ठेवलं आणि वरती डेकवर जाऊन, बंदरातून बाहेर पडणाऱ्या बोटीची मजा बघू लागला.

परत एकदा कठड्यावरून वाकून त्याने खाली पाहिलं, तेव्हा लोक आपल्या आप्तेष्टांना आणि मित्रांना, निरोप देत असल्याचं त्याला दिसलं. त्याने किडिकला शोधण्याचा प्रयत्नही केला नाही, कारण तो केव्हाच निघून गेला असेल, अशी त्याला खात्री वाटत होती. आता त्या अजस्र इमारती लहान लहान होत चालल्या होत्या आणि जेव्हा स्टॅच्यू ऑफ लिबर्टी दिसेनासा झाला, तेव्हा तो वास्तवात परत आला.

त्याने खिशातून लिफाफा काढला आणि उघडला. आतून एक चेक बाहेर काढला. *पे: द रॉयल जिओग्रॅफिकल सोसायटी - ४८* त्याला हसू आलं आणि इस्टेलाची आठवण झाली, पण क्षणभरच.

भाग सात

बायकांचे विशेष हक्क

५०

हातात हात घालून, ते दोघं, एखाद्या महाविद्यालयीन विद्यार्थ्याप्रमाणे, किंग्ज परेडवर फिरत होते.

"आता माझी उत्सुकता जास्त ताणू नकोस," रूथ म्हणाली. "आजची मुलाखत कशी झाली?"

"याच्याहून चांगली होऊ शकली असती, असं मला नाही वाटत," जॉर्ज म्हणाला. "उच्च शिक्षणाबद्दलची माझी मतं त्यांना पटल्यासारखी वाटली आणि पुरुषांच्याप्रमाणेच उच्च शिक्षण घेणाऱ्या बायकांनाही पदव्या द्यायला हव्यात, असं जेव्हा मी मत मांडलं, तेव्हा त्यांनी विरोध दर्शवला नाही."

"आता तशी नक्कीच वेळ आली आहे," रूथ म्हणाली. "इतकंच काय, आता ऑक्सफर्डनेही याचा विचार करायला सुरुवात केली आहे."

"अजून एखादं महायुद्ध झाल्याशिवाय, केंब्रिजचे लोक बधणार नाहीत," दोन जुन्या विचारांचे प्राध्यापक, शेजारून जात असताना तो म्हणाला.

"तेव्हा ते तुला नोकरी देतील, असं वाटतं का? का अजून काही लोकांच्या मुलाखती बाकी आहेत?"

"मला नाही तसं वाटत," जॉर्ज म्हणाला. "उलट मी एकाच्या अंतिम यादीत असल्याचं, यंग मला सांगत होता आणि मुलाखती घेणाऱ्या मंडळाच्या अध्यक्षांनी, जेव्हा मला, पुढच्या सप्टेंबरपासून कामाला सुरुवात करणार का विचारलं. तेव्हा सर्व काही उघड झालं."

"ही छान बातमी आहे, अभिनंदन माझ्या लाडक्या."

"पण आपल्या पहिल्या घरातून उठून इथे यायला त्रासाचं होईल, असं नाही तुला वाटत?"

"देवा रे देवा, अजिबातच नाही.'' रूथ म्हणाली. ''मुलांना वाढवायला, याच्याहून चांगली जागाच सापडायची नाही आणि तुलाही इथे खूप मित्र भेटतील. पुढच्या सप्टेंबरपर्यंत त्यांना तुझी गरज भासणार नाही, यासाठी देवाचे आभारच मानायला हवेत. म्हणजे तू जरी दूर गेला असलास, तरी मला नवीन घर शोधायला आणि सामान हलवायला खूप वेळ मिळेल.''

"मी दूर असलो म्हणजे?'' जॉर्जने गोंधळून विचारलं.

"हो, कारण तुझी नोकरीच जर पुढल्या वर्षी सुरू होणार असेल, तर मग, तू परत तुझ्या गिर्यारोहणासाठी का जाऊ नयेस? मला तरी काही कारण दिसत नाही.''

'आपल्या कानावर जे शब्द पडत आहेत, ते खरेच आहेत का?' अशा अर्थाने, जॉर्ज अविश्वासाने तिच्याकडे पाहत राहिला.

"म्हणजे तू असं म्हणते आहेस का लाडके, की मी परत पुढल्या मोहिमेसाठी नाव नोंदवलं, तरी तुझी त्याला हरकत असणार नाही?''

"हरकत? ती कशाला? उलट मी त्याचं स्वागतच करीन. महिनोन्महिने, तू घरात नुसता रिकामटेकडा हिंडताना, मी पाहू नाही शकणार. शिवाय तो फिंच उद्या त्या शिखरावर पोहोचला, की त्याला एक अभिनंदनाची तार करण्याखेरीज, तुझ्या हातात काय उरणार आहे? अर्थात, ते तुला त्या मोहिमेत न घेण्याचीही शक्यता नाकारता येत नाही.''

"का नाही?'' जॉर्जने त्वेषाने विचारलं

"त्याचं काय आहे माझ्या लाडक्या, तू जरी एखाद्या कॉलेजच्या विद्यार्थ्यासारखा दिसत असलास आणि प्रसंगी वागत असलास, तरी त्यांनी जर तुझी कुंडली नीट तपासली, तर तू आता बच्चा राहिलेला नाहीस, हे त्यांच्या लक्षात येईल. तेव्हा तू या मोहिमेसाठी उपलब्ध आहेस, हे त्यांना वेळीच कळव, कारण ही तुझी शेवटची संधी असेल.''

"खट्याळ मुलगी,'' जॉर्ज आनंदाने म्हणाला, ''तुला चापट मारावी का तुझं चुंबन घ्यावं, हे मला समजतच नाही. चला, सध्या मी चुंबनच घेतो.''

"चारचौघांत असं चुंबन घेण्याविषयी, मला मागेही तुला सांगावं लागलं होतं, मि. मॅलरी,'' जॉर्जच्या मिठीतून मोकळी होताच, रूथ म्हणाली. आजच्या इतका तो हर्षभरित केव्हाही दिसला नव्हता. जॉर्जने तिला परत मिठीत घेतलं, तेव्हा तिला आनंद तर वाटलाच, पण आपल्याला खरं काय वाटतंय, हे सांगून आपले डोळे आपल्यालाच फसवतील, अशी भीती वाटली.

***

आपल्या भावाच्या वाढदिवसाला, जॉर्ज उशिरा आल्याबद्दल कोणाला आश्चर्य

वाटलं नाही, पण तो ट्रॅफर्डला द्यायची भेट वस्तू, तो द होल्टलाच विसरून आल्याचं मेरीला समजलं, तेव्हा तिने त्याला चिडवायला सुरुवात केली.

"तू त्याला नक्की काय भेट आणली होतीस, आठवतं आहे का? का तेही आता विसरलास?"

"घड्याळ. मागे मी स्विट्झरलंडला गेलो होतो, तेव्हाच घेतलं होतं."

"ही फारच आश्चर्याची गोष्ट आहे, कारण गेली सदतीस वर्षं तू त्या उपकरणात कधी रस घेतला असल्याचं आठवत नाही, मग त्यात पाहायची गोष्ट तर दूरच." हे ती बोलत असतानाच, ट्रॅफर्ड त्यांना येऊन सामील झाला.

"ते काय मी ख्रिसमसला घेऊ शकतो. गेल्या वर्षीही तेच केलं होतं," ट्रॅफर्ड मिस्कीलपणे हसत म्हणाला. "पण सर्वांत महत्त्वाचा एक प्रश्न मला आज सोडवायचा आहे. कोटी आणि आईच्यामध्ये कायम वाद चालू असतो, की एव्हरेस्टवर, जॉर्ज नक्की किती उंचावर गेला होता."

जॉर्जने आजूबाजूला पाहिलं, तेव्हा कोटी एका माणसाशी बोलत होती आणि तो जॉर्जच्या ओळखीचा नव्हता. दोन एक वर्षापूर्वी, तो रॉयल ॲकॅडमीत तिच्या बरोबर, मोनेट प्रदर्शनाला गेला होता, तेव्हा शेवटचं भेटला होता. तिने त्याच्याकडे पाहत, नेहमीसारखं हास्य केलं, तेव्हा त्याला तिच्याबरोबर केलेल्या गिर्यारोहणाचे दिवस आठवले. नंतर त्याच्या मनात अपराधीपणाची भावना निर्माण झाली, कारण तिच्या वडिलांचं दिवाळं निघाल्यानंतर, तो तिला कधी भेटलाच नव्हता, अर्थात त्यांना काही मदत, तो नक्कीच करू शकला नसता, पण...

"२७,५५० फूट." मेरी म्हणाली "आणि शाळेतल्या प्रत्येक पोराला हे माहीत आहे."

"म्हणजे हे कुठल्या वैमानिकापेक्षा जास्त झालं," ट्रॅफर्ड म्हणाला, "नाहीतर मी इतक्या उंचावर जाण्याचा प्रयत्न करायला जाईन आणी एखाद्या डोंगरावर जाऊन आपटीन."

"तसं झालं तर सगळ्यांचेच प्रश्न सुटतील." जॉर्ज मागे वळून म्हणाला. "तोपर्यंत तरी, आपल्याला या कठीण मार्गानेच वर जायला पाहिजे." ट्रॅफर्ड हसला. "कोटी कशी काय आहे?" जॉर्जने विचारलं. "तिला पोटासाठी अजूनही काम करावं लागतं का?"

"हो," मेरीने उत्तर दिलं, "पण निदान त्या वुलवर्थमध्ये विक्रेती म्हणून नाही."

"का?" ट्रॅफर्डने विचारलं. "त्याने तिला काय मॅनेजर वगैरे केलं की काय?"

"नाही तसं काही झालेलं नाही," मेरी म्हणाली, "तिने लिहिलेलं एक पुस्तक नुकतंच प्रकाशित झालं आहे आणि त्याचं फार कौतुक होत आहे."

जॉर्जला आता जास्तच लाजल्यासारखं झालं. "माझ्या पुढच्या मोहिमेला

जाईन, तेव्हा ते नक्की बरोबर ठेवीन,'' तो पटकन म्हणाला.

''पुढची मोहीम?'' ट्रॅफर्डने चमकून विचारलं. ''मला वाटलं, आता तू हा उद्योग थांबवला आहेस म्हणून.''

''कोटी, पुस्तक लिहिल्याशिवाय, तिचं पोट भरू शकते का?'' आपल्या भावाच्या प्रश्नाला सरळ उत्तर न देता जॉर्जने विचारलं. ''मी बोसवेलवर लिहिलेल्या पुस्तकाचे, मला फक्त ३२ पौंड मिळाले.''

''कोटीने एक मस्त प्रणयाची कादंबरी लिहिली होती, असलं रटाळ आत्मचरित्र नाही,'' मेरीने, परत जॉर्जला डिवचलं, ''इतकंच नाही, तर तिला पुढच्या तीन पुस्तकांसाठीही, तिच्या प्रकाशकांनी करारबद्ध केलं आहे, तेव्हा तिच्या कलेवर विश्वास ठेवायलाच हवा.''

''मला वाटतं, यामध्ये आणखी एक माणूस मोडतो,'' कोटी बोलत असलेल्या त्या अनोळखी इसमाकडे पाहून, ट्रॅफर्ड म्हणाला.

''म्हणजे काय?'' जॉर्जने विचारलं.

''कोटीने नुकतंच लग्न केलं आहे,'' मेरीने खुलासा केला. ''हा परराष्ट्र खात्यातला राजदूत आहे. तुला हे माहीतच नव्हतं?''

''नाही, मला काहीच कल्पना नाही,'' जॉर्जने कबुली दिली.

''काही नवल नाही,'' मेरी म्हणाली, ''तू जर *पेकिंग पिकनिक* वाचलं असतंस, तर तुला ते समजलं असतं.''

''तुला नक्की काय म्हणायचं आहे?''

''तिच्या कथेचा नायक, केंब्रिजमध्ये शिकलेला एक शाळामास्तर, तो फावल्या वेळेत गिर्यारोहण करतो.''

ट्रॅफर्ड हसला. ''काय? त्याच्या धाडसी धाकट्या भावाचा साधा उल्लेखही नाही? सगळ्यात कमी वयाचा, निर्भीड वैमानिक, जर्मनांना धूळ चारल्यावर, आपल्या मायदेशी परतला आणि रॉयल एअरफोर्समध्ये फ्लाईट कमांडर झाला.''

''फक्त एक परिच्छेद आहे, नाही म्हणायला,'' मेरी म्हणाली, ''पण तिने याचा आवर्जून उल्लेख केलेला आहे, की आपल्या तरण्याबांड मोठ्या भावाप्रमाणेच, हासुद्धा एक दिवस, फार उत्तम कामगिरी करेल.''

''आता आमच्या दोघांपैकी कोण प्रथम, २९,००० फुटांवर जातो, त्यावर ते अवलंबून आहे.''

''२९,००२ फूट,'' जॉर्जने दुरुस्ती केली.

१९२४

५१

जनरल ब्रुस जेव्हा आपल्या मोहिमेचा अहवाल वाचून दाखवत होता, तेव्हा RGSचे बाकीचे सभासद, हिमालयाचा नवीन नकाशा अभ्यासण्यात गुंतलेले होते.

"मदतनिसांचा जवळपास सगळा संघ एव्हाना १७,००० फुटांवर पोहोचलेला असेल," आपल्या हातातल्या चष्म्याच्या भिंगाने नकाशावर टकटक करत जनरल दाखवत होते. "सुमारे बारा आठवड्यांनी, मॅलरी आणि त्याचा चमू जेव्हा तिथे जातील, तेव्हा ते सगळी तयारी सज्ज ठेवतील."

"उत्तम," जॉर्ज म्हणाला. "आणि या वेळी मी वर जाण्याचा मार्ग आधीच ठरवलेला असल्यामुळे, आम्हाला अंतिम चढाईसाठी, पावसाळ्याचा मोसम सुरू होण्याआधी, एक महिन्याचा अवधी मिळेल."

"गेल्या मोहिमेच्या अनुभवावरून, तू ज्या काही काळज्या व्यक्त केल्या होत्यास, त्यांचं आम्ही व्यवस्थित निराकरण केलेलं आहे, असं आम्ही समजायचं का, मॅलरी?" सर फ्रांसिस म्हणाले.

"तसं तुम्ही समजू शकता, मि. चेअरमन," जॉर्जने उत्तर दिलं. "पण माझ्या विफल झालेल्या अमेरिकेच्या दौऱ्यानंतर, या दौऱ्याच्या व्यवस्थेसाठी, आपल्याला इतके पैसे कोणी दिले, हे मी विचारू शकतो का?"

"आमच्या हाती अचानक घबाड लागलं," हिंक्सने सांगितलं. "जरी तुझ्या दौऱ्याचा प्रत्यक्ष फायदा झालेला नसला, मॅलरी, तरी नोएलने काढलेल्या द *एपीक ऑफ एव्हरेस्ट* हा चित्रपट तुफान यशस्वी झाला. इतका, की खास हक्कांसाठी- मला वाटतं, त्याला चित्रीकरणाचे हक्क म्हणतात- त्याने या दौऱ्यासाठी सोसायटीला आठ हजार पौंड देऊ केले आहेत, अर्थात त्यासाठी त्याने एक अट घातलेली आहे."

"आणि ती अट काय आहे?" रेबर्नने विचारलं.

"की मॅलरी हाच या मोहिमेचं नेतृत्व करेल."

"पण ते तर मी आधीच कबूल केलं होतं," मॅलरी म्हणाला. "आता फक्त माझ्या संघात कोण असतील, ते मला ठरवायचं बाकी आहे."

"अगदी स्पष्टच सांगायचं, मि. चेअरमन, ती निवड आपोआपच झाल्यात जमा आहे," जेफ्री यंग म्हणाला.

"मी आता कमिटीपुढे ती यादी, मान्यतेसाठी सादर करू का?" खिशातून कागद काढत जॉर्ज म्हणाला.

"अर्थातच, पोरा," सर फ्रांसिस म्हणाले, "शेवटी तो तुझाच संघ आहे."

मागच्या अल्पाईन क्लबमध्ये झालेल्या सभेत, जॉर्ज आणि यंग यांनी एकमताने केलेली यादी जॉर्ज वाचून दाखवायला लागला. "नॉर्टन, सोमरवेल, मोर्सहेड, ओडेल, फिंच, बुलॉक, हिंग्स्टन, नोएल आणि मी स्वत: जॉर्ज," सगळे या यादीला मान्यता देतील, या अपेक्षेने जॉर्जने मान करून वर पाहिलं.

चेअरमनने काही बोलायच्या आधी, बराच काळ शांततेत गेला. "मला हे तुला सांगायला खेद होतो आहे, मॅलरी, की आजच मि. फिंचचं एक पत्र आम्हाला मिळालेलं आहे. त्यांना असं वाटतं, की सद्य: परिस्थितीत ते १९२४मध्ये जात असलेल्या मोहिमेत भाग घेण्यास राजी नाहीत आणि ते आपलं नाव मागे घेत आहेत."

"परिस्थितीत? कसल्या परिस्थितीत?" जॉर्जने विचारलं.

सरसाहेबांनी हिंक्सच्या दिशेने पाहिलं. हिंक्सने आपल्या समोरच्या फाईल मधून एक कागद काढून, जॉर्जच्या हातात दिला.

"पण त्याने काही खास असं कारण दिलेलंच नाही," ते पत्र दोन वेळा नजरेखालून घालत, जॉर्ज म्हणाला. त्याने ते पत्र यंगच्या हातात ठेवलं आणि विचारलं, "त्याला काही ताप वगैरे आला आहे का?"

"मला तरी तसं काही माहीत नाही," सर फ्रांसिस म्हणाले.

"आणि आर्थिक अडचण असणं शक्यच नाही," यंग म्हणाला. त्याने ते पत्र परत हिंक्सला दिलं. "आपल्या पाठीशी नोएल असल्यामुळे, तो फिंचला लागणाऱ्या साहित्याची आणि प्रवास खर्चाची व्यवस्था करू शकतो."

"तुला वाटतं, त्यापेक्षा परिस्थिती जरा नाजूक आहे, मॅलरी," पेन आणि हातातली वही बंद करत हिंक्स म्हणाले.

"त्या गव्हर्नर-जनरलच्या बायकोशी जसं वागला, त्याचा तर काही संबंध नाही?" जॉर्जने विचारलं.

"नाही, त्याच्याहून फार वाईट प्रकार घडलेला आहे," आपला अर्ध्या भिंगांचा

चष्मा काढून, टेबलावर ठेवत हिंक्स म्हणाला. हिंक्स पुढे काय सांगतो, ते ऐकायला जॉर्ज उत्सुक होता. ''RGSला न कळवताच, फिंचने देशभरात अनेक ठिकाणी भाषणं केली. त्याला त्यापासून बऱ्यापैकी पैसे मिळाले,पण त्याने त्यातली सोसायटीला एक पेनीही दिलीच नाही.''

''पण सोसायटीला पेनी मागण्याचा हक्क होता का?'' यंगने विचारलं.

''आम्हाला त्याची काहीच कल्पना नाही.'' हिंक्सने प्रांजळपणे उत्तर दिलं, ''कारण अनेक वेळा त्याला आठवण करूनसुद्धा, त्याने आजतागायत, आम्हाला त्याचा हिशेबच दिलेला नाही. शेवटी आम्हाला त्याला कायदेशीर नोटीस पाठवून, आमच्या हक्काची रक्कम मागावी लागली.''

''तो जरा चक्रमच आहे, असं मी सुरुवातीपासून सांगत होतो,'' ॲशक्रॉफ्टने काडी लावली. ''ह्या प्रकारामुळे, माझं म्हणणं खरंच ठरलं.''

''हे प्रकरण कोर्टात जाईल, असं तुम्हाला वाटतं का? यंगने विचारले.

''मला नाही तसं वाटत,'' हिंक्स म्हणाला, ''पण जर तसं झालंच, तर ही मोहीम, तिबेटला पोहोचण्याच्या सुमारास, तो खटला उभा राहू शकतो.''

''हे ऐकून, ते शेर्पा नक्कीच चवताळतील,'' जॉर्ज म्हणाला.

''हा विनोदाचा विषय नाही,'' सर फ्रांसिस गंभीर होत म्हणाले.

''या टेबलाभोवती बसलेल्या कोणालाही असं वाटतं का, की या त्याच्या गैरवर्तनामुळे, त्याची गिर्यारोहणक्षमता कमी झाली असावी?'' यंगने विचारलं.

''मुद्दा तो नाही यंग,'' हिंक्स म्हणाले, ''आणि ते तुला चांगलंच माहीत आहे.''

''तोच तर मुद्दा असेल,'' जॉर्ज म्हणाला. ''जेव्हा मी २७,००० फुटांवर उभा असेन आणि शेवटच्या निर्णायक चढाईच्या वेळी कोणाला बरोबर घ्यावं, असा मला प्रश्न पडेल तेव्हा.''

''का? तुझ्यासोबत, नॉर्टन आणि सोमरवेल आहेत,'' हिंक्सने त्याला आठवण करून दिली.

''आणि ते दोघं तर प्रथम मान्य करतील, की ते त्याच्या तोडीचे नाहीत.''

''ठीक आहे, मॅलरी, पण हा सर्व प्रकार झाल्यामुळे, RGSकडे दुसरा काही पर्यायच राहिला नाही.''

''पण गिर्यारोहणाच्या पथकात, कोण असावं आणि कोण नसावं, हे ठरवण्याचा RGSला अधिकारच नाही.'' मॅलरी वैतागून म्हणाला. ''आणि तुम्ही विसरला असलात, तर आठवण करून देतो, मि. हिंक्स, ही एव्हरेस्ट कमिटीची बैठक आहे.''

''मला काय म्हणायचं आहे, मॅलरी, हे जरा जास्तच पोरकटपणाचं होत आहे,'' ॲशक्रॉफ्ट मध्येच बोलले.

"मग मी तुम्हालाच विचारतो, कमांडर," जॉर्ज ताडकन म्हणाला, "समुद्र सपाटीच्यावर राहण्याचा तुमचा प्रदीर्घ अनुभव आहे, त्या फिंचची जागा घेण्यासाठी, दुसरा तितकाच चांगला पर्याय कोण असू शकेल?"

"हे विचारलंस, याचा मला आनंदच वाटतो, मॅलरी," हिंक्स मध्येच म्हणाले, "कारण आमच्यापाशी एक उत्तम पर्याय आहे."

"आणि तो कोण आहे?" मॅलरीने विचारलं.

"सॅण्डी आयर्विन नावाचा एक तरुण. तो ऑक्सफर्डच्या नौकानयन संघाचा उत्तम खेळाडू आहे आणि त्याने इतका कमी वेळ असूनही, मोहिमेवर जाण्याची तयारी दाखवलेली आहे."

"मला एव्हरेस्टवर एखादी नौका चालवायची नसल्यामुळे, मि. हिंक्स, मला त्याच्या गिर्यारोहणाच्या अनुभवाविषयीच सांगा, कारण हे आयर्विन नाव मी कधी ऐकल्याचं आठवत नाही."

"मला वाटतं, गेल्या वर्षी आर्क्टिक सर्कलला ओडेल गेला होता, त्याच्या बरोबर तो होता," हिंक्स प्रथमच हसत म्हणाले, "आणि तुमचा मित्र त्याच्या कामगिरीमुळे फारच प्रभावित झाला होता. तिथल्या सर्वांत उंच स्पीटेनबर्गवर तो सर्वप्रथम चढला होता."

"स्पीटेनबर्ग," यंग मध्येच म्हणाला. "तो तर होतकरू नवशिक्यांसाठी आहे. आणि तुमच्या माहितीसाठी सांगतो, मि. हिंक्स, तिथलं सर्वांत उंच शिखर, ५,६०० फूट उंच आहे."

"तेव्हा मी जेव्हा पुढल्या वेळेस ५,६००फुटांवर जाईन, तेव्हा त्याचं नाव सर्व प्रथम माझ्या मनात येईल, याची मी तुम्हाला खात्री देतो, मि. हिंक्स."

"मला आणखीन हेसुद्धा सांगायला आवडेल, मॅलरी," हिंक्स म्हणाले, "आयर्विन ऑक्सफर्डला रसायनशास्त्र शिकवतो आणि फिंच वापरत असलेल्या ऑक्सिजनच्या उपकरणांची त्याला सखोल माहिती आहे. मला असं खात्रीशीर समजलेलं आहे, की तो या उपकरणांच्या उत्पादकांच्या संपर्कात असतो आणि त्यांना त्यात सुधारणा करण्यासाठी मदत करतो."

"फिंचसुद्धा या विषयात पारंगत आहे आणि तोही त्या विषयात, प्रथम श्रेणीने उत्तीर्ण झालेला आहे." जॉर्जने आठवण करून दिली. "ही कमिटी विसरलेली असेल तर परत सांगतो, त्याने २७,००० फुटांवर हा स्वत: वापरलेला आहे. मागच्या वेळी तुम्ही तर याच्या वापराबद्दल फार टीका केली होती, मि. हिंक्स. आणि सगळ्यात जास्त महत्त्वाचं म्हणजे, २७,८५० फुटांवर जाण्याचा विक्रम सध्या त्याच्या नावावर आहे, आणि तो माझा बळी देऊन झाला असल्यामुळे, माझ्या चांगलाच लक्षात राहिलेला आहे."

“ऐका, जरा शांत व्हा,” टेबलावर हात आपटत, सर फ्रांसिस म्हणाले. “आपल्यात जे काही मतभेद आहेत, ते आपण शिष्टाचाराच्या मार्गानेच सोडवले पाहिजेत.”

“तुमच्या मनात काय आहे, मि. चेअरमन?” जॉर्जने विचारलं, “कारण या विषयावर, माझं आणि मि. हिंक्सचं कधीच एकमत होणार नाही, असं दिसतं.”

“अशा वेळेला मतदानाने हे प्रश्न सोडवण्याची RGSमध्ये प्रथा आहे आणि मला वाटतं, अल्पाईन क्लबमध्येही असेल.” यंग आता गप्प बसला. कोणीच काही बोलत नसल्याचे पाहून, सर फ्रांसिसने परत बोलायला सुरुवात केली. “मला आता नाइलाजाने असं सुचवायला लागत आहे, की आता परत एकदा मतदान घेण्याची वेळ आलेली आहे, चालेल ना?” कोणाची तक्रार नसल्याचं पाहून, ते म्हणाले, “मि. सेक्रेटरी, आता तुम्ही ही प्रक्रिया पार पाडाल का?”

“अर्थातच,” हिंक्स म्हणाले. “या मोहिमेसाठी फिंचला निवडावं, असं वाटणाऱ्यांनी हात वर करावेत.”

मॅलरी, यंग आणि आश्चर्य म्हणजे, जनरल ब्रुसने हात वर केले. आपल्या वहीत अधिकृत नोंद करण्याच्या आधी, जनरलकडे पाहत हिंक्स म्हणाले, “पण मला तर वाटतं, तुम्ही त्या माणसाचा तिरस्कार करता?”

“बरोबर आहे मित्रा, मी करतोच,” ब्रुस म्हणाले. “पण गेल्या मोहिमेत, मी फक्त १७,४०० फुटांवरच गेलो होतो आणि मी खात्रीने सांगतो हिंक्स, मॅलरीला मदत करायला मी २७,००० फुटांवर जाणार नाही. त्याच्या शेवटच्या चढाईच्या वेळी, त्यानेच त्याचा जोडीदार निवडला पाहिजे.”

हिंक्सने नाइलाजाने तीन अनुकूल मतं नोंदवली. “आता विरोध असणाऱ्यांनी आपले हात वर करावेत.” रेबर्न आणि ॲशक्रॉफ्टनी, हिंक्सप्रमाणेच हात वर केले. “मला वाटतं, परत एकदा तीन मतं पडल्यामुळे, आता तुम्हाला तुमचं, निर्णायक मत द्यावं लागेल.”

“या वेळी मी फिंचच्या विरोधात मत देत आहे,” सर फ्रांसिसने न डगमगता सांगितलं.

हिंक्सने तत्परतेने ते मत नोंदवलं आणि लगेचच जाहीर केलं, “एव्हरेस्ट कमिटीने, तीन विरुद्ध चार मतांनी, फिंचची या मोहिमेसाठी निवड होऊ नये, असा कौल दिलेला आहे.” असं जाहीर करून, त्यांनी पटकन वही बंद केली.

“या वेळेला आपलं मत आपण का बदललं, हे मला समजेल का, मि. चेअरमन?” जॉर्जने शांतपणे विचारलं.

"RGSशी केलेला करारभंग, हा त्याला घातक ठरला," समोर टांगलेल्या सोसायटीच्या अध्यक्षांच्या तैलचित्राकडे पाहत, सर फ्रांसिस म्हणाले. "एखादा घटस्फोट झालेला माणूस, जगातल्या सर्वांत उंच जागेवर उभा राहिलेला, राजेसाहेबांनाही आवडणार नाही."

"आपल्या पहिल्या प्रयत्नाच्या वेळी, हेन्री द एट्थ सोसायटीचे अध्यक्ष नव्हते, ही किती दुर्दैवाची बाब आहे," असं म्हणत, जॉर्जने समोरचे कागद गोळा केले आणि तो उठला. "मला माफ करा, मि. चेअरमन, पण राजीनामा देण्याशिवाय, आपण कसलाच पर्याय माझ्यापुढे ठेवलेला नाहीत. मीही मोहिमेच्या नेतृत्वपदाचा राजीनामा देत आहे. माझ्यानंतर ही धुरा सांभाळणाऱ्या व्यक्तीला, माझ्या हार्दिक शुभेच्छा. शुभ दिवस, सद्गृहस्थांनो."

"मि. मॅलरी," जॉर्ज बाहेर पडायच्या आधी, हिंक्स म्हणाले, "तुझ्या या निर्णयाचा, आज संध्याकाळी होणाऱ्या तुझ्या व्याख्यानावर तर काही परिणाम होणार नाही ना? कारण सर्व तिकिटं विकली गेली आहेत, आणि लोकांच्या..."

"अर्थातच मी माझा शब्द पाळीन," मॅलरी म्हणाला. "पण मला जर कोणी, मी राजीनामा का दिला आणि या मोहिमेचं नेतृत्व का करत नाही, हे विचारलं तर मात्र मी, माझा संघ निवडण्याचं माझं मत डावललं गेलं, हे नक्कीच लोकांना सांगीन."

"ते ठीक आहे," हिंक्स म्हणाले. मॅलरी बाहेर गेला आणि हलकेच दार बंद केलं.

"गेले, नोएलचे आठ हजार पौंड गेले पाण्यात," हातातली सिगार विझवत रेबर्न म्हणाले. "आता सगळी मोहीमच रद्द करावी लागणार."

"तसंच काही नाही," हिंक्स म्हणाले. "तुम्ही पाहिलंच असेल, की मी त्याच्या राजीनाम्याची नोंद माझ्या वहीत केलीच नाही. त्याचं मत बदलण्यासाठी, माझ्यापाशी एक-दोन तोडगे आहेत आणि आज संध्याकाळच्या आत मी ते वापरणार आहे."

***

बाहेर पडल्यावर, जॉर्ज थेट वक्त्यांसाठी असलेल्या कक्षात गेला. कोणी काही प्रश्न विचारेल, या भीतीने वाटेत तो थांबलाच नाही. आजचं भाषण पूर्ण झाल्याशिवाय, त्याला, कुठल्याच प्रश्नांची उत्तरं द्यायची नव्हती. आजचं व्याख्यान, हे त्याच्या दृष्टीने, आयुष्यातलं फार महत्त्वाचं ठरणार होतं आणि त्यासाठी त्याला पुढची चाळीस मिनिटे, तयारीसाठी हवी होती.

तो खोलीत गेला, तेव्हा रूथला तिथे बसलेली पाहून त्याला आश्चर्यच वाटलं.

"काय झालं?" त्याचा रागीट चेहरा पाहून, रूथने विचारलं.

बैठकीत काय घडलं, याचा तपशीलवार वृत्तांत, त्याने रूथला खोलीत येरझाऱ्या घालत सांगितला. शेवटी तो थांबला आणि रूथचा हात धरून विचारलं, "मी योग्य तेच केलं, हो ना लाडके?"

रूथने या प्रश्नाची अपेक्षा केली होती आणि आता तिला याचं काय उत्तर द्यायचं, ते माहीत होतं. *अर्थातच माझ्या राजा, तू राजीनामा दिलास, ते योग्यच केलंस. तो हिंक्स अतिशय वाईट पद्धतीने वागला आणि त्या फिंचला जर त्याने परत घेतलं नाही, तर तू फार मोठा धोका पत्करला असतात. एक विसरू नकोस, यामुळे तुझ्याच आयुष्याला धोका होता, त्या हिंक्सच्या नाही.*

जॉर्ज तिच्या उत्तराची वाट पाहत होता.

"अशी आशा करूया, की तुझ्या या निर्णयामुळे, तुला आयुष्यभर पश्चात्ताप करत जगावं नाही लागणार." जॉर्ज पुढे काही बोलायच्या आत, ती ताडकन खुर्चीतून उठली. "मी फक्त तुला शुभेच्छा देण्यासाठीच आले होते, आता मी निघते. आता जो काही थोडासा वेळ उरला आहे, तो तुला या महत्त्वाच्या प्रसंगाची तयारी करण्यासाठी लागेल, तेव्हा मी त्यात अडथळा आणत नाही," असं बोलून, ती बाहेर पडली.

जॉर्ज खुर्चीत बसला आणि भाषणाची टाचणं वाचायला लागला, पण त्याच्या मनात मगाचच्या बैठकीचेच विचार एकसारखे घोळत होते. रूथने दिलेलं उत्तर तर फारच कोड्यात टाकणारं होतं.

दारावर हलकेच टकटक आवाज आला. या सोसायटीचा एक महत्त्वाचा नियम होता, की व्याख्यानाच्या आधी, वक्त्याला कोणीही त्रास न देता, पूर्वतयारी करण्यासाठी एकट्याला सोडायचं असतं. जेव्हा त्याने हिंक्सला आत येताना पाहिलं, तेव्हा त्याच्या नाकावर जोरात एक ठोसा मारावासा त्याला वाटला, पण त्याच्या मागे येणाऱ्या व्यक्तीला पाहून, तो ताडकन खुर्चीतून उठला आणि वाकून अभिवादन केलं.

"युवर रॉयल हायनेस," हिंक्स म्हणाला, "आपल्याला मि. जॉर्ज मॅलरींची ओळख करून देण्याचा बहुमान, मी स्वीकारू का? आपल्याला माहीतच आहे, की आजच्या सभेला ते संबोधित करणार आहेत."

"हो, अवश्य!" प्रिन्स ऑफ वेल्स म्हणाले. "मी अशा प्रकारे आत घुसखोरी केली, म्हणून माफी मागतो, पण मी खुद्द राजेसाहेबांचा खास निरोप घेऊन आलेलो आहे आणि ते काम त्यांनी माझ्यावर सोपवलेलं आहे."

"आपण इतका त्रास घेतलात, हा आपला चांगुलपणाच आहे, सर."

"अजिबात नाही, मित्रा. तू या मोहिमेचं नेतृत्व करायचं मान्य केलं आहेस, हे ऐकून राजेसाहेबांना अतिशय आनंद वाटलेला आहे आणि तू कामगिरी यशस्वी

करून परत आलास, की ते तुला स्वत: भेटणार आहेत.''

''आभारी आहे, सर,'' जॉर्ज परत एकदा वाकत म्हणाला. ''आता मी इथून रवाना होतो आणि तुला व्याख्यानाचा शांतपणे विचार करायला वेळ देतो, नाहीतर हे व्याख्यान सुरूच होणार नाही.''

प्रिन्स ऑफ वेल्स आणि हिंक्स जायला निघाले, तेव्हा जॉर्जने परत एकदा वाकून अभिवादन केलं.

''हरामखोर साला हिंक्स!'' तो दरवाजा लावत पुटपुटला, ''पण असं समजू नकोस, की असल्या भुक्कड क्लृप्त्यांना मी बळी पडेन आणि माझं मत बदलीन.''

५२

"युवर रॉयल हायनेस, माय लॉर्ड्स, इथे जमलेले सभ्य स्त्री-पुरुष, रॉयल जिओग्राफीकल सोसायटी आणि एव्हरेस्ट कमिटीचा चेअरमन या नात्याने, मला आजचे प्रमुख वक्ते, जॉर्ज मॅलरी यांना इथे सादर करण्याचा बहुमान मिळाला, हे मी माझं भाग्यच समजतो." सर फ्रांसिस यंगहजबंडने घोषणा केली. "मि. मॅलरी यांनी हिमालयात गेलेल्या मागच्या मोहिमेचं नेतृत्व केलं होतं, तेव्हा ते २७,५५० फुटांवर जाण्यात यशस्वी झाले होते आणि एव्हरेस्टपासून, केवळ १,४५२ फूट दूर होते. आज आपल्याला मॅलरी यांच्याकडून, त्या मोहिमेवर गेलेले असताना काय अनुभव त्यांना आले, हे ऐकायला मिळणार आहे. त्यांच्या भाषणाचा विषय आहे, वॉकिंग ऑन द मॅप. तेव्हा सभ्य स्त्री पुरुष हो, मि. जॉर्ज मॅलरी."

सुरुवातीला जॉर्जला काहीच बोलता येईना, कारण समोर बसलेले श्रोते उभे राहून, सतत टाळ्यांचा कडकडाट करून, त्याचं स्वागत करत होते. शेवटी जॉर्जला- हाताने निर्देश करत- सगळ्यांना खाली बसण्याची विनंती करायला लागली. त्याने जेव्हा समोरच्या रांगेवर नजर टाकली, तेव्हा त्याला यंग बसलेला आढळला. त्याच्याच शेजारी नॉर्टन, सोमरवेल आणि ओडेल बसले होते. जर यंग गेल्या महायुद्धात जायबंदी झाला नसता, तर आज तोच इथे व्याख्यान देण्यासाठी उभा असता, असा जॉर्जच्या मनात विचार आला आणि त्याने त्यांच्याकडे पाहत स्मित केलं आणि यंगनेही मोठ्या अभिमानाने आपल्या शिष्याकडे पाहून त्याला प्रतिसाद दिला.

सगळा जनसमुदाय आपापल्या जागेवर स्थिरावल्यानंतर, जॉर्जने बोलायला सुरुवात केली. "नुकताच मी न्यूयॉर्क येथे गेलो असताना, तिथे माझी ओळख 'एकहाती एव्हरेस्ट काबीज करणारा,' अशी करून देण्यात आली होती." लोकांच्या

हसण्याचा आवाज कमी झाल्यावर, तो पुढे म्हणाला, "हे दोन्ही बाजूंनी चुकीचं विधान होतं. शेवटी जरी त्या शिखरावर, एकच माणूस उभा राहणार असला, तरी त्याच्या पाठीशी कसलेल्या लोकांचा संच असल्याशिवाय, ते साध्य होऊच शकणार नाही आणि मी जेव्हा संच म्हणालो, तेव्हा मला सत्तर इंडियन खेचरांपासून ते पायथ्याच्या तळापर्यंत नेतृत्व करणारे जनरल ब्रुस, या सगळ्यांच्या सहभागाचा उल्लेख करायचा होता."

सुमारे चाळीस मिनिटांच्या भाषणानंतर, जॉर्ज परत आपल्या पायथ्याच्या तळावर परत आला होता. अर्थातच परत एकदा लोकांनी जबरदस्त टाळ्यांचा कडकडाट केला. आपलं भाषण चांगलं झाल्यासारखं जॉर्जला वाटलं, पण लोकांच्या प्रश्नाची उत्तरं देणं भाग होतं. त्यामध्ये काही चूकभूल झाली तर जॉर्ज परत हिमालयाच्या पायथ्याशी कोसळला असता.

त्याने जेव्हा श्रोत्यांना प्रश्न विचारायला सांगितले, तेव्हा हिंक्स आपल्या जागेवरच बसल्याचं पाहून, त्याला आश्चर्य वाटलं. प्रथेनुसार, RGSचा सेक्रेटरी नेहमी पहिला प्रश्न विचारत असे, पण तो तर हाताची घडी घालून बसला होता. शेवटी जॉर्जने दुसऱ्या रांगेतल्या एका ज्येष्ठ नागरिकाला प्रश्न विचारायला सांगितला.

"सर, तुम्ही जेव्हा २७,५५० फुटांवर अडकून पडला होतात आणि फिंच पुढे चालला होता, तेव्हा आपणही दोन नळकांडी बरोबर न्यायला हवी होती, असं तुम्हाला वाटलं का?"

"नाही, आम्ही मोहिमेवर निघालो, तेव्हा तसं वाटलं नाही, पण नंतर त्या उंचीवर, जेव्हा प्रत्येक पावलागणिक विश्रांतीसाठी थांबावं लागत होतं, तेव्हा मला जाणवलं, की हे उपकरण न वापरता, एकट्याच्या जिवावर शिखरावर जाणं अशक्य आहे."

त्याने दुसऱ्या हाताकडे खूण केली.

"पण ऑक्सिजनचा वापर करून, तुम्ही फसवणूक करता, असं नाही का तुम्हाला वाटतं?"

"माझंही पूर्वी तेच मत होतं," जॉर्ज म्हणाला, "पण आम्ही २७,००० फुटांवर असलेल्या एका लहानशा तंबूत बसलेलो असताना, माझ्या सहकाऱ्यांनी फार चांगला युक्तिवाद केला. पायात जाड बूट घालणे, अंगावर लोकरीचे जाड स्वेटर घालणे, इतकंच काय चहामध्ये भरपूर साखर घालणे, या गोष्टीही बाह्य उपकरणाच्या व्याख्येत बसू शकतात, असा त्याने मांडलेला मुद्दा, मला खोडून काढता आला नाही आणि आपण सगळे प्रांजळपणे विचार करूया, जर शेवटचे हजार फूट चढून जाता येणार नसेल, तर मग ५००० मैलांचा प्रवास करून, तिथे जायचंच कशाला?"

वरती आलेल्या एका हाताकडे पाहून त्याने खूण केली.

"समजा, तुम्ही ओडेलच्या मदतीसाठी थांबला नसतात, तर शिखरावर पोहोचला असतात का?"

"मी नक्कीच गेलो असतो, कारण फिंच केवळ ३०० फूट माझ्या पुढे होता." आता लोकांनी हसून प्रतिसाद दिला. "मला ते शिखर, भुरळ पाडण्याइतकं जवळ दिसत होतं. अर्थात ते फसवंही असू शकतं. एक गोष्ट कधी विसरू नका. पर्वतावरचे ५०० फूट, म्हणजे, गणिताप्रमाणे दोनशे यार्डाच्या आसपास नसतात, तर कितीतरी जास्त वाटतात - कदाचित एक मैलाहून जास्तच. या मोहिमेने मला एक विश्वास वाटायला लागला आहे, की योग्य वातावरण आणि हाताशी पुरेसा वेळ असेल, तर ते शिखर पादाक्रांत करता येऊ शकतं."

पुढच्या वीस मिनिटांत, जॉर्जने अनेक प्रश्नांची उत्तरं दिली, पण आपण नुकताच नेतृत्वाचा राजीनामा दिलेला आहे, याचा सुगावा कोणाला लागू दिला नाही. 'आता शेवटचा प्रश्न,' हे म्हणताना त्याला हायसं वाटलं. सभागृहाच्या मधोमध बसलेल्या एका मुलाकडे त्याने हात केला. त्या पोराचा आवाजही अजून फुटला नव्हता. त्याने विचारलं, "तुम्ही जर एव्हरेस्टवर विजय मिळवलात, तर मग माझ्यासारख्या मुलांना मागे काय करायला बाकी राहणार?"

सभागृहातले सगळे हसण्यात सामील झालेले असताना, जवळपास असाच प्रश्न, आपण कॅप्टन स्कॉट यांना विचारला होता, हे जॉर्जला आठवलं. त्याने समोर पाहिलं, तेव्हा मिसेस स्कॉट चौथ्या रांगेत, त्यांच्या नेहमीच्या जागेवर बसलेल्या दिसल्या. आपल्या आजच्या निर्णयामुळे, रूथची तरी त्यांच्यासारखी अवस्था होणार नाही, असं वाटून त्याने मनातल्या मनात देवाचे आभार मानले. परत त्याने त्या मुलाकडे पाहिलं आणि म्हणाला, "मुला तू एचजी वेल्सची पुस्तकं वाचायला हवीस. त्यांचा विश्वास होता, की एखाद्या भुताप्रमाणे, माणूस चाळीस मिनिटांत, पृथ्वीभोवती प्रदक्षिणा घालू शकेल, एखाद्या ध्वनिलहरींपेक्षा जास्त गतीने प्रवास करू शकेल. याचे काय परिणाम होतील, ते आत्ताच आपल्याला समजणार नाहीत. माझ्या नाही, पण तुझ्या आयुष्यात, तुला माणसाने चंद्रावर पाय ठेवल्याचंही ऐकायला मिळेल. कदाचित, अंतराळात जाणारा तूच पहिला इंग्लिशमन असशील," त्याच्याकडे पाहून हसत जॉर्ज म्हणाला. श्रोत्यांमध्ये हास्याची एकच लकेर उठली.

जॉर्जने श्रोत्यांना वाकून अभिवादन केलं, तेव्हा प्रचंड टाळ्यांचा कडकडाट झाला. आज कमिटीत काय घडलं, याची कोणालाच गंधवार्ता लागली नसल्याची त्याची खात्री पटली. समोरच्या रांगेत बसलेल्या रूथच्या दोन्ही बाजूंना त्याच्या बहिणी, ॲव्ही आणि मेरी बसल्या होत्या, त्यांच्याकडे पाहून जॉर्ज हसला... एक छोटासा विजय.

जॉर्जने मान वर केली तेव्हा त्याचा सगळ्यात जुना मित्र उभा राहून टाळ्या वाजवत होता. काही सेकंदातच सगळ्याच श्रोत्यांनी उभं राहून त्याला साथ दिली. जॉर्जने वारंवार विनंती करूनही, कोणी खाली बसायला तयार नव्हतं.

तो आता मंचावरून खाली उतरण्याचा विचार करत असताना, त्याला हिंक्स वर चढून येताना दिसले. त्यांच्या हातात एक फाईल होती. त्यांनी मॅलरीकडे बघून, छान स्मित केलं आणि समोरचा माईक खाली करून, आपल्या तोंडासमोर धरला. लोकांचं टाळ्या वाजवणं थांबल्यावर, ते खाली बसले, तेव्हा त्याने बोलायला सुरुवात केली.

"युवर रॉयल हायनेस, माय लॉर्ड्स, सभ्य स्त्री पुरुष. या ऐतिहासिक सोसायटीच्या प्रथा ज्यांना माहीत आहेत, त्यांना हेही माहीत असेल, की सभेमध्ये, पहिला प्रश्न विचारण्याचा मान, इथल्या सेक्रेटरीचा असतो. आज मी तसं केलं नाही आणि इथली प्रथा मोडली; पण आमचे चेअरमन, सर फ्रांसिस यंगहजबंड यांनी मला त्याहूनही जास्त महत्त्वाची कामगिरी सोपवली, ती म्हणजे मी आभार प्रदर्शन करावं आणि माझ्या प्रिय मित्र, जॉर्ज मॅलरीचे आभार मानावेत."

हिंक्सने कधी जॉर्जचा एकेरी नावाने उल्लेख केला नव्हता.

"पण आधी मला आम्ही मि. मॅलरींच्या गैरहजेरीत, एव्हरेस्ट कमिटीच्या बैठकीत एक ठराव मंजूर केला आहे, त्याची काही माहिती तुम्हाला सांगायची आहे." हिंक्सने फाईल मधून एक कागद काढला, आपल्या नाकावरचा चष्मा सारखा केला आणि वाचायला लागले. "एव्हरेस्टवर जाणाऱ्या, १९२४च्या मोहिमेसाठी, मि. जॉर्ज ली मॅलरी याच्याकडे या मोहिमेचं नेतृत्व सोपवावं, असा ठराव एकमताने मंजूर झाला."

सभागृहात परत एकदा टाळ्यांचा गजर झाला. हिंक्सने सगळ्यांना शांत राहण्याचे हाताने इशारे केले. त्यांना बरंच काही सांगायचं होतं.

"ही अवघड जबाबदारी दुसऱ्यांदा पेलण्यासाठी, मि. मॅलरी असमर्थ आहेत, असं या कमिटीला समजलेलं आहे. अर्थात त्याची काही सयुक्तिक कारणंही असतील."

समोरून 'नाही नाही'च्या घोषणा दिल्या गेल्या. हिंक्सना परत सर्वांना शांत करावं लागलं. "तुम्हाला त्या निर्णयामागची कारणं माहीत नसतील, पण ती समजली तर तुम्हीही, त्यांना संभ्रम का पडला आहे हे समजून घ्याल, असं मला वाटतं. मि. मॅलरी विवाहित असून, त्यांना तीन मुलं आहेत आणि त्यांना सोडून, परत सहा महिने दूर जाणं, त्यांना अवघड वाटत असेल, इतकंच नाही तर मला आजच समजलेलं आहे, की वर्कर्स एज्युकेशनल असोसिएशनमध्ये त्यांना वरच्या पदावरची चांगली नोकरी मिळालेली आहे आणि तिथे त्यांना, त्यांनी आयुष्यभर

पोटतिडकीने मांडलेली मतं, प्रत्यक्ष अमलात आणायची संधी मिळणार आहे.''

''हे इथेच संपत नाही, तर याला तिसरं कारणही आहे,'' हिंक्स म्हणाले. ''हे सांगताना मला माझे शब्द जरा जपून वापरायला लागतील, कारण मला कल्पना आहे, की इथे प्रसारमाध्यमाचे अनेक लोक उपस्थित आहेत. मि. मॅलरीचा मित्र- गेल्या खेपेला एव्हरेस्टवर गेलेले- मि. फिंच यांना काही वैयक्तिक कारणामुळे, या मोहिमेतून आपलं नाव मागे घ्यायला लागलं आहे. मला वाटतं, उद्याच्या वर्तमानपत्रात, त्याविषयी सविस्तर वृत्त छापून येईलच.'' सभागृहात आता शांतता पसरली होती.

''हे सर्व लक्षात घेता, मि. मॅलरींना जर वाटत असेल आणि ते रास्त आहे, की ते या मोहिमेचं नेतृत्व करू शकणार नाहीत, तर ही मोहीम पुढे ढकलण्याखेरीज, आमच्यापुढे दुसरा पर्याय नाही. लक्षात ठेवा पुढे ढकलली आहे - रद्द केलेली नाही. दुसरा एखादा लायक उमेदवार मिळाला, की परत ही मोहीम हातात घेण्यात येईल.

ते राजा आणि प्रिन्स ऑफ वेल्स वगैरे सगळं नाटक होतं, हे आता जॉर्जच्या लक्षात आलं. हिंक्सच आता एक जोराचा ठोसा मारण्याच्या बेतात होता.

''शेवटी मला इतकंच सांगायचं आहे,'' जॉर्जकडे पाहत, हिंक्स म्हणाले, ''सर, तुम्ही काहीही निर्णय घेतलात, तरी ही सोसायटी तुमच्या ध्येयनिष्ठेची कदर करते आणि त्याहूनही महत्त्वाचं म्हणजे, तुम्ही करत असलेल्या देशाच्या सेवेबद्दल, तुमची कायम ऋणी राहील. या वेळी मोहिमेचं नेतृत्व कराल आणि आपल्या देशाचं नाव कीर्तिमान कराल, अशी आशा मी व्यक्त करतो. उपस्थित स्त्री-पुरुषांनो, आपल्या आजच्या व्याख्यात्याचं आणि एव्हरेस्टच्या मॅलरीचं स्वागत करायला, आपण मला साथ द्यावी, अशी मी विनंती करतो.''

सभागृहातले सगळे उभे राहिले. नेहमी केवळ उपचार म्हणून टाळ्या वाजवणारेही आता उभे राहून जोरजोरात टाळ्या वाजवून, मॅलरीने हे पद स्वीकारावं, म्हणून गळ घालत होते. जेव्हा एक पाऊल मागे टाकत, हिंक्स जॉर्जच्या शेजारी उभा राहिला, तेव्हा आज दुसऱ्यांदा जॉर्ज म्हणाला, ''हरामखोर.''

''शक्यता आहे,'' हिंक्सने उत्तर दिलं. ''मी आज संध्याकाळी माझ्या वहीतला, बैठकीचा वृत्तांत पुरा करणार आहे आणि तू हे आमंत्रण स्वीकारशील, अशी आशा करतो.''

'एव्हरेस्टचा मॅलरी, एव्हरेस्टचा मॅलरी,' सगळ्या सभागृहात घोषणा गर्जत होत्या.

''हरामखोर साला,'' जॉर्ज परत म्हणाला.

५३

SS Californiaच्या कठड्याला टेकून जॉर्ज उभा होता आणि त्याची नजर आपल्या बायकोला शोधत होती. त्याला निरोप देणाऱ्या समुदायात ती दिसल्यावर, तो तिच्याकडे पाहून हसला. त्याने आपल्याला पाहिल्याचं लक्षात आल्यावर, रूथनेही हात हलवून त्याला निरोप दिला. आपल्या डोळ्यातले अश्रू, त्याला इतक्या लांबून दिसत नसल्याचं पाहून, तिला समाधान वाटलं.

बोटीतल्या कर्मचाऱ्यांनी शिडी वर केली, दोरखंड सोडवले आणि बोट बंदरातून निघाली, तेव्हापासूनच जॉर्जला तिचा विरह जाणवायला लागला. आपण तिच्यावर किती प्रेम करतो, हे लक्षात येण्यासाठी, त्याला नेहमी तिचा विरह का सहन करावा लागतो? मधुचंद्राच्या पहिल्या आठवड्यात काढलेल्या फोटोकडे पाहतच, आता पुढचे सहा महिने, तिच्या मुलायम सौंदर्याकडे बघावं लागणार होतं. तिने जर मोहिमेवर जाण्याचा आग्रह केला नसता, तर घरीच बसला असता आणि 'द टाइम्स'मध्ये, मोहिमेची प्रगती पाहून समाधान मानलं असतं. त्याला आता कळून चुकलं होतं की कुठल्याही परिस्थितीत, हिंक्सला ही मोहीम लांबणीवर टाकायची नव्हती, पण त्याच्या भाषणातला प्रत्येक शब्द, दुसऱ्या दिवशी सकाळी *थंडरर*मध्ये छापून आल्यामुळे, त्याचं पितळ उघडं पडलं असल्याचं, त्याच्या लक्षात आलं. शेवटी हिंक्सच पट्टीचा जुगारी शाबीत झाला होता आणि त्याने समोरच्याला चांगलंच जोखलं होतं.

तेव्हा आता तो परत इंडियाच्या वाटेवर होता. आता त्याला पदोपदी आव्हान देणारा फिंच त्याच्यासोबत नव्हता आणि तो जेव्हा जगातल्या दुसऱ्या कोपऱ्यावरच्या प्रदेशात, खाली उतरेल, तेव्हा त्याचं स्वागत करायला आता न्यिमा तिथे नसेल.

आणि इतक्यात, जॉर्जला तो एका कोपऱ्यात उभा असलेला, अगदी एकाकीपणे,

दिसला. सुरुवातीला त्याने त्याला ओळखलंच नाही, पण त्याने जेव्हा आपल्या डोक्यावरची हॅट बाजूला केली तेव्हा अनेक बायकांना भुरळ पाडणारे त्याचे दाट कुरळे केस, त्याला दिसले आणि जॉर्जने त्याला ओळखला. जॉर्जने हसून त्याच्याकडे पाहत हात हलवला. या माणसाने, या बोटीवर कसा काय गुपचूपपणे प्रवेश मिळवला, याचं त्याला आश्चर्यच वाटलं, पण हिंक्सने त्याचा पुरता बंदोबस्त करून, त्याला जखडून टाकलं होतं. फिंचच्या मागे लागलेली भानगड आणि त्यामुळे मिळालेली अपप्रसिद्धी निवळेपर्यंत तरी, तो चारचौघांत उघडपणे वावरू शकला नसता, मग जगाच्या सर्वोच्च टोकावर, एकट्याने उभं राहणं तर दूरच राहिलं.

जॉर्जची भिरभिरणारी नजर, आता रूथला शोधायला लागली आणि खाली निरोप देण्यासाठी उभ्या असलेल्या असंख्य लोकांच्यामध्ये त्याला ती दिसल्यावर, ती दिसेनाशी होईपर्यंत, तो त्या दिशेने पाहत राहिला.

***

जेव्हा क्षितिजावर फक्त काळ्या धुराचा मनोरा दिसायला लागला, तेव्हा नाइलाजाने रूथ आपल्या मोटरकारकडे निघाली. तिने धक्क्यावरून गाडी बाहेर काढली आणि द होल्टच्या दिशेने लांबचा प्रवास सुरू केला.

या वेळी, तिला अडवायला भोवताली प्रशंसकांची गर्दी नव्हती, त्यामुळे तिला सहज बाहेर पडता आलं.

आपल्याभोवती प्रशंसकांचा गराडा असावा, असं तिला कधीच वाटलं नव्हतं, तिला फक्त नवरा सुखरूप परत यायला हवा होता, पण तिने इतकं सुंदर नाटक वठवलं होतं, की जॉर्जला त्याचं स्वप्न पूर्ण करण्यासाठी, एक शेवटची संधी मिळालीच पाहिजे, अस रूथला मनापासून वाटत असल्याचं, सर्वांनाच वाटलं. प्रत्यक्षात त्याच्या यशापयशाशी तिला काहीच देणं-घेणं नव्हतं, एकमेकांच्या साथीत, आपण दोघांनी म्हातारं व्हावं, हीच तिची मनापासून इच्छा होती आणि तसं झालं, तर आजचा दिवस तिला पुढेमागे, पुसटसा आठवला असता.

***

जॉर्जला आता आपली मातृभूमी दिसेनाशी झाली, तेव्हा तो आपल्या खोलीत येऊन, काचेच्या बंद खिडकीजवळील टेबलावर बसला आणि आपल्या एकमेव प्रेमपात्राला पत्र लिहायला लागला.

माझ्या लाडक्या रूथ...

भाग आठ

आरोहणाचा दिवस

५४

१२ मार्च, १९२४

माझ्या लाडक्या रूथ,

बोटीवरच्या या प्रदीर्घ प्रवासाचा एक मोठा फायदा झाला, तो म्हणजे, एका उमद्या गटाचं नेतृत्व करायची संधी मला मिळालेली आहे, हे माझ्या लक्षात आलं. मी नेहमी, स्वत: केलेल्या त्यागाचाच विचार करत असतो, पण या जगावेगळ्या धाडसी मोहिमेवर जाण्यासाठी, माझ्याबरोबर यायला तयार झालेल्या या तरुणांनी केलेल्या त्यागाचा, मी पुरेसा विचारच करत नाही. आपल्या मित्रांना आणि कुटुंबाला सोडून जाताना, त्यांनाही किती यातना होत असतील, याची मला कल्पना आहे.

माझा सुरुवातीला जरी गैरसमज झाला असला, तरी हा सॅण्डी आयर्विन, पोरगा, फारच तल्लख बुद्धीचा आहे. तो फक्त २२ वर्षांचा जरी असला, तरी त्याच्या रुंद खांद्यावर, उत्तरेकडच्या हुशार माणसाचं डोकं घट्ट बसवलेलं आहे. आता तो आणि मी बिर्केनहेडला राहतो, हा योगायोग, एखाद्या कादंबरीतही अतिशयोक्तीचा वाटेल.

अर्थात, तो अजून ५,५०० फुटांच्यावर गेलेला नाही, याची मला काळजी वाटते, पण आम्हा सर्वांपेक्षा, जास्त तंदुरुस्त आहे, हे मला मान्य करावंच लागेल. आम्ही बोटीवर सकाळी जनरलसाहेबांच्या तीक्ष्ण नजरेखाली व्यायाम करतो, तेव्हा काही प्रवासी आमची कवायत पाहत असतात. आमच्या या मेळाव्याला जनरल ब्रुस, आनंदाने मार्गदर्शन करतात, पण त्यात सहभागी होण्याचा विचारही, त्यांच्या मनाला शिवत नाही.

मला आणखीन एक कबुली दिलीच पाहिजे. आयर्विनच्या रसायनशास्त्राच्या ज्ञानाबद्दल, हिंक्स जे काही बोलला होता, त्यात अजिबात अतिशयोक्ती नव्हती. तो फिंचइतकाच त्या शास्त्रात निपुण आहे. अर्थात, नॉर्टन आणि ओडेलना, अजूनही ऑक्सिजनचा वापर करू नये, असंच वाटत आहे, मग ती अवजड नळकांडी, पाठीला बांधण्याची गोष्टच दूर. या उपकरणांच्या शिवाय, शिखरावर जाणं अशक्य आहे, हे ते शेवटी मान्य करतील का? का ते, फिंचच्याच शब्दांत सांगायचं तर, असले हटवादी नवखे, अपयशीच झाले पाहिजेत? याचं उत्तर येणारा काळच देईल.

***

आमची बोट बॉम्बेच्या बंदराला २० मार्चला लागली आणि आम्ही लगेचच, दार्जिलिंगला जाणाऱ्या गाडीत बसलो. तिथे गेल्यावर, आम्ही आमचे शेर्पा आणि खेचरं निवडली. जनरल ब्रुसने परत एकदा चमत्कार केला आणि आम्ही दुसऱ्या दिवशीच, साठ खेचरं आणि १०० शेर्पांच्या सोबत, आमचा तिबेटचा लांब पल्ल्याचा प्रवास सुरू केला. छोट्या गाडीने दार्जिलिंगला जाण्याच्या आधी, आम्ही लॉर्ड लिटन बरोबर रात्रीचे भोजन घेतले. ते इथले नवीन गव्हर्नर-जनरल आहेत. त्यांनी आणि त्यांच्या पत्नीने आमची उत्तम बडदास्त ठेवली होती. अर्थात, या वेळी फिंच नसल्यामुळे, फारसं विशेष काही सांगण्यासारखं घडलंच नाही, मात्र एक नक्की, की आयर्विन, गव्हर्नर-जनरलच्या मुलीवर फिदा झाला होता आणि आपल्या मुलीला- लिंडाला- लेडी लिटन प्रोत्साहन देत होती.

माझ्या बहिणीने, मेरीने, पाठवलेलं एक पत्र, माझी एम्बसीमध्ये वाट बघत होतं. तिच्या नवऱ्याची सिलोनला बदली झाली आहे, हे नशीबच म्हणायचं, कारण सिलोनला पाऊस सुरू झाला, की सुमारे दहा दिवसांनी, तो हिमालयात पोहोचतो. ती आम्हाला आता त्याची आधीच कल्पना देऊ शकेल. दुसऱ्या दिवशी सकाळी आम्ही, ८० मैलांवरील असलेल्या तिबेटच्या दिशेने निघालो. हा सर्व प्रवास सुखरूप झाला. दुर्दैवाने जनरल ब्रुसना मलेरियाची लागण झाली आणि त्यांना दार्जिलिंगला परतावं लागलं. आता ते आम्हाला भेटणारच नाहीत, अशी भीती मला वाटते. जाताना त्यांनी सिगारच्या बारा पेट्या, वाईन आणि शँपेनचे निम्मे खोके, टबबाथ आपल्याबरोबर नेले - मात्र बाकीचं निम्मं सामान, त्यांनी दयाळूपणे, मागे आमच्यासाठी ठेवलं. हो, आणि त्या झोंगपेनसाठी आणलेल्या भेटवस्तूही त्यांने आमच्या स्वाधीन केल्या. आम्ही जेव्हा तिबेटच्या सीमेवर, आमची कागदपत्रे दाखवू,

तेव्हा अर्थातच झोंगपेनला त्या द्याव्या लागतील.

जनरलचा दुय्यम साहाय्यक असलेल्या लेफ्टनंन्ट कर्नल नॉर्टनने, आता मोहिमेची सर्व सूत्रं ताब्यात घेतलेली आहेत. तुला नॉर्टन आठवत असेलच. त्याच्या नावावरच, सर्वांत उंच चढाई करण्याचा विक्रम, प्रथम नोंदला गेला होता, पण त्या फिंचने केवळ चोवीस तासांतच, तो निष्ठुरपणे, त्याच्यापासून हिसकावून घेतला. नॉर्टन त्याविषयी कधी बोलत नाही, पण मला माहीत आहे, की त्याला सगळा हिशेब चुकता करायचा आहे; निदान त्यासाठी तरी त्याने २७,००० फुटांवर गेल्यावर, ऑक्सिजनच्या वापराला मान्यता द्यावी. तसं झालं, तर तोच माझ्याबरोबर शेवटच्या चढाईसाठी असेल, हे उघडच आहे. सोमरवेलचं मत आता बदलत चाललेलं आहे, असं वाटतं. त्याने जर ऑक्सिजन वापरला, तर तोसुद्धा मला पर्यायी साथी ठरू शकतो. एक मात्र नक्की, शेवटचे २,००० फूट बाकी राहिले असताना मी त्या ओडेलबरोबर मात्र शिखरावर जाणार नाही.

या वेळी सीमा पार करताना आम्हाला अजिबात त्रास झाला नाही. आम्ही स्वत: जरी जुने बूट आणि बॉम्बेमध्ये विकत घेतलेली स्वस्तातली घड्याळं वापरत असलो, तरी झोंगपेनवर मात्र आम्ही हॅरोड्स, फोर्टनुम्स, डेव्हीडॉफ्स आणि लाक्समधल्या भेटवस्तूंचा मारा केला. संगीत समूहाचं संचालन करणारा जी काळी छडी वापरतो, तशाच एका छडीवर, इंग्लंडच्या राजाच्या डोक्याची चांदीची प्रतिमा लावलेली छडी, मी त्याला भेट दिली आणि 'ही स्वत: राजेसाहेबांनी दिली आहे' अशी थाप मारली, तेव्हा झोंगपेन भयानक खूश झाला.

जनरल ब्रुसची तब्येत चांगली नसल्याचं ऐकून, आपल्याला वाईट वाटलं, अस जेव्हा झागेंपेन म्हणाला, तेव्हा सर्वांनाच आश्चर्य वाटलं. आपल्या जुन्या मित्राला भेटायला तो अधीर झाला असावा. त्याने जनरलचं हाफ-हंटर हातात घातलं होतं आणि त्याच्या गळ्यात त्यांची साखळी लटकत होती, हे माझ्या लक्षात आलं, पण माझा ओल्ड वाकेहॅमिस्टचा टाय कुठे दिसला नाही.

***

सकाळी पांग-ला पासून जाताना, अचानक ढग पांगले आणि आम्हाला, क्षितिजावर चोमोलुन्माचं शिखर तळपताना दिसलं. परत एकदा तिच्या सौंदर्यापुढे मी नि:शब्द झालो. एखादा चाणाक्ष माणूस, भुरळ पाडणाऱ्या तिच्या सौंदर्याला बळी न पडता, पाठ फिरवेल, पण त्या बासरीवाल्याप्रमाणेच, ती या खडकाळ आणि फसव्या प्रदेशात, लोकांना आकर्षित करून आणतच असते.

आम्ही जसे उंच उंच जात आहोत, तसा मी, आयर्विनवर बारीक नजर ठेवून आहे, मला वाटतं, तो आमच्याइतकाच, या वातावरणाशी रुळलेला आहे, पण काही वेळा, मी हे विसरतो, की तो माझ्याहून, सोळा वर्षांनी लहान आहे.

***

आज सकाळी आम्ही, एव्हरेस्टच्या पार्श्वभूमीवर, गेल्या मोहिमेत, आपले प्राण गमावलेल्या, न्यिमणा आणि सहा शेर्पांना श्रद्धांजली वाहिली. या खेपेला आम्हाला शिखरावर जायलाच हवं, इतर कोणासाठी नाही, तरी या शेर्पांच्या दुखःद आठवणीसाठी.

आज न्यिमा माझ्या बाजूला उभा असायला हवा होता, कारण माझ्या मनात जराही संदेह नाही, की मी त्य्ण २१,००० फुटांवरला, क्रमांक तीनचा तळ, सुसज्ज णआहे. तिथे सर्वांत तरबेज असलेले, अकरा शेर्पा, गाय बुलॉकणच्या आधिपत्याखाली सज्ज आहेत.

हे सगळं, त्या नोएलने दिलेल्या ८,००० पौंडांमुळे शक्य झाले आहे आणि विसरता येणार नाही, आमच्या आजूबाजूला जे काही हलत असेल, त्याचं चित्रण, त्याची मंडळी करत आहेत. याची जेंव्हा संस्करीत आवृत्ती दाखवण्यात येईल, तेव्हा, ती 'बर्थ ऑफ ए नेशन'लाही मागे टाकील.

***

मी हे पत्र आमच्या पायथ्याच्या तळावरून लिहीत आहे. काही मिनिटांतच, मी त्यांच्याबरोबर जेवायला जाईन तेव्हा, नॉर्टन मला या मोहिमेची सूत्रं हातात सोपवेल. नंतर मी माझ्या सहकाऱ्यांना, माझी एव्हरेस्टवर जाण्याच्या योजनेची सविस्तर माहिती देईन तेव्हा लाडके, आता आमच्या धाडसी उपक्रमाला सुरुवात होणार आहे. या खेपेस, मला विजयी होऊन परत येण्याची फार खात्री वाटत आहे. मी तिथे पोहोचलो, की मग एक बटण दाबीन आणि काही क्षणांतच, तू माझ्या शेजारी उभी असशील. हे वाचून, तुझ्या लक्षात येईलच, की मी एचजी वेल्सचं, टाइम मशीन हे पुस्तक, परत वाचायला घेतलेलं आहे. अर्थात हे काल्पनिक बटण, जरी मला दाबता आलं नाही, तरी मी, माणसाला शक्य असेल, तितक्या वेगाने परत तुझ्याकडे येईन, कारण मला नंतर एक क्षणही तुझ्यापासून लांब राहायचं नाही आणि तुला वचन दिल्याप्रमाणे, मी शिखरावर पोहोचलो, की तिथे तुझा फोटो ठेवणार आहे...

५५

गुरुवार : १ मे, १९२४

त्या तंबूत आठजण, टेबलाभोवती जमलेले होते. ''सभ्य गृहस्थांनो, हिज मॅजिस्टी द किंग,'' असं म्हणत, टेबलाच्या प्रमुख स्थानावर बसलेल्या नॉर्टनने हातातला मग उचलला. बाकीचे सगळे ताडकन उभे राहिले आणि त्यांनी आपापल्या हातातले मग उंचावले. आणि म्हणाले, 'द किंग.'

''कृपा करून, तसेच उभे राहा,'' जॉर्ज म्हणाला, ''चोमोलुन्मा, पृथ्वीची देवता,'' असं म्हणत, त्याने हातातला मग, परत एकदा उंचावला. परत सगळ्यांनी हातातले मग उंचावले. तंबूच्या बाहेर असलेले शेर्पा, पाठीवर झोपून, डोंगराच्या दिशेने बघत बसले होते.

''मित्रांनो, तुम्ही आता धूम्रपान करू शकता.''

सगळे खाली बसले आणि हातातली सिगार पेटवत, रक्षापात्र दुसऱ्याकडे देऊ लागले. काही क्षणांतच जॉर्ज उभा राहिला आणि त्याने समोरच्या ग्लासवर, चमच्याने आवाज करत, सगळ्यांचं लक्ष वेधलं.

''आज इथे, या प्रसंगी जनरल ब्रुस नाहीत, हे आपलं दुर्भाग्य आहे आणि आपणा सर्वांना त्यांची फार उणीव भासत आहे, हे मला नमूद करावसं वाटतं.''

'हियर, हियर, - हियर, हियर, हियर'चा जल्लोश झाला.

''आणि त्याने आपल्याला नजराणा केलेली वाईन, जी आज संध्याकाळी आपण चाखतो आहोत, त्याच्याबद्दल, त्यांचे आभार मानावे तितके थोडेच आहेत. आपण अशी आशा करूया, की त्यांनी दिलेली शँपेन, आपल्याला उघडायची लवकरच, संधी मिळेल.''

परत एकदा, 'हियर, हियर, हियर, - हियर, हियर'चा जल्लोश झाला.

''जनरलसाहेबांच्या दूरदृष्टीला आणि त्यांच्या धोरणीपणाला आपण दाद दिली

पाहिजे, की त्या राक्षसाला काबूत करून, परत आपापल्या गावी आपलं नेहमीचं आयुष्य व्यतीत करायला, आपण परत जाऊ शकू. शेवटच्या चढाईसाठी कुठले दोन चमू असतील, ते मी अजून ठरवलेले नाही, हे मला मुद्दाम सांगितलं पाहिजे.''

''गेल्या वेळेप्रमाणे, मी प्रत्येकावर नजर ठेवून असेन आणि इथल्या वातावरणाशी, कोण जास्त रुळलेला आहे, याचा तपास करीन हे लक्षात घ्या आणि उद्या सकाळी सहा वाजता, आगेकूच करायला तयार राहा. उद्या आपल्याला दुपारपर्यंत १९,००० फुटांवर पोहोचून, सूर्यास्ताच्या आत, परत या ठिकाणी यायचं आहे.''

''आपल्याला जर लवकरात लवकर, वरतीच चढाई करत राहायचं असेल, तर परत, खाली कशाला यायचं?'' आयर्विनने विचारलं.

''लवकरात लवकर नाही,'' जॉर्ज म्हणाला आणि त्याला अननुभवी आयर्विनच्या बोलण्याचं हसू आलं, ''इथल्या वातावरणाशी रुळायला, तुलाही काही कालाचा अवधी द्यावा लागेल,'' तो पुढे म्हणाला, ''मला शेवटी २३,००० फुटांवर जाऊन, तिथे नार्थ कोलला आपला चौथा पाडाव टाकायचा आहे. तिथे आपण रात्र काढली की २५,००० फुटांवर आपला पाचवा तळ आपण उभारू. शेवटी २७,००० फुटांवर आपला सहावा तळ असेल आणि तिथूनच आपण, आपल्या शेवटच्या चढाईसाठी जाणार आहोत.'' पुढचं वाक्य बोलण्याच्या आधी जॉर्ज थांबला. ''तुमच्या माहितीसाठी सांगतो, की तिथे मी ज्या दोघांना माझ्याबरोबर घेईन, ते या शिखरावर दुसऱ्यांदा चढाई करणारं पथक असेल आणि त्यांनाच इतिहास घडवण्याचा पहिला मान मिळेल. या मोहिमेला जर यश लाभलं नाही, तर दुसऱ्या दिवशी, मी आणि माझा एक जोडीदार, दुसरा प्रयत्न करू. मला कल्पना आहे, की आपल्यातल्या प्रत्येकालाच, चोमोलुन्मावर प्रथम पाऊल ठेवण्याची इच्छा आहे, पण हे तुम्हाला सांगणं रास्त ठरेल, की तो पहिला माणूस, मी असेन.''

यावर सगळे हसले आणि त्यांना टेबलावर मग आपटून आनंद व्यक्त केला. थोडासा आवाज कमी झाल्यावर, जॉर्जने, 'कोणाला काही प्रश्न आहेत का' विचारलं.

''आता दुसऱ्या प्रयत्नाच्या वेळी, तू ऑक्सिजनचा विचार करणार आहेस का?'' नॉर्टनने विचारलं.

''हो, करणार आहे. तो फिंचच बरोबर होता, या निर्णयाला मी येऊन पोहोचलो आहे आणि शेवटचे २,००० फूट, त्याचा वापर केल्याशिवाय चढणं केवळ अशक्य आहे.''

''तसंच जर असेल, तर मग मला पहिल्या वेळीच पाठव, म्हणजे मी तुझं म्हणणं चुकीचं ठरवून दाखवीन. थोडीशी शरमेची बाब आहे मॅलरी, पण एव्हरेस्टवर पाय ठेवणारा मीच पहिला माणूस असेन.''

या वेळी जास्तच जोरात टेबलावर मग आपटले गेले आणि आनंद व्यक्त झाला.

''नॉर्टन,'' जॉर्जने त्याला सुनावलं, ''तू जर तसं केलंस, तर दुसऱ्या दिवशी, मी ऑक्सिजनशिवाय अनवाणी चढाई करीन.''

''ते तर फारसं विशेष होईल असं वाटत नाही,'' आपला मग, जॉर्जच्या दिशेने उंचावत, नॉर्टन म्हणाला, ''कारण दुसऱ्याचं नाव कोणीच लक्षात ठेवत नाही.''

***

''हाऊझ दॅट!''

''नॉट आउट.''

आपण स्वप्न तर बघत नाही? मॅलरीला प्रश्न पडला, का आपण खरंच क्रिकेटचा चेंडू बॅटवर आदळलेला ऐकला? त्याने तंबूतून डोकं बाहेर काढलं, तेव्हा हिमालयाच्या बर्फाळ जमिनीचं, इंग्लिश क्रिकेटच्या मैदानात रूपांतर झालेलं, त्याला दिसलं.

२२ यार्डांवर बर्फात वापरायच्या दोन कुदळी, स्टंप्सप्रमाणे खोचल्या होत्या. ओडेलच्या हातात चेंडू होता आणि तो आयर्विनला गोलंदाजी करत होता. काही चेंडू टाकलेले पाहिल्यावरच, बॅट चेंडूला भारी पडत असल्याचं मॅलरीच्या लक्षात आलं. बाजूला शेर्पा घोळक्याने उभे होते आणि आपापसात बोलत होते. या इंग्लिश खेळाकडे ते कौतुकाने पाहत होते आणि एखादा कसोटी सामना असावा, अशा थाटात, नोएल त्याचं चित्रीकरण करत होता.

मॅलरी रांगत आपल्या तंबूतून बाहेर पडला आणि यष्टिरक्षण करणाऱ्या नॉर्टनच्या शेजारी, पहिल्या स्लिपमध्ये उभा राहिला.

''आयर्विन, गड्या मस्त चाललेलं आहे,'' नॉर्टन म्हणाला. ''तो अर्ध शतकाच्या जवळपास पोहोचला होता.''

''हा किती वेळ फलंदाजी करतो आहे?'' जॉर्जने विचारलं.

''जवळपास अर्धा तास.''

''आणि तो अजूनही धावा काढू शकतो आहे?''

''काहीच अडचण दिसत नाही. त्याची फुप्फुसं फुग्यांसारखी असतील, मला वाटतं, पण एक विसरू नकोस मॅलरी, तो सर्वांच्यापेक्षा कमीतकमी पंधरा वर्षांनी लहान आहे.''

''कॅप्टन उठा, झोपा काढू नका,'' मॅलरीच्या बाजूने बॉल गेला, तेव्हा ओडेल ओरडला.

''माफ कर ओडेल, माझं लक्ष नव्हतं,'' मॅलरी म्हणाला.

आयर्विनने पुढच्या बॉलला चौकार ठोकला आणि आपलं, सर्वांत उंच जागेवरचं, अर्धशतक पूर्ण केलं, तेव्हा त्याचं टाळ्या वाजवून स्वागत करण्यात आलं.

"या साल्या ऑक्सफर्डच्या माणसाची मी फार टुरटुर सहन केली," असं म्हणत, गाय बुलॉकने ओडेलकडून चेंडू हातात घेतला.

गायच्या पहिल्या चेंडूवर, आयर्विनने चौकार मारला आणि चार धावा मिळवल्या, मात्र दुसरा चेंडू बर्फाळ जमिनीवर सरकला आणि त्याने आयर्विनच्या बॅटची कड चाटली आणि आपल्या उजव्या बाजूला झेपावणाऱ्या जॉर्जच्या हातात पडला.

"छान पकडलास, कॅप्टन. तू थोडा आधी यायला हवा होतास."

"चला मुलांनो, आता बंद करा. अर्ध्या तासात मला इथून बाहेर पडायचं आहे."

अचानक ते मैदान ओस पडलं आणि सगळे क्रिकेटवीर आता कसलेल्या गिर्यारोहकाच्या भूमिकेत शिरले. तीस मिनिटांत, नऊ गिर्यारोहक आणि तेवीस शेर्पा, तयार होऊन सज्ज झाले. एखाद्या वाहतूक पोलिसाप्रमाणे मॅलरीने हात केला आणि ते सगळे मार्गस्थ झाले. या वरच्या उंचीवर कोणाचा निभाव लागणार नाही, ते आज समजणार होतं.

एक-दोन शेर्पा वाटेतच धडपडले आणि त्यांचं सामान बर्फात पडलं. ते परत खाली आले. गिर्यारोहकांच्यापैकी कोणालाच काही त्रास जाणवत असल्यासारखं वाटलं नाही. पाठीवर दोन सिलेंडर्सची अवजड नळकांडी असली, तरी आयर्विन, आपल्या नेत्याच्या पावलावर पाऊल ठेवून चालला होता.

मॅलरी थोडा बुचकळ्यात पडला, कारण आयर्विनने तोंडावरचा मास्क लावलेला नव्हता. हा आपल्या सोबत असेल, असं जॉर्जला वाटलं. "आपण २५,००० फुटांवर जाईपर्यंत, तुला ऑक्सिजन लागणार नाही आयर्विन," तो म्हणाला.

आयर्विनने मान डोलववली. "आपण किमान २७,००० फुटांवर जाईपर्यंत, या किमती वस्तूचा एक औंसही वापरायचा नाही, असं मी ठरवलेलं आहे. खरं तर मला या जास्तीच्या वजनाची सवय व्हावी म्हणून मी हे बरोबर घेतलेले आहेत. मी आधी तिथे जाऊन बसणार आहे," शिखराकडे बोट दाखवत, तो म्हणाला, "आणि तिथे तुमची वाट बघणार आहे. संधी मिळाली की घाव घालणं, हे आम्हा ऑक्सफर्डच्या लोकांचं आद्य कर्तव्य आहे."

जॉर्जने त्याच्या बोलण्याला दाद दिली. "उद्या ती तुझी नळकांडी माझ्या पाठीवर बांध. प्रश्न नुसत्या वजनाचा सराव होण्याचा नाही, तर, एखाद्या खडकाला किंवा बर्फाच्या अडथळ्याला वळसा घालून जाताना, थोडं जरी वजन कललं, तरी तोल जाऊ शकतो आणि ते फार भयानक ठरू शकतं."

दोन तासांच्या चढाईनंतर, जॉर्जने सगळ्यांना विश्रांतीची सुट्टी दिली. डायजेस्टीव्ह

बिस्कीट्स आणि चहा प्यायल्यावर सगळे माघारी परतायला लागले. गिर्यारोहणाच्या दृष्टीने वातावरण तर फारच आदर्श होतं. मधूनच बर्फाची भुरभुर व्हायची, पण त्याने बर्फात खेळणारी मुलंही विचलित झाली नसती. अशीच हवा किती दिवस राहील, त्याचा जॉर्ज विचार करायला लागला.

त्याने मनोमन प्रार्थना केली, पण त्याच्या प्रार्थनेला अनुकूल प्रतिसाद मिळाला नाही.

५६

१७ मे, १९२४

माझ्या लाडक्या रूथ,

भयानक उत्पात. गेल्या दोन आठवड्यांत, काहीच मनासारखं घडलेलं नाही. हवा फारच विचित्र झाली आहे. बर्फवृष्टी तर इतकी तुफान होते आहे, की नाकासमोर काही फूट अंतरावरचंही दिसत नाही.

नॉर्टन, नेहमी सिंहासारखा धाडसीपणाने वागतो. तो आणि सोमरवेल कसेबसे २३,४०० फुटांवर पोहोचले आणि तिथे चौथ्या क्रमांकाचा तळ ठोकला आणि तिथेच रात्र काढली. दुसऱ्या दिवशी त्यांना परत तिसऱ्या तळावर यायला रात्र झाली. बर्फाच्या वर्षावात, २,४०० फूट अंतर कापायला त्यांना आठ तास लागले, कल्पना कर, किती जिकिरीचं काम असेल...! म्हणजे ते तासाला फक्त १०० यार्ड चालू शकले - हेच अंतर हेरॉल्ड अब्राहमने ९.६ सेकंदात पार केलं होतं.

दुसऱ्याच दिवशी, मी, ओडेल आणि बुलॉकने, २५,३०० फुटांवर जात, तिथे बर्फाच्या कड्यावर कसाबसा पाचव्या तळाचा तंबू ठोकला, पण तिथे एक रात्र काढल्यावर, वाईट हवामानामुळे आम्हाला परत तिसऱ्या तळावर यायला लागलं. परत आलो तेव्हा डॉ. हिंग्स्टनने आमचं स्वागत एक बातमी देऊन केलं. एका शेर्पाचा पाय मोडला होता, तर दुसऱ्याला न्यूमोनिया झाल्याचा संशय होता. माझा गुडघासुद्धा आता जरासा त्रास देत असल्याचं, मी त्यांना सांगितलंच नाही. गाय आणि त्या दोघांना परत खाली नेण्याची तयारी दाखवली, हा त्यांचा चांगुलपणा आहे. तिथून त्या दोघा शेर्पांना

त्यांच्या गावी पाठवण्याची व्यवस्था करण्यात येईल.

दुसऱ्या दिवशी गाय परत आला, तेव्हा त्याने फारच भयानक बातम्या सांगितल्या. आमच्या चांभाराला, हिमबाधा होऊन तो मेला, गुरख्याला मेंदूत गाठ झाल्यामुळे तो अस्वस्थ आहे आणि बारा शेर्पा पळून गेले. आता आठवड्याला त्यांना एक शिलिंग पगार मिळतो, तेव्हा त्यांना काय दोष देणार? थोडक्यात म्हणजे, तळावरच्या पाडावातल्या माणसांची मानसिकता फार दुर्बल झाली आहे, अर्थात इथे वरही काही वेगळं नाही.

***

नॉर्टन आणि सोमरवेल, शेवटी एकदाचे नॉर्थ कोलला पोहोचले आणि तिथे तंबू टाकला, तेव्हा शून्याखाली २४ अंश तापमान होतं. ते परत यायला निघाले, तेव्हा बर्फाचे कडे कोसळतील या भीतीने चार शेर्पा परत वर गेले आणि तिथेच नॉर्थ कोलला रात्र काढली. दुसऱ्या दिवशी मी, नॉर्टन आणि सोमरवेलने बचाव कार्य सुरू केले आणि त्या शेर्पांना त्यातल्यात्यात सुरक्षित जागी, म्हणजे, तिसऱ्या तळावर आणलं. ते आता पळून जातील, यावर मी पैज लावायला तयार आहे.

हे सगळं पुरेसं नव्हतं, म्हणून की काय, आमच्या हवामान खात्याच्या माणसाने मला सकाळी नाश्त्याच्यावेळी सांगितलं, की लवकरच पावसाळा सुरू होण्याची दाट शक्यता आहे, अर्थात गेल्या वेळेला भरपूर पाऊस पडल्यानंतर मग किती दिवस आकाश स्वच्छ होतं, याचीही त्याने मला आठवण करून दिली, पण असल्या ठोकताळ्यांवर, किती विश्वास ठेवायचा? मी मात्र जो कोणी हवामानाचा देव असेल, त्याची प्रार्थना केली आणि तितकंच माझ्या हातात आहे...

***

एव्हरेस्टवर चढाई करण्याच्या नादात, जॉर्जचं, आजूबाजूच्या परिस्थितीकडे लक्षच गेलं नाही. नॉर्टनने जेव्हा एक तातडीची बैठक बोलावली, तेव्हा त्याला काही विपरीत घडत असल्याचं जाणवलं.

"सद्यः परिस्थितीत, मित्रांनो, आपण आपलं आणखीन नुकसान करून घेण्यापेक्षा, आपला दौरा अर्धवट सोडून, माघार घेणंच उचित ठरेल."

"मला नाही तसं वाटत," जॉर्ज लगेचच म्हणाला. "हेच जर करायचं होतं, तर आपण आपल्या आयुष्यातले सहा महिने, वाया घालवले आणि लोकांना दाखवायला हातात काही नाही."

“निदान परत लढण्यासाठी, आपण जिवंत तर असू,” सोमरवेल म्हणाला.

“आपल्याला कोणीही परत एखादी संधी देणार नाही, सोमरवेल. ही आपली शेवटचीच संधी आहे आणि ते तुलाही चांगलंच माहीत आहे.”

जॉर्जच्या बोलण्यातला आवेश पाहून, सोमरवेल क्षणभर अवाक झाला आणि काही वेळेनंतर बोलला, “पण आपण जिवंत तर राहू.”

“माझी जगण्याची कल्पना फार वेगळी आहे,” जॉर्ज परत त्वेषाने म्हणाला. दुसरा कोणी मध्ये बोलण्याच्या आधीच, त्याने गायला विचारलं, “गाय तुझं मत काय आहे?”

सगळे जरी बुलॉकच्या उत्तराची वाट बघत असले, तरी तो लगेच काही बोलला नाही.

“मी अजूनही तुझ्या मतालाच पाठिंबा देईन, जॉर्ज,” शेवटी तो म्हणाला. “वातावरण सुधारण्याची आणखीन थोडे दिवस वाट बघायला हरकत नाही.”

“माझंही तेच मत आहे,” आयर्विन म्हणाला, “पण माझी परत जायलाही तयारी आहे, कारण तुमच्यामध्ये मीच सगळ्यात वयाने लहान असल्यामुळे, मला परत केव्हाही येता येईल.”

या बोलण्यावर सगळेच हसले, तेव्हा बैठकीतलं वातावरण जरा निवळलं.

“मला वाटतं, आपण आपलं दुकान बंद करायची आणखीन एक आठवडा वाट पाहावी,” ओडेलने सूचना केली. “जर त्यानंतरही हवामान सुधारलं नाही, तर आपण आपला पराभव मान्य करून, गाशा गुंडाळावा आणि घरी परत जावं.”

आपले सहकारी, या विचाराशी सहमत होत, माना डोलवत असल्याचं जॉर्जला दिसलं. या वेळी त्याला एसी बेन्सनचा सात्त्विक सल्ला आठवला : *आपण पराभूत झालो आहोत, असं लक्षात येताच, मोठ्या मनाने स्वीकारा.*

“ठरलं तर मग,” जॉर्ज म्हणाला. “आपण एक आठवडा वाट पाहू. जर हवामान सुधारलं नाही, तर मग नॉर्टन परत या मोहिमेची सूत्रं हातात घेईल आणि आपण इंग्लंडच्या दिशेने कूच करू.”

जॉर्जला वाटलं, आजचा दिवस तरी आपण जिंकला - का अचूक सांगायचं तर सात दिवस जिंकले, पण हे पुरेसं आहे का?

***

२९ मे, १९२४

...तेव्हा जर इथलं हवामान पुढच्या काही दिवसांत सुधारलं नाही, तर,

मी ऑगस्टच्या अखेरीस अथवा सप्टेंबरच्या सुरुवातीला, परत घरी असेन, अशी तू अपेक्षा करू शकतेस.

क्लाराने पाठवलेल्या सुंदर कवितेबद्दल, तिचे आभार मान. रुपर्टब्रुक या कवीला तिचा अभिमानच वाटला असता - आणि बेरिजलाही तिने पाठवलेल्या चित्राबद्दल धन्यवाद दे - ते चित्र मांजराचं होतं, का कुत्र्याचं? जॉनने पाठवलेल्या शुभेच्छांबद्दल - थोडक्यात पण समर्पक - त्याचेही आभार मान.

तुला केंब्रिजला घर बघण्यासाठी वेळ मिळाला, हे वाचून आनंद झाला. फेन्समध्ये या सुमारास फार थंडी असते, अशी तू धोक्याची सूचना दिली आहेस, त्याबद्दल आभार.

माझ्या लाडके, मला आता माझी नवीन नोकरी सुरू करायची आहे. जिवंत राहण्यासाठी, एखाद्या पुरुषाला मिठीत घेऊन झोपण्याचा मला आता कंटाळा आला आहे. आता मला माझ्या आवडत्या स्त्रीला घट्ट मिठीत घेऊन झोपायचे आहे.

मी या वेळी परत येईन, तेव्हा बोटीच्या धक्क्यावर अजिबात गर्दी नसेल. फक्त एकच तरुण मुलगी, आपल्या मध्यमवयीन माणसाची वाट पाहत तिथे उभी असेल, आणि तो माणूस आपल्या आवडत्या बाईच्या सोबतीने बाकीचं सगळं आयुष्य व्यतीत करायला उत्सुक असेल.

तुझा प्रेमळ पती,
जॉर्ज

५७

सोमवारः २ जून, १९२४

आता त्या तंबूत, ते पाचजणच होते. त्या दिवशी वातावरण स्वच्छ होतं आणि वारा फारसा वाहत नव्हता. जॉर्ज सकाळी मित्रांच्या सोबत नाश्ता करत असताना, एक शेर्पा आला आणि त्याने जॉर्जच्या हातात एक तार ठेवली. त्याने तो लिफाफा उघडला आणि वाचायला लागला. आता काय होणार या कल्पनेने, त्याला हसू फुटलं. शेजारी मांडी घालून बसलेल्या नॉर्टनकडे पाहत तो म्हणाला,

"मित्रा, एक विचारू का?"

"अर्थातच," हातातील हॅमचा तुकडा बाजूला ठेवत, नॉर्टन म्हणाला.

"हे मी तुला शेवटचं विचारतो आहे," जॉर्ज म्हणाला. "शेवटच्या चढाईसाठी, मी जर तुला माझ्याबरोबर निवडलं, तर तू ऑक्सिजनचा वापर करशील का?"

"नाही, मी ते करणार नाही," नॉर्टन ठामपणे म्हणाला.

"ठीक आहे, तर मग," जॉर्ज संथपणे म्हणाला. नॉर्टनशी या विषयावर कितीही चर्चा केली, तरी त्याचा उपयोग होणार नाही, हे आता जॉर्जने मान्य केलं होतं. "तसं असेल, तर तू पहिल्या चढाईसाठी जा, ऑक्सिजनशिवाय. तू जर यशस्वी झालास..."

***

"मित्रांनो," आपल्या सगळ्या सहकाऱ्यांना एकत्र बोलावल्यावर, जॉर्ज म्हणाला. "तुमच्या नाश्त्यामध्ये व्यत्यय आणल्याबद्दल मी दिलगीर आहे, पण मला आत्ताच माझ्या बहिणीची कोलंबोहून तार आलेली आहे." त्या कागदाकडे पाहत, तो वाचायला लागला, "*सात दिवस, जास्तीत जास्त दहा दिवसांसाठी हवामान उत्तम असेल आणि मग पावसाळा सुरू होईल, शुभेच्छा, मेरी.*" आता आपण एक

सेकंदही वाया घालवून चालणार नाही. मला विचार करायला इतके दिवस, वेळच वेळ मिळाला होता आणि आता माझ्या मनात काय योजना आहेत, ते मी तुम्हाला सांगतो. शिखरावर जाण्यासाठी, मी दोन गट बनवलेले आहेत. पहिल्या गटात नॉर्टन आणि सोमरवेल असतील. ते सुमारे एका तासाने इथून निघतील आणि अंधार पडायच्या आत, २५,३०० फुटांवर असलेल्या पाचव्या तळावर जातील. दुसऱ्या दिवशी ते नॉर्थ-ईस्ट रिजला वळसा घालून २७,००० फुटांवर सहावा तळ उभारतील आणि रात्रीच्या आत, परत येतील, अर्थात हे सगळं एका दिवसात करण्यासाठी, त्यांना पहाटे लवकर निघावं लागेल. त्या रात्री ते शक्य तितका जास्त वेळ झोपण्याचा प्रयत्न करतील, कारण दुसऱ्या दिवशी, शिखरावर अंतिम चढाईसाठी, त्यांना ताजेतवानं असणे गरजेचं आहे. काही शंका?''

नॉर्टन आणि सोमरवेलने माना डोलवल्या. गेला महिनाभर, ते नुसताच विचार करत बसले होते, आता काही करून दाखवण्याची वेळ आली होती.

''या मधल्या काळात, बाकीचे लोक इथेच आपल्या अंगठ्याशी चाळा करत बसतील आणि आपल्या विजयी वीरांचं स्वागत करण्याची वाट बघतील.''

''आणि ते जर यशस्वी झाले नाहीत तर?'' आयर्विनने विचारलं.

''तर मग तू आणि मी, ऑक्सिजनच्या साहाय्याने दुसरा प्रयत्न करू.''

''आणि आम्हीच यशस्वी झालो तर?'' नॉर्टनने विचारलं.

जॉर्ज त्याच्याकडे पाहत थंडपणे हसला. ''तसं झालं, तर मी आणि ओडेल दुसऱ्यावेळी ऑक्सिजन न घेता चढाई करायला जाऊ.''

''आणि ते अनवाणी जाण्याचं, ते लक्षात आहे ना?'' सोमरवेल म्हणाला.

बाकीचे सगळे हसत असताना, मॅलरीने, कमरेत किंचित वाकत, आपल्या मित्राचं कौतुक केलं.

''मित्रांनो, ही वेळ आता भाषण देत बसण्याची नाही. आपला माणूस जर एव्हरेस्टस्वर गेला तर, आपल्या साम्राज्यातील अनेक देशवासीयांना काय वाटेल, किंवा आपल्या गळ्यात हारतुरे कसे पडतील, याची चर्चा आपल्याला अल्पाईन क्लबमध्ये बसून करता येईल आणि ती कंटाळवाणी चर्चा आतुरतेने ऐकायला तिथे अनेक नवखे गिर्यारोहक, श्रोते म्हणूनही भेटतील. आत्ता या क्षणी एक क्षणही वाया न घालवता, आपण कामाला लागूया. तेव्हा सगळ्यांना शुभेच्छा!''

नॉर्टन आणि सोमरवेल, अर्ध्या तासात सर्व तयारी करून सज्ज झाले. मॅलरी, ओडेल, आयर्विन, बुलॉक, मोर्सहेड आणि हिंगस्टन यांनी एका रांगेत राहून, नॉर्टन आणि सोमरवेलला मानवंदना दिली, तेव्हा नोएल चित्रीकरणात गुंतला होता. ते दोघं लांबवर जाईपर्यंत तो त्यांच्यावर कॅमेरा रोखून उभा होता. मॅलरी आता आकाशाकडे हात वर करून, 'देवा मला सात दिवसांसाठी चांगलं हवामान दे, मी परत काहीही

तुझ्याकडे मागणार नाही,' असं म्हणत असेल, अस नोएलला वाटलं, पण मॅलरी नुसताच उभा होता.

***

तंबूत एकटाच बसलेला असताना, जॉर्ज सोमरवेल आणि नॉर्टनच्या प्रगतीचा विचार करत होता. एक सारखा तो घड्याळात पाहून, ते आता किती उंचीवर गेले असतील, याचा अंदाज घेत होता.

मॅक्रोनी आणि बेदाणे, यांच्यावर ताव मारल्यावर, जॉर्ज परत तंबूत आला. त्याने रोजच्याप्रमाणे रूथला पत्र लिहिलं आणि आज ट्रॅफर्डलाही एक पत्र लिहिलं. आता तो विंग कमांडर मॅलरी झाला होता : उंचीचा ध्यास घेतलेला दुसरा मॅलरी. नंतर त्याने 'द इलियाड' मधल्या काही ओळींचा अर्थ समजावून घेतला आणि मग गायच्या साथीने, आयर्विन आणि ओडेलशी ब्रिजचा डाव टाकला. शेवटचा डाव खेळून झाल्यावर, ओडेलने बीनचा एक डबा काढला आणि तो मेणबत्तीवर कोमट करून बाकीच्या तिघांसह मजेत खाल्ला.

संध्याकाळी चंद्राने सूर्याला निरोप दिला, तेव्हा त्याची किरण बर्फावर चमकत होते. गिर्यारोहणासाठी, आजचा दिवस आदर्श होता. त्या प्रत्येकाच्या मनात एकच विचार होता, पण कोणी उघडपणे बोलत नव्हतं - ते दोघं कुठे पोहोचले असतील?

रात्री अकरा वाजता, जॉर्जने आपल्या झोपण्याच्या पिशवीवर चढाई केली - त्या दिवसातली एकमेव चढाई, जी त्याला करता येण्यासारखी होती. तासन्तास काहीही न केल्यामुळे तो पार थकून गेला होता. आपण नॉर्टन आणि सोमरवेलला प्रथम चढाईसाठी पाठवलं, यात चूक तर केली नाही, असा विचार करत, तो गाढ झोपी गेला. काही आठवड्यांतच, तो एका विजयी संघाचा नेता म्हणून परतेल, तेव्हा त्याला कायम नॉर्टनचे शब्द आठवतील, *एव्हरेस्टवर चढणाऱ्या दुसऱ्या माणसाचं नाव, कोणीच लक्षात ठेवत नाही.*

***

दुसऱ्या दिवशी आयर्विन सगळ्यात आधी उठला आणि आपल्या सहकाऱ्यांसाठी नाश्ता तयार करायला लागला. आता परत घरी गेलो, की आयुष्यात परत कधी सारडीन मासा खायचा नाही, अशी जॉर्जने शपथ घेतली.

नाश्ता झाल्यावर, आयर्विनने ऑक्सिजनची नऊ नळकांडी तपासून रांगेत ठेवली. त्याच्या नेत्याने दुसऱ्या गटाची आधीच घोषणा केली होती. त्या नळकांड्यांची काळजीपूर्वक तपासणी होत असलेली पाहून जॉर्जला समाधान वाटलं. प्रत्येक नळकांड्याचा नळ उघडून हवा येत असल्याची खात्री केली जात होती, तसंच

हातात घेऊन, त्याच्या वजनाचा अंदाज घेतला जात होता, सगळं काही पद्धतशीरपणे चाललं होतं. ही नळकांडी नॉर्थ कोलला उपयोगात येतील, का त्याच्या मालकासकट, फेकून दिली जातील? जॉर्जच्या मनात विचार आला. ओडेल बाहेर जाऊन निरनिराळे दुर्मीळ दगड, प्राण्यांचे आणि कीटकांचे अवशेष शोधत, आपल्याच विश्वात रममाण झाला होता.

दुपारी ते तिघं, नोएलने काढलेल्या हिमालयाच्या वरच्या भागाच्या फोटोंचा अभ्यास करत बसले. पर्वताच्या कडेकडेने जाऊन, दुसऱ्या टप्प्यात थेट चढाई करावी, का चुनखडीच्या जमिनीवरून नॉर्थ फेसला जाऊन, मग पुढे जावं, याची ते गंभीरपणे चर्चा करत होते. खरं तर नॉर्टन आणि सोमरवेल परत आल्याशिवाय याचा निर्णय घेणं अशक्य होतं, हे तिघांनाही माहीत होतं. ते दोघं आले, की त्यांचे प्रत्यक्ष अनुभव सांगतील आणि त्यामुळे, नकाशातल्या आणि त्यांच्या डोक्यातील विचारातल्या अनेक त्रुटी दूर होतील.

रात्रीचं भोजन उरकल्यावर, जॉर्ज आपल्या अंथरुणाकडे वळला. त्याच्या एका हातात, दुधाच्या पावडरपासून बनवलेलं दूध आणि दुसऱ्या हातात युलिसिस पुस्तक होतं. हे पुस्तक, इंलंडच्या परतीच्या प्रवासात वाचून काढायचंच असा विचार करून, तो १७२व्या पानाला झोपला.

***

सकाळी ओडेल सगळ्यात आधी उठला आणि बाकीचे दोघं उठेपर्यंत, त्याने सर्व तयारी केली, त्याच्या पाठीवर धोपटी, हातात हातमोजे आणि डोळ्यावर गॉगल पाहून, दोघांना आश्चर्यच वाटलं.

"मी जरा पाचव्या तळावर जाऊन, तो सुरक्षित आहे का, ते बघून येतो," ओडेल म्हणाला "आणि तिथे काही खाण्याचं सामानही नेऊन ठेवतो, कारण एव्हाना ते संपत आलं असेल."

२५,००० फुटांवर, इतक्या सहजपणे ओडेल बोलत असल्याचं पाहून जॉर्जला हसू आलं, पण दुसऱ्याची मदत करण्याचा आणि स्वत:ला होणाऱ्या त्रासाचा विचार न करण्याचा त्याचा स्वभाव, जॉर्जला चांगलाच माहीत होता. इंग्लंडमधल्या कोट्सवोल्डमध्ये फिरायला निघाल्यासारखा, ओडेल दोन शेर्पांना बरोबर घेऊन निघाला. आता आपल्याबरोबर ओडेलला न्यावं का, असा विचार जॉर्जच्या मनात सुरू झाला. निदान या क्षणी तरी, सगळ्यांच्यामध्ये- तो स्वत: धरून- ओडेलच या हवामानात जास्त रुळलेला होता.

दुपारी जेवायला ओडेल परत खाली आला होता आणि त्याचा श्वास नेहमी-सारखाच होता.

''त्यांचा काही पत्ता लागला का?'' तो आपल्या पाठीवरची धोपटी काढत असताना, जॉर्जने विचारलं.

''नाही कॅप्टन,'' ओडेल म्हणाला, ''पण ते जर दुपारी शिखरावर गेले असतील आणि परत येऊन सहाव्या तळावर रात्र काढणार असतील, तर ते पाचव्या तळावर दुपारी दोनपर्यंत यावेत आणि इथे ते चारच्या आसपास यावेत, असा माझा अंदाज आहे.''

''म्हणजे दुपारच्या चहाला ते इथे असतील,'' जॉर्ज म्हणाला. दुपारचं जेवण सहा मिनिटात आटोपून, जॉर्ज परत युलिसिसकडे वळाला, पण त्याचं लक्ष एकसारखं, नॉर्थ फेसच्या दिशेने दिसणाऱ्या पर्वतावर दोन ठिपके दिसतात का, याच्याकडेच होतं आणि पुस्तकाची पानं उलटली जात नव्हती. त्याने घड्याळात पाहिलं: दोन वाजून गेले होते. ते आता जर परत आले, तर मग ते शिखरावर पोहोचलेच नाहीत, असा त्याचा अर्थ होईल, पण ते चार वाजल्यानंतर आले, तर मात्र हे बक्षीस त्यांचंच असेल. ते जर सहा वाजताही आले नाहीत, तर... त्याने तो विचार करणं सोडून दिलं.

तीन वाजले तसेच मग चार, मग पाच वाजले. आता त्यांच्यात गंभीरपणे चर्चा व्हायला लागली. रात्रीच्या जेवणाची, आता कोणालाच शुद्ध नव्हती. संध्याकाळचे सहा वाजले, तेव्हा परत चंद्राने सूर्याला निरोप दिला. आज स्वच्छ चंद्रप्रकाश पडला होता. आता ते जास्त काळजीग्रस्त झाले, मात्र जेव्हा घड्याळात रात्रीचे आठ वाजले, तेव्हा ते भयग्रस्त झाले.

''मला वाटतं, मी परत नॉर्थ रिजला जातो आणि ते तिथेच झोपले की काय, ते पाहून येतो,'' ओडेल सहजपणे म्हणाला.

''मी पण येतो, तुझ्याबरोबर,'' जॉर्ज पटकन उठत म्हणाला. ''मलाही थोडा व्यायाम घडेल,'' तो मनातली काळजी लपवत, सहजपणे बोलला. खरं तर तो बचावकार्यासाठी जात आहे, हे तिघांनाही माहीत होतं.

''मी पण येतो,'' बर्फाच्या नळकांड्या बर्फात गाडत, आयर्विन म्हणाला.

स्वच्छ पडलेल्या चांदण्यामुळे, त्यांनी देवाचे आभार मानले. बर्फवृष्टी आणि वारा गायब होते. वीस मिनिटांनंतर ते तिघंही तयार होऊन, आपल्या सहकाऱ्यांचा शोध घेण्यासाठी, बाहेर पडले.

ते वरती वरती चढतच राहिले. प्रत्येक पावलागणिक जॉर्जचा धीर खचत चालला होता, पण आपण माघारी जावं, असं त्याला एकदाही वाटलं नाही, कारण ते आता समोरच, काही फुटांवर असतील, असं त्याला प्रत्येल पावलावर वाटत होतं.

आयर्विनला प्रथम काही दिसलं, अर्थातच, त्याची तरुण मुलाची नजर होती.

"ते तिथे आहेत, तिथे,'' वरती पर्वताकडे हात दाखवून तो ओरडला.

त्यांना पाहिल्यावर जॉर्जचं हृदय उचंबळून आलं. एखाद्याचा मार खाऊन आलेल्या सैनिकाप्रमाणे, ते लंगडत येताना दिसत होते. त्यांच्यापैकी उंच असलेल्या नॉर्टनने सोमरवेलच्या खांद्यावर एक हात ठेवला होता आणि दुसऱ्या हाताने त्याचे डोळे झाकून घेतले होते.

त्या चढावर जितक्या भराभर जाणं शक्य होतं, तेवढा जॉर्ज झपाट्याने गेला, अर्थात आयर्विन मागे होताच. त्या दोघांनी, सोमरवेलच्या खांद्याखाली हात घातले आणि त्याला उचलून सुरक्षित जागी आणला. नॉर्टनने आपला दुसरा हात ओडेलच्या खांद्यावर टाकला, पण दुसऱ्या हाताने आपले डोळे झाकूनच ठेवले.

जॉर्ज आणि आयर्विनने, सोमरवेलला तंबूत आणून अलगद झोपवला आणि वरती एक लोकरीची चादर घातली. काही क्षणातच नॉर्टन आत आला आणि मटकन गुडघ्यांवर बसला. बुलॉकने, बोव्हरीलचे कोमट मग, तयार ठेवलेले होते. त्याने एक सोमरवेलच्या हातात दिला, कारण नॉर्टन आता खाली पालथा पडून विश्रांती घेत होता. ते दोघं थोडेसे सावरेपर्यंत कोणीच काही बोललं नाही.

जॉर्जने, सोमरवेलच्या बुटांच्या नाड्या सोडवल्या आणि त्याच्या पायातून बूट काढले. नंतर त्याने त्याचे पाय चोळून, त्यातला रक्तपुरवठा पूर्ववत करण्याचा प्रयत्न केला. बुलॉकने बोव्हरीलचा मग, नॉर्टनच्या ओठाला लावला, पण तो एकही घोट घेण्याच्या परिस्थितीत नव्हता. माणसाने नेहमीच संयम पाळावा, या मताचा जॉर्ज असल्यामुळे गप्पच बसून राहिला. खरं तर त्याला ते शिखरावर पोहोचले का, हे जाणून घ्यायचं होतं.

सोमरवेल जेव्हा प्रथम बोलायला लागला, तेव्हा सगळ्यांनाच आश्चर्य वाटलं. "आम्ही सेकंड स्टेपच्या जवळ जाण्याआधीच, आम्ही त्याच्यावर न चढण्याचा निर्णय घेतला, आणि यलो स्कर्टला वळसा घालून, थोडासा लांबचा, पण सुरक्षित मार्ग निवडला,'' तो धापा टाकत म्हणाला. "तो पार करून पुढे गेल्यावर, एक प्रचंड घळ लागली. मला वाटलं, ती पार करून आम्ही जाऊ शकलो, तर मग शेवट गाठता येईल, कारण तिथे चढ कमी आहे. आमचा प्रवास संथ गतीने चालला होता, पण आम्ही वर जाऊ, याची मला खात्री वाटत होती.''

'पण मग गेलात का?' जॉर्जला खरं तर हे विचारायचं होतं, पण त्याने स्वतःला आवरलं. सोमरवेल आता बसला होता आणि थंड बोव्हरीलचे घोट घेत होता.

"२७,४०० फुटांवर जाईपर्यंत आम्हाला तसं वाटत होतं, पण माझ्या घशाने परत त्रास द्यायला सुरुवात केली. मला कोरडी ढास लागली. नॉर्टनने मला सर्व ताकदीनिशी पाठीत गुद्दे मारले, तेव्हा माझा घसा जरासा ठीक झाला. मी तसाच

झगडत राहिलो, पण आम्ही जेव्हा २८,००० फुटांवर पोहोचलो, तेव्हा मात्र, माझी ताकद पार लयाला गेली. मला एक पाऊलही टाकता येईना. मला सक्तीची विश्रांती घेणं आवश्यक होतं. शेवटी मी नॉर्टनला पुढे जाण्याचा आग्रह केला. तो दृष्टी आड होईपर्यंत मी त्याच्याकडे शिखराच्या दिशेने पाहत राहिलो.''

जॉर्ज नॉर्टनकडे बघायला लागला. "तू वर गेलास का?"

"नाही, मी तिथे पोहोचू शकलो नाही,'' नॉर्टन म्हणाला. "मी जेव्हा विश्रांती घ्यायला थांबलो, तेव्हा एक मस्त घोडचूक केली.''

"आता त्या उंचीवर तू डोळ्यावरचा गॉगल काढलास, हे मला सांगू नकोस.'' जॉर्जने काहीसा अविश्वास दाखवत विचारलं.

"तू आम्हाला किती वेळा, कुठल्याही परिस्थितीत तसं न करण्याबद्दल बजावलं होतं.'' डोळ्यावरचा हात बाजूला करत, नॉर्टन उद्वेगाने म्हणाला. "मी परत डोळ्यावर गॉगल चढवेपर्यंत, माझ्या पापण्या एकमेकाला चिकटून थिजल्या होत्या आणि मला काहीही दिसत नव्हतं. मी सोमरवेलला सावध करायला हाका मारल्या. त्याने योडलिंग केलं आणि त्यामुळे तो कुठे आहे, हे मला समजलं. मी कसाबसा खाली आलो आणि त्याला भेटलो.''

"माझ्या हातात असलेल्या टॉर्चच्या प्रकाशात, आम्ही खाली उतरायला सुरुवात केली, अर्थात हळू हळू ,'' सोमरवेल म्हणाला.

नॉर्टनने आपल्या डोळ्यांवर, गरम पाण्याची पट्टी ठेवली आणि म्हणाला, "देवाचे आभारच मानतो, की मला सोमरवेल भेटला.''

नॉर्टन परत दोन शब्द बोलेपर्यंत काही वेळ मध्ये गेला. मग एक दीर्घ श्वास घेत तो म्हणाला, "एका अंधाने दुसऱ्याला मार्ग दाखवल्याचं, हे उत्तम उदाहरण होतं.''

"म्हणजे, शेवटी तुम्ही, किती उंचावर गेलात?'' जॉर्जने हसत विचारलं.

"मला काहीच माहीत नाही, मित्रा,'' असं म्हणून त्याने अल्टीमीटर, जॉर्जच्या हातात दिला.

जॉर्जने त्याचा अभ्यास केला आणि म्हणाला, "२८,१२५ फूट. अभिनंदन! मित्रांनो.''

"शेवटचे ८७७ फूट गेलो नाही, म्हणून अभिनंदन?'' नॉर्टन हताशपणे म्हणाला.

"नाही, एक इतिहास घडवल्याबद्दल,'' जॉर्ज म्हणाला. "तुम्ही आता जास्त उंचावर जाण्याचा विक्रम प्रस्थापित केला आहेत, म्हणून. आता हे फिंचला समजेल, तेव्हा त्याचा चेहरा पाहण्यासारखा होईल.''

"हे तू बोलतो आहेस, तो तुझा चांगुलपणाच आहे,'' नॉर्टन म्हणाला, "पण

फिंचच मला सर्वप्रथम आठवण करून देईल, की मी त्याचा सल्ला ऐकून, ऑक्सिजन वापरायला हवा होता. आता हवा जर चांगली राहिली, तर मला या वाक्प्रयोगाबद्दल माफ कर, पण तू तिथे चालता हो.''

जॉर्ज काहीही न बोलता नुसताच हसला.

''माझंही तेच मत आहे,'' सोमरवेल म्हणाला. ''मात्र एक गोष्ट नक्कीच करा. आज रात्री तू, ओडेल आणि आयर्विन भरपूर झोप काढा.''

जॉर्जने मान डोलवली, आणि जरी ते तीन महिने एकमेकांच्या सहवासात होते, तरी त्या दोघांशी त्याने हस्तांदोलन केलं आणि आपल्या तंबूत परतला.

तो यशस्वी झालाही असता, पण नॉर्टनचं एक वाक्य, सतत त्याच्या मनात घर करून होतं: *जर हवा चांगली...*

५८

शुक्रवार : ६ जून, १९२४

आता तिघेच होते. पहाट होण्यापूर्वीच जॉर्ज उठला. बाहेर चंद्राचा प्रकाश सर्वत्र पसरलेला होता आणि त्या प्रकाशात, जमिनीवर पसरलेलं बर्फ, एखाद्या चमकत्या हिऱ्याच्या गालिच्यासारखं वाटत होतं. बाहेरचं तापमान जरी शून्याच्या खाली ३० अंश असलं, तरी त्याच्या अंगात संचारलेल्या उत्साहामुळे आणि आत्मविश्वासामुळे, त्याला आतून ऊर्जा मिळत होती. आपण आता नक्कीच यशस्वी होणार हे त्याला खात्रीने वाटत होतं, पण 'आपण कोण,' हे त्याने अजून ठरवलेलं नव्हतं.

सोमरवेल आणि नॉर्टन जर इतक्या जवळ पोहोचू शकले, तर आपण ऑक्सिजनचा विचार करावा का? असा त्याला परत प्रश्न पडला. आणि इथल्या वातावरणाशी, ओडेलच सगळ्यात जास्त रुळलेला होता ना? का परत एकदा, आपलं बक्षीस आवाक्यात आलं असताना, ओडेल मागच्यासारखा फाफलेल? अनोळखी भूप्रदेशात जाताना, आयर्विनचा अननुभव, हा गोत्यात तर आणणार नाही? का ऑक्सिजनच्या साथीत, त्याच्या उत्साहाची जोड मिळाली, तर ते यशाचं हमखास सूत्र ठरेल?

"सुप्रभात, सर," मागून आवाज आला.

मागे वळून पाहिलं, तर आयर्विनचा हसरा चेहरा त्याला अभिवादन करत होता. "सुप्रभात, सॅण्डी. आता जाऊन थोडा नाश्ता करूया का?"

"पण फक्त पाचच वाजले आहेत," आपल्या घड्याळात पाहत तो म्हणाला. "आणि ओडेल तर अजून झोपलेलाच आहे."

"मग त्याला उठव. आपण ठीक सहा वाजता कूच करणार आहोत."

"सहा?" आयर्विनने आश्चर्याने विचारलं. "काल तर तुम्ही सगळी माहिती दिलीत, तेव्हा सकाळी आठ वाजता नाश्ता करून, नऊ वाजता निघायचं, असं म्हणाला होतात. त्या २७,००० फुटांवर, गरजेपेक्षा जास्त वेळ काढायला लागू

नये, म्हणून उशिरा निघू, असं म्हणाला होतात.''

''ठीक आहे, साडेसहा,'' जॉर्जने तडजोड केली. ''ओडेल जर तोपर्यंत उठला नाही, तर आपण दोघंच जाऊ आणि आता तू जागाच आहेस, तर काहीतरी भरीव कामगिरी का करत नाहीस?''

''नक्की काय, सर?''

''जा आणि माझा नाश्ता तयार कर.''

आयर्विन निरागसपणे हसला.

''मी तुम्हाला बिस्किटावर सार्डिन्स किंवा सार्डिन्स आणि मनुका, नाहीतर आपल्या तंबूतील रेस्टॉरंटमध्ये असलेला खास पदार्थ, देऊ शकतो, सार्डिन्स–''

''जा, काय ते कर,'' जॉर्ज हसून म्हणाला.

***

सहा जूनच्या सकाळी, साडेसात वाजता, मॅलरी, ओडेल आणि आयर्विनने, पाच शेर्पांना बरोबर घेऊन, नॉर्थ कोल सोडलं. बरोबर त्यांनी तंबू, खाण्याचं सामान आणि इतर आवश्यक वस्तू घेतलेल्या होत्या. ओडेलला नाश्ता करता आला नाही, पण त्याची तक्रार नव्हती. गाय बुलॉकने जॉर्जशी शेवटचं हस्तांदोलन केलं आणि म्हणाला, ''दोन दिवसांनी भेटूच, मित्रा.''

''नक्कीच. पाणी गरम करून ठेव.''

जॉर्जचे जुने मुख्याध्यापक, मि. आयर्विंग- अजून हयात आहेत का, हे त्याला माहीत नव्हतं- नेहमी म्हणायचे, 'तुम्ही कधी, फार आधी काही करू शकत नाही, नेहमीच फार उशीर करता.' जॉर्ज आता झपाटल्यागत झपाझपा चालला होता आणि ओडेल आणि आयर्विनला त्याच्या मागे धावावं लागत होतं.

तो वरच्या निरभ्र आकाशाकडे, संशयाने पाहत होता. जोरदार वारे सुटण्याची काही चिन्हं, एखादा ढगाचा पुंजका किंवा वरतून पडलेला बर्फाचा ठिपका, त्याचे मनसुबे उधळून टाकू शकत होते, पण आकाश निरभ्रच होतं आणि वातावरणात कसलाच बदल झाल्याची चिन्हं दिसत नव्हती. अर्थात त्याच्या पूर्वानुभवाने, त्याला हे माहीत होतं, की त्याची ही सुंदरी, डोळ्याचं पात लपकण्याच्या आत, सर्व काही बदलू शकते. आपल्या दोन्ही सहकाऱ्यांपैकी कोणाला त्रास होत नाही ना, यावरही त्याची बारीक नजर होती. यातला एक तरी मागे कोसळेल आणि मग त्याच्यावर अंतिम निर्णय घेण्याची वेळच येणार नाही, असं त्याला एकसारखं वाटत होतं. मात्र एक तासाची यशस्वी पायपीट केल्यावर, या दोघांतला उजवा कोण ते निवडणं अवघड आहे, अशा निष्कर्षाला तो आला.

हा जथ्था, दुपारी तीनच्या सुमारास, पाचव्या पाडावावर पोहोचला- म्हणजे ते

वेळेच्या आधीच पोहोचले होते. त्याने हातातल्या घड्याळाकडे पाहिलं आणि काही आडाखे बांधायला लागला. हनीबालने जेव्हा आल्प्स ओलांडला, तेव्हा त्याने हे सगळे निर्णय सूर्यावर सोपवले होते. आता सहाव्या तळावर दामटत जाऊन, एक दिवस वाचवावा? का ते तिथे गेल्यामुळे पार थकून जातील आणि मुख्य चढाईचं आव्हान स्वीकारायला अपुरे पडतील? त्याने तिथेच रात्र काढण्याचा सावध निर्णय घेतला. उद्या पहाटेच, ते सहाव्या तळाच्या दिशेने कूच करणार होते, पण तो आता त्याच्याबरोबर जाण्यासाठी कोणाची निवड करणार होता आणि उरलेला शेर्पांना घेऊन परत नॉर्थ कोलला कोण जाणार होता, हा प्रश्न होताच.

जॉर्ज जरी अंथरुणात वेळेवर झोपला, तरी गाढ झोप अशी लागलीच नाही. दर एक तासाने, तो तंबूच्या बाहेर डोकं काढून आकाशात तारे चमकताना दिसतात का ते पाहत होता आणि ते दिसले, की हुश्श करून परत झोपायला जात होता. आयर्विन एखाद्या लहान मुलाप्रमाणे गाढ झोपला होता आणि तो ओडेल तर, धीटपणे घोरत होता. त्यांच्याकडे बघत बसला असताना, यातल्या कोणाला बरोबर घ्यावं, या प्रश्नाचं उत्तर शोधण्यात तो मग्न होता. गिर्यारोहणाला अनेक वर्षं मनापासून वाहून घेतलेल्या ओडेलची निवड करावी - ही त्याची शेवटची संधी होती, का आयर्विनला बरोबर घ्यावं? अर्थात इतक्या तरुण वयात, असा महापराक्रम करण्याचं, कोणाही तरुणाचं स्वप्न असणारच. समजा, त्याची निवड झाली नाही, तर पुढे अनेक वर्षं त्याला तसा प्रयत्न करण्यासाठी उपलब्ध होती.

एका गोष्टीविषयी जॉर्जला तिळमात्र शंका नव्हती- ही त्याची शेवटची संधी आहे.

***

पहाटे चारच्या चंद्र प्रकाशात, ते तिघं परत मार्गस्थ झाले. सरकत्या तासागणिक त्याचा वेग मंदावत होता. आता तर ते ढेपाळतच, चालत होते. आयर्विन किंवा ओडेल, यांना काही त्रास होत असेल का? पण त्या दोघांनी तसं काहीच जाणवून दिलं नाही, उलट ते आपल्या नेत्याच्या मागे, मोठ्या कष्टाने का होईना, चालतच होते.

सूर्योदयाच्या सुमारास, नॉर्थ-ईस्ट शोल्डर दिसायला लागले. जॉर्जने अल्टीमीटरमधे पाहिलं : २७,००० फूट. आणखीन सुमारे २३०फूट वर चढल्यावर, ते तिघंही खाली, दमछाक होऊन कोसळले. नॉर्टन आणि सोमरवेलने बांधलेला तंबू अजूनही शाबूत असल्याचं पाहून, त्यांना हायसं वाटलं. आता जॉर्जला आपला निर्णय आणखी लांबणीवर टाकणं शक्य नव्हतं, कारण त्या छोट्याशा तंबूत, तिघांच्या झोपण्याची सोय नव्हती आणि त्या चिंचोळ्या जागेत, दुसरा तंबू टाकणं शक्य नव्हतं.

जॉर्ज खाली बसला आणि त्याने नॉर्टनला एक चिट्ठी लिहिली, की उद्या सकाळी ते अंतिम चढाई करतील. त्याच्याकडे मोठ्या आशेने पाहत बसलेल्या दोघांकडे जॉर्जने एकवार पाहिलं आणि ओडेलच्या जवळ जात म्हणाला, ही चिट्ठी तू खाली नॉर्थ कोलला जाऊन नॉर्टनला देशील का?''

ओडेलने कसल्याही प्रकारची निराशा चेहऱ्यावर न दाखवता, चिट्ठी घेत, जॉर्जला वाकून होकार दिला.

''मला खेद होतो आहे, मित्रा,'' जॉर्ज म्हणाला. तो पुढे काहीही बोलण्याच्या आधीच, ओडेल म्हणाला, ''तू योग्य निर्णय घेतला आहेस, कॅप्टन,'' असं म्हणून त्याने जॉर्जशी हस्तांदोलन केलं. नंतर RGSने निवडलेल्या तरुण गिर्यारोहकाकडे वळून तो म्हणाला, ''शुभेच्छा.'' इतकं बोलून तो झपाट्याने पाचव्या तळावर रात्र काढण्यासाठी परतायला लागला. दुसरे दिवशी तो, खाली नॉर्थ कोलला परतणार होता.

आता दोघंच उरले...

५९

७ जून, १९२४

माझ्या लाडके,

आपल्या मायभूमी पासून ५,००० मैलांवर, २७,३०० फूट उंचीवर, मी एका लहानशा राहुटीत बसून, कीर्तीच्या वाटा शोधत आहे.

“तू कधी झोपतच नाही का?” आयर्विनने अंथरुणातून उठून, आपले डोळे चोळत जॉर्जला विचारलं.

“फक्त खाली उतरताना,” जॉर्ज म्हणाला. “तेव्हा उद्या रात्री, या वेळी मी गाढ झोपलेला असेन.”

“उद्या तू तुझ्या त्या पंखधारी सर्पाची शिकार फत्ते केलीस, की ते तुझा सेंट जॉर्ज म्हणून उदोउदो करतील,” ऑक्सिजनच्या नळकांड्याचा इंडिकेटर सारखा करत, आयर्विन म्हणाला.

“सेंट जॉर्जने त्याला मारताना, ऑक्सिजनचा वापर केल्याचं माझ्या कानावर आलेलं नाही.”

“ते हिंक्स महाशय जर आत्ता या मोहिमेचे नेते असते, तर त्याने सेंट जॉर्जला तलवारही वापरू दिली नसती. नवशिक्यांच्या नियमावलीच्या ते विरुद्ध ठरलं असतं, हो की नाही, मित्रा?” आपल्या नसलेल्या मिश्यांवर ताव मारत तो म्हणाला, “तू फक्त हातानेच त्याला मारलं पाहिजेस.”

RGSच्या सेक्रटरीची इतकी हुबेहूब नक्कल केल्याचं पाहून, जॉर्जला हसू आलं. “ते ठीक आहे, पण माझा नवशिकेपणाचा बुरखा आता बाजूला करून, मला

पाथ्स ऑफ ग्लॉरी । ३२७

असं विचारायचं आहे, की तुझी बहुचर्चित ऑक्सिजनची नळकांडी, उद्या पहाटे चार वाजता तयार असतील ना? नसली तर मग तुला खाली नॉर्थ कोलला पाठवून, मी ओडेलला तुझी जागा घ्यायला सांगेन.''

''तसं होणारच नाही,'' आयर्विन म्हणाला. ''चारही नळकांडी, एकदम ठीकठाक आहेत आणि फक्त २,००० फूट चढून परत यायला, आपण जरी अगदी आठ तास घेतले, तरी ती आपल्याला पुरतील.''

''तरुण उत्साही पोरा, फक्त २,००० फूट, किती लांब असतात, ते तुला उद्या समजेलच आणि आता तू जर झोपलास, तर माझ्यावर उपकार होतील, म्हणजे, मी हे माझ्या बायकोला लिहीत असलेलं पत्र पूर्ण करीन आणि थोडी झोप काढू शकीन. तसं जर झालं, तरच उद्या काही करून दाखवता येईल आपल्याला.''

''तुम्ही, मिसेस मॅलरींना रोज एक पत्र लिहिता, खरं ना?''

''होय,'' जॉर्ज म्हणाला. ''आणि तुझ्या नशिबात, जरी तिच्यापेक्षा अर्धी चांगली बायको, तुला मिळाली, तर तूही तेच करशील.''

''मला वाटतं, मला तशी एक सापडलेली आहे,'' पाठीवर पडत, आयर्विन म्हणाला, ''पण मी तिला निघण्याच्या आधी काही सांगू शकलो नाही, तेव्हा तिला माझ्याविषयी काय वाटतं, ते मला माहीत नाही.''

''तिला समजेल,'' जॉर्ज म्हणाला, ''माझ्यावर विश्वास ठेव, पण तुला जर काही मनात शंका असेल, तर तिला एक छोटंसं पत्र लिहून टाक.- अर्थात ऑक्सफर्डला अजूनही लिहिण्याची पद्धत असली तर.''

या टोमण्यावर जॉर्ज काही तिखट प्रतिक्रियेची अपेक्षा करत होता, पण तसं काही झालंच नाही. तो पोरगा शांतपणे झोपला होता. तो हसला आणि रूथचं पत्र पुढे लिहायला लागला.

थरथरत्या हाताने, त्याने '*तुझाच प्रेमळ पती, जॉर्ज*' हे शेवटचं वाक्य लिहिलं आणि ग्रेनी, खेड्यातल्या दफनभूमीत बसून लिहिलेलं एक शोकगीत वाचायला सुरुवात केली. नंतर मेणबत्ती विझवून, तो झोपायला गेला.

रविवार : ८ जून, १९२४

''आता डोळ्यांवरची पट्टी मी काढू का, मित्रा?'' ओडेलने विचारलं.

''हो, कृपा करून काढ,'' नॉर्टन म्हणाला.

ओडेलने त्याच्या डोळ्यांवरचा रेशमी स्कार्फ अलगद काढला.

''अरे देवा, मला अजूनही दिसत नाही,'' नॉर्टन घाबराघुबरा होत म्हणाला.

''असा उतावीळ होऊ नकोस,'' सोमरवेलने त्याला समजावलं. ''बर्फाच्या

तिरपीमुळे येणारं अंधत्व दूर व्हायला दोन तीन दिवस जायला लागतात, आणि तसंही, मॅलरी परत येईपर्यंत आपण कुठेही जाणार नाही.''

''मला परत यायची भीती वाटत नाही'' नॉर्टनने मनातली भीती बोलून दाखवली. ''ओडेल, वर जाणंच महाकठीण आहे. ओडेल, मला वाटतं, तू सहाव्या तळावर, बोव्हरीलचा डबा आणि मिण्ट केक घेऊन जावंस. तो मॅलरी नक्कीच ते न्यायला विसरला असेल.''

''हा मी निघालोच,'' तंबूच्या बाहेर डोकावत ओडेल म्हणाला. गिर्यारोहणासाठी इतकं अनुकूल हवामान, मी कधीच पाहिलं नव्हतं.''

***

चार वाजून काही मिनिटांनी जॉर्ज उठला, तेव्हा आयर्विन, सकाळचा नाश्ता बनवत होता.

''आज आरोहणाच्या दिवशी काय खास बनवलं आहेस?'' जॉर्जने विचारलं. बाहेर डोकावून पाहिलं, तेव्हा गार हवेच्या सपक्याने, त्याच्या कानाला गुदगुल्या झाल्या, पण जे काही दिसलं, त्यामुळे त्याच्या चेहऱ्यावर हसू उमटलं.

''मॅक्रोनी आणि सारडीन्स,'' आयर्विन म्हणाला.

''फारच मस्त जोडी निवडली आहेस, पण मला वाटतं, मिसेस बीटनच्या पाककलाकृतीच्या पुस्तकात, ही पुढच्या आवृत्तीत छापून येणार नाही.''

''मी तुला दुसरा काही पर्याय सुचवला असता, पण तू काही सामान बरोबर घ्यायचं विसरला.''

''मी दिलगीर आहे, मित्रा,'' जॉर्ज म्हणाला. ''माझीच चूक झाली.''

''काही फरक पडला नाही,'' आयर्विन म्हणाला. ''खरं तर मी इतका अस्वस्थ आहे, की काही खाण्याचा विचारच मनात येत नाही.'' त्याने वैमानिक वापरतात तसलं एक जॅकेट काढलं, ते जॉर्जचा भाऊ, ट्रॅफर्ड घालत होता, तसलंच होतं. मागे सुट्टीवर असताना तो द होल्टवर आला होता, तेव्हा ते त्याने पाहिलं होतं. हे असलं जॅकेट याच्याकडे कसं आलं, कारण हा तर सैन्यात भरती व्हायच्या वयाचाही नाही, जॉर्जने विचार केला.

''माझ्या मुख्याध्यापकांचं,'' जॉर्जच्या चेहऱ्यावरील, दिसलेले शंकेचे भाव ओळखून, आयर्विन म्हणाला.

''असं काही ऐकलं, की मला मी म्हातारा झाल्यासारखं वाटतं.''

आयर्विन हसला. ''तुम्ही नाश्ता करेपर्यंत, मी तुमच्या ऑक्सिजनची नळकांडी तयार करून ठेवतो.''

''दोन सार्डिन्स खातो आणि ओडेलला एक चिठ्ठी लिहून मी येतोच.''

तंबूच्या बाहेर, आयर्विन पडला तेव्हा, निरभ्र आकाशातून तळपणाऱ्या सूर्य प्रकाशामुळे, त्याच्या डोळ्यापुढे अंधारी आली. उरलेला सार्डिन फस्त करत, जॉर्जने मॅक्रोनी तशीच टाकून दिली. नंतर ओडेलसाठी एक चिठ्ठी खरडून, ती झोपण्याच्या जागी ठेवली. आज ओडेल इथे येणारच, अशी तो पैजही लावायला तयार होता.

जॉर्जने अंगावर प्रथम चार पातळ कपड्याचे थर चढवले, नंतर त्यावर, छातीशी घट्ट बसणारा स्वेटर आणि एक रेशमी सदरा घातला. सगळ्यात वरती त्याने, शॅकलटन स्मॉक नावाने ओळखलं जाणारं, बर्बेरी जॅकेट चढवलं. नंतर दोन ढगाळ गॅबर्डिनच्या पॅण्ट्स घातल्या. त्याने पायाच्या घोट्याभोवती काश्मिरी लोकरीच्या पट्ट्या गुंडाळल्या आणि बूट चढवले. सगळा जामानिमा झाल्यावर त्याने, रूथने विणलेले लोकरीचे हातमोजे चढवले, आपल्या वैमानिक भावाचं शिरस्त्राण घातलं आणि फिंचने भेट दिलेला गॉगल, डोळ्यावर चढवून सज्ज झाला. इतके कपडे घातल्यामुळे तो जरी बेढब दिसत असला, तरी चोमोलुन्माने मात्र, महाराणींच्या भेटीसाठी, त्याने योग्य तो पोशाख केला आहे, असंच म्हटलं असतं. जवळपास आरसा नव्हता, हे बरंच झालं, असं त्याला वाटलं.

जॉर्ज तंबूच्या बाहेर रांगत आला. आयर्विनने त्याच्या अंगावर ऑक्सिजनच्या नळकांड्या बांधल्या आणि त्या ठीकठाक केल्या. धाप लागण्यापेक्षा, या जास्तीच्या वजनाचा त्रासच होईल की काय, असं जॉर्जला वाटलं, पण जेव्हा ओडेलला त्याने परत पाठवला, तेव्हाच त्याने निर्णय घेतला होता. आता एक शेवटचा विधी बाकी होता. दोघांनी एकमेकांच्या चेहऱ्यावरील उघड्या भागावर, झिंक ऑक्साइडचा लेप लावला. प्रत्यक्षात निघाले, तेव्हा त्यांनी किलकिल्या डोळ्यांनी, वरती दिसणाऱ्या एव्हरेस्टकडे पाहिलं. ते शिखर अगदीच जवळ असल्यासारखं वाटत होतं.

''सावधपणे वाग,'' जॉर्ज म्हणाला. ''ती फारच नखरेल आहे. तिच्या जितकं जवळ जावं, तितकी ती भुरळ पाडते. आज सकाळी तर, आपल्याला चांगल्या हवामानाचं आमिष दाखवून, ती आपल्याला जास्तच मोहात पाडत आहे, अर्थात जगातल्या कुठल्याही बाईप्रमाणेच तिलाही आपलं मत बदलण्याचा हक्क आहे.'' त्याने घड्याळात पाहिलं : ५:०७. त्याला किंचित आधी निघायचं होतं. ''चल मुला,'' तो म्हणाला, ''माझ्या लाडक्या वडिलांच्या भाषेत सांगायचं तर, आता आपण आपलं यशस्वी पाऊल पुढे टाकूया.'' त्याने तोंडावरचा मास्क सारखा केला आणि ऑक्सिजन सुरू केला.

***

'इथे मला फक्त हिंक्सच पाहू शकतो,' सहाव्या तळाच्या जवळ येत असताना, ओडेलने विचार केला. त्याने खाली वाकून तंबूच्या प्रवेशावर असलेलं आच्छादन

बाजूला केलं. पहाटे दोन मुलं इथून गेलेली आहेत, तेव्हा आतमध्ये सगळा आनंदी आनंदच असणार, असा त्याचा कयास होता आणि तसंच होतं. एका बशीत उरलेली मॅक्रोनी, सार्डिनचा रिकामा डबा आणि एक होकायंत्र त्याला पसरलेलं दिसलं. जॉर्ज नक्कीच हे होकायंत्र विसरून गेलेला असणार. आत रांगत जाऊन, तिथली आवरा आवर करताना, ओडेलला हसू आलं. एखादी गोष्ट जर मागे विसरलेली नसेल, तर तो मॅलरीचा तंबू असूच शकत नाही.

बरोबर आणलेलं बोव्हरील आणि मिण्ट केकचा पुडा, जॉर्जच्या गादीवर ठेवताना, त्याला दोन पाकिटं दिसली- एकावर: मिसेस मॅलरी, द होल्ट, गोल्डामिंग, सरे इंग्लंड, लिहिलेलं होतं. ते पाकीट त्याने खिशात ठेवलं. दुसऱ्या पाकिटावर त्याचंच नाव होतं, ते त्याने उघडलं.

प्रिय ओडेल,

सगळा पसारा करून ठेवल्याबद्दल दिलगीर आहे. आजच्या कामासाठी आदर्श हवामान आहे. क्रॉस बॅण्ड पार करताना किंवा वरती क्षितिजाकडे, आम्हाला पाहण्याचा प्रयत्न कर,

उद्या भेटूच.

सदा तुझाच
जॉर्ज

ओडेल हसला आणि तंबूत परतणाऱ्या लोकांसाठी, सर्व काही ठीकठाक व्यवस्था आहे, याची खात्री करून, तंबूतून पाठमोरा रांगत बाहेर आला. नंतर त्याने दोन्ही हात वरती केले आणि जगातल्या सर्वोच्च शिखरावर नजर टाकली. हवा तर इतकी चांगली होती, की त्यांचा पाठलाग करावा, असं त्याला क्षणभर वाटून गेलं. नाही म्हटलं तरी त्याला, शिखराच्या दिशेने जाणाऱ्या आपल्या दोघा साथीदारांचा थोडासा हेवा वाटतच होता.

इतक्यात त्याला दोन आकृत्या, क्षितिजाच्या पार्श्वभूमीवर दिसल्या. त्यातली उंच आकृती, दुसऱ्याला गाठण्याचा प्रयत्न करत होती. ते आता सेकंड स्टेपपाशी होते- म्हणजे आता फक्त सहाशे फूटच बाकी राहिले, त्याने विचार केला. त्याने घड्याळात पाहिलं: १२:५०. शिखरावर चढून, सूर्यास्ताच्या आत, परत या लहानशा तंबूत यायला त्यांना पुरेसा वेळ आहे, तो आता आनंदाने उड्या मारायला लागला असतानाच ते एका विरळ ढगाच्या मागे दिसेनासे झाले. सेकंड स्टेपवर चढून गेल्यावर, आयर्विन एका वाकड्या तिकड्या खडकाला पार करून, जॉर्जपाशी पोहोचला.

"आपल्याला अजून सहाशे फूट चढून जायचं आहे," हातातला अल्टीमीटर तपासत जॉर्ज म्हणाला. जॉर्ज म्हणाला. "पण एक लक्षात ठेव, हे अंतर एक मैल चालून जाण्यासारखं आहे आणि ऑक्सिजनशिवाय नॉर्टन, फक्त ताशी १२५ फूट अंतर कापू शकला. तेव्हा आपल्यालाही अजून तीन तास लागतील. तेव्हा आता वेळ वाया घालवून चालायचं नाही, कारण जेव्हा आपण दुपारी उतरायला लागू, तेव्हा त्या प्रचंड शिळेच्यापुढे मला कित्येक फूट अंतरावरचं दिसायला हवं," जॉर्ज वरती त्या शिळेकडे बोट दाखवत म्हणाला.

जॉर्जने परत तोंडावर मास्क चढवला, तेव्हा आयर्विनने अंगठा वर करून, सहमती दाखवली. आता ते, कोणीही पदस्पर्श न केलेल्या धोकादायक जागेवरून संथ गतीने चालले होते.

६०

रविवार : ८ जून, १९२४- दुपारचे २:०७

जॉर्जने जेव्हा वर पाहिलं, तेव्हा ते शिखर आता अगदी हात लावण्याइतपत जवळ आल्यासारखं भासत होतं, पण हातातला अल्टीमीटर मात्र ते अजूनही ३००फूट उंच असल्याचं सुचवत होता. तो जरी इतक्या जवळ आला होता, तरी त्याला अपेक्षेपेक्षा फारच जास्त वेळ लागला होता.

सेकंड स्टेपचा कठीण पल्ला पार केल्यावर, ते स्वत:ला ढकलत आणि ओढत, नॉर्थ-ईस्ट रीजलाईनच्या चिंचोळ्या भागात आले. इथे दोन्ही बाजूंना बर्फाचे कडे आ वासून बसले होते. ती जागा इतकी अरुंद होती, की त्यांना, दोन्ही बाजूंना काही पावलंच टाकणं शक्य होत होतं. आणि...

समोर दिसणारा आकर्षक भुसभुशीत बर्फ, सुमारे दोन फूट खोल होता. इथे या आधी कोणीच वाटचाल न केल्यामुळे, नीटसा अंदाज येत नव्हता. एक पाऊलही आता पुढे टाकणं अवघड होऊन बसलं होतं. तसाच प्रयत्न करायला लागल्यावर, पहिलं पाऊल टाकून, दुसरं टाकलं, की ते परत बर्फात रुतत होतं.

अशा पद्धतीने दोनशे अकरा पावलं टाकल्यावर-जॉर्ज प्रत्येक पाऊल मोजून टाकत होता- ते या संकटातून बाहेर पडले, तोच समोर एक भव्य शिळा वाटेत दिसायला लागली. उबदार वातावरण असतानाही, अगदी ३,००० फूट उंचीवरसुद्धा ती चढणं महा कर्मकठीण झालं असतं. आता तर तो आतून घामाने डबडबलेला होता, त्याची गात्रं थंडीने पार थिजली होती आणि इतकी दमछाक झाली होती, की त्याला खाली पडून झोपावसं वाटत होतं. अर्थात, उणे चाळीस अंश तापमानात, हालचाल न करता, जरी काही मिनिटं गेली, तरी, सर्व शरीर गोठून, ती काळझोप ठरेल, हे त्याला माहीत होतं.

आता परत माघारी जावं, असा विचारही जॉर्जच्या मनात आला. निदान सूर्यास्तापर्यंत, त्या लहानशा तंबूत आसरा तरी घेता आला असता. आपल्या

ध्येयाच्या इतक्या जवळ जाऊनही, त्याने कच का खाल्ली, पुढे मग हे त्याला आयुष्यभर सांगत बसावं लागलं असतं. इतकंच नाही रोज रात्री स्वप्नात त्याला ते ३०० फूट दिसले असते आणि अंगाला थंडगार घाम फुटून तो जागा झाला असता.

त्याने मागे वळून पाहिलं, तेव्हा दमछाक झालेला आयर्विन, आपला बर्फात रुतलेला पाय काढत, समोरच्या त्या भव्य शिळेकडे अविश्वासाने पाहत होता. क्षणभर जॉर्ज बेचैन झाला. आपल्याप्रमाणेच या पोराचा जीवही धोक्यात घालण्याचा त्याला अधिकार होता का? या पोराला परत जायला सांगून, आपण एकट्यानेच पुढे वाटचाल केली तर? किंवा, आपण वर जाऊन परत येईपर्यंत, इथेच विश्रांती घेत बसायला सांगावं का? असाही विचार त्याच्या मनात आला. त्याने हे सगळे विचार मनातून झटकून टाकले. काहीही झालं तरी आयर्विनला सुद्धा विजयामध्ये सामील होण्याचा हक्क आहे. जॉर्जने तोंडावरचा मास्क काढला आणि म्हणाला, "बास, आता आपण तिथे पोहोचल्यातच जमा आहे, मित्रा. आपण आणि आपल्या यशामध्ये, फक्त शिळाच, शेवटचा अडथळा आहे." आयर्विन कसनुसं हसला.

वर्षानुवर्षं गोठून असलेल्या बर्फाच्या आवरणाखाली असलेल्या त्या उभ्या खडकाळ भिंतीकडे, जॉर्ज वळला. आपल्या बुटाचं टोक ठेवण्याइतपत कुठे जागा मिळते का, ते तो बघत होता. चढाई करताना, सर्वसाधारणपणे तो आपलं पहिलं पाऊल अठरा इंच उंचावर टाकायचा अगदी दोन फूटसुद्धा, पण आज प्रत्येक इंच हा मैलासारखा वाटत होता. आपल्या कापऱ्या हाताने त्याने, त्याच्या डोक्यापाशी असलेल्या एका खळगीत हात घातला आणि स्वत:ला सावकाश वर खेचलं. आता आपला एक पाय वर उचलून, तो आधारासाठी जागा चाचपडायला लागला. आता शक्य होईल तितके इंच अंतर कापत, खडकावर जायचं, हेच त्याचं ध्येय होतं. परत जाताना काय अवस्था होईल, याचा विचार करणंही त्याने सोडून दिलं होतं. त्याचा मेंदू त्याला *मागे फीर* असं ओरडून सांगत होता, पण त्याचं हृदय मात्र *चल, पुढे चल* असं कानात कुजबुज होतं.

चाळीस मिनिटांनंतर तो त्या शिळेच्या वर जाऊन पोहोचला. त्याने तिथे हातातला दोरखंड घट्ट बांधला, त्यामुळे त्याच्या सहकाऱ्याचं काम किंचित सुलभ झालं.

आयर्विन जेव्हा वर चढून आला, तेव्हा जॉर्जने परत एकदा अल्टीमीटरकडे नजर टाकली : ११२ फूट उंचावर चढून जायचं होतं. त्याने वर पाहिलं, तेव्हा आता नवीनच संकट समोर उभं ठाकलं होतं. अनेक वर्षं गोठलेल्या बर्फाची भिंत, ईस्ट फेसवर शिंगासारखी लटकत होती. या भिंतीवर एखाद्या चतुष्पाद प्राण्याला, त्याच्या पायाला नखं असूनही, वर चढता आलं नसतं.

जॉर्ज आपला पाय भक्कमपणे रोवत असतानाच, त्याला दूरवर खालून वीज चमकताना दिसली आणि पाठोपाठ गडगडाट झाला. आता आपल्याला लवकरच

वादळाला सामोरं जाव लागेल, अस जॉर्जला वाटलं, पण त्याने जेव्हा नीट पाहिलं, तेव्हा ते वादळ पार खाली होतं. आता खाली २,००० फुटांवर असलेल्या आपल्या सहकाऱ्यांना, ते झोडपून काढत असेल. इतक्या उंचावरून एखादं वादळ पाहण्याची, जॉर्जची ही पहिलीच वेळ होती. आपण परतायच्या वेळी हे शमलेलं असावं, असं त्याला साहजीकच वाटलं. वादळाने असा रुद्रावतार धारण केला, की ते गेल्यावर हवा स्वच्छ होते, असा त्याचा अनुभव होता.

परत एकदा जॉर्जने बूट उचलला आणि त्या बर्फातून काही अंतर कापण्याचा प्रयत्न केला. बर्फाची भिंत तडकली आणि त्याचा पाय परत खाली घरंगळला. त्याला आता हसूच यायला लागलं. याच्याहून काही वाईट असू शकतं का? त्याने हातातली कुदळ वरती बर्फात मारली. या वेळी बर्फ न तडकता, ती व्यवस्थित खोचली गेली असं वाटत असतानाच एक मोठा कपचा बाहेर आला. आता जॉर्जला पाय ठेवण्यासाठी जागा मिळाली. अशा प्रकारे चढत असताना त्याला 'दोन पावलं पुढे आणि एक मागे,' ही म्हण आठवली आणि हसू आलं, पण प्रत्यक्षात तो एक फूट पुढे आणि सहा इंच मागे, या गतीने वाटचाल करत होता. आता तो सुळका इतका चिंचोळा झाला, की त्यांना दोन्ही हात जमिनीला टेकवून रांगत जावं लागलं. ते जराही डावी उजवीकडे न जाता, सरळ रेषेत जात होते, कारण दोन्ही बाजूंना शेकडो फूट खोल दरी होती. आजूबाजूला दुर्लक्ष करत, वर पाहा आणि झुंजत राहा. एक यार्ड पुढे, तर अर्धा मागे. शरीर हे किती सहन करू शकेल?

अचानक आपल्याखाली मजबूत दगड असल्याचा भास झाला आणि तो बर्फाच्या थरावरून बाहेर पडला आणि खडबडीत खडकाळ जमिनीवर उभा राहिला. त्याने मागे पाहिलं तेव्हा आयर्विन अजूनही रांगतच होता आणि पार दमलेला होता. आता फक्त पन्नास ते साठ फुटांवर, त्यांचं लक्ष होतं.

"फक्त पन्नासच फूट राहिले आहेत," त्याने आयर्विनला ओरडून सांगितलं. दोघांना बांधून ठेवलेला दोरखंड त्याने सोडवला. आता प्रत्येकाला स्वतंत्रपणे जाणं शक्य झालं असतं.

नंतर सुमारे वीस मिनिटांनंतर जॉर्ज मॅलरीने त्याचा हात- उजवा हात- एव्हरेस्टच्या शिखरावर ठेवला. त्याने स्वत:ला वर खेचलं आणि शिखरावर पालथा झोपून राहिला. हा काही विजयाचा आनंद म्हणता येणार नाही, त्याच्या मनात दमछाक झाल्यामुळे विचार आला. मग अथक प्रयत्न करून, तो उभा राहिला. एव्हरेस्टवर पाय रोवून उभा राहिलेला, जगातला पहिला माणूस.

त्याने चहूबाजूंना नजर फिरवली आणि आजतागायत कोणीही न पाहिलेलं ते दृश्यच कौतुकाने बघायला लागला. त्याला खरं तर, जोरजोरात ओरडून उड्या मारायच्या होत्या, पण त्याचा श्वासही अपुरा पडत होता आणि अंगात ताकद उरली

नव्हती. शेवटी तो गोलाकार चालायला लागला. अंगावर सर्व बाजूंनी येणारा वारा, त्याला रोखण्याचा प्रयत्न करत होता. आत्तापर्यंत कोणीही चढाई न केलेले पर्वत त्याच्यासमोर- सम्राटासमोर, आदराने मान खाली घालून उभे होते.

त्याच्या मनात एक विचार आला आणि हे नंतर क्लाराला सांगितलंच पाहिजे, असं त्याला वाटलं. एव्हरेस्टच्या शिखराचा आकार, त्यांच्या जेवणाच्या टेबलाइतकाच मोठा होता.

जॉर्जने घड्याळात पाहिलं : दुपारचे ३:३६. आपल्याला परत आपल्या सहाव्या तळावर जायला, भरपूर वेळ आहे, असं त्याने स्वत:ला समजावण्याचा बराच प्रयत्न केला. अर्थात रात्री जर सोसाट्याचा वारा वाहत नसेल आणि स्वच्छ हवा असेल, तरच हे शक्य होतं.

त्याने खाली पाहिलं, तेव्हा आयर्विन कूर्म गतीने जवळ जवळ येत होता. शेवटचं पाऊल टाकताना, तो धडपडणार तर नाही? पण एखाद्या न बोलता येणाऱ्या लहान बालकासारखा तो रांगत शिखरावर पोहोचला.

जॉर्जने त्याला हात देऊन उभा केला. आपल्या शॅकलटन स्मॉकमध्ये जॉर्जने चाचपडलं. आपण कॅमेरा आणायला विसरलो नसलो म्हणजे झालं, तो मनाशीच म्हणाला. मग खिशातून कॅमेरा बाहेर काढला. त्याची बोटं इतकी बधिर झाली होती, की त्याच्या हातातून, तो कॅमेरा खालीच पडला असता. मग स्थिरस्थावर होत, त्याने हात उंचावून विजयी मुद्रेने उभा असलेल्या आयर्विनचा फोटो काढला. नंतर आयर्विनने जॉर्जचा फोटो काढला, तेव्हा जणू काही वेल्शमधल्या डोंगरावर फिरायला गेल्याच्या आविर्भावात तो दिसत होता.

जॉर्जने परत घड्याळात पाहिलं आणि धुसफुसला. आयर्विनने कॅमेरा आपल्या पॅण्टच्या खिशात ठेवला आणि आपल्या कामगिरीचा पुरावा, बटण लावून बंद केला. जॉर्जने खालच्या दिशेने ठामपणे हात दाखवला.

जॉर्ज खाली जाण्यासाठी पाऊल उचलणार, इतक्यात त्याला रूथला दिलेल्या वचनाची आठवण झाली. बर्फाने माखलेल्या बधिर हाताने त्याने खिशातून पाकीट बाहेर काढलं आणि प्रत्येक मोहिमेला बरोबर ठेवत असलेला, रूथचा भुरकट रंगाचा फोटो, मोठ्या मुश्किलीने बाहेर काढला. त्याने तिच्याकडे एकदा शेवटचं पाहिलं, हसला आणि त्या सर्वोच्च जागी तो बर्फात पुरला. त्याने परत खिशात हात घातला आणि चाचपडायला लागला.

'इंग्लंडच्या महाराजांनी आपल्याला सदिच्छाभेट पाठवली आहे, महाराणी आणि त्यांना परत खाली जायला आपण सुरक्षित मार्ग उपलब्ध करून द्याल अशी आशा करतो.'

जॉर्ज हसला. जॉर्जने शिवी हसडली.

जेफ्री यंगने दिलेलं सोन्याचं नाणं तो आणायला विसरला होता.

६१

रविवार : ८ जून, १९२४, संध्याकाळचे ५:४९

ओडेल जेव्हा पाचव्या तळावर पोहोचला, तेव्हा त्याला आनंद लपवता आला नाही. नॉर्टनच्या तंबूत तो रांगत गेला आणि त्याला, त्याने जे काही पाहिलं, ते सांगितलं.

"फक्त सहाशे फूट अंतर बाकी होतं, असंच म्हणालास ना तू?'' नॉर्टनने विचारलं. तो अजूनही, जमिनीवर आडवाच पसरलेला होता.

"हो,'' ओडेल उत्साहाने म्हणाला, "मी खात्रीने सांगतो. मी त्यांना पाहिलं, तेव्हा ते सेकंड स्टेपच्यावर चढलेले होते आणि एक जण दुसऱ्याकडे चालला होता आणि ते शिखरावर जाणारच, असं मला वाटतं.''

"मग आता त्यांना कोणीच रोखू शकणार नाही,'' बुलॉक म्हणाला आणि त्याने परत एकदा एक कोमट पट्टी नॉर्टनच्या डोळ्यावर ठेवली.

"तू बरोबरच असशील अशी आशा करूया,'' सोमरवेल म्हणाला. "पण मला अजूनही वाटतं, की ओडेलने जे काही पाहिलं, ते त्याने लिहून काढावं, कारण आता लिहिलं तर त्याला सगळं आठवेल. जेव्हा या मोहिमेचा इतिहास लिहिला जाईल, तेव्हा ते फार उपयोगी पडू शकतं.''

ओडेल आपल्या पाठीवरच्या धोपटीकडे रांगत गेला आणि त्यातून त्याची डायरी काढली. तंबूच्या एका कोपऱ्यात वीस मिनिटे बसून, सकाळी पाहिलेल्या घटनेचा सगळा वृत्तांत लिहून काढला. त्या दोन आकृती, त्याला नक्की कुठे दिसल्या, ते केव्हा परत चढायला लागले आणि ते त्या विरळ ढगात दिसेनासे होईपर्यंत, त्यांना कसलीच अडचण दिसत नव्हती, हे त्याने सविस्तरपणे लिहिलं. ते लिहून होताच, त्याने घड्याळात पाहिलं, संध्याकाळचे ६:५८ आता मॅलरी, आणि आयर्विन, एक विश्व विक्रम करून, परत आपल्या सहाव्या तळावर सुरक्षितपणे परत आले असतील का?

परत त्या दोघांनी स्वत:ला दोरखंडाने जोडून घेतलं. आता हा ऑक्सिजन, आणखीन किती वेळ मिळेल, याचा विचार जॉर्ज करायला लागला. काल आयर्विनने विनोदाने आठ तास रग्गड झाले, असं म्हटलं होतं, पण आता ती वेळ जवळ येत चालली होती. त्याच्या मनात दुसरा विचार आला, तो सूर्यप्रकाशाचा. आणखी किती वेळ हा प्रकाश पाडू शकेल? कारण ऑक्सिजनच्या प्रमाणे, ते तोटी फिरवून बदलता येण्यासारखे नव्हतं. शेवटी त्याने विचार केला, की रात्र तरी निरभ्र असेल आणि चमचमणारा चंद्र प्रकाश, त्यांना सुरक्षित आपल्या तळावर घेऊन जायला मदत करेल.

ते शिखर जिंकल्यापासून, जॉर्जला एक जाणवलं, की त्याच्या मनातली ऊर्जा आता लोप पावलेली आहे आणि आता फक्त जगण्याची धडपड चालू आहे.

फक्त पन्नास फूट चालल्यावर, जॉर्ज विश्रांतीसाठी थांबला. त्याचं शरीर इतकं ढेपाळलेलं होतं आणि सर्वांग ठणकत होतं, की आता जर त्याने एक सेकंद जरी डोळे मिटले, तर ती कालनिद्रा ठरेल.

जॉर्जने बर्फात कुदळ मारली आणि एक पाऊल मागे गेला. तेव्हा त्याच्या दोरखंडाला हिसका बसला. खाली उतरताना, आयर्विनला, आपल्यापेक्षा जास्त त्रास होत असला पाहिजे, असा त्याने निष्कर्ष काढला. जॉर्जने एका बर्फाच्या उतारावर, सहजगत्या पाय ठेवला, पण तो पहिल्यापेक्षाही घातक निघाला. त्याने इथे येताना केलेल्या कपारीचा आणि घळीचा आधार घेण्याचा प्रयत्न केला, पण त्या आता परत बर्फाने बुजलेल्या होत्या. त्याचा तोल सारखा ढळून तो पाठीवर आपटत असतानाही, त्याने एका सुरक्षित खडकाळ जागेवर जाण्यात यश मिळवलं, पण आता आपण एका जवळपास नव्वद अंशात सरळ उभ्या बर्फाच्छादित खडकाच्या टोकावर उभे असल्याचं त्याला जाणवलं. आपल्या परतीच्या मार्गातला हा सगळ्यात धोकादायक टप्पा असल्याचं जॉर्जच्या लक्षात आलं. आयर्विनची दशा तर आपल्याहूनही फार दयनीय असणार, हे त्याने गृहीत धरलेलं होतं. दोघांपैकी एकानेही जराशी चूक केली, तरी ते सरळ कोलमडून खाली मृत्यूच्या खाईत लोटले जाण्याचा धोका होता. तो मागे वळून आपल्या जोडीदाराकडे पाहून, प्रथमच हसला, पण जोडीदार आता परत हसण्याच्या मन:स्थितीत नव्हता.

जॉर्जने खडकाचं वरचं टोक, दोन्ही हातांनी घट्ट धरलं आणि किंचित खाली जात, आपला पाय टेकण्यासाठी आधार शोधायला लागला. पायाला एक खाच लागली तेव्हा त्यामध्ये पाय अडकवून, तो एक पाऊल खाली आला. अचानक त्याचा दोर सैल झाल्यासारखा त्याला वाटला, म्हणून त्याने वर पाहिलं, तर आयर्विनच्या हातातून खडकाचं टोक सुटलं होतं आणि तो खाली कोसळायला लागला होता आणि काही क्षणांतच, त्याला पार करून गेला.

आता हा दोनशे चोवीस पौंड वजनाचा आणि सहा फूट दोन इंच उंच असलेला माणूस, खाली कोसळत असताना, जॉर्जला त्या बर्फाळलेल्या खडकाला धरून ठेवणं अशक्यच होतं. क्षणार्धात त्यालाही हिसका बसला आणि तो त्या खडकापासून अलग झाला. हे सगळं इतकं झपाट्याने झालं, की त्याला मृत्यूचा विचार करायलाही वेळ मिळाला नाही आणि तो आयर्विनच्या मागे वेगाने खाली जायला लागला खाली, खाली... खाली... खाली

काही सेकंदांतच, ते दोन फूट जाडीच्या बर्फाच्या थरामध्ये पडले. वर जाताना याच बर्फाने त्यांना फार त्रास दिला होता. आता याच बर्फाने त्यांचे प्राण वाचवले होते. काही काळ ते सुन्न होऊन बसल्यावर, मग त्यांना हसू यायला लागलं. दोन शाळकरी मुलं, झाडावरून खाली ख्रिसमसच्या बर्फात पडावी, तसे ते आता हसत होते.

जॉर्ज हलकेच उठला आणि आपली गात्रं तपासली. तो स्वत: डगमगत असताना, आयर्विन मात्र समोर उभा असलेला त्याला दिसला. दोघांनी एकमेकांना मिठी मारली, तेव्हा जॉर्जने आपल्या तरुण साथीदाराची पाठ थोपटली. त्याने आयर्विनकडे पाहून अंगठा वर करून, सर्व काही ठीकठाक असल्याचा इशारा केला आणि ते परत चालायला लागले.

आपलं नशीब इतकं बलवत्तर आहे, की आता कोणीच आपल्याला थोपवू शकणार नाही.

६२

सोमवार : ९ जून, १९२४

ओडेल पहाटे पाच वाजता उठला, तेव्हा नोएल एका टेकाडावर आपला कॅमेरा ठेवत असल्याचं त्याला दिसलं. त्या कॅमेऱ्याचं तोंड सहाव्या तळाच्या दिशेने होत आणि किंचितही हालचाल दिसताच तो सुरू झाला असता. काही मिनिटांनंतर नॉर्टन आपल्या तंबूतून बाहेर आला आणि त्यांना येऊन सामील झाला.

"सुप्रभात, ओडेल" तो उत्साहाने म्हणाला. "मला आता तू अस्पष्ट दिसायला लागला आहेस, हे मी कबूल करतो, पण आता मी तू आणि नोएलमधला फरक सांगू शकतो."

"ही चांगली बातमी आहे, कारण आता काही वेळाने आपल्याला जॉर्ज आणि सॅण्डी येताना क्षितिजावर दिसतील."

"असंच काही नाही," नॉर्टन म्हणाला. "मॅलरी काही सकाळी लवकर उठणाऱ्यांपैकी नाही आणि आयर्विन तर अजून गाढ झोपलेला असेल."

"मला असं वाट पाहत बसायला नाही आवडत. त्यापेक्षा, मी तिथेच जातो आणि त्यांच्यासाठी नाश्ता बनवतो आणि मग मी त्यांना वाजत गाजत खाली घेऊन येईन."

"तिथे गेल्यावर, माझं एक काम करशील का मित्रा? तिथं गेलास, की त्यांच्या झोपण्याच्या रंगीत गाद्या तंबूच्या बाहेर काढून, एकमेकांच्या बाजूला ठेव, म्हणजे आम्हाला ते रंग दिसले, की ते दोघं यशस्वीपणे परतली आहेत, हे समजेल."

"आणि समजा ते गेलेच नसतील तर? किंवा अजून काही वाईट बातमी असेल तर?"

"तर मग त्या क्रॉस करून ठेव," नोएल शांतपणे म्हणाला.

ओडेलने मान डोलवली आणि पाठीवर पिशवी बांधून, गेल्या दोन दिवसांत, तिसऱ्यांदा, सहाव्या तळाच्या दिशेने निघाला. या वेळेस मात्र हवा, प्रत्येक मिनिटागणिक वाईट होत चालली होती. त्या सोसाट्याच्या वाऱ्याशी झुंजावं लागत होतं. आता कुठल्याही क्षणी पावसाळ्याची सुरुवात अपेक्षित होती. त्याने काळजीयुक्त नजरेने वर पाहिलं. आपले दोन विजयी वीर आता केव्हाही समोरून खाली उतरताना दिसतील. तो सहाव्या तळाच्या जवळ गेला असताना, त्या दोघांना काही इजा झाली असेल, असा मनात येणारा विचार, त्याने झटकून टाकला. शेवटी त्याला तो हिरव्या रंगाच्या कॅनव्हासचा लहानसा तंबू फडफडताना दिसला. त्याच्यावर नुकताच पडलेला बर्फ साठला होता आणि कुठेही पावलांच्या खुणा दिसत नव्हत्या.

ओडेलने लवकर पाऊल टाकण्याचा प्रयत्न केला, पण ते व्यर्थ होतं. नुकत्याच पडलेल्या भुसभुशीत बर्फात त्याचे पाय रुतत होते. आपण पाण्यातून चालत असल्यासारखं त्याला वाटलं. शेवटी त्याने नाद सोडला आणि चक्क रांगत त्या तंबूकडे निघाला. त्याने तंबूत डोकावलं आणि डोळ्यावरचा गॉगल काढला. खोलीत अस्ताव्यस्त पसारा असेल आणि हे दोघं गाढ झोपलेले असतील, असं जरी त्याला वाटत असलं, तरी प्रत्यक्षात, काही वेगळंच असेल, असं त्याला वाटायला लागलं. इथे आत दिसलेलं दृश्य, ओडेल पुढे कित्येक वर्षं आपल्या मित्रांना, वर्णन करून सांगणार होता. आतलं दृश्य एखाद्या तैलचित्राप्रमाणे दिसत होतं. झोपण्याच्या पिशव्या नीटनेटक्या अवस्थेत होत्या, बोव्हरीलचा डबा आणि केण्डाल मिण्ट केकला हात लागला नव्हता आणि उशाशेजारी असलेली मेणबत्ती, तेवत नव्हती.

ओडेलने परत डोळ्यांवर गॉगल चढवला आणि पाठमोरा रांगत, तंबूच्या बाहेर आला. त्याने वरती पर्वताकडे पाहिलं, पण लांबचं काही दिसतच नव्हतं. जिवाच्या आकांताने त्याने हाका मारायला सुरुवात केली, "जॉर्ज! सॅण्डी!" पण समोरून येणाऱ्या वाऱ्यामुळे, त्याचे शब्द, जणू काही त्याच्या दिशेनेच परत येत होते. घसा कोरडा होईपर्यंत तो हाका मारत राहिला. घोंघावणाऱ्या वाऱ्याच्या पुढे, त्याचे शब्दही त्याला ऐकू येत नव्हते. शेवटी त्याने नाद सोडला. आता आपलाच जीव धोक्यात असल्याची त्याला जाणीव झाली. नाइलाजाने, तो तंबूकडे परत गेला आणि एक झोपण्याची पिशवी काढून बाजूच्या डोंगरावर ठेवली.

***

"कोणी तरी तंबूच्या बाहेर एक झोपण्याची पिशवी ओढून आणत आहे," नोएलने पुकारा केला.

"याचा अर्थ काय समजायचा?" नॉर्टनने विचारलं.

"नक्की काही सांगता येत नाही. हां, आता दुसरी पिशवीही बाहेर ओढत

आणायला लागला आहे.''

नोएलने त्या हलणाऱ्या आकृतीवर लक्ष केन्द्रित केलं.

''तो जॉर्ज आहे का?'' आपल्या डोळ्यावर हात ठेवून, नॉर्टन म्हणाला.

नोएलने काहीच उत्तर दिलं नाही, फक्त खाली मान घातली.

सोमरवेल त्या टेकाडावर, जमेल तितक्या वेगाने चढला आणि नोएलने बसवलेल्या कॅमेऱ्याच्या मागे डोळे लावले.

त्या कॅमेऱ्यामधून, समोर एक मोठा क्रॉस दिसत होता.

उपसंहार

जो कोणी पराक्रमी होईल, तो सर्व अरिष्टांचा सामना करेल.

१९२२च्या मोहिमेनंतर आपलं झालेलं स्वागत पाहून, जर त्याच जॉर्जला अप्रूप वाटलं असेल, तर मग सेण्ट पॉलमध्ये, त्याला श्रद्धांजली वाहण्यासाठी झालेल्या कार्यक्रमाविषयी काय वाटेल? तिथे कुणाचं शरीर नव्हतं, शवपेटिका नव्हती, थडगं नव्हतं, तरीसुद्धा देशाच्या कानाकोपऱ्यातून, असंख्य आम जनतेने, आपल्या लाडक्या वीराला शेवटचा निरोप देण्यासाठी, प्रचंड गर्दी केली होती.

त्याला सतत आपल्या आदर्शांच्यामागे जात राहू दे.

हिज मॅजस्टी द किंग, प्रिन्स ऑफ वेल्स, द ड्युक ऑफ कनॉट आणि राजपुत्र ऑर्थर, या सगळ्यांचं, त्या समारंभात प्रतिनिधित्व करत होते, पंतप्रधान, रॅम्सी मॅकडोनाल्ड, माजी परराष्ट्र सचिव, लॉर्ड कर्झन, लंडनचे महापौर आणि बिर्केनहेडचे महापौर.

कुठलीही निराशा, त्याला एकदाही विचलित करू शकणार नाही

त्या कॅथेड्रालच्या पूर्वेला, एका कोपऱ्यावर, जनरल ब्रुस, सर्वांत पुढे उभे होते आणि त्यांच्या मागे लेफ्टनंट कर्नल नॉर्टन, डॉ. सोमरवेल, प्रोफेसर ओडेल, मेजर बुलॉक, मेजर मोर्सहेड, कॅप्टन नोएल आणि जेफ्री यंग जॉर्ज मॅलरीला सन्मानाची

सलामी देण्यासाठी उभे होते. सेण्ट पॉल विद्यापीठाच्या कुलगुरूंच्या मागे, आपल्या उजव्या हाताखाली, बर्फात वापरण्याची कुदळ घेऊन, ते शिस्तीत पावलं टाकत, दुतर्फा जमलेल्या लोकांच्या मधून, पहिल्या रांगेत बसलेल्या, सर फ्रांसिस यंगहजबंडच्या शेजारी जाऊन बसले. सर यंगहजबंड, मि. हिंक्स, मि. रेबर्न आणि कमांडर ॲशक्रॉफ्ट, रॉयल जिओग्रॅफिकल सोसायटीचं प्रतिनिधित्व करत होते.

एक आदरणीय व्यक्ती म्हणून मागे उरावं, हा त्याचा उघड हेतू होता.

धर्मोपदेश करण्यासाठी, जेव्हा चेस्टरचे बिशप मंचावर पायऱ्या चढले आणि बोलायला सुरुवात केली, तेव्हा त्यांनी आपल्या श्रद्धांजलीच्या भाषणाची सुरुवात, लोकांच्या मनातील भावना व्यक्त करत केली. बिर्केनहेडच्या या दोन सुपुत्रांना निरोप द्यायला आलेल्या हजारो लोकांच्या मनात, त्यांच्याविषयी कमालीचा आदर आणि आपुलकी होती आणि त्याने त्या आरोहणाच्या दिवशी साऱ्या जगाचं लक्ष वेधून घेतलं होतं.

"आपल्याला हे कधीच समजणार नाही," ते बोलायला लागले, "की हे दोघं त्या शिखरावर पोहोचले होते का नाही, पण यश त्यांच्या नजरेच्या टप्प्यात होतं, या विषयी, आपल्यापैकी कोणाच्याच मनात संदेह नसेल. जॉर्ज मॅलरीने सर्व संकटांचा सामना केला असता आणि आयर्विन नावाच्या तरुणाने सतत आपल्या नेत्याला पाठिंबा दिला असता आणि पृथ्वीच्या टोकावर कुठेही त्याच्या मागे गेला असता."

रूथ मॅलरी मंचाच्या समोरच्या रांगेत बसली होती. जरी अंधुकशी शक्यता दिसली, तरी आपल्या पतीने माघार न घेता, आपलं ते भयानक स्वप्न, वास्तवात आणायचा प्रयत्न केला असता, अशी रूथला खात्री वाटत होती. आपल्या सुनेच्या शेजारी बसलेल्या रेव्हरंड हेरबर्ट मॅलरींचं सुद्धा हेच मत होतं. आपल्या मुलीच्या दुसऱ्या बाजूला बसलेले ह्यु थॅकरे टर्नर मात्र, काहीही मत प्रदर्शित न करता, आपल्या थडग्यात जाणार होते.

किरकोळ भारूड कथांनी गांगरणाऱ्यांपैकी तो नव्हता.

सेण्ट पॉलच्या कुलगुरूंनी आशीर्वाद दिल्यावर आणि सगळे प्रतिष्ठित प्रतिनिधी गेल्यावर, रूथ उत्तरेकडच्या दरवाजापाशी उभी राहिली. जमलेल्या मित्र परिवाराशी आणि शुभेच्छुकांशी हस्तांदोलन करताना, तिला रांगेत जेफ्री यंग दिसला. आमचं आयुष्य आज जॉर्जच्या कामगिरीमुळे समृद्ध झाल्याचं, अनेकांनी तिला

बोलून दाखवलं.

फिंचने काळा सूट पांढरा शर्ट आणि काळा टाय घातला होता. तो त्यांनी आज प्रथमच घातला असावा. फिंचने किंचित वाकून तिला अभिवादन केलं आणि तिच्याशी हस्तांदोलन केलं. रूथ पुढे वाकली आणि त्याच्या कानात म्हणाली, "जर तू त्याच्याबरोबर असतास, तर तो आज कदाचित जिवंत असता."

फिंचने त्याचं ठाम मत बोलून दाखवलं नाही. जर त्याला या मोहिसाठी बोलावलं असतं, तर जॉर्जच्या साथीनं त्याने एव्हरेस्ट तर जिंकलाच असता, पण महत्त्वाचं म्हणजे सुरक्षित परतही आला असता. फिंचने हे मनोमन मान्य केलं होतं, की त्यांना काही त्रास झाला असता, तर मॅलरीने त्याचा सल्ला न मानता, तसाच पुढे गेला असता आणि फिंचला एकट्यालाच घरी परत पाठवला असता.

त्याची असाधारण इच्छाशक्ती पाहून ते आश्चर्यचकित झाले.

रूथचं सांत्वन करायला अजून बरेचजण उभे असले, तरी आता तिला घरी घेऊन जावं, असा तिच्या वडिलांनी विचार केला.

गोडलमिंगला परत जाताना ते एकमेकांशी एखादाच शब्द बोलले असावेत. साहजिकच आहे, ज्याच्यावर मनापासून प्रेम केलं, अशा एकमेव माणसाला रूथ गमावून बसली होती आणि आपल्या जावयाच्या अंत्यविधीला, सासऱ्याने हजर असणं, सहसा घडत नाही. द होल्टच्या फाटकातून गाडी आत जात असताना, रूथने तिच्या वडिलांच्या सहानुभूतीबद्दल आणि प्रेमळ शब्दांबद्दल आभार मानले, पण आता तिला विचार करण्यासाठी, एकटीलाच घरी सोडायची विनंती केली. त्यांनी नाइलाजाने तिला एकटीला घरी सोडलं आणि गाडी वेस्टब्रुकला मागे फिरवली.

तो एखाद्या महापराक्रमी योद्ध्यासारखा लढत असताना, कुठल्याच शत्रूचा निभाव लागला नसता.

रूथने दार उघडलं, तेव्हा तिला दारात खाली एक पाकीट दिसलं. त्याच्यावर लिहिलेला पत्ता बघून, जॉर्जचं हस्ताक्षर तिला सहज ओळखता आलं. हे जॉर्जचं शेवटचंच पत्र असणार, याचं तिला दुःख झालं. बैठकीच्या खोलीतून ती आत गेली आणि जॉर्जच्याच भाषेत सांगायचं तर, एक बडा पेग व्हिस्की तिने ग्लासात भरली आणि खिडकीपासल्या आपल्या नेहमीच्या जागी बसली. तिने फाटकातून आत

येणाऱ्या रस्त्याकडे पाहिलं, तेव्हा अजूनही जॉर्ज या फाटकातून आत येईल आणि आपल्याला मिठीत घेईल, असं तिला वाटलं.

एक आदरणीय व्यक्ती म्हणून असण्याचा त्याचा हक्क तो यथार्थ ठरवेल.

रूथने पाकीट उघडून पत्र बाहेर काढलं आणि आपल्या नवऱ्याचे शेवटचे शब्द वाचायला लागली.

७ जून, १९२४

माझ्या लाडके,

आपल्या मायभूमी पासून ५,००० मैलांवर, २७,३०० फूट उंचीवर, मी एका लहानशा राहुटीत बसून, कीर्तीच्या वाटा शोधत आहे आणि त्या सापडल्या तरी, जर का मला तुझ्या क्षणभराच्या सहवासापासून दूर ठेवणार असतील, तर त्या तुच्छच मानेन.

तुझ्याशिवाय मी कोणीच नाही हे समजून घ्यायला, मी अर्धं जग ओलांडून इथे येण्याची गरज नव्हती. अनेक कमनशिबी पुरुष, ज्यांच्या डोळ्यात मला असूया दिसते, ते मला हे सांगतात, पण त्यांना पूर्ण सत्य समजलेलंच नसतं. आवेगाचा पहिला क्षण प्राप्त करून तो आयुष्यभर टिकवण्यासाठी, ते काय स्वार्थत्याग करायला आले आहेत, असं त्यांच्यापैकी कोणालाही विचारलं, तर ते खात्रीने सांगतील, की अशी कोणी स्त्री अस्तित्वातच नसते. ते साफ चूक आहेत. मला अशी स्त्री मिळालेली आहे आणि तिची जागा, कोणीच घेऊ शकणार नाही, अगदी ही मला भुरळ पाडणारी थंड रक्ताची कुमारीसुद्धा.

काही लोक आपल्या विजयगाथेच्या फुशारक्या मारतात. मी जेव्हा तुला प्रथमच पाहून प्रेमात पडलो, तीच माझी विजयगाथा. तूच माझी प्रसन्न सकाळ आहेस आणि तूच माझा उगवता सूर्य आहेस.

आणि हे पुरेसं नव्हतं म्हणूनच, की काय, मी तीन वेळा सुदैवी ठरलो.

पहिल्यांदा, जेव्हा तू माझी पत्नी झालीस आणि माझ्याबरोबर आयुष्य काढायला तयार झालीस, तेव्हा. त्या रात्री तू माझी प्रेमिका आणि खास मित्र झालीस.

तू जेव्हा निःस्वार्थीपणे, मला माझं विलक्षण स्वप्न पूर्ण करायची परवानगी दिलीस, तेव्हा मी दुसऱ्यांदा सुदैवी ठरलो. मला माझ्या स्वप्नाच्या

धुंदीत, माझं डोकं हवेत तरंगत ठेवायची परवानगी देऊन, तू मात्र हुशारीने आणि संयमाने आपले पाय जमिनीवर घट्ट रोवून ठेवलेस.

तिसऱ्या वेळी मी सुदैवी ठरलो, ते तू मला एक फार सुंदर कुटुंब दिलंस तेव्हा. अर्थात मला प्रत्येक दिवशी त्यांचा फार कमी सहवास लाभत असे आणि त्यामुळे, त्यांचे अश्रू पुसायला अथवा त्यांच्या खळखळून हसण्याचा आनंद घ्यायला मला फारसा वेळ मिळालाच नाही. त्यांच्या बाल्यावस्थेत, मी सतत गैरहजर असल्याचं मला फार दुःख होतं.

क्लारा केंब्रिजला तर नक्की चमकेल. तिथे ती पुरुषांना तर आव्हान देईलच, पण तिचा खरा कस कोणी लावायचा प्रयत्न केलाच, तर मी जिथे कमी पडलो, तिथेही ती जाईल, याची मला खात्री आहे. बेरीज तर अगदी तुझ्याचसारखी आहे. तेच सौंदर्य, तोच अदबशीरपणा तिच्यात आहे. ती जेव्हा वयात येईल, तेव्हा तिचा हात मागायला अनेक तरुणांची रांग लागलेली असेल, पण कोणी त्या लायक नसेल, हे मी तुला आत्ताच सांगतो आणि त्या छोट्या जॉनविषयी काय सांगू? मी त्याचं पहिलं प्रगतिपुस्तक वाचायला आतुर झालो आहे. त्याच्या पहिल्या फुटबॉल सामन्याला अवश्य जा आणि त्याच्या तथाकथित पहिल्या संकटाच्यावेळी त्याची साथ दे.

लाडके, मला आज इतकं काही लिहावसं वाटत आहे, पण माझे हात आता थंडीने कापत आहेत आणि ही फडफडणारी मेणबत्ती मला काही उद्दिष्ट साध्य करायची जाणीव करून देत आहे. उद्या तुझा फोटो मी त्या शिखरावर ठेवून, या राक्षसापासून मुक्ती मिळवून, माझ्या आवडत्या स्त्रीच्या बाहुपाशात, सतत राहायला येणार आहे.

द होल्टमध्ये तुझ्या आवडत्या हाताच्या खुर्चीत बसून, तू हे पत्र वाचत असल्याचं आणि प्रत्येक पान उलटलं की हसताना मला स्पष्टपणे दिसत आहे. लाडके, जरा वर पाहा. कुठल्याही क्षणी मी त्या फाटकातून आत येऊन तुझ्याकडेच येत असेन. तू उडी मारून माझं स्वागत करायला जवळ येशील का? मग मी परत कधीही तुला न सोडण्यासाठी मिठीत घेईन.

माझ्या आयुष्यापेक्षा तू मला फार महत्त्वाची वाटतेस, हे समजायला मला इतका वेळ लागला, त्याबद्दल माफ कर.

तुझा प्रेमळ पती,
जॉर्ज

रोज याच वेळी, रूथ मॅलरी आपल्या आवडत्या हाताच्या खुर्चीत बसून, जॉर्जची पत्र आयुष्यभर वाचणार होती.

ती आसन्नमरणावस्थेत असताना, तिने आपल्या मुलांना सांगितलं, की दररोज, द होल्टच्या फाटकातून आत येताना तिला जॉर्ज तिच्याकडे येताना दिसायचा.

१९२४ नंतर

जॉर्ज ली मॅलरी

१ मे, १९९९साली जॉर्जचं कलेवर २६,७६० फुटांवर सापडलं. त्याच्या पाकिटात रूथचा फोटो नव्हता आणि कॅमेराही सापडला नाही. एव्हरेस्टवर प्रथम कोण चढलं, याविषयी गिर्यारोहकांच्यामध्ये दुमत आहे. मोजक्या काही लोकांना वाटतं, की ते करण्याची त्याची कुवत नव्हती.

सॅण्डी आयर्विन

'द टाइम्स'मध्ये जेव्हा सॅण्डीच्या निधनाची बातमी छापून आली, तेव्हा तीन युवतींनी त्याचा आपल्याशीच साखरपुडा झाल्याचा दावा केला.

त्याचं कलेवर शोधण्यासाठी, अनेक मोहिमा राबवल्या गेल्या, पण त्यांना यश आलं नाही. ते काहीही असलं तरी, १९७५मध्ये, एका चिनी गिर्यारोहकाने, क्सु जींग याने, आपल्या एका सहकाऱ्याला सांगितलं, की त्याला एक प्रेत मिळालेलं आहे आणि त्याच्याच शब्दात सांगायचं तर, २७,२३० फुटांवरच्या अरुंद गल्लीत, एक गोठलेलं इंग्लिश प्रेत सापडलं होतं. काही दिवसांनी त्याला प्रश्न विचारण्याच्या आधीच, त्याचा दरड कोसळून अपघाती मृत्यू झाला.

रूथ मॅलरी

जॉर्जच्या निधनानंतर, रूथ आणि तिची मुलं सरेमध्येच राहिली आणि तिथेच ती आयुष्यभर जगली. तिचं ब्रेस्ट कॅन्सरने १९४२ साली, वयाच्या ५०व्या वर्षी निधन झालं.

एअर चीफ मार्शल सर ट्रॅफर्ड ली मॅलरी के सी बी

मॅलरीच्या भावाचं १९४४ साली, एका विमान अपघातात निधन झालं, तेव्हा तो संयुक्त फौजांचं आधिपत्य करण्यासाठी निघाला होता. असं म्हणतात, की तेव्हा तो स्वत: विमान उडवत होता.

त्याचं वयाच्या ५२व्या वर्षी निधन झालं.

ऑर्थर सी बेन्सन

मॅलरीचा शिक्षक, पुढे मॅग्डेलेन कॉलेज, १९१५ साली केंब्रिजचा मुख्याध्यापक झाला आणि १९२५पर्यंत तो तिथेच होता. त्याने जॉर्ज मॅलरीच्या अंत्यक्रिया विधीसाठी एक भावनोत्कट श्रद्धांजली लिहिली होती, पण आजारपणामुळे ती तो स्वत: वाचू शकला नाही. त्याने, *लॅण्ड ऑफ होप ॲण्ड ग्लोरी*, नावाचा लेख लिहिला आणि त्याच्यासाठी लोक त्याची आठवण काढतात.

बेन्सनचं १९२५ साली, वयाच्या ६३व्या वर्षी निधन झालं.

गिर्यारोहकांचा चमू

ब्रिगेडिअर जनरल सी जी ब्रुस सीबी एमव्हीओ

गालीपोली येथे अत्यंत जखमी झालेले असतानाही, जनरलने त्यांच्या तुकडीचं, १९२० सालापर्यंत आधिपत्य केलं.

ते १९२३ ते १९२५ पर्यंत अल्पाईन क्लबचे अध्यक्ष होते आणि १९३१साली त्यांची पाचव्या गुरखा रेजिमेन्टचे मानद कर्नल म्हणून त्यांची नेमणूक झाली होती.

वयाच्या ७३व्या वर्षी १९३९ साली ब्रुसचं निधन झालं.

जेफ्री यंग डी. लिट. एफआरएसएल

याची १९२५ साली रॉकफेलर फाउंडेशनचे सल्लागार म्हणून नियुक्ती झाली, तसेच रीडर इन एज्युकेशन, लंडन युनिव्हर्सिटी येथे १९३२ साली नेमणूक झाली. ते १९४० ते १९४३ मध्ये अल्पाईन क्लबचे अध्यक्ष होते. यंग यांनी, १९२८ साली मॅटरहॉर्न (१४,६९२ फूट) शिखर काबीज केलं, तेव्हा ते ५२ वर्षांचे होते आणि १९३५ साली झीनल रोटहॉर्न (११,२०४ फूट) वर यशस्वी चढाई केली, तेव्हा ते ५९ वर्षांचे होते. हे सगळं यश त्याने एक पाय कृत्रिम असताना मिळवलं, हे विशेष.

यंग यांचं, १९५८साली वयाच्या ८२व्या वर्षी निधन झालं.

जॉर्ज फिंच एफआरएस एमबीई

रॉयल सोसायटीत फेलो म्हणून, १९३८ साली नेमणूक झाली. १९५९ ते १९६१ सालापर्यंत ते अल्पाईन क्लबचे अध्यक्ष होते. १९३१ साली, फिंचचे, तीन मित्र आल्प्सच्या चढाईत मरण पावले, त्यानंतर त्यांनी गिर्यारोहणाला रामराम ठोकला.

१९७० साली वयाच्या ८२व्या वर्षी, त्यांचं निधन झालं.

त्यांचा मुलगा, पीटर फिंचने सिनेमात, नाव कमावलं. १९७६ साली त्याला, नेटवर्क सिनेमातल्या भूमिकेसाठी उत्तम अभिनेत्याचं अ‍ॅकॅडमी अ‍ॅवॉर्ड मिळालेलं होतं, पण ते स्वीकारण्याच्या आधीच, त्याचा मृत्यू झाला.

ले. जनरल सर एडवर्ड नॉर्टन केबीई डिएसओ एमसी

यांनी आपला सैनिकी पेशा चालूच ठेवला. यांची किंग जॉर्ज-६ यांचे एडीसी म्हणून नेमणूक झाली होती. नंतर १९२६ साली हाँगकाँगचे मिलिटरी गव्हर्नर म्हणून नियुक्ती झाली. १९२६ साली यांना रॉयल जिओग्रॅफिकल सोसायटीचे आद्य संस्थापक म्हणून सन्मानित करण्यात आलं.

त्यांच्या नावावर असलेला २८,१२५ फूट उंचीचा अधिकृत विक्रम, १९५३ सालापर्यंत अबाधित होता, तो एडमंड हिलरी आणि शेर्पा तेनसिंग यांनी एव्हरेस्ट काबीज केलं, तेव्हा मोडला.

१९५४ साली, वयाच्या ७०व्या वर्षी त्यांचं निधन झालं.

टी हॉवर्ड सोमरवेल ओबीई एमए एमबी बी.सीएच एफआरसीएस

दक्षिण भारतातल्या त्रावणकोर येथल्या मिशन हॉस्पिटलमध्ये सर्जन म्हणून बहुतेक काळ व्यतीत केला. duodenal अल्सर या विषयाचे ते जागतिक तज्ज्ञ म्हणून मानले जात होते. १९५६ साली ते निवृत्त झाले आणि इंग्लंडला परतले. १९६२ ते १९६५ सालात, ते अल्पाईन क्लबचे अध्यक्ष होते.

सोमरवेल, १९७५ साली वयाच्या ८५व्या वर्षी, लेक डिस्ट्रीक्टला जलद गतीने चालल्यामुळे मरण पावले.

प्रोफेसर नोएल ओडेल

१९३६ साली एव्हरेस्टच्या मोहिमेवर गेलेल्या संघात, वयाच्या निकषावर सोमरवेलना प्रवेश मिळाला नाही, तेव्हा ते एक्कावन्न वर्षांचे होते. त्याच वर्षी ते

२५,६४५ फुटांवर असलेल्या नंदादेवी शिखरावर चढाई करून गेले. त्या दिवसापर्यंत हे शिखर कोणीच जिंकलं नव्हतं. एव्हरेस्टच्या संघात प्रवेश न मिळालेल्या या *तरुणाने* २४,००० फुटांवर यशस्वी चढाई केली होती.

हॉवर्ड आणि मॅकगील येथे, प्रोफेसरच्या पेशात त्यांनी आपलं आयुष्य घालवलं. शेवटी ते केंब्रिजच्या क्लेअर कॉलेजात मानद पदावर आले. ओडेल, १९८१ साली वयाच्या ९६व्या वर्षी निधन पावले.

ले. कर्नल हेन्री मोर्सहेड डीएसओ

मोर्सहेडच्या उजव्या हाताची पहिली तीन बोटं, १९२४ साली हिमालयावरून परत आल्यावर कापावी लागली. १९२६ साली ते पर्यवेक्षक म्हणून इंडियाला परत आले होते. १९३१ साली त्यांच्या बहिणीच्या पाकिस्तानी प्रेमिकाने, ब्रम्हदेशात त्यांना घोड्यावरून रपेट मारत असताना, गोळ्या घालून मारलं.

मोर्सहेडचा खून झाला, तेव्हा ते ४९ वर्षांचे होते.

कॅप्टन जॉन नोएल

यांनी आपली कारकीर्द, एक व्यावसायिक छायाचित्रकार आणि निर्माता म्हणूनच व्यतीत केली. त्यांच्या *एपिक ऑफ एव्हरेस्टची* दहा लाख लोकांच्याहून जास्त लोकांनी पाहून प्रशंसा केली, इंग्लंड आणि अमेरिकेत तो पाहिला गेला. त्यांच्या कामगिरीचं, नॅशनल फिल्म अर्काईव्हजमध्ये जतन करून ठेवण्यात आलेलं आहे.

१९८७ साली, वयाच्या ९९व्या वर्षी त्यांचं निधन झालं.

द रॉयल जिओग्रॅफिकल सोसायटी

सर फ्रांसिस यंगहजबंड केसीएसआय केसीआयई

१९३४ सालापर्यंत हे सोसायटीची सेवा करत होते. १९२५ साली त्यांनी *द एपिक ऑफ माऊंट एव्हरस्ट* हे प्रसिद्ध पुस्तक लिहिलं. या पुस्तकातून आलेला सर्व नफा, त्याने RGSला दान केला. १९३६ साली त्यांनी 'वर्ल्ड कॉंग्रेस ऑफ फेथ'ची स्थापना केली.

१९४२ साली, वयाच्या ७९व्या वर्षी त्यांचं निधन झालं.

ऑर्थर हिंक्स एफआरएस सीबीई

१९१२ साली हिंक्सना रॉयल अ‍ॅस्ट्रॉनॉमिकल सोसायटीने सुवर्ण पदक देऊन गौरवलं. १९१३ साली त्यांची रॉयल सोसायटीत फेलो म्हणून निवड झाली. १९२० साली, गिर्यारोहणाच्या क्षेत्रात केलेल्या कामगिरीबद्दल त्यांना सीबीई हा किताब मिळाला. १९३८ साली त्यांना रॉयल जिओग्रॅफिकल सोसायटीचं व्हिक्टोरिया मेडल मिळालं. ते १९३९ सालापर्यंत एव्हरेस्ट कमिटीवर होते.

१९४५ साली, वयाच्या ७२व्या वर्षी त्यांचं निधन झालं.

मॅलरीचे मित्र मंडळ

गाय बुलॉक

१९३८ साली बुलॉक यांची, ब्रिटनचे इक्वाडोर राजदूत म्हणून नेमणूक झाली. १९४४ साली, ब्राझव्हिलेचे काउन्सिल जनरल म्हणून ते नियुक्त झाले.

१९५६ साली, वयाच्या ६९व्या वर्षी त्यांचं निधन झालं.

मेरी अ‍ॅन कोटी सॅण्डर्स

वडिलांच्या दिवाळखोरीनंतर, कोटीने, वुलवर्थमध्ये काम स्वीकारलं. नंतर ती एक प्रतिथयश कादंबरीकार म्हणून प्रसिद्ध झाली. तिने अ‍ॅन ब्रिज या टोपणनावाने भरपूर लिखाण केले. तिच्या कादंबरीतील अनेक पात्रांचं, जॉर्ज मॅलरीशी साम्य होतं. तिने एका राजदूताशी लग्न केलं - सर ओवेन ओमॅली

१९७४ साली वयाच्या ८६व्या वर्षी, तिचं निधन झालं.

मॅलरीचा परिवार

द रेव्हरंड हेरबर्ट ली मॅलरी एमए

१९३१ साली जॉर्जचे वडील, चेस्टर कॅथेड्रलचे धर्मोपदेशक झाले. ते १९४३ साली वयाच्या ८७व्या वर्षी, मरण पावले.

मिसेस अ‍ॅनी मॅलरी

अ‍ॅनी आपल्या पतीच्या, दोन मुलांच्या आणि दोन्ही सुनांच्या मागे जिवंत राहिली. ती १९४६ साली, वयाच्या ८३व्या वर्षी मरण पावली.

मॅलरी भगिनी

मेरी- मिसेस राल्फ ब्रुक, १९८३ साली, वयाच्या ९८व्या वर्षी निधन पावली.

अॅव्ही- मिसेस हॅरी लाँगरिज, १९८९ साली, १०२ वर्षांची होऊन निधन पावली.

मॅलरीची मुलं

क्लारा- हिने केंब्रिज विद्यापीठातून प्रथम श्रेणीत पास होण्याचा बहुमान संपादला. नंतर तिने ग्लेन मिलिकन नावाच्या अमेरिकन शास्त्रज्ञाशी लग्न केलं. त्यांचं वास्तव्य, कॅलिफोर्नियामध्ये होतं आणि त्यांना तीन मुलं होती. टेनसी येथे गिर्यारोहण करताना झालेल्या अपघातात, तिच्या पतीचं, १९४७ साली निधन झालं. आपल्या आईप्रमाणेच तीन मुलं वाढवायची जबाबदारी तिच्यावर येऊन पडली. २००१ साली, वयाच्या ८५व्या वर्षी, तिचं निधन झालं.

बेरीज- ही डॉक्टर झाली आणि तिने, डेव्हीड रॉबर्टसन नावाच्या डॉक्टरशी लग्न केलं. रॉबर्टसन कोलंबिया विद्यापीठात इंग्रजीचे प्रोफेसर होते. त्यांनी जॉर्ज मॅलरी नावाचं एक पुस्तक लिहिलं. त्यांना दोन मुली आणि एक मुलगा होता. बेरीजला आईप्रमाणेच वक्षस्थळाचा कॅन्सर झाला आणि ती, १९५३ साली, वयाच्या ३६व्या वर्षी मरण पावली.

जॉन- दक्षिण आफ्रिकेत स्थायिक झाला आणि तिथल्या पाणीपुरवठा खात्यात नोकरी केली. त्याचं लग्न झालं असून, त्याला पाच मुलं आहेत, त्यांपैकी एकाचं नाव- जॉर्ज ली मॅलरी-२ आहे.

जॉर्ज ली मॅलरी-२

मॅलरीचा नातू, ऑस्ट्रेलियातल्या व्हिक्टोरिया येथे पाणीपुरवठा खात्यात नोकरी करतो.

५.३०वा. सकाळी, १९९५ साली, १४ मे रोजी, सकाळी ५:३० वाजता जॉर्ज ली मॅलरी-२ याने, जॉर्ज आणि रूथचे लॅमिनेटेड फोटो, एव्हरेस्टच्या शिखरावर ठेवले. त्याच्याच शब्दात सांगायचं तर...

तो आपल्या कुटुंबाचं थोडंसं राहिलेलं काम पूर्ण करत होता.

◆

www.ingramcontent.com/pod-product-compliance
Lightning Source LLC
LaVergne TN
LVHW092345220825
819400LV00031B/228